Vụ Án
Trần Ngọc Châu

Chuyển ngữ từ

The Chau Trial

By **ELIZABETH POND**
The Christian Science Monitor
& The Alicia Patterson Fund

Vietbook, USA

Rock Valley College
Estelle M. Black
Library

The Chau Trial
By Elizabeth Pond
The Christian Science Monitor
& The Alicia Patterson Fund

Vụ Án Trần Ngọc Châu

Library of Congress Cataloging-in-Publication Data
ISBN: 978-0-9797069-7-4

Printed in the United States of America
Copyright © 2009 by Vietbook USA, 2009.
All rights reserved

Ấn bản Việt Báo
14941 Moran St.
Westminster, CA 92840

Vụ án Trần Ngọc Châu

Mục lục

Vietbook USA giới thiệu sách:	7
Vụ án và Bài Học	
Về tác giả Elizabeth Pond	10
PHẦN THỨ NHẤT: VỤ ÁN TRẦN NGỌC CHÂU	**11**
Mở: Bối cảnh và nhân vật	13
- Dân biểu Trần Ngọc Châu	
- Tổng Thống Nguyễn Văn Thiệu	
- Phụ tá Nguyễn Cao Thăng	
- Trần Ngọc Hiền	
Đóng: Diễn tiến và Kết thúc	71
Tường thuật và biên bản phiên toà Mặt Trận xử Trần Ngọc Châu và Trần Ngọc Hiền	
Kết: Hậu quả vụ án	211
TT Thiệu thắng ngắn hạn, thua dài hạn.	
Đây là khởi đầu sự cáo chung của chế độ Thiệu.	
Phụ lục	227
Điện văn trao đổi giữa Washington và Saigon	
Báo chí Việt-Mỹ loan tin về vụ án	

PHẦN THỨ HAI: ÂM VANG 40 NĂM   271
-- Điều trần về vụ án Trần Ngọc Châu
   tại Uỷ Ban Ngoại Giao Thượng Viện Hoa Kỳ.
-- Trích dịch từ "A Bright Shining Lie" của Neil Sheeha
   về tình bạn giữa John Paul Vann và Trần Ngọc Châu
-- Báo Mỹ 5 năm sau, 10 năm sau vụ án
40 năm sau: Vì sao Việt Nam vẫn còn là bài học

PHẦN THỨ BA: ĐỐI DIỆN PHƯỢNG HOÀNG   329
   Trích lược sách "Đối Diện Phượng Hoàng:
   CIA và sự thất bại chính trị của Mỹ tại Việt Nam"
   Chuyện Trần Ngọc Châu -Edward G. Lansdale
   Bối cảnh lịch sử 30 năm quan hệ chính trị Mỹ Việt
   Từ bản tuyên ngôn độc lập của Hồ Chí Minh
   cái chết của anh em Ngô Đình Diệm,
   tới sự sụp đổ củamiền Nam Việt Nam.

PHẦN THỨ TƯ: CHIẾN TRANH VIỆT NAM VÀ TÔI   375
   Hồi ký của Trần Ngọc Châu về Ông Diệm, Ông Nhu,
   Ông Thiệu, CIA và chiến tranh Việt Nam.

PHẦN THỨ NĂM: DIỀU HÂU, BỒ CÂU và RỒNG   415
   Hình ảnh tiểu sử Trần Ngọc Châu
   và các biến cố lịch sử Viết Nam

Bài đọc cuối sách:
Cụ Trần Trạm, tấm gương thanh liêm...   493
Bài viết của Nguyễn Tiến Lãng
và các giai thoại

Vụ Án và Bài Học

Vietbook USA
giới thiệu sách

Chuyện 40 năm rồi. Hai anh em ruột kẻ nam người bắc bị xô vào bất hạnh. Hai ông bạn thân, ông Tổng thống bày trò bắt ông Dân biểu bỏ tù. Họ đã gặp lại nhau, đã ôm nhau, đã nhìn vào mắt nhau. Số phận đất nước và dân tộc đã vậy, còn gì để nói nữa? Người Việt tủi thân, kể cả ông Thiệu hay ông Châu, có thể nghĩ vậy. Nhưng với chính người Mỹ thì khác.

Đệ Nhất Cộng Hoà, Trần Ngọc Châu là người lập kế hoạch bình định. Từ đây mà sau này có chính sách chiêu hồi, rồi chiến dịch Phượng Hoàng, một chương trình bình định thành công nhất của CIA trong chiến tranh Việt Nam. Đệ Nhị Cộng Hoà, Trần Ngọc Châu là Tổng Thư Ký của Quốc Hội đầu tiên. Cuối 1969 đầu 1970, Toà Đại Sứ Mỹ và CIA ở Việt Nam bật đèn xanh cho Tổng Thống Thiệu triệt hạ ông Châu. Đây là sự kiện tiêu biểu cho khúc quanh chính trị của Mỹ tại Việt Nam, được tác giả Elizabeth Pond ghi lại thành "The Chau Trial."

Từ đó tới nay, liên tục 40 năm, đã có thêm cả chục cuốn sách, cả trăm bài báo và nhiều công trình nghiên cứu tại các lò tư tưởng chiến lược -nơi ảnh hưởng tới chính sách thế giới của nước Mỹ- liên tiếp mổ xẻ trường hợp Trần Ngọc Châu.

Lý do, nói theo Zalin Grant, tác giả cuốn sách "Facing the Phoenix", đó là vì vụ án Trần Ngọc Châu tiêu biểu cho sự thất bại chính trị của Hoa Kỳ tại Việt Nam. "Châu đã thành một biểu tượng -Biểu tượng cho những thứ đã mất ở Việt Nam." Zalin Grant viết. Thứ đã mất chính là những lý tưởng dân chủ, tự do mà dân Mỹ từng phải trả bằng máu, nhằm mang lại cho Việt Nam một chế độ dân chủ đích thực, một chiến thắng xứng đáng của miền Nam tự do.

Không thể để tái diễn cảnh người Mỹ phải cuốn cờ tháo chạy khi Saigon sụp đổ. Lương tri, trách nhiệm, sự khôn ngoan và cả ý chí của nước Mỹ đòi hỏi như vậy. Chính vì điều này, nhiều bí ẩn đằng sau chính sách Mỹ về Việt Nam phải được phơi bày. Nhiều ký ức của những người trong cuộc phải được kể lại.

Ngay trong những ngày cuối năm 2008, lúc nước Mỹ đang bù đầu với bầu cử tổng thống, khủng hoảng kinh tế... vấn đề Việt Nam vẫn là chuyện phải tiếp tục bàn cãi. "Why Vietnam Matter" của Rufus Phillips được ấn hành vào thời điểm này. Tác giả là nhân vật từng sát cánh với cả Lansdale và Trần Ngọc Châu, cũng từng trực tiếp gặp từ Ngô Đình Diệm tới Kennedy. Tại sao Việt Nam vẫn còn là vấn đề? Tiểu tựa cuốn sách cho thấy cách trả lời của tác giả: "An eyewitness account of lessons not learned: Chứng từ của một nhân chứng về những bài học không được học." Vì nước Mỹ không chịu học bài học Việt Nam. Và vì bài học ấy có thể tái diễn ở Iraq, ở Afghanistan và nhiều nơi khác nữa.

Một vụ án, một cuộc chiến, có thể xong là xong, như vị Tổng Thống Hoa Kỳ thời 1975 từng phủi tay gọi chiến tranh Việt Nam là "chuyện đã rồi." Nhưng những bài học về chúng thì còn đó. Mọi bài học, từ bài học đánh vần cho trẻ nhỏ đến bài học lịch sử cho người lớn, là thứ sẽ còn phải học mãi, không chỉ cho một mà cho nhiều thế hệ. Trong tinh thần ấy, sách "Vụ Án Trần Ngọc Châu" lần đầu được ấn hành tại hải ngoại.

Tựa đề "Vụ Án Trần Ngọc Châu" tên bản dịch Việt ngữ từ "The Chau Trial" của Elizabeth Pond được chọn là tên chung của cuốn sách, nhưng toàn văn bản dịch "The Chau Trial" chỉ là phần mở đầu. Tiếp theo, là toàn bộ âm vang từ vụ án suốt 40 năm qua, những ẩn tình lắt léo về số phận con người và đất nước bị đồng minh bỏ rơi. Bạn đọc sẽ tìm thấy trong sách này nội dung không chỉ của một, mà là nhiều cuốn sách khác thường về bài học Việt Nam:

- "A Bright Shining Lie" sách của Neil Sheehan từng được làm thành phim, kể về John Paul Vann, nhân vật dân sự duy nhất trong lịch sử Mỹ cầm quyền chỉ huy quân đội và được coi là anh hùng của nước Mỹ. Khi Châu bị săn đuổi, chính Vann lái trực thăng đi cứu Châu, tổ chức việc đưa Châu đi trốn, vì Châu không chỉ là bạn thân nhất mà còn là người ảnh hưởng tới Vann nhiều nhất trong cách tiếp cận với cuộc chiến Việt Nam. Vụ án Trần Ngọc Châu được mô tả trong sách A Bright Shining Lie - Sự Dối Trá Lấp Lánh- là tiêu biểu cho quan hệ phức tạp Mỹ-Việt.

- "Facing the Phoenix" của Zalin Grant, câu chuyện về CIA và sự thất bại chính trị của Mỹ tại Việt Nam, được nghiền ngẫm trong toàn cảnh lịch sử 30 năm quan hệ chính trị Mỹ-Việt, từ 1945 tới 1975. Bạn đọc có thể tìm thấy ở đây nhiều bí ẩn lịch sử chưa được soi sáng, từ bản tuyên ngôn độc lập của Hồ Chí Minh, cái chết của anh em Tổng Thống Diệm năm 1963 tới sự sụp đổ của miền Nam năm 1975. Zalin Grants viết "Những vấn đề nêu ra trong cuốn sách này đều xoay quanh những kinh nghiệm hoạt động của Châu, của Lansdale, và các bạn của họ" Cùng với ê kíp của ông, Edward G. Lansdale là vị tướng CIA huyền thoại đã giúp miền Nam có được một chế độ thực sự độc lập. Ông cũng là người định hình cho cả Đệ Nhất lẫn Đệ Nhị Cộng Hoà Việt Nam, tạo cơ hội cho một miền Nam dân chủ và chiến thắng xứng đáng. Khốn nỗi, những cơ hội ấy đã bị chính cái sức mạnh ba đầu sáu tay tự đánh lộn nhau của nước Mỹ phá hỏng, lần thứ nhất khi giết TT Ngô Đình Diệm, và lần thứ hai khi phá xập nền tảng sức mạnh dân chủ của miền Nam và gây ra vụ án Trần Ngọc Châu.

- Sau cùng, phần đặc biệt nhất trong sách này, là việc lần đầu tiên nhân vật Trần Ngọc Châu chính thức lên tiếng về ông Diệm, ông Nhu, ông Thiệu, CIA... qua bài viết "Chiến Tranh Việt Nam và Tôi." Kèm theo là "Diều Hâu, Bồ Câu và Rồng", hồi ký Trần Ngọc Châu về Chiến Tranh Việt Nam được kể bằng hình ảnh, đúc kết từ cuốn "HAWKS, DOVES and the DRAGON" sách Anh ngữ, với sự hợp tác của Ken Permoyle.

Vietbook USA chân thành cám ơn quí vị tác giả các văn bản, sách báo, tài liệu, hình ảnh mà nhóm biên tập sách đã trích dẫn, sử dụng. Và trân trọng mời đọc "Vụ Án Trần Ngọc Châu."

VIETBOOK USA
California, 2009.

Tác giả
Elizabeth Pond

Elizabeth Pond, Saigon 1969
Giải thưởng báo chí của
The Alicia Patterson Foundation.

Là một tác giả và diễn giả danh tiếng chuyên về các vấn đề quốc tế, tên tuổi Elizabeth Pond được nể trọng ở Âu Châu và Hoa Kỳ, trong cả hai lãnh vực báo chí và hàn lâm. Ngoài công việc giảng dạy tại các đại học Đức và Mỹ, bà còn là thành viên nhiều hội đồng tham vấn và viện nghiên cứu chiến lược quốc tế như: The Council on Foreign Relations, the German Council on Foreign Relations, the International Institute for Strategic Studies, the US Institute of Peace...

Sự nghiệp của Elizabeth Pond bắt đầu bằng "The Chau Trial".

Đúng 40 năm trước đây, sau cuộc tổng công kích Tết Mậu Thân, người Mỹ tìm mọi cách thu xếp để rút quân khỏi cuộc chiến. Đây là lúc Elizabeth Pond quyết định viết về khúc quanh của chiến tranh Việt Nam. Với sự tài trợ của giải thưởng báo chí "The Alicia Patterson Foundation" cô phái viên của The Christian Science Monitor xin nghỉ giả hạn luôn nửa năm để ở lại Saigon theo dõi tại chỗ. Và "The Chau Trial" trở thành tác phẩm đầu tay của Elizabeth Pond, với kết luận "Đây là bước khởi đầu sự sụp đổ của ông Thiệu."

Muốn hình dung ra tầm vóc tác giả và tác phẩm, có thể nhìn một số tựa đề sách khác của cùng một người viết: After the Wall: American Policy Toward Germany; Beyond the Wall: Germany's Road to Unification; Endgame in the Balkans: Regime Change, European Style; Friendly Fire: The Near-Death of the Transatlantic Alliance; From the Yaroslavsky Station: Russia Perceived; The Rebirth of Europe... Những tựa đề sách kể trên cho thấy Elizabeth Pond đã đụng tới các vấn đề nóng bỏng nhất tại nhiều khu vực của thế giới như bức tường Bá Linh, Chính sách Mỹ đối với nước Đức; Biến động vùng Balcans; Nhận thức về nước Nga; Sự tái sinh của Âu châu...

Cho tới nay, 40 năm sau "Vụ án Trần Ngọc Châu", tác giả và nhân vật chính trong vụ án - Pond và Châu- vẫn chưa hề gặp nhau.

PHẦN THỨ NHẤT

VỤ ÁN TRẦN NGỌC CHÂU

THE CHAU TRIAL
by ELIZABETH POND
The Christian Science Monitor
& The Alicia Patterson Foundation

Do THANH NGUYỄN
& HOÀNG NGỌC TRÁC
chuyển ngữ từ nguyên tác gồm 3 phần

The Chau Trial I: Prologue
The Chau Trial II: Denouement
The Chau Trial III: Aftermath

Copyright © 1970 by Elizabeth Pond,
The Christian Science Monitor
& Alicia Patterson Fund.

Loạt bài này có thể được phổ biến
với lời thừa nhận bản quyền
của Elizabeth Pond,
The Christian Science Monitor
& Alicia Patterson Fund.

MỞ

Trần Ngọc Châu đang mòn mỏi trong tù vì đã không bắt giao cho chính quyền Sài gòn người anh ruột của ông, một điệp viên Bắc Việt. Bản án là mười năm. Và cũng từ đó được phô bày một huyền thoại mang nhiều bi kịch tính, đánh dấu một mốc ngoặt chính trị ở miền Nam Việt Nam.

Tấn bi kịch đó với phần phân tích sẽ được trình bày trong một loạt tài liệu tường thuật sau đây.

- Tài liệu thứ nhất giới thiệu các nhân vật chính và bối cảnh chung.

- Tài liệu thứ hai bao gồm một bản dịch thô thiển (từ tiếng Việt qua tiếng Mỹ) về bốn ngày Tòa Án xét xử Trần Ngọc Châu trong tháng Ba (1970). Theo chỗ người ta được biết thì cho đến nay, đây là văn kiện duy nhất được chính thức cho phổ biến sau phiên tòa.

Có nhiều lý do khiến người viết phải đi đến chỗ dài dòng như vậy.

Trước hết, vụ án Trần Ngọc Châu, có thể nói một cách đơn thuần, là một câu chuyện gián điệp ly kỳ được lồng vào trong một kịch bản theo mẫu mực Perry Mason (với những lời đối thoại đốp chát thường được diễn xuất trên truyền hình Mỹ).

Thứ đến, vụ án này tạo nên một trường hợp điển hình qui tụ được tất cả mọi biểu hiện rối ren, chằng chịt: một cuộc chiến tranh tàn khốc trong đó anh em ruột thịt đối nghịch nhau; tình trạng chính trị, rối tung ở Việt Nam; những khó khăn của Mỹ trong việc tạo ra những nhân vật lãnh đạo (cho Miền Nam); những rủi may của Mỹ trong việc rút lui (khỏi Việt Nam); việc hoạch định thứ tự ưu tiên trong chính sách của Mỹ; vai trò của cơ quan CIA (Trung ương Tình báo Mỹ); những cơ hội ngày càng mong manh cho một cuộc dàn xếp chính trị cho cuộc chiến Việt Nam.

Lại nữa, vụ án Trần Ngọc Châu chưa có được sự quan tâm đúng mức tại Mỹ, vì các biến cố dồn dập tại Lào và Cam Bốt vào cùng thời điểm đó đã làm lu mờ vụ án.

Và sau cùng, Sứ quán Mỹ tại Sài gòn đã chối bỏ một cuộc thách thức nghiêm trọng. Nói một cách ngắn gọn là: các viên chức cao cấp tại đấy cho rằng báo chí Mỹ có khuynh hướng nghe sao viết vậy trong vụ án Trần Ngọc Châu, nhưng nếu điều tra kỹ thêm chút nữa thì ông ta chẳng qua cũng chỉ là một nhân vật thứ yếu, bị kết án có phần "không chặt chẽ cho lắm" về mặt hiến pháp, nhưng không phải là không hợp pháp. Có thể sự việc đã xảy ra là đáng tiếc nhưng không có gì là quan trọng. Cách nhìn như vậy (từ Sứ quán Mỹ) là không ổn về hai mặt: vì tầm mức quan trọng của vụ án tại Việt Nam và vì thái độ của các phóng viên ở Sàigòn. Dù với dụng ý tốt hay xấu, các nhà báo cũng đã có khuynh hướng lập luận nặng về phần đả kích nhiều hơn là về khía cạnh "thánh tử đạo" của Châu.

Nhưng sự thực là như vậy! Và chúng ta không thể không chấp nhận hiện trạng đó.

Chúng ta hãy bắt đầu với đặc tính của các nhân vật:
- Trần Ngọc Châu, 45 tuổi, Dân biểu, Tổng Thư Ký Hạ Nghị Viện Việt Nam Cộng Hòa.
- Nguyễn Văn Thiệu, Tổng Thống Việt Nam Cộng Hòa.
- Nguyễn Cao Thăng, Phụ tá Tổng Thống, đặc trách liên lạc với Hạ Nghị Viện.
- Trần Ngọc Hiền, 48 tuổi, anh ruột của Châu, một điệp viên Bắc Việt đã bị kết án.

*

Trần Ngọc Châu đáng được mô tả tường tận nhất vì là nhân vật thủ vai chính yếu - và gần như hội đủ các đặc trưng của một nhân vật cổ điển.

"Nhiều tham vọng, có phần kiêu căng một chút, và rất năng động". Một người bạn của ông Châu đã mô tả về ông ta như vậy, và tiếp thêm: "Ông ấy nói hơi nhiều, có lẽ quá nhiều".

Một người chống đối ông Châu thì chỉ nói sơ lược như sau: "Ông ấy không thuộc trong hệ thống chính trị ở Miền Nam nầy".

Một người khác, không ưa mà cũng không ghét gì ông Châu, thì lại có ý kiến: "Tôi cho rằng ông Châu không phải là một người làm chính trị; ông ấy là một con người hành động thì đúng hơn".

Cho đến lúc chung cuộc, ông Châu là một con người đúng nhưng lại hành động không đúng lúc và không đúng chỗ; ông ta đã từ vị trí một nhân vật chính trị thứ yếu với tiềm năng của một nhân vật trọng yếu, đã thực sự trở thành một nhân vật trọng yếu - mặc dầu không hoàn toàn theo dự kiến của chính ông ta.

Là một người quốc gia đầy nhiệt huyết, ông ta có đức tính của một người theo Nho giáo, bản năng của một quan lại, và nhân cách của một con người đầy tự hào; những cá tính đó đã hấp dẫn nhiều người Mỹ đến với ông ta đồng thời cũng làm cho những người Mỹ khác lảng xa.

Ông ta có nhiều tham vọng, cho bản thân và cho đất nước. Có người cho rằng ông ta cũng có phần cơ hội, và có thể là như thế thật, vì trong chừng mực nào đó, tham vọng thường thúc đẩy con người đến hành động. Tuy nhiên ông ta không có những cá tính của một con người hành động thực sự để dễ dàng bị lôi cuốn theo thời cơ. Ông ta là một con người nguyên tắc, nguyên tắc đến mức độ làm tổn thương sự nghiệp chính trị của chính bản thân. Ông ta dễ trở nên ương ngạnh và có phần liều lĩnh; bạn bè của ông đánh giá ông một cách ngán ngẩm như thế.

Là con trai thứ ba của một chánh án tại miền Trung (và là cháu nội của một Thượng Thư), ông Châu đã thừa hưởng từ truyền thống quan lại (theo Nho giáo) cái khí phách và đạo đức của giới lãnh đạo.

Vào đầu Thế giới chiến tranh lần thứ II, năm lên 16, ông ta đã rời bỏ cuộc sống đầy tiện nghi ở Huế để cùng hai anh theo Việt Minh đi kháng chiến chống Pháp. Nhưng đến năm 1949 ông ta từ bỏ Việt Minh vì ngán ngẩm cái cảnh Cộng sản độc quyền lãnh đạo Kháng chiến và (tại một vài nơi) sát hại những người Quốc gia đối nghịch. Trước đó ông cũng đã nhiều lần tranh luận với người anh là Hiền về các vấn đề mang tính ý thức hệ.

Dưới trào Tổng Thống Ngô Đình Diệm, mà gia đình ông Diệm vốn quen biết gia đình ông Châu trong giới thượng lưu ở Huế, sự nghiệp trong quân đội của ông Châu tiến triển khả quan. Tuy nhiên ông ta cũng không tiếng tăm gì về mặt chỉ huy quân sự, chỉ mãi đến khi được bổ nhiệm làm Tỉnh trưởng Kiến Hòa vào năm 1962 ông ta mới thực sự bắt đầu có tên tuổi.

Kiến Hòa vốn là một cái nôi của Việt Minh ngay từ thời kháng chiến (chống Pháp) và sau này đã trở thành một cứ điểm trọng yếu của Việt Cộng.

Khi Trung Tá Châu đến trấn nhậm, trong toàn tỉnh chỉ có 80,000 trong số 530,000 dân là do chính phủ kiểm soát. Chỉ trong vòng một năm -- cũng phải nói thêm là trong cùng năm đó tình hình các nơi khác đã xấu đi trông thấy - ông Châu đã đưa con số nói trên lên đến 220,000 người.

Thành quả đó không phải nhờ chiến thắng quân sự đem lại. Và ông Châu kỳ thực cũng đã không phát huy điều gì mới lạ về mặt tổ chức chính trị. Thay vào đó, ông ta đã chấn chỉnh lại hệ thống lãnh đạo và tổ chức địa phương để tạo điều kiện cho dân chúng có cơ hội cải thiện đời sống. Ông đã đặc biệt gắng sức động viên vai trò lãnh đạo của các đoàn thể tôn giáo - chủ yếu là Phật giáo, Hòa Hảo, Cao Đài, Công giáo, coi đấy như những cơ cấu xã hội duy nhất có thực lực ngoài hai lực lượng đối kháng chủ yếu là Mặt Trận Giải Phóng và Quân Đội Việt Nam Cộng Hòa.

Trong mục đích hướng về nhân dân, ông Châu đề ra chương trình mở cửa tiếp dân hai ngày một tuần, và trong các buổi tiếp dân đó bất kỳ một người dân nào trong tỉnh cũng có thể trực tiếp đến gặp riêng ông để bày tỏ ý kiến hay khiếu nại. Đáp lại các lời khiếu nại được kiểm chứng ông cho lệnh đền bù thích ứng; và mỗi chủ nhật ông đều lên đài phát thanh địa phương mà ông mới cho thiết lập để thảo luận về các vấn đề rút ra từ những cuộc tiếp chuyện với dân chúng trong tuần.

Thường thì ông nói rằng đối với một sự việc nào đó, một mình ông không giải quyết được và do đó đề nghị dân chúng nên có hành động tập thể để chống lại các giới chức tham nhũng, hoặc giả ông đòi hỏi họ cung cấp thêm bằng chứng để có hành động thích ứng đối với các giới chức bị tố cáo.

Người dân Miền Nam thường cho là người Miền Trung lạnh lùng và kênh kiệu; lại nữa họ cũng rất bất bình về thái độ của người Trung thường tự coi mình như được Trời phó thác cho cái quyền lãnh đạo thiên hạ. Trong một vài trường hợp nào đó ông Châu cũng không khỏi không để lộ một số các đặc trưng trên và cũng tự hiểu rằng ông sẽ chẳng bao giờ chiếm được cảm tình của một số người Nam vì các biểu hiện đó. Tuy nhiên ông ta lại chiếm được cảm tình và sự kính trọng sâu xa của những ai làm việc dưới quyền ông cũng như của quảng đại quần chúng trong tỉnh. Và để giảm đi phần nào sự xa cách giữa ông với quần chúng về mặt gốc gác có tính địa phương, ông đã cố gắng tập nói theo giọng Nam cũng như dùng lời ăn tiếng nói rập theo người dân trong tỉnh.

Một mặt khác cần được nhắc đến dưới "trào" của ông Châu ở Kiến Hòa là đức tính liêm khiết có một không hai nơi ông. Bằng chứng rõ rệt nhất là ở chỗ sau nầy, trong chiến dịch chống ông ta chả có ai tố cáo ông về tội tham nhũng. Trong một nước mà ai nấy đều có hồ sơ chẳng mấy trong sạch, và nơi mà một Tỉnh trưởng được coi như liêm khiết nếu như không đòi hỏi quá đáng khi ăn hối lộ, thì sự im lặng không tố giác trên cũng đủ làm bằng chứng hùng hồn cho sự trong sạch.

Vào nhiều thời điểm khác nhau trong suốt nhiều năm liền, các đối thủ chính trị của ông Châu đã lớn tiếng về những việc làm sai trái của ông ta, nhưng đã chẳng có lời tố cáo nào đứng vững. Lời tố giác đáng kể nhất là một vụ du di công quỹ, thế nhưng kết quả điều tra cho thấy nội vụ chỉ là việc ông Châu cho chuyển ngân khoản tránh qua các thủ tục hành chánh rắc rối, để chi cho các góa phụ trong Tỉnh mua hòm cho chồng bị chết trận trong địa phận Kiến Hòa.

Ông Châu luôn luôn quan tâm đến gia đình binh sĩ, và đã bảo trợ hai trại mồ côi cho con em binh sĩ, bằng tiền túi của chính mình.

Sau một năm ở Kiến Hòa, ông Châu được Tổng Thống Diệm bổ nhiệm làm Thị trưởng Đà Nẵng, thành phố lớn vào hàng thứ hai ở Miền Nam.

Lúc đó cuộc khủng hoảng Phật giáo (mà sau nầy đã lật đổ ông Diệm, vốn là người theo Thiên chúa giáo) đang mỗi ngày một căng thẳng, và Tổng Thống muốn có một người Phật giáo được giáo dân theo đạo Phật tin cậy nắm quyền tại Đà Nẵng.

Ông Châu vốn được tiếng là có chủ trương hòa giải giữa chính quyền với các đoàn thể Phật giáo. Hơn nữa, thời còn trẻ ở Huế, ông Châu đã từng là bạn học của Thích Trí Quang, lúc bấy giờ là lãnh tụ nhóm Phật giáo đấu tranh, và ông Châu vẫn tiếp tục giữ đường dây liên lạc với các Chùa chiền. Thân phụ ông đã về hưu vào năm 60 tuổi để trở thành một nhà sư, và ông Châu cũng từng tỏ ý muốn rồi sẽ theo gương thân phụ.

Khi xảy ra cuộc đảo chánh lật đổ Tổng Thống Diệm, ông Châu không tham gia lực lượng đảo chánh và đã ở lại Đà Nẵng hai tháng sau khi Tổng Thống Diệm bị lật đổ. Tuy vậy, vào tháng Giêng năm 1964, ông ta lại được bổ nhiệm trở lại Kiến Hòa, để trở thành viên Tỉnh trưởng duy nhất hai lần trấn nhậm tại cùng một tỉnh - trước và sau đảo chánh.

Trong thời gian ông ta vắng mặt cùng lúc với tình hình hỗn loạn xoay quanh vụ lật đổ ông Diệm, tình hình tại Kiến Hòa đã suy sụp trầm trọng; chính quyền chỉ còn kiểm soát khoảng 100,000 dân.

Trong nhiệm kỳ thứ hai tại Kiến Hòa ông Châu ở lại hai năm. Trong khoảng thời gian đó ông ta lại nâng số dân dưới quyền kiểm soát của chính phủ lên 300,000 người và đấy cũng là điểm đặc biệt khác hẳn với tình hình hỗn loạn nói chung ở khắp các nơi khác trong nước, với trung bình mỗi tuần lễ phe chính phủ mất một quận hoặc một tiểu đoàn bộ binh.

Và cũng chính vào thời điểm đó mà ông Châu lên tiếng phản đối việc Mỹ hóa một cách quá đáng trong cuộc chiến tại Miền Nam. Chẳng hạn ông nói với các người bạn Mỹ của ông rằng: "các ông hãy cấp cho tôi số ngân khoản tương đương với một trong số trực thăng của các ông bị bắn rơi ở trong tỉnh, và tôi sẽ bình định xong một tỉnh. Mức sống của mỗi gia đình nhờ vậy sẽ được nâng cao và các viên chức địa phương sẽ có đủ lương tiền sinh sống mà không phải tham nhũng.

Lại cũng chính vào thời điểm đó ông Châu đã trắc nghiệm và phát triển một loại mô hình làm nòng cốt cho những gì sau nầy trở thành các cán bộ phát triển cách mạng, lực lượng nhân dân tự vệ, tình báo, và các loại cán bộ xây dựng nông thôn để hoạt động trong các thôn ấp.

Với sự khích lệ của nhóm quanh Tướng Edward Lansdale (người đã "phát hiện" ra Tổng Thống Ramon Magsaysay ở Philippines và đang tìm cách lập lại kinh nghiệm cũ của mình tại Việt Nam), ông Châu đã gom góp các suy nghĩ của mình về vấn đề bình định vào trong một quyển sách mang tựa đề là "Từ Chiến tranh đến Hòa bình: sự Hồi sinh của Làng Xã". Những người Mỹ thích quyển sách này của ông Châu đều một mực cho rằng chẳng có chương trình bình định nào tại Việt Nam ngày nay mà lại không do ông Châu khai phá từ thời ở Kiến Hòa.

Một người khác cũng dẫn đường mở lối cho các phương pháp bình định đó là đương kim Chỉ huy trưởng Trung tâm Huấn luyện Bình định Nông thôn, tức Trung Tá Nguyễn Bé, một nhân vật chính trị, phóng khoáng, một người mà việc thăng quan tiến chức trong quân ngũ cũng bị trầy trật do quá trình hoạt động của đương sự trong Mặt Trận Việt Minh ngày trước.

Cuối năm 1965 do sự hỗ trợ của cả hai phía Việt Nam và Mỹ, ông Châu được chọn để điều khiển chương trình mới thiết lập để huấn luyện Cán bộ Phát triển Cách mạng, do cơ quan Trung ương Tình báo Mỹ tài trợ và giám sát.

Dân Kiến Hòa rất lấy làm luyến tiếc việc ông rời khỏi tỉnh và các lãnh tụ tôn giáo địa phương đã gửi kiến nghị yêu cầu Thủ tướng Nguyễn Cao Kỳ không để cho ông Châu rời khỏi Kiến Hòa. Cử chỉ đó quả là hãn hữu đối với một Tỉnh trưởng rời nhiệm sở.

*

Tại Trung tâm Huấn luyện Bình định Nông thôn ở Vũng Tàu chẳng mấy chốc mà ông Châu lại rơi vào một cơn bão tố mới.

Do việc viên Chỉ huy trưởng Trung tâm Huấn luyện trước đó chẳng có mấy đêm ngủ lại ở Trung tâm nên đã có một phe nhóm chính trị âm thầm sử dụng chương trình bình định nông thôn để tổ chức người vào một đảng chính trị, với đầy đủ các tổ tam tam chế cùng lúc với các lớp huấn luyện bí mật về khuya.

Khi ông Châu lần ra dấu vết của phe nhóm chính trị đó, một cánh miền Nam của đảng Đại Việt (thoạt kỳ thủy là một trong các đảng phái quốc gia tại Việt Nam) ông ta lại phải đối phó với một tình thế nan giải. Ông ta hết sức tán thành mục tiêu nhắm đến việc hình thành một lực lượng thứ ba, với khuynh hướng quốc gia sâu sắc của nó là mang tính bài ngoại, bài Mỹ, chống tham nhũng và chống Tướng Kỳ. Ông Châu khinh thị tướng Kỳ, viên tư lệnh không quân nhảy lên làm Thủ tướng vào năm 1965 mà tính khí hoàn toàn khác biệt với ông Châu.

Tuy nhiên ông Châu lại làm việc dưới quyền của chính phủ Sài gòn; do đó ông ta nhận thấy rằng khó mà dung dưỡng một cách lộ liễu các hoạt động chống chính phủ nói trên. Một là ông ta im hơi lặng tiếng và xin từ chức; hai là ông ta phải làm cho ra chuyện. Sau khi suy nghĩ kỹ ông ta đã chọn con đường thứ hai và khi làm như vậy là ông ta đã tự rước lấy những kẻ thù nghịch trong số những người Việt làm việc cho CIA.

Về phía người Mỹ, người ta cũng không rõ là CIA có ngấm ngầm yểm trợ cho các hoạt động của cánh Đại Việt nói trên hay là họ thực sự không biết gì hết về nhóm này đã len lỏi được vào trong chương trình bình định nông thôn. Nhưng dù có là thế nào đi nữa thì những hoạt động đó cũng hiển nhiên đã đi ngược lại chủ trương của Mỹ vào thời kỳ ấy là ủng hộ Thủ tướng Kỳ. Và vì vậy các sự việc trên cần phải được đem ra trước Đại sứ Hoa Kỳ để ông này tỏ rõ thái độ. Đại sứ Hoa Kỳ tại Việt Nam xác nhận rằng phía Hoa Kỳ không thể dung dưỡng cho một hoạt động chìm tại Trung tâm Huấn luyện Bình Định Nông thôn, cho dù là các hoạt động đó đã qua mặt được các viên chức CIA hay là do chính các viên chức này giật dây.

Vụ Đại Việt đó cho thấy các mối quan hệ giữa ông Châu và phía người Mỹ lúc đó quả là phức tạp. Ông ta có nhiều bạn và đồng nghiệp người Mỹ rất thân mà ông ta rất ngưỡng mộ nhưng ông ta cũng cảm thấy rất xấu hổ -- như ông ta đã kêu lên trong phiên xử của mình -- về sự bất lực và sự lệ thuộc của đất nước ông vào người Mỹ.

Ngoài ra ông Châu cũng không tránh khỏi ác cảm của một số viên chức CIA mà buộc lòng ông phải có quan hệ cộng tác tại Trung tâm. Một trong các viên chức khiếm nhã thuộc loại này đã chẳng thèm giấu giếm việc mình coi rẻ người Việt. Thường thì hắn ngồi gác chân lên bàn, răng gậm nhấm điếu xì gà và kêu tướng lên: "Ê! Châu lại đây".

Ông Châu đến nhậm chức ở Trung Tâm được vài tháng thì nhóm người Việt Nam hoạt động cho CIA thuộc lực lượng Đại Việt nằm vùng mở cuộc tấn công võ trang chiếm ba trại tại Vũng Tàu cùng với việc phái một tiểu đội ám sát đi lùng ông Châu.

Đến giai đoạn này thì quan điểm của ông Châu và quan điểm của CIA về hiệu quả của một số các chương trình hoạt động của CIA hoàn toàn trái ngược nhau. Ông Châu thất vọng đến độ ông tiên đoán rằng toàn bộ chương trình bình định nông thôn sẽ thất bại nếu như CIA không chịu giao ngay chương trình nầy lại cho Cơ quan Phát triển Quốc tế (AID) của Mỹ. Mâu thuẫn giữa ông Châu và CIA gay gắt đến độ ông phải xin từ chức Chỉ huy trưởng Trung tâm và sau đó được giao cho một chức vụ lu mờ tại bộ Xây Dựng Nông Thôn.

Sự bất mãn của ông Châu đối với cung cách làm việc của chính phủ Việt Nam Cộng Hòa lúc bấy giờ càng thúc giục ông phải có thái độ tích cực hơn. Ông đã tính đến việc xin rời khỏi quân đội để ra tranh cử vào Quốc hội Lập hiến. Nhưng ông ta đã không được cấp trên cho phép.

Tuy vậy, đến khi có Hiến pháp mới, sĩ quan trong quân đội được phép ra tranh cử vào Quốc hội; do đó mà năm 1967 ông Châu, tuy vẫn còn trong quân đội, đã ra tranh cử vào Hạ Viện ở đơn vị bầu cử thuộc tỉnh Kiến Hòa. Ai nấy đều coi ông như ứng cử viên do chính phủ đưa ra, nhưng ông vẫn tích cực vận động tranh cử, chạy xe gắn máy đi từ xã này đến xã khác, cho dù là trong những thôn ấp hẻo lánh.

Kết quả ông đã thắng với 41,2% tổng số phiếu trong đám 19 ứng cử viên. Sự thắng cử vẻ vang của ông - người thứ nhì được có 12,6% số phiếu - đã tạo cho ông cái thế là người thứ nhì hoặc thứ ba gì đó đạt được số phiếu cao nhất ở trong nước để vào Hạ Viện.

Ngay khi vào hoạt động ở Sài gòn, ông Châu được bầu làm Tổng Thư Ký Hạ Viện và sau đó lại được bầu làm Thẩm phán Tòa Án Đặc Biệt, một Tòa Án có quyền bãi nhiệm Tổng Thống và Phó Tổng Thống. Vị trí ưu thắng đó không xuất phát từ các cuộc thương lượng chính trị giữa các phe nhóm trong Hạ Viện, mà là do ông Châu lúc đó còn có mối quan hệ tốt đẹp với chính quyền.

Vào lúc nầy Tướng Thiệu đã lấn lướt Tướng Kỳ để trở nên nhân vật số một tại Sàigòn; phần do Mỹ ủng hộ, phần do các Tướng lãnh đồng ý sắp xếp như thế.

Ông Thiệu và ông Châu đã từng sống chung một nhà khi còn là sĩ quan cấp Úy ở Đà Lạt, và có người kể rằng ông Châu đã có phen cứu mạng bà Thiệu. Ông Châu gia nhập một khối thân chính phủ, gồm các tín hữu Cao Đài và các sĩ quan trúng cử vào Hạ Viện.

Hình như hai ông Thiệu và Châu tách nhau ra mỗi người một ngả, đâu vào khoảng trong năm 1968. Cuộc tấn công của Việt Cộng vào dịp Tết Mậu Thân năm 1968 cùng với những biến cố tiếp theo đó đã thúc đẩy ông Châu suy nghĩ về một giải pháp chính trị cho cuộc chiến. Góp phần cho dòng suy nghĩ đó là những nhận định ông thâu lượm được trong một chuyến công du qua Nhật Bản, Hoa Kỳ và Âu Châu, cũng trong năm 1968.

Ông Châu là một trong những người đầu tiên nhận định rằng vụ Tết Mậu Thân là giọt nước cuối cùng cho cái bình đã đầy ắp, tượng trưng cho sức chịu đựng và kiên trì của người Mỹ, và rồi thì Washington sẽ tìm cách rút khỏi Việt Nam càng nhanh càng tốt. Ông tin rằng Hoa Kỳ bây giờ chỉ còn nhắm cầm cự về mặt quân sự và chính trị trong một khoảng thời gian cần thiết, đủ để khi rút lui sẽ không bị coi như thua cuộc. Nhưng ông tin chắc rằng cái kiểu ổn định chính trị ngắn hạn đó cũng có nghĩa là về lâu về dài Miền Nam sẽ lọt vào tay Cộng Sản. Do đó ông Châu bắt đầu lập luận là ông Thiệu nên tranh thủ sự ủng hộ của các phe phái Quốc gia không Cộng sản khác, có thể là dưới hình thức thành lập một "Hội Đồng Nhân Sĩ" quy tụ các nhân vật trong hàng ngũ không Cộng sản.

Đối với ông Thiệu thì quan điểm trên, tuy xuất phát từ ông Châu, mà ông Châu thì lại rất thân với người Mỹ, nên có thể là quan điểm của chính người Mỹ qua lời của ông Châu; bởi chính những người Mỹ cũng thúc Tổng Thống Thiệu nên mở rộng căn bản chính trị của chế độ Miền Nam.

Nhưng thực tế thì ông Châu càng ngày lại càng tách xa ra khỏi đường hướng, chủ trương của Hoa Kỳ.

Người Mỹ thì tìm cách tạo ra một cơ chế chính trị mở rộng có tính cách phiến diện tại Sàigòn để xoa dịu dư luận quần chúng tại Hoa Kỳ, vì mục tiêu chủ yếu của họ đúng là cái tình trạng ổn định ngắn hạn mà ông Châu lo sợ. Ông Thiệu nghe theo khuyến cáo của người Mỹ để xoay sở sao cho bề ngoài có vẻ phù hợp với ý người Mỹ để được sự ủng hộ của họ. Ngược lại, quan điểm của ông Châu về việc mở rộng căn bản chính trị lại nhắm vào việc chia quyền lực chính trị giữa các phe đối kháng một cách lâu dài.

Về phần mình, ông Thiệu chưa dám đánh mất hậu thuẫn của cánh hữu ủng hộ ông ta, để đổi lấy cái thế trung dung bấp bênh, cho dù là do ông Châu, do người Mỹ hay do ai đi nữa thúc dục. Do đó mà cái hố ngăn cách giữa ông Thiệu và ông Châu ngày một sâu đậm thêm, điều mà ít người để ý đến vào thời điểm đó. Dù sao thì ông Châu lúc đó cũng chỉ là một nhân vật ít tiếng tăm trên chính trường Sàigòn, và ông ta cũng mới chỉ dọ dẫm tiến đường trên bàn cờ chính trị.

*

Ông Châu không hề tính chuyện gây dựng một phe nhóm chính trị riêng rẽ nào hết trong suốt quá trình hoạt động của mình. Cái guồng máy hành chánh mà ông ta dựng lên ở Kiến Hòa vẫn tồn tại nguyên vẹn tại chỗ chứ không theo ông mà đi khi ông rời khỏi tỉnh. Guồng máy đó ở lại phục vụ cho bất kỳ một Tỉnh trưởng nào đến sau.

Sau khi đắc cử Dân biểu, ông Châu đã cho mở các văn phòng đại diện ở Kiến Hòa (và chi toàn bộ lương Dân biểu của mình vào việc đó), và chính bản thân ông vẫn thường xuyên đi xuống tỉnh và quận trong địa phận Kiến Hòa. Các Tỉnh trưởng vẫn có người tiếp tục ngưỡng mộ ông, nhưng toàn bộ các vị đó không phải là một tổ chức cán bộ thuộc phe cánh ông Châu.

Ông Châu cũng chẳng hề hoạt động chính trị trong hàng ngũ quân đội. Vì là dân Việt Minh cũ nên ông ta khó giao du với các Tướng lãnh xưa kia vốn đi lính cho Pháp và vì những viên tướng này cũng chẳng tin ai đã từng tham gia Kháng chiến. Vả lại ông ta cũng không thích cái việc giao du đó; giản dị là do cá tính của ông ta.

Để thực hiện đường lối chủ trương của mình hình như ông Châu lại có ý muốn theo truyền thống Nho giáo, nghĩa là nêu gương lãnh đạo để thu phục quần chúng một khi đã có được quyền lực trong tay. Đấy cũng là đường lối mà ông đã thực hiện thành công tại tỉnh Kiến Hòa. Ở đây cũng cần nói là tư tưởng Khổng học đã được pha trộn rất nhiều với cung cách làm việc kiểu Mỹ (của Châu) nhằm đạt được sự hòa hợp giữa chính sách và chính trị.

Ông Châu đã cho phổ biến quan điểm của mình và tranh thủ dư luận quần chúng qua một loạt sách vở và báo chí. Làm như vậy, ông ta đã không tuân theo một qui tắc là sự thành công về mặt chính trị tại Việt Nam tùy thuộc vào việc người ta phải giữ một khoảng cách với giới cầm quyền.

Ngoài ra cũng có thể là vào giai đoạn đó ông Châu đã không tự coi mình như là một thành phần đối lập với ông Thiệu và do đó cũng chẳng cần phải lập nên một phe chống đối. Tình hình cứ thế mà diễn biến.

Quan điểm của ông ta thì thay đổi trong khi ông Thiệu vẫn giữ nguyên quan điểm của mình; nhưng nói một cách tổng quát ông Châu vẫn thân chính phủ và thân một số nhân vật người Mỹ. (Cũng có thể là ông Châu chủ ý nhắm một nước cờ lớn nào đó phòng khi mất đi sự ủng hộ của Hoa Kỳ).

Tuy nhiên trong quá trình diễn biến và hình thành quan điểm của mình, ông Châu càng ngày càng nhích gần lại với nhóm Dân biểu người Miền Nam, giới Công giáo tiến bộ và Phật giáo. Đến lúc đó thì khối thân Thiệu của ông đã tan rã, tuy nhiên ông Châu vẫn không chính thức tham gia một phe nhóm mới nào cả. Chỉ có điều là lời ăn tiếng nói của ông càng ngày càng trùng điệp với lời lẽ của nhóm đối lập.

Các mối liên lạc đó có thể đã góp phần vào việc làm cho ông Châu mang tiếng chống Mỹ và chống chính quyền, và vì vậy không phải lúc nào cũng làm sáng danh cho ông ta.

Trong các bạn đồng minh mới của ông một số thì đúng là lương thiện và chịu khó chịu làm việc nhưng một số khác thì tán tận lương tâm và tham nhũng thối nát. Bên cạnh những người ông Châu chủ ý liên minh cộng tác cũng có những người vì mục đích riêng tư mà tìm đến ông qua sự môi giới của nữ Dân biểu Kiều

Mộng Thu.

Cũng chính vào năm 1968 đầy biến cố mà ông Châu với bà Thu đã trở nên thân thiết. Lúc đó và sau này ông Châu vẫn cứ một mực nói rằng mối quan hệ giữa họ với nhau là do nghề nghiệp chớ không do tình cảm.

Bạn bè của ông Châu lại cho rằng một người như ông Châu, từ trước đến nay vẫn tránh dính dấp vào những vụ tình cảm lăng nhăng thì với vụ này không khéo lại chìm xuống mất. Theo họ mối quan hệ giữa ông Châu và bà Thu, ngoài việc có cơ phá hoại hạnh phúc gia đình ông, đã ảnh hưởng không ít đến sự tỉnh táo của ông về mặt chính trị, và sau này có lúc đã đưa ông ta đến chỗ có những lời lẽ tự biện minh không mấy hòa nhã; những lời lẽ không chừng là do các đệ tam nhân thúc đẩy.

Về phần mình, bà Thu có vẻ rất si mê ông Châu và lúc nào cũng một mực binh vực ông, đôi khi binh vực đến mức quá đáng như có lần bà ta rút súng lục ra ngay trong cuộc tranh luận tại Hạ Viện vào tháng 12 năm 1968. Bà Thu cũng thuộc loại nóng nảy như phần đông phụ nữ Việt Nam. Giới phụ nữ ở Sài gòn vẫn thường rỉ tai nhau là bà ta có tài bỏ bùa mấy anh đàn ông.

Là người gốc gác từ vùng Châu thổ sông Cửu Long bà Thu lại được trúng cử ở Huế vì bà ta là một người ủng hộ Phật giáo trước sau như một. Khi được trúng cử tại Huế tất nhiên ít nhiều bà đã nhờ Phật giáo Ấn Quang.

Đến cuối 1968 đầu 1969 ông Châu ngày càng nói nhiều về vấn đề bình định, về giải pháp chính trị và về việc phi Mỹ - hóa cuộc chiến. Ông chủ trương một chính sách mềm dẻo hơn về thỏa hiệp; và thỏa hiệp không phải với Cộng sản nhưng là với các phe nhóm Quốc gia (như giới Phật giáo), cho đến nay vẫn bị đẩy ra ngoài đời sống chính trị ở Sàigòn.

Ông ta vẫn tiếp tục chống đối mạnh mẽ các sự liên hiệp với Cộng sản ở cấp toàn quốc hay ở cấp tỉnh bởi vì - ngoài nhiều lý do khác - ông nghĩ rằng Cộng sản không tài nào đạt được số phiếu cần thiết qua các cuộc phổ thông đầu phiếu để có thể đại diện được ở cấp trung ương. Như vậy thì thỏa hiệp với họ ở cấp địa phương tốt hơn là để cho họ tham gia vào chính quyền trung ương. Do đó quan điểm của ông về việc thỏa hiệp rút lại có nghĩa là đồng ý để Mặt Trận Giải Phóng tham gia chính quyền ở cấp trưởng ấp hoặc trưởng xã ở các địa phương nào mà Mặt Trận vốn dĩ có ưu thế. Thà cho phát triển theo chiều hướng đó thì không có gì nguy hiểm vì Mặt Trận Giải Phóng sẽ không tài nào gom đủ số phiếu để bầu Tỉnh trưởng hoặc đại biểu Quốc hội.

Đôi điều mơ hồ đã phát sinh từ quan điểm liên hiệp của ông Châu, và chính những mơ hồ đó sau này sẽ ảnh hưởng đến thái độ của sứ quán Mỹ tại Sàigòn đối với ông ta. Ông ta thường dùng thuật ngữ "liên hiệp với các phần tử không Cộng sản" để chủ trương đưa các nhóm tôn giáo cùng các nhóm dân thiểu số vào đời sống chính trị của Quốc gia. Ông ta thường gọi tắt chủ trương trên là "liên hiệp". Ngoài ra ông Châu còn cho rằng Mặt Trận Giải Phóng và Cộng sản là hai nhóm khác nhau (điều có thể là đúng vào những giai đoạn đầu của cuộc nổi dậy nhưng đến năm 1969 thì quan điểm đó lại có phần ngây thơ). Ông Châu còn cho rằng nếu không lôi cuốn được cả Mặt Trận Giải Phóng thì rồi ra phe chính quyền ít nhất cũng lôi cuốn được những người ủng hộ cùng những cán binh thuộc Mặt Trận nầy.

Lập trường trên của ông Châu khiến cho một số người Mỹ suy luận rằng có lẽ ông Châu không phản đối sự liên hiệp với Mặt Trận Giải Phóng một cách mạnh mẽ bằng việc ông phản đối sự liên hiệp với Cộng sản.

Nhận xét về quan điểm của ông Châu theo luận cứ trên có thể đúng nhưng cũng có thể sai. Tuy nhiên người viết thiên phóng sự này khi xem lại những lời phát biểu của ông Châu qua băng từ và báo chí, và căn cứ vào những cuộc phỏng vấn các giới chức người Việt và Mỹ từ 1967 cho đến lúc ông Châu bị đưa ra Tòa thì lại không thấy có bằng chứng nào về luận cứ trên. Chẳng hạn vào tháng 1 năm 1969 trong cuộc họp báo của ông Châu mà có lúc người ta cho rằng để ủng hộ liên hiệp thì khi xem kỹ lại hóa ra cũng vẫn cái chủ trương cố hữu của ông Châu là liên hiệp với các phe nhóm không Cộng sản.

Toàn bộ những chi tiết trên đây về quan điểm của ông Châu đối với vấn đề liên hiệp xét ra cũng không mấy cần thiết trong việc soi sáng vụ án của ông Châu bởi chính quyền Việt Nam không hề kết án quan điểm liên hiệp của ông ta. Tuy nhiên các chi tiết đó cũng cần phải biết rõ để hiểu được vai trò của sứ quan Mỹ tại Việt Nam, bởi vì việc sứ quán Mỹ coi ông Châu như một thành phần chủ trương liên hiệp, đã phần nào là nguyên do khiến cho sứ quán Mỹ tỏ ra lạnh nhạt đối với ông Châu sau này.

Đối với vấn đề thương lượng thì vào cuối năm 1968 và đầu năm 1969 ông Châu khởi sự kêu gọi đối thoại giữa các phe tham chiến (Sàigòn, Hà Nội và Mặt Trận Giải Phóng) mà không cần có sự hiện diện của người Mỹ. Để mở đầu cho các cuộc đối thoại đó, ông Châu đề nghị một cuộc gặp gỡ giữa các đại biểu quốc hội Miền Nam và các đại biểu quốc hội Miền Bắc. Đấy lại đúng vào lúc chính quyền Nixon đang dò dẫm tìm cho ra một chính sách riêng của mình đối với vấn đề Việt Nam. Đấy cũng là lúc ông Thiệu vừa miễn cưỡng chấp nhận các đề nghị thương thuyết của phía Mỹ vừa tự mình đưa ra một số đề nghị riêng. Và đấy cũng là lúc người ta thấy còn le lói hy vọng ở cuộc hòa đàm tại Paris. Do đó mà nếu như nhiều người Việt Nam cho rằng lập trường của ông Châu lúc đó chẳng qua cũng chỉ là những luận điệu thăm dò của ông Thiệu và người Mỹ hoặc của riêng người Mỹ, thì cũng chẳng có chi là lạ.

Phải gần một năm sau sự thể mới cho thấy là cách nhìn đó hoàn toàn sai lầm.

*

Nhân vật thứ hai chỉ cần giới thiệu một cách sơ lược nhất bởi vì đương sự được mọi người biết đến quá nhiều; đấy là Tổng Thống Nguyễn Văn Thiệu.

Là một người có tài xoay sở, biết tính toán tỉ mỉ và rất bén nhạy với thời cuộc, và đặc biệt hơn hết là một con người thận trọng, ông Thiệu đã leo lên đến tột đỉnh danh vọng chỉ trong vòng bốn năm bằng những nước cờ nhỏ. Ông nổi tiếng là hay lẩn tránh các cuộc đụng chạm; lẩn tránh đến cái độ mà có lúc làm cho người Mỹ, vốn là những người có thói quen làm việc theo chương trình hoạch định trước, cũng phải ngán ngẩm.

Ông ta đã giữ vững được cả nước (với sự hỗ trợ của Phó Tổng Thống Nguyễn Cao Kỳ) và mở rộng quyền kiểm soát của chính phủ ở nông thôn kể từ sau cuộc tấn công của Việt cộng vào Tết Mậu Thân 1968. Ông ta đang chuẩn bị cho tiến hành một chương trình cải cách ruộng đất rộng lớn. Ông ta đi công cán khắp nơi và được rất đông dân chúng trong nước biết đến (và đấy cũng là một thành quả đáng kể trong một nước mà dân cư vẫn thường quen với lối sống chỉ quanh quẩn với những người trong địa phương). Dường như ông ta đã có được cái thế thuận lợi, dựa vào tình hình an ninh và bình định mỗi ngày một khá hơn để có được sự ủng hộ, cho dù là thụ động, của các tầng lớp dân chúng ở nông thôn trong việc duy trì cán cân lực lượng.

Phương pháp ông Thiệu sử dụng trong việc giải quyết vụ án của ông Châu đã gây nhiều ngạc nhiên tuy nhiên về căn bản cũng không có gì là lạ. Đứng vào vị thế của ông Thiệu có nhiều lý do tốt đẹp và đầy đủ để buộc tội Châu.

Bối cảnh chung của toàn cục là việc Mỹ rút quân. Đấy là trọng tâm của sự kiện chính trị. Việc rút quân đó có ảnh hưởng đến tình hình chính trị tại Việt Nam ra sao chỉ còn là vấn đề thời gian. Việc Mỹ chưa hoàn toàn rút quân trước cuối năm 1969 chẳng qua chỉ là do sự trì trệ của lịch sử.

Về phía người Mỹ, mỗi khi họ tạm quên đi khía cạnh quân sự của cuộc chiến, họ hy vọng rằng cuộc rút quân của Mỹ sẽ tạo nên một thứ khủng hoảng trong hàng ngũ Quốc gia Việt Nam và những người này sẽ ý thức được sự cần thiết phải hợp quần lại để tồn tại trước hiểm họa Cộng sản. Do đó tình hình có thể sẽ thúc đẩy ông Thiệu phải mở rộng cơ cấu chính trị của chế độ mình về cánh tả. Cho đến khoảng tháng 9 năm rồi ông Thiệu vẫn bỏ ngỏ vấn đề đó. Một là ông ta làm như vậy vì chủ đích; hai là do cái lề lối làm việc cố hữu của ông ta, tức là chỉ làm một loạt động tác có hệ thống nhưng luôn luôn tránh cho ông ta không phải bị ràng buộc phải hành động theo một thể thức nào hay phải cam kết bất cứ một điều gì với bất cứ ai.

Trong khi cuộc thử thách chính trị tiến tới gần và nhịp

độ cuộc rút quân tăng dần thì ông Thiệu lại cố thủ giữa hàng ngũ các phe nhóm cánh hữu, các người Công giáo gốc miền Bắc và quân đội, thay vì nhích lại gần với các phần tử mềm mỏng hơn. Rõ ràng là ông ta sợ rằng việc Hoa Kỳ rút quân sẽ làm suy yếu cái thế của ông ta, bởi cái thế đó rõ rệt là do sự ủng hộ của người Mỹ mà có.

Trước kia ông Thiệu cầm chân các thành phần tả khuynh bằng cách: một là để mặc họ làm gì thì làm, không cần đếm xỉa đến, và hai là để yên cho họ xâu xé lẫn nhau. Nhưng đến lúc này ông ta bắt đầu thực sự cảnh giác đối với phe chống đối thuộc nhóm khuynh tả.

Tướng Dương Văn Minh và Tướng Trần Văn Đôn, những người hùng của cuộc đảo chánh năm 1963, là hiện thân của mối đe dọa đó, và họ bắt đầu hoạt động tích cực hơn. Họ cũng đã kêu gọi mở một cuộc trưng cầu dân ý vào tháng 11 năm 1969 và nói chung họ là những người có khả năng thay thế ông Thiệu.

Thời điểm mà họ chọn để ra sức hoạt động là do việc đánh giá sai lầm đường lối chính trị của Mỹ; nhưng sau khi Tổng Thống Nixon đọc bài diễn văn ngày 3 tháng 11 bày tỏ sự ủng hộ hết mình đối với ông Thiệu thì hai Tướng Minh, Đôn lại trở lại dịu giọng. Nhưng sự tổn hại đã xảy ra rồi. Cả Minh lẫn Đôn đều không đủ hậu thuẫn, tuy nhiên họ vẫn nói một cách chung chung về cái gọi là "lực lượng thứ ba", "thỏa hiệp", "hòa giải", cùng nhiều luận điệu khác mà đối với ông Thiệu thì vừa nghe ra có hơi hướng liên hiệp mà lại vừa ngụ ý là nhắm lật đổ chính ông ta. Nếu như không cẩn thận hai ông Tướng đó sẽ dễ dàng trở thành thế cờ hấp dẫn đối với số quảng đại quần chúng đã chán ngán chiến tranh và đang bất mãn do giá cả sinh hoạt ngày một gia tăng.

Do đó mà ông Thiệu bèn tính đến chuyện triệt hạ

nhóm Minh, Đôn ngay từ trong trứng nước. Nhưng nếu tấn công thẳng vào hai nhân vật này thì đối với ông ta cũng có hơi phiền. Tướng Minh vốn dĩ rất được cảm tình dân chúng ở miền Nam. Còn tấn công cả hai người cùng một lúc, tức là cả Minh và Đôn, thì dù sao họ cũng là những nhân vật có tiếng tăm và được nhiều người coi như người hùng. Quan trọng hơn cả là hai Tướng này vẫn còn khá nhiều đàn em trong quân đội. Về mặt này ông Thiệu tự cảm thấy mình lép vế. Đối với quân đội, Thiệu chỉ có thể kềm chế được nhờ vào các biện pháp cân bằng thế lực giữa các phe nhóm và đề phòng biến loạn.

Ông Thiệu cũng không dựng lên bất kỳ một tổ chức nào khác trung thành với ông ta. Trước đó ông ta cũng đã thử tổ chức một đảng Cần Lao mới cũng như một đảng trong quân đội, với cán bộ gồm người của chính quyền, và cũng đã tính đến chuyện tổ chức đảng Tân Đại Việt trong hàng ngũ chính quyền cùng với việc tổ chức lại quân đội. Nhưng những dự tính đó đã không hình thành vì ông Thiệu chẳng bao giờ ủy thác đầy đủ quyền hành cho bất cứ người nào thuộc cấp.

Vì không có một hạ tầng cơ sở vững chắc cho chế độ của mình, ông Thiệu chỉ còn con đường duy nhất để giữ vững địa vị của mình là phải phá vỡ ngay mọi phe nhóm chống đối khi chúng bắt đầu có thế lực. Phương cách hành động đó xảy ra mỗi ngày một thường xuyên, vào cuối năm 1969 và đầu năm 1970.

Trong chiều hướng đó chính quyền Sàigòn đã bãi bỏ qui chế đặc biệt dành cho các người gốc Cam Bốt, và không giữ lời hứa trong việc bổ nhiệm một nhân vật Việt Nam gốc Cam Bốt vào chức vụ cao cấp trong chính quyền. Khi số Sư Sãi người Việt Nam gốc Cambot biểu tình phản đối, họ đã bị công an cảnh sát đàn áp thẳng tay.

Thực ra đàn áp trên không cần thiết, vì các mâu thuẫn đó có thể được chính phủ giải quyết dễ dàng với một thái độ hòa giải hơn.

Nhiều học sinh sinh viên đã bị bắt và bị tố giác là Cộng sản bất kể thực hư ra sao. Một ca sĩ nổi tiếng đã bị kết án năm năm tù vào năm 1969 do cái tội đã sáng tác những bài hát phản chiến hồi 1967. Tờ báo của phe Phật giáo bị đóng cửa cùng lúc với hai tờ báo địa phương khác ở miền Nam và một số báo chí kém quan trọng khác. Hai giới chức của nhóm Tân Dân bị giam lỏng tại gia, và đáng lẽ ra vụ này nếu đúng là có liên quan đến việc làm gián điệp cho Cộng sản thì cách đối phó lại có hơi hướng chính trị. Ông Đạo Dừa, một nhà tu thường tĩnh tọa trên chiếc cầu tượng trưng nối liền hai miền Nam Bắc để cầu nguyện hòa bình, cũng đã bị tấn công trên Hòn đảo Dừa của ông ta, nơi mà trước giờ vẫn được coi như là nơi trú ẩn của đám thanh niên trốn quân dịch.

Một số đảng phái kêu ca bị sách nhiễu khi đăng ký hoạt động theo điều lệ của bộ luật đảng phái chính trị mới. Một tay xách động Việt cộng đã rỉ tai mọi người là phe Cộng sản ủng hộ Tướng Đôn và Tướng Minh. Ngoài ra chính phủ cũng thường xuyên cảnh cáo bất kỳ một cấp lãnh đạo nào tỏ ra muốn hoạt động độc lập. Số sinh viên học sinh tham gia vào các kế hoạch tái thiết các đổ nát sau Tết Mậu Thân đã bị ngăn trở. Nhóm thực hiện thành công các kế hoạch cộng đồng ở quận 6, 7, và 8 tại Sài gòn cũng không được phép tiếp tục hoạt động.

Ngoài ra ông Thiệu cũng nghi ngờ cả người Mỹ. Cho

dù sứ quán Mỹ tuyên bố đi tuyên bố lại là ủng hộ ông ta, cho dù Đại sứ Ellsworth Bunker trước sau vẫn một lòng ủng hộ ông ta, và cho dù bài diễn văn ngày 3 tháng 11 của ông Nixon đã tái xác nhận việc Mỹ tiếp tục ủng hộ ông ta, Tổng Thống Thiệu vẫn lo sợ là Mỹ vẫn có khả năng bỏ rơi ông ta một cách dứt khoát như họ đã từng bỏ rơi Tổng Thống Diệm. Cho dù là có chướng tai đối với người Mỹ đến mấy chăng nữa, viên Tổng giám đốc Cảnh sát Công an của ông Kỳ cũng vẫn tố cáo là người Mỹ đã cấu kết với Cộng sản để dựng lên vụ Tết Mậu Thân. Trước khi vụ án của ông Châu được đem xa xử, phụ tá của ông Thiệu là Nguyễn Cao Thăng cũng gióng lên cái luận điệu vừa kể.

Vào cuối 1969 ông Thiệu đã cho theo dõi một số tình báo viên người Việt Nam làm việc cho CIA và đồng thời cũng xiết chặt các quy định đối với các nhà báo Việt Nam làm việc cho phóng viên người Mỹ. Ông Thiệu muốn cho mọi người thấy rõ rằng: Người Việt Nam cứ trông vào đấy để đừng có tùy tiện muốn làm gì thì làm với người Mỹ.

Một yếu tố thứ ba cũng cần để ý. Đó là thái độ của các sĩ quan cao cấp trong quân đội. Nhìn chung cũng cần duy trì kỷ luật quân đội vào thời điểm mà mọi việc có thể ít nhiều bị buông xuôi do mối băn khoăn phát sinh từ cuộc rút quân của người Mỹ. Trong giới dân sự, một số lãnh tụ chống Cộng bắt đầu la hoảng về việc một số người ở thành thị đang tìm sự che chở của Mặt Trận Giải Phóng. Hơn nữa một số các lãnh tụ chống Cộng đã chỉ trích ông Thiệu là dung dưỡng cho một tổ chức tình báo Cộng sản len lỏi vào được tận trong Dinh Độc Lập. Cơ quan CIA đã tiết lộ về đường dây tình báo này và đã buộc ông Thiệu phải ra tay vào mùa Hạ năm

1969.

Nếu chỉ là chuyện liên quan đến riêng ông Châu mà thôi thì có thể là ông Thiệu đã giải quyết vụ ông Châu không thô bạo như ông ta đã làm. Vấn đề là ông Thiệu tự cảm thấy như bị áp lực từ ngần ấy mặt. Do đó vụ ông Châu là mục tiêu hấp dẫn hơn cả khi ông Thiệu cần có một đối tượng để răn đe những đối tượng khác.

Vụ ông Châu có thể tiêu biểu cho thái độ cứng rắn mới của ông Thiệu và ông ta cũng lấy đó để cảnh cáo phe thứ ba chống đối ông ta; cảnh cáo bất kỳ ai toan tính thương lượng với Cộng sản; cảnh cáo người Mỹ cũng như những người Việt Nam nào thích cộng tác với Mỹ, và cũng để phục hồi uy tín của ông Thiệu trong hàng ngũ các lãnh tụ chống Cộng cực đoan.

Theo ông Thiệu thì có thể thực hiện toàn bộ những mục tiêu vừa kể mà không sợ bị trở ngại. Ông Châu không có phe nhóm hậu thuẫn nào để có thể bị chống đối như khi chính quyền đụng với nhóm Phật giáo vào năm 1963 hay 1966 hoặc khi chính quyền đụng độ với nhóm người Nam vào năm 1966. Ông Châu từ lâu đã rời bỏ miền Trung với sinh hoạt chính trị có tính cục bộ ở đấy. Nhóm Dân biểu miền Nam coi ông ta như một đồng minh chiến thuật chứ không phải là người đại diện cho nhóm họ. Đụng đến ông Châu thì ít sợ đụng đến các quyền lợi riêng tư khác, và trong một xã hội phân hóa như miền Nam Việt Nam ít ai để ý đến quyền lợi chung của nhóm.

Trong những điều kiện đó, có thể đem Châu ra làm gương sáng để răn đe kẻ khác; đem lại cho Thiệu rất nhiều lời với rất ít vốn. Có điều là nhiều rắc rối đã diễn ra trên chặng đường dẫn tới vụ án. Các mâu thuẫn cá nhân đã diễn ra gay gắt ngoài sự kềm chế của các phe liên hệ. Ông Thiệu thì bị ám ảnh cố trừng phạt ông Châu cho bằng được. Nhưng rốt cuộc ông ta đã bị phản phé.

*

Để hiểu toàn bộ sự việc tưởng cũng cần quay qua nhân vật đầy quyền lực khác là Nguyễn Cao Thăng.

Ông Thăng, nhân vật thứ ba, trước đây chưa từng xuất đầu lộ diện. Chức vụ chính thức của ông là người liên lạc giữa Tổng Thống và Hạ Viện nhưng trong thực tế dần dà ông ta đã trở thành cố vấn chính trị quan trọng nhất của ông Thiệu, và có lúc lại còn là viên cố vấn duy nhất nữa.

Là một nhà buôn thuốc Tây ông ta đã từng điều động nhiều ngân khoản dùng cho hoạt động chính trị và cũng có thể là ngân khoản riêng của ông Thiệu. Ông ta chẳng hề huênh hoang tự cho mình là một chính khách hay một lý thuyết gia về mặt ý thức hệ. Ông ta là một doanh gia thành công tại Nam Việt Nam. Ông ta chỉ giao tiếp với những ai đáng giao tiếp và theo các bạn đồng sự của ông thì mục đích của việc ông ta làm ở Phủ Tổng Thống là chỉ nhằm bảo toàn tài sản của riêng mình. Ông ta lấy làm tự hào là chẳng phải lệ thuộc ai hết, kể cả với Tổng Thống.

Ông Thăng không có được tài chính trị của ông Thiệu và theo các Dân biểu kể lại thì ông ta chỉ dựa vào việc mua phiếu tại Hạ Viện để tiến hành công việc. Tất nhiên là cách làm việc như thế khiến ông ta phải đụng chạm trực tiếp với Tổng Thư Ký Châu. Mâu thuẫn giữa hai người bắt đầu lộ ra ngoài vào tháng 10 Dương lịch khi ông Châu cho lưu hành một thông tư phản đối các hoạt động của ông Thăng tại Quốc hội. Thực tế, một vài giới quan sát cho rằng sở dĩ ông Thiệu và ông Châu đi đến đụng độ gay go về sau này là do thông tư đó. Nhiều người khác thì nêu giả thuyết rằng có thể ông Châu đã được thông báo về nguồn tin là ông Thăng bán thuốc men cho Cộng sản hoặc thay mặt ông Thiệu để bắt liên lạc với Cộng sản ở Paris và vì ông Châu đe dọa tiết lộ những nguồn tin đó nên ông Thiệu phải cấp thời ra tay.

Nhưng cho dù vì là nguyên do nào đi nữa các mối bất đồng giữa hai người đã khiến ông Thăng đẩy việc truy tố ông Châu vượt quá những giới hạn chính trị thông thường.

Trong giai đoạn đầu chính ông Thăng đã có lúc khuyên ông Thiệu đừng nên làm quá và cũng không nên phát biểu nhiều quá vì lá số Tử vi của ông ta không được tốt. Nhưng rồi chiến dịch do ông Thăng khởi phát để đánh đổ ông Châu đã vượt qua khuôn khổ của những chiến thuật chính trị hợp lý để trở thành vấn đề sĩ diện riêng của ông Thiệu. Đối với Tổng Thống Thiệu thì mọi diễn tiến nay đã trở thành một cuộc chiến toàn diện đánh phá ông Châu.

*

Nhân vật thứ tư, Trần Ngọc Hiền, có lẽ được mô tả rõ rệt nhất trong bản tự khai của chính ông ta; khi bản tự khai này được công bố trước Tòa. Tưởng cũng cần nói là ông ta có đầy đủ cá tính của một nhân vật Cộng sản bởi đối với ông ta thì người em ruột của mình trước sau cũng vẫn chỉ là một "đối tượng" chứ không bao giờ là một người em. Ông Châu thì vì cảm thấy gần gũi với anh mình nhất trong gia đình nên chẳng đời nào chịu hiểu như thế. Đối với ông thì ông Hiền trước hết là một người yêu nước rồi thứ đến mới là một người Cộng sản.

Bạn bè của ông Châu thì e rằng ông Hiền có phần khôn ngoan hơn người em mình và khi có tranh luận về mặt ý thức hệ thì ông Hiền dễ lấn lướt hơn. Về mức độ thông minh có lẽ hai người đều ngang nhau. Ông Hiền đã nhận thấy một cách sáng suốt những chuyển biến về mặt chính trị của ông Châu và các bạn đồng sự của ông vào những thời điểm then chốt.

Ông Châu đã củng cố cái quan điểm xác đáng của ông là những khu vực được bình định phải được đảm bảo an ninh thật sự và không nên phân tán mỏng các lực lượng an ninh. Không thể nói là ông Châu đã biết trước cuộc tổng tấn công Tết Mậu Thân 1968 của Việt Cộng, nhưng những ước tính tiên liệu của ông Châu đã được chứng minh đúng đắn với sự việc đã xảy ra.

Theo ý kiến của một vài nhà phân tích quân sự thì Tướng Tư lệnh Vùng III Chiến thuật là Frederich C.Weyand, đã cực lực phản đối cũng như tìm cách trì hoãn thi hành lệnh của Tướng Westmoreland chuyển quân hành quân chiến thuật dọc theo biên giới; nhờ vậy quân Mỹ đã bảo vệ được Sài Gòn cùng các sân bay Sài Gòn và Biên Hòa trong vụ Việt Cộng tấn công vào năm 1968.

Hiền tự khai là một Đại uý trong quân đội miền Bắc khi ông ta bị bắt mặc dù rất có thể ông ta có cấp bậc cao hơn. Ngay từ 1949 ông ta đã nắm chức vụ tương đương với cấp Đại tá trên cương vị một chính trị viên phụ trách toàn bộ khu V của Việt Minh.

Khi trở vào Nam vào năm 1964 ông ta đứng đầu một tổ tình báo chiến lược có nhiệm vụ báo cáo thẳng với Hà Nội chứ không phải với Mặt Trận Giải Phóng. (Tình báo chiến lược có nhiệm vụ đánh giá tình hình chính trị một cách toàn diện, đặt trọng tâm vào việc ước lượng các đường hướng, dư luận và các động cơ lâu dài của địch chớ không phải như tình báo chiến thuật chỉ quan tâm về mặt quân sự hoặc về các kế hoạch cụ thể). Nhiệm vụ chính của tình báo chiến lược là theo sát và phân tách tư tưởng của các nhà lãnh đạo chính trị và các giới trí thức.

Ông Hiền gặp lại ông Châu lần đầu ở Kiến Hòa vào năm 1965 sau 16 năm xa cách. Ông Hiền bị bắt vào tháng 4 năm 1969.

Người ta tường thuật lại tình tiết của vụ bắt đó theo nhiều cách khác nhau. Theo tin chính thức thì một cuộc chận xét giấy căn cước trên đường phố đã phát hiện ra rằng căn cước của ông Hiền là căn cước giả và mọi việc bắt đầu đổ vỡ từ đó. Ông Châu thì, ngược lại, tin chắc rằng cơ quan CIA, vì biết rõ những cuộc tiếp xúc giữa ông ta với ông Hiền ngay từ đầu, nên đã rỉ tai lực lượng an ninh Việt Nam trước để chặn đường kiểm tra giấy tờ của ông Hiền.

Việc bắt giữ ông Hiền quả là ngoạn mục, vì nó dẫn đến việc bắt bớ và đưa ra xét xử non ba mươi công dân Nam Việt Nam, một số trong đó khá có tiếng tăm, và tất cả đều đã từng gặp gỡ tiếp xúc và bàn bạc với ông Hiền từ nhiều năm trước. Trong số đó có Nguyễn Lâu, chủ nhiệm báo Saigon Daily News (sau đó bị chính quyền đóng cửa); Võ Đình Cường, một người anh em họ của ông Hiền và là người đứng đầu nhóm Tịnh Độ Cư Sĩ (theo phe Ấn Quang); cùng với một số sĩ quan trong quân đội và lực lượng cảnh sát; nhiều người sau đó được trắng án hoặc được miễn ra hầu tòa.

*

Thoạt đầu, ông Châu phủ nhận việc liên lạc với ông Hiền. Sau đó ông ta đổi ý và công khai thừa nhận là có gặp gỡ anh mình cũng như có biết về hoạt động của ông ta. Ông Châu đã xác nhận điều đó vào lúc xử ông Hiền vào tháng 7, cốt là để mọi người khỏi điên tiết lên trước những lời cung khai của ông Hiền mà quay ra hạch hỏi ông Châu. (Cũng phải nói là ông Châu đã được phía an ninh rỉ tai cho biết trước vụ xử án về những gì ông Hiền đã cung khai trong quá trình hỏi cung).

Mối liên lạc giữa ông Châu với ông Hiền trong tám lần tiếp xúc của họ giữa năm 1965 và 1969 đã được tường thuật đầy đủ trong các lời khai riêng rẽ của hai người trong vụ án xử ông Châu. Chủ yếu là hai bên tìm cách chứng minh cho nhau thấy cái sai lầm của nhau. Ông Châu thì tìm cách kêu gọi ông Hiền rời bỏ hàng ngũ để đi qua Mỹ du học. Ông Hiền thì lại thường xuyên khai thác các nỗi thất vọng của ông Châu, và tìm cách lôi kéo ông này về phía Cộng sản. Và để nhắm vào một tương lai xa nào đó, ông Hiền luôn luôn thúc đẩy ông Châu leo lên cho được một chức vụ cao trong chính quyền. (Một điều rất đặc trưng trong cách nhìn của ông Hiền là ông này cũng khuyên ông Châu nên ở lại trong quân đội, nơi mà ông ta cho là nắm giữ quyền lực chứ không phải là Hạ Viện).

Ông Châu cũng có mơ tưởng đến việc đóng vai trò trung gian trong các cuộc thương thuyết hòa bình, và ông ta đề nghị với ông Hiền là nên sắp xếp một cuộc gặp gỡ giữa các đại biểu quốc hội Nam và Bắc Việt Nam. Tuy nhiên về việc này ông Hiền có vẻ nghi ngại, và đã chẳng có dấu hiệu nào cho thấy là các cuộc liên lạc của hai anh em đã tiến triển xa hơn là các cuộc trao đổi vụn vặt. Một vài giới quan sát lại gán cho ông Châu có ý thực hiện một cuộc thăm dò về thương thuyết hòa bình thông qua ông Hiền. Họ làm như thể ông Châu tự nhận cho mình một tầm quan trọng quá đáng. Một số người khác thì lại coi đó như ý chí thể hiện lòng yêu nước, sẵn sàng gánh chịu rủi ro để dò dẫm những bước đầu trong bối cảnh hoàn toàn không thuận lợi, khi mà hầu hết người dân Việt Nam đề án binh bất động, chờ số mạng an bài, hoặc chờ người Mỹ ra tay hành động trước.

Cơ quan CIA biết rõ các mối liên lạc giữa hai anh em, nhưng người ta nghi ngờ không biết ông Châu có báo cáo lại đầy đủ cho CIA các điều họ muốn biết về những cuộc gặp gỡ này hay không. Đấy là theo sự tiết lộ của Joseph Kraft trong một bài báo từ Washington. Nhưng dù thế nào đi nữa, theo lời ông Kraft, ông Châu đã không chịu cộng tác với CIA. Một nguồn tin khác (căn cứ vào cuộc phỏng vấn ông Châu do Keyes Beech của tờ Chicago Dailly News thực hiện vào lúc ông Châu đang lẩn tránh ở Sàigòn) thì lại cho rằng CIA đã tìm cách tuyển mộ ông Hiền làm gián điệp tay đôi, nhưng ông Châu đã từ chối không chịu làm môi giới.

Theo những nguồn tin lọt ra được từ Quốc Hội và Bộ Ngoại Giao Hoa Kỳ ở Washington vào cuối tháng ba thì dường như đã có đề nghị mở một cuộc gặp gỡ trực tiếp giữa ông Hiền và người Mỹ vào năm 1966. Ông Châu nói rằng ý kiến đó do ông Hiền đưa ra; còn ông Hiền thì lại bảo rằng ý kiến đó là do ông Châu đưa ra. Đại sứ Henry Cabot Lodge có quan tâm đến vụ đó, nhưng sau khi suy tính về một cuộc tiếp xúc với ông Hiền, ông Lodge lại chọn giải pháp gặp gỡ ở cấp thấp thôi.

Có thể là CIA sẽ rất lấy làm thích thú nếu có thêm

tin tức về vụ đó, thế nhưng mọi việc cho thấy là vụ thăm dò đó chả bao giờ được biểu hiện bằng việc CIA minh thị nhích lại với ông Hiền. Chính ông Châu cũng không tin CIA có liên quan đến anh của ông, và lo sợ là CIA sẽ gài bẫy để giết ông này. Cuối cùng ông Hiền cũng đã từ chối không tiếp xúc với bất cứ người Mỹ nào ngoài Đại sứ Hoa Kỳ, và do đó đã chẳng đi đến một cuộc gặp gỡ trực tiếp nào.

Vấn đề then chốt khác khó minh định là trong hàng ngũ các giới chức Việt Nam thì ai là người được hoặc không được ông Châu thông báo cho biết về các mối liên lạc giữa ông và ông Hiền. Trong ba tháng sôi động trước khi ông Châu bị đưa ra xét xử ông ta có tuyên bố rằng có những giới chức cao cấp trong chính quyền biết được về các cuộc tiếp xúc đó. Nhưng ông không nêu danh tính ai hết, có lẽ vì ông đã cân nhắc sâu sắc, không muốn đốt cháy họ về mặt chính trị. Cách nhìn đó có vẻ xác thực.

Ông Châu có nói trong cuộc phỏng vấn dành cho Beech là ông đã báo cho ông Thiệu biết về các cuộc gặp gỡ nói trên trước khi ông Thiệu lên làm Tổng Thống.

Thế nhưng ông lại không lập lại điều này trước công luận, và những lời phát biểu của ông trước Tòa có ngụ ý là ông đã thông báo cho người Mỹ biết, chứ không báo cho phía người Việt. Cũng có thể là nếu như ông Châu minh thị thông báo cho ông Thiệu biết về các cuộc tiếp xúc đó thì ông ta đã có một cái thế mạnh trong việc tự biện hộ cho mình trước công luận.

Việc ông Châu quyết định không báo cho giới chức Việt Nam biết một cách chính thức (về những tiếp xúc giữa ông với ông Hiền) cũng là điều tự nhiên dễ hiểu, vì tính cách phù du của các chính quyền thay nhau xuất hiện sau những vụ đảo chánh và chỉnh lý trong thời kỳ đó. Tốt hơn hết là nên cẩn trọng khi muốn thông báo điều gì đó cho một ai chỉ lên cầm quyền có đôi ba tháng, rồi sau đó có người khác thay thế, lục lọi được các hồ sơ mật để đem ra hại lẫn nhau. (Trong giai đoạn này và sau đó nữa, nhiều người Việt Nam tiếp xúc với "phía bên kia" nhưng lại không báo cáo với ai cả. Tình trạng đó được kể như là bình thường). Ông Châu cũng chẳng có lý do gì để báo cho chính phủ ông Kỳ biết. Kỳ là người mà ông Châu không mấy có thiện cảm. Đến khi ông Thiệu lên cầm quyền rất có thể là ông Châu cho rằng theo như hai bên cùng hiểu ngầm với nhau là chẳng ai đi tiết lộ nội vụ cho người khác, do đó ông cũng sẽ được an toàn.

Thế nhưng vì không được phép chính thức mở những cuộc liên lạc đó, ông Châu có tội về mặt pháp lý là tuy biết nhiệm vụ tình báo của ông Hiền nhưng lại không tố giác kịp thời để cho người ta lùng bắt.

Ông Thiệu đã không ra tay đối với ông Châu ngay sau vụ án ông Hiền, mặc dù chính quyền không cho phép ông Châu rời Việt Nam để đi thăm Hoa Kỳ theo như dự định.

Trong một cử chỉ có thể coi như là để hòa giải, ông Thiệu đã có lúc mời ông Châu ăn cơm tối trong Dinh. Tuy nhiên, đối với ông Châu thì như vậy có nghĩa là gặp ông Thiệu trong tư thế của một người cấp dưới, với tên tuổi của mình đang còn bị đe dọa; và nhận lời như thế cũng có nghĩa là phải dịu giọng đi về mặt chỉ trích đường lối chính sách của ông Thiệu. Vì thế ông Châu đã từ chối lời mời của ông Thiệu.

Vụ ông Châu được trì hoãn trong vài tháng. Thế rồi

đến tháng 10 ông Châu lại cho lưu truyền thông tư tố cáo việc ông Nguyễn Cao Thăng mua phiếu. Ông Thăng phản pháo bằng cách tố giác ông Châu cộng tác với CIA.

*

Vào đầu tháng 11 Tướng Minh và Tướng Đôn bắt đầu thử thời vận trên chính trường.

Ngày 19 tháng 11, ông Thiệu lại hâm nóng vụ ông Châu trong bức thư gửi Hạ Viện, đề nghị trục xuất ông Châu khỏi Quốc Hội, hoặc nếu như Quốc Hội không đồng ý thì ít ra cũng phải truất bỏ quyền bãi miễn dành cho dân biểu để Tòa Án có thể truy tố ông ta.

Trước hết, ông Thiệu buộc tội ông Châu đã biết rõ các hoạt động tình báo của ông Hiền nhưng đã không báo cáo với chính quyền Việt Nam. Ông ta cũng tố cáo thêm là ông Châu đã "cấu kết" với ông Hiền và đã cung cấp cho ông nầy tiền bạc, phương tiện di chuyển và giấy tờ giả mạo. Người ta không rõ là Tổng Thống Thiệu có đi đến mức buộc tội ông Châu là phản quốc hay không, thế nhưng những ai đọc bức thư ấy thì đều hiểu ra là như thế.

Một tuần lễ sau, ông Thiệu lại tố giác hai Dân biểu khác là Huỳnh Văn Tư (tự là Hoàng Hồ) và Phạm Thế Trúc, về tội bội nghịch cũng như là tiếp tay cho điệp viên Cộng sản. Tổng Thống Thiệu cũng lại yêu cầu Quốc Hội có hành động thích đáng với hai nhân vật vừa kể. Nghe đâu là ông Tư đã cung cấp tin tức cho một gián điệp Cộng sản cao cấp đã từng bị tuyên án vào mùa Thu trước. Ông Trúc, 29 tuổi, được người ta biết rõ là người đã từng cầm đầu cuộc biểu tình phản chiến trước tòa Đại sứ Việt Nam ở Nhật Bản, tố cáo chế độ

Sàigòn là độc tài, quân phiệt.

Quốc Hội dậm chân tại chỗ trước các yêu cầu của ông Thiệu. Do đó mà ngày 9 tháng 12, ông Thiệu lại lặp lại một lần nữa trong bài diễn văn nẩy lửa tại Trung tâm Huấn luyện ở Vũng Tầu, nơi mà ông ta vẫn thường hay mượn làm diễn đàn để đả kích các phe đối lập tại Sàigòn cũng như các phần tử trí thức. Ông Thiệu đã gọi những kẻ chủ trương liên hiệp, những kẻ chủ trương lực lượng thứ ba, và những kẻ chủ trương trung lập là những kẻ "hèn nhát". Ông còn ví họ với những "con chó sủa bậy". Ông Thiệu kết luận là nếu lũ chó đó bắt đầu cắn thì "nhiệm vụ của chúng ta là phải đánh chúng cho đến chết". Nếu như Hạ Viện không có hành động đối với ba Dân biểu kể trên thì "nhân dân và quân đội sẽ tự tay mình chặt đầu chúng nó". Tất nhiên là cách nói đó có vẻ tượng trưng thế thôi; nhưng nhiều người e rằng nó cũng có thể được hiểu theo nghĩa đen.

Chỉ trong vòng hai tuần lễ sau đó, vào ngày 20 tháng 12, một đám đông khoảng bẩy tám trăm người đã đột nhập vào một phiên họp của Hạ Viện, đòi Hạ Viện phải "thanh trừng" các phần tử Cộng sản trong hàng ngũ mình. Họ lập lại luận điệu của ông Thiệu và trương biểu ngữ với dòng chữ: "Hãy giết Trần Ngọc Châu và Huỳnh Văn Tư" và: "Hãy đưa chúng ra ngoài đường và đánh chết chúng như những con chó". Đối tượng của đám đông không có mặt ở đấy, do đó đám biểu tình bèn xoay ra đập vỡ cửa kính, lật ghế Dân biểu, và chiếm cứ phòng họp suốt 40 phút.

Cuộc biểu tình do Chủ tịch Hội đồng Đô Thành Sàigòn dẫn đầu. Cảnh sát không can thiệp và chẳng ai bị bắt bớ cả. Những người biểu tình cũng chẳng mắc cỡ gì khi nói với báo chí là họ không thù oán gì hai Dân biểu nọ và chẳng qua cũng chỉ đi biểu tình vì có người trả tiền. Một Tiểu ban điều tra của Thượng Viện sau đó đã kết án ông Thiệu là đã "khích động" quần chúng với bài diễn văn ở Vũng Tàu. Tiểu ban này cũng nói rằng người ta đã buộc lực lượng Nhân dân Tự vệ phải tham gia cuộc biểu tình.

Một ngày sau đó, trong một cuộc biểu tình diễn ra ở Biên Hòa, người ta đã đốt cháy hình nộm của ba Dân biểu trên. Các người tham dự biểu tình đều là dân Công giáo người Bắc ở Hố Nai, từ lâu vẫn là nguồn cung cấp các phần tử biểu tình do chính phủ đỡ đầu, chống Cộng cũng như biểu tình chống các phe nhóm chủ trương hòa bình, nhưng sau đó đã ít được mời đến trong các cuộc biểu tình kể từ khi có Hiến pháp năm 1967.

Quốc hội bắt đầu hiểu ra vấn đề. Ngay ngày hôm sau, Quốc hội thông báo là đang thúc đẩy vụ án ba Dân biểu nói trên. Trong tuần lễ Giáng Sinh, đài phát thanh Quân Đội không ngớt kể tội ba người này. Khoảng 20 cuộc biểu tình chống bọn họ được tổ chức trên toàn quốc (mặc dù người ta đã hủy bỏ cuộc biểu tình dự định tổ chức ở Kiến Hòa, nơi trước kia ông Châu làm Tỉnh trưởng, mà không nêu rõ lý do).

Tiểu ban đặc biệt gồm chín người do Hạ Viện lập nên để xem xét vụ án ba Dân biểu đã cấp tốc cho tiến hành điều tra, dưới sự giám sát chặt chẽ của Chủ Tịch Hạ Viện. Vào cuối tháng 12, Tiểu ban đó cho ra một bản báo cáo - chỉ mang chữ ký của bốn Dân biểu, vì các thành viên khác không đến dự họp - xác nhận các lời buộc tội do ông Thiệu đã từng đưa ra.

Ngày 30 và 31 tháng 12, một phiên họp khoáng đại đầy sóng gió đã được tổ chức để thảo luận về vụ án, với một số đại diện của dinh Độc Lập ngồi sờ sờ ra đấy dọc theo hành lang. Các người điều khiển buổi họp rõ ràng là có ý nhắm đại cho bằng được đa số ba phần tư (102 người) để giải trừ các quyền đặc miễn dành cho Dân biểu nọ. Nhưng việc đó xem ra không xong, họ bèn xoay ra dùng đa số thông thường, tuyên bố là các bị cáo quả có tội, nhưng lại không cho phép chính phủ có hành động gì trước mắt đối với họ. (Kết quả cuộc đầu phiếu là 70 phiếu thuận trên tổng số 114 phiếu đối với trường hợp ông Châu; 69 đối với ông Trúc, và 68 đối với ông Tư).

Đến lúc đó thì Nguyễn Cao Thăng lại sử dụng một phương thức khác (sau này sẽ gây nhiều tranh luận) để đạt cho được đa số ba phần tư. Một bản kiến nghị không đề ngày tháng đã được chuyển tay cho các Dân biểu ký, yêu cầu truy tố ba Dân biểu nói trên. Không cần có phiên họp khoáng đại. Người ta chỉ tiếp cận riêng rẽ với các Dân biểu tại nhà riêng hoặc ở một địa điểm nào đó (để lấy chữ ký).

Cách gây áp lực khi sử dụng đến phương thức đó như vậy là đã rõ quá rồi. Sau này nghe đâu ông Thăng đã huênh hoang khoe với bạn bè là đã chi mười triệu bạc (khoảng 80,000 dollars) để mua chữ ký. Theo một số Dân biểu thì ngoài tiền còn có các việc đe dọa khác như rình rập ở nhà Dân biểu cho đến khi lòi ra chữ ký mới thôi, hoặc nói gần nói xa cho biết là ai không chịu ký thì đừng hòng trúng cử kỳ sau, hoặc sẽ có lệnh gọi nhập ngũ ngay tức khắc (sau khi thất cử).

Giữa lúc ông Thăng đang lo mua phiếu thì ông Thiệu cho tổ chức một cuộc họp báo; cuộc họp báo đầu tiên trong 5 tháng. Về mặt đối ngoại ông ta tóm lược tình hình tài chánh và ngân khoản ông ta cần được Mỹ cung cấp trong quá trình rút quân. Về mặt đối nội ông ta nói rằng các chính khách Việt Nam ủng hộ liên hiệp kiểu "giữa đường" là thực tế đang tiếp tay cho Cộng sản. Ông ta cho rằng chỉ có "quyền lợi tối cao của đất nước" là chính; và mọi người cần thấy rõ là nếu nhắm vào quyền lợi tối cao của đất nước thì không thể có việc chống đối chính quyền.

Ngày 13 tháng 1, ông Thiệu lại quay ra Vũng Tàu, nơi mà ông ta gọi những phần tử trung lập cũng như ủng hộ liên hiệp là những "con buôn chính trị", "những tên phù thủy chính trị", cũng như là những "kẻ phản bội". Ngày 26 tháng 1, Tổng Thống Thiệu đọc một bài diễn văn trước Hội Chủ báo Việt Nam mang sắc thái triết học của đường lối không nhân nhượng. Ông nói vấn đề "sống còn" phải là vấn đề ưu tiên, và trong thời chiến điều đó có nghĩa là phải giới hạn các quyền cá nhân.

Thế nhưng cái bản kiến nghị kia vẫn còn khó khăn. Phải mất trọn tháng giêng Dương Lịch mới gom góp được mức tối thiểu các chữ ký, mà sau đó người ta đã nghiêm chỉnh tuyên đọc vào ngày 2 tháng 2, có phó bản gửi ông Thiệu, kèm theo một bức thư.

Vô số những chuyện nhập nhằng xoay quanh bản kiến nghị này. Nhiều Dân biểu lập tức tố cáo có gian lận hoặc mạo chữ ký trong kiến nghị. Trong số này Hạ Viện phát hiện ra có một người được đưa vào danh sách do nhầm lẫn và do đó xóa tên, thế nhưng người ta lại điền ngay vào một cái tên khác, mà các giới chức ở Hạ Viện kêu là vô tình bỏ sót! Lại một Dân biểu khác yêu cầu cho rút tên mình ra nhưng sau đấy lại đổi ý, xin cho được giữ nguyên và người ta chiều theo ý đương sự ngay. Bốn hoặc năm Dân biểu khác gửi thư chính thức đến Tổng Thư Ký Hạ Viện, yêu cầu rút tên họ ra khỏi danh sách. Một người được cứu xét và cho rút tên ra, nhưng thư của các người kia thì lại không được Ban Thư Ký Hạ Viện chuyển cho Tổng Thống Thiệu. Bản kiến nghị thoạt đầu rêu rao là có 103 chữ ký, cho nên bù qua sớt lại do mấy vụ vừa nêu thì cũng còn lại con số chẵn chòi là 102, tức là mức tối thiểu cần hội đủ, theo như kết quả chính thức do Hạ Viện công bố.

Không còn cách gì gỡ rối để tìm ra sự thật, một khi mà các viên chức Hạ Viện đã xếp các tài liệu liên quan vào hồ sơ mật. Chẳng một người ngoài cuộc nào, kể cả các luật sư của ông Châu, được phép xem bản kiến nghị ban đầu. Người ta có được bản photocopy của bản mang các chữ ký ở Hạ Viện để cho các ký giả xem qua. Trong tờ giấy đó có ghi vỏn vẹn là "Nghị quyết áp dụng việc thực thi khoản 2 điều 37 Hiến Pháp cho phép truy tố các Dân biểu Phạm Thế Trúc, Trần Ngọc Châu và Huỳnh Văn Tư". Cái tựa đề đó được đánh máy trên đầu bản in ronéo có kê danh sách theo vần a, b, tên tuổi các Dân biểu trong Quốc Hội, kèm theo chữ ký của các đương sự hoặc để trống. Tờ rời thứ hai với nữa trang còn lại có ghi danh tính các Dân biểu nhưng không thấy ghi lý do như ở phần đầu kiến nghị.

Theo các giới chức Hạ Viện thì có 102 chữ ký xuất hiện trên hai mảnh giấy đó, không kể một tên được chính thức công nhận đã được rút ra. Các chữ ký đều có hình thức hoặc là gồm đầy đủ tên họ hoặc chỉ là chữ ký thông thường -- ngoại trừ một chỗ chỉ có một lần mực mờ mờ, trông chẳng có vẻ gì là một chữ ký. Bốn hay năm người ký tên có chua thêm hàng chữ là họ tán thành việc truy tố ông Châu và Tư nhưng không nói rõ ý về trường hợp ông Trúc. (Một vài Dân biểu trẻ hơn thì dường như có vẻ sẵn sàng ký theo yêu cầu của Hành pháp, thế nhưng lại không muốn thẳng tay đối với bạn bè của mình. Tình trạng đó được biểu hiện ở chỗ số chữ ký tán thành việc truy tố ông Trúc dưới mức tối thiểu, do đó ông này không bị đưa ra tòa).

Toàn bộ vụ rối rắm này nếu được coi như bình thường thì cũng có thể được gói gọn trong câu nói tiêu biểu của một nhà báo Việt Nam khi nhẹ nhàng trả lời một đồng nghiệp người Mỹ: "Vâng, đấy là cái kiểu làm việc của người Việt chúng tôi mà người Mỹ các ông không cách chi hiểu được".

Thế nhưng đối với một phần ba còn lại của Hạ Viện thì sự việc trên lại chẳng có bình thường chút nào. Một nhóm Dân biểu thuộc lớp trẻ, người miền Nam, gởi một văn kiện lên Tối Cao Pháp Viện yêu cầu xét xử và phán quyết về tính cách hợp hiến của các thủ tục vừa áp dụng để tước bỏ quyền đặc miễn của Dân biểu.

Đến lúc này thì ông Châu đã lẩn tránh, khi ẩn khi hiện (một số ký giả phương Tây cho rằng hành tung của ông Châu lúc nầy xem ra quá bi đát), di chuyển từ nhà bạn bè ra khách sạn, rồi từ khách sạn đến nhà bạn bè. Tuyến phòng ngự đầu tiên của ông ta là dựa vào gia đình quyến thuộc. (Với truyền thống Nho giáo người Việt Nam thường được gia đình đùm bọc lẫn nhau. Ngoài ra, luật pháp Việt Nam do ảnh hưởng của Pháp không buộc người trong gia đình phải đứng ra làm chứng buộc tội thân bằng quyến thuộc của mình).

Ông Châu có giải thích là nếu như ông Hiền hoạt động phá hoại hoặc khủng bố thì ông sẽ tính theo kiểu khác, thế nhưng vì anh mình chỉ đóng vai một nhà quan sát chính trị nên ông không thể tố giác anh mình được. Ông Châu còn nói thêm là nếu nhận thức ra được tình hình thời cuộc thì ông Hiền hẳn phải hiểu ra rằng người Cộng Sản sẽ không tài nào thắng miền Nam và tất nhiên sẽ phải gợi ý để miền Bắc tiến hành thương lượng về mặt chính trị. Thực tế là, theo ẩn ý ông Châu cho thấy, ông đã cố tìm cho ra hướng cụ thể dẫn đến một cuộc mặc cả về chính trị thông qua ông Hiền, và chính các sự dò dẫm về một giải pháp hòa bình đó đã khiến cho cả ông Thiệu lẫn người Mỹ đều tức giận ông.

Còn một biện minh khác mà ông Châu khởi sự dùng đến trong giai đoạn này. Và điều này dắt ta đến nhân tố cuối cùng, không mang tính nhân vật trong vở bi kịch này. Hoặc cũng có thể gọi đấy là guồng máy an bài mọi sự nhưng chẳng bao giờ lộ nguyên hình -- đấy là tòa Đại sứ Mỹ.

Các sự phản đối về phía người Mỹ đối với ông Thiệu trong toàn bộ vụ này lại nhẹ nhàng đến độ có thể coi như là bàng quan, không can dự.

Các viên chức tòa Đại sứ giải thích cho ký giả là toàn bộ vấn đề chỉ xoay quanh việc Hiến pháp được thảo ra "không chặt chẽ" và các viên chức này còn bày tỏ sự ngạc nhiên đối với dư luận cho rằng có khủng hoảng chính trị tại Sàigòn. Có thể coi như họ vỗ về các ký giả ra vẻ hết sức thông cảm với nhu cầu của giới này là cần phải thổi phồng lên một ít tin tức ở Sàigòn sau khi cuộc chiến tại Lào nổi bật trên truyền hình cũng như báo chí trong suốt hai tuần liền. Cái ý của các viên chức ở Sứ quán Mỹ đại để là: xưa giờ giới báo chí vẫn thường có tật hay la hoảng; bây giờ cũng há chẳng phải là họ cũng lại làm như vậy hay sao?

*

Có tin đồn vào thời điểm đó Bộ ngoại giao Mỹ tại Washington đã không đồng ý với quan điểm theo dõi sự việc một cách bình thản như trên của tòa Đại sứ Mỹ ở

Sài gòn. Các tin đồn đó hiển nhiên đã kích thích sự tò mò của các viên chức cấp thấp ở sứ quán Mỹ tại Sài gòn cũng như của các viên chức Ngoại giao cấp cao của các nước bạn (kể cả sự tò mò của giới báo chí).

Nhưng chỉ dần đà người ta mới thấy được sự khác biệt quan điểm giữa Washington và Sứ quan Mỹ ở Sài gòn.

Đến cuối tháng ba có ai đó ở Washington tiết lộ cho báo chí biết một số hồ sơ của bộ Ngoại giao Mỹ về vụ án ông Châu. Sứ quán Mỹ tại Sài gòn đã điên tiết lên trước sự việc có hơi hướng như một chiến dịch cố tình triệt hạ uy thế của Đại sứ Ellsworth Bunker.

Câu chuyện theo như người ta biết được là như sau: Thứ trưởng Ngoại giao Hoa Kỳ, Elliott L. Richardson, đã đánh điện cho Đại sứ Bunker hai lần để chỉ thị cho Đại sứ phải lên tiếng cực lực phản đối cách giải quyết vụ án ông Châu. Tuy nhiên đến khi nhắc lại điều đó với Tổng Thống Thiệu thì Đại sứ lại dịu giọng đi ít nhiều. Kết quả là ông Thiệu cũng cứ việc làm theo ý định của mình.

Bức điện đầu tiên được đánh đi ngày 23 tháng 12, tức là ba ngày sau khi đám biểu tình tấn công vào trụ sở Quốc hội. Theo tờ Washington Star (ngày 26 tháng 3) bức điện này chỉ thị cho Đại sứ Bunker phải làm bất kỳ những gì cần thiết để cho ông Thiệu hiểu được rằng Hoa Kỳ muốn dẹp vụ án ông Châu vì người Mỹ đánh giá ông Châu vẫn một mực trung thành với Nam Việt Nam và rất giúp ích cho Hoa Kỳ. Ngoài ra cũng phải kể đến phản ứng bất lợi của giới báo chí đối với vụ án của ông Châu sẽ khiến cho dư luận Mỹ không còn ủng hộ ông Nixon một cách mạnh mẽ trong đường lối chính sách của ông ta tại Việt Nam.

Nhưng đến khi tiếp nhận được bức điện đó thì Đại sứ Bunker lại chuyển cho một giới chức không phải là Tổng Thống Thiệu trong chính quyền Sài gòn và nội dung bức điện đó cũng đã được Đại sư Bunker sửa đổi lại cho bớt phần nghiêm trọng. Kết quả trong thực tế là quan điểm của bộ Ngoại giao Mỹ lại càng có vẻ dịu đi để thích hợp với tình trạng giao hảo thân thiện giữa ông Thiệu và Đại sư Bunker từ trước đến giờ. Chính vì sự thể như thế - và cũng vì ông Thiệu thường đắn đo không muốn ủy quyền cho ai khác đối với những vần đề hệ trọng - nên cái guồng máy làm ra chính sách mà người ta nghĩ là phải có ở dưới cấp chóp bu thì rốt cuộc lại không có.

Nhân vật quan trọng nhất dưới ông Thiệu mà người Mỹ có thể tiếp xúc được hóa ra lại là người em họ 26 tuổi của ông ta. Nhân vậy này với chức vụ bí thư riêng của ông Thiệu, rất am hiểu công việc nhưng anh ta lại chẳng hề đưa ra chủ trương chính sách hoặc cố vấn cho ông Thiệu đối với những việc chính trị to tát như vụ ông Châu.

Ít lâu sau khi xử vụ ông Châu kết thúc, khi được hỏi về thái độ của người Mỹ đối với vụ này thì viên bí thư nọ đã trả lời rằng ông Bunker không phải là loại người can dự vào việc mà đối với Việt Nam là một vấn đề thuần túy mang tính chất nội bộ; rằng Bunker là một người rất "tế nhị" đối với những sự việc tương tự. Nói như thế nghe có hơi quá đáng, nhưng cũng không quá đáng nhiều lắm.

Bức điện thứ hai của ông Richardson đã đến tòa Đại sứ Mỹ vào ngày 7 tháng 2. Theo tờ Star thì nội dung bức điện đó nhất mực yêu cầu Đại sứ Bunker nói thẳng với ông Thiệu và chuyển lời cực lực phản đối của chính phủ

Hoa Kỳ. Ông Bunker có trách nhiệm phải tìm cách làm sao cho người ta dẹp vụ truy tố đó; và nếu như ông ta không làm được điều đó thì ông ta ít nhất cũng phải đòi sao cho có được một vụ xử ở Tòa dân sự chứ không thể đưa ra Tòa án quân sự và sau đó đừng để cho ông Châu bị án tù.

Ông Bunker đã đi gặp Tổng Thống Thiệu vào ngày 10 tháng 2 (vẫn theo lời tường thuật của tờ Star) và đã nói về mối quan tâm của giới báo chí cũng như của Quốc Hội Mỹ, nhưng ông vẫn không truyền đạt lại mối quan tâm sâu sắc của thượng cấp. Ông Bunker đã bày tỏ quan điểm là ông Châu đã tiêu ma sự nghiệp chính trị do các tố giác của chính quyền và nếu làm mạnh hơn nữa chỉ tổ làm cho ông ta trở thành một thánh tử đạo. Ông Thiệu trả lời là vụ ông Châu đã được đưa ra trước tòa và ông ta, Tổng thống Thiệu, không còn kiểm soát được diễn biến tiếp theo.

Hiển nhiên là qua buổi hội kiến đó chẳng có gì làm thay đổi sự tin tưởng của ông Bunker đối với các lời hứa hẹn của ông Thiệu mà ông đã thông báo về Washington là theo đó thì dù có thế nào đi nữa ông Châu cũng sẽ không bị bỏ tù (New York Times, ngày 28 tháng 3) và vụ xử sẽ được tiến hành triệt để theo đúng luật pháp (Los Angeles Times, ngày 25 tháng 3). Có thể các lời hứa hẹn của ông Thiệu là dựa vào sự tin tưởng ông Châu sẽ bỏ trốn ra nước ngoài, điều mà ông ta có đủ thời cơ để thực hiện. Khi ông Châu không chịu bỏ trốn thì ông Thiệu cứ thế mà cho tiến hành vụ xử vì nghĩ rằng Mỹ sẽ không đời nào trả đũa.

Ông Bunker cũng báo về Washington là theo luật pháp Việt Nam, ông Châu có tội vì đã kêu gọi thành lập chính phủ liên hiệp. Bộ phận chính trị của Sứ Quán đã chọn cách giải thích này, và Đại sứ Bunker đã tán thành.

Thực tế thì người Mỹ đã để cho ông Thiệu toàn quyền muốn làm gì thì làm đối với vụ ông Châu từ lâu, ngay cả trước khi có các bức điện từ tay Richardson, và các hành động trước đó của người Mỹ có khi còn quan trọng hơn nữa khi có tin về thái độ dửng dưng của Sứ quán. John Paul Vann, một trong các bạn thân của ông Châu (hiện là Cố vấn trưởng chương trình bình định tại vùng Châu thổ Cửu Long), đã can thiệp cho ông Châu khi tiếp xúc với Phó Thủ Tướng (nay là Thủ Tướng) Trần Thiện Khiêm ngay từ khi xử ông Hiền vào tháng 6 năm 1969.

Người ta kể lại ở Washington là ông Vann đã ra điều trần tại Tiểu ban Ngoại giao Thượng Viện và cho biết rằng trong lần gặp gỡ đó ông ta đã thông báo cho ông Khiêm biết về mối hợp tác giữa ông Châu và Washington "theo từng chi tiết" -- tức là về việc ông Châu đã thông báo cho người Mỹ biết về các cuộc tiếp xúc giữa ông ta với ông Hiền.

Mặc dù ông Vann đã được cấp trên cho phép làm việc đó, phái bộ Hoa Kỳ tại Việt Nam lập tức, gần như là theo phản xạ, cho kìm kẹp ông Vann cùng những giới chức Mỹ nào khác từng cộng tác chặt chẽ với ông Châu. Họ được lệnh không được đi gặp ông Châu, và cũng không được bàn bạc những gì có liên quan đến vụ ông Châu với bất kỳ một kẻ ngoại cuộc nào khác, nhất là với các ký giả. Tờ New York Times (ngày 18 tháng 3) tường thuật lại rằng ông Bunker còn đi xa hơn nữa vào mùa hè năm 1969 bằng cách từ chối không cấp cho ông Châu chiếu khán vào Mỹ, và như vậy tức là tiếp tay với chính quyền Sài Gòn trong việc cấm ông Châu xuất ngoại. Cấp cho ông Châu cái chiếu khán xuất ngoại thì chẳng hóa ra là đụng chạm nhiều với ông Thiệu hay sao?

*

Sau vụ xử ông Châu, quan điểm của Sứ Quán Mỹ vẫn không thay đổi. Ông Bunker, vốn lấy làm tiếc về việc ông Châu được mô tả trên báo chí Mỹ như là một "người quốc gia yêu nước", quả đã tìm cách nhấn mạnh một lần nữa về thái độ buông xuôi của Sứ Quán. Ông ta tuyên bố với tờ Washington rằng lời khai của ông Châu là "sai lạc và dễ đưa đến ngộ nhận, hiểu lầm". (Hẳn nhiên là cách diễn giải như thế là có phóng đại). Để bác bỏ lời khai này, ông Bunker cho công bố là "không một người Mỹ nào đã trực tiếp hay gián tiếp khuyến khích ông Châu khởi đầu hay tiếp tục các mối liên lạc giữa ông ta với Đại úy Hiền". Có thể đúng là cả ông Bunker lẫn vị Đại sứ tiên nhiệm đã không hề "khuyến khích" các cuộc gặp gỡ giữa hai anh em.

Thế nhưng ngay lời tuyên bố này cũng rất ư là dễ gây ngộ nhận, vì người Mỹ đã có biết về các cuộc gặp gỡ đó và đã chẳng hề ngăn cản, và chính họ cũng từng lăm le chực tiếp xúc riêng với ông Hiền. Lời tuyên bố đó cũng không thừa nhận sự việc phái bộ Mỹ ngồi yên lắng nghe ông Châu trình bày về kế hoạch bình định trong suốt ba giờ liền vào hồi tháng 6 (theo lời ông Châu) hoặc tháng 9 (theo tờ Washington) năm 1967. Đại Sứ Bunker, Phó Đại Sứ Eugene Locke, Tướng Frederick Weygand, Tư lệnh vùng III Chiến thuật quanh Sàigòn, cùng một số các người khác, đã có mặt trong buổi họp đó.

Vì những sự kiện trên bô Ngoại giao Hoa Kỳ đã chỉ thị cho ông Bunker không được đưa ra bản công bố nọ.

Chính thức thì không được phép, nhưng nội dung của bản công bố đó lại được xuất hiện trong hậu trường, giữa các nhà báo và các viên chức cao cấp không chịu nêu rõ danh tánh.

Tại sao lại có tình trạng lạnh lùng này về phía Sứ Quán, một thái độ tương phản với các lời tán tụng ông Châu trước kia, và đi ngược với tinh thần các chỉ thị xuất phát từ Washington? Tại sao người Mỹ lại trở mặt một cách toàn diện trước một vụ án chính trị phức tạp đến như thế?

Ở đây chúng ta có thể phân tích để làm sáng tỏ sự thật tuy nhiên lại khó kiểm chứng vì các phát ngôn viên của Sứ Quán thường từ chối, không muốn bàn về vai trò của người Mỹ một tí nào. Thật vậy, Sứ quán đã dễ bị ngăn cản đến độ mà các bản phân tích của CIA về vụ ông Châu đã không được lưu hành ngay cả trong hàng ngũ giới chức cấp thấp ở Sứ quán.

Nói tóm lại thì dường như các Cố vấn thân cận của ông Bunker, tức là viên Cố vấn chính trị của Sứ quán và người cầm đầu CIA tại Việt Nam đã cho rằng ông Châu thiên Cộng và là một kẻ đề xướng liên hiệp với Cộng sản. Quan niệm đó đã không giúp đỡ gì cho ông Châu cộng thêm với định kiến của cả Đại sứ Bunker lẫn viên phụ tá của ông là Samuesl Berger và lại được sự thúc đẩy của đường lối chính trị Hoa Kỳ đối với Việt Nam, một đường lối vừa cứng nhắc vừa thiển cận là duy trì sự ổn định bằng cách ủng hộ ông Thiệu, không để ai tranh chấp với ông ta.

Các nhân viên điều hành trẻ hơn lại nhận thấy rằng khó mà đến gần viên Cố vấn chính trị của Sứ quán, và họ cũng chán ngấy việc được thả ra cho tiếp cận với sinh hoạt chính trị ở miền Nam Việt Nam. Điều đó không nhất thiết là họ có nhiệm vụ phải thay đổi chính sách. Có điều là họ thích có dịp thuận tiện để hỏi về những vấn đề cơ bản cũng như để thăm dò cho đến ngọn nguồn của từng sự việc.

Do đó mà cái nhìn tổng quát của ban chính trị hẳn nhiên là ngả về phía ủng hộ ông Thiệu, chống ông Châu, và các báo cáo ở nội bộ Sứ quán và trên bình diện thực dụng đã làm nhẹ đi mọi ảnh hưởng chính trị bất lợi do vụ án gây ra.

Cơ quan CIA tại Việt Nam từ lâu đã là một pha trộn giữa sự tinh xảo về mặt chính trị và sự tàn bạo. Trong những năm cuối cùng của trào ông Diệm các sự đánh giá của CIA được tiếng là hiện thực hơn (đồng thời cũng bi quan hơn) các phần đánh giá tình hình của Sứ quán. Ngay cả lúc này, các bản tường trình chính trị của CIA cũng được một số các viên chức ở Sứ quán coi như có giá trị hơn so với phía Sứ quán. Nhưng thay vì tự giới hạn trong các cuộc điều tra hạn hẹp và nặng về mặt văn từ, các chuyên viên CIA lại được tha hồ viết các bản phân tích có chất lượng. (Để cho được trung thực tưởng cũng nên thêm là các chuyên viên CIA thuộc cánh trẻ đã từng tỏ ý phàn nàn về cánh già trên họ, và cũng đã từng phê phán cánh này y hệt như cánh trẻ bên bộ Ngoại giao đối với các cấp chỉ huy già nua của họ).

Ban chính trị của Sứ quán có đánh giá ông Châu như thế nào đi nữa tưởng cũng chẳng cần nói thêm ở đây. Viên cố vấn chính trị thuộc lớp già; tức là rất tin tưởng vào những gì chính phủ của ông Thiệu tuyên bố, và cũng rất nghi ngờ những gì phe đối lập hoặc các thành phần độc lập nói. Với bản chất và thái độ chính trị đầy thành kiến, ông ta thuộc loại người không thích lối làm việc ngoài khuôn khổ thông thường. Ông ta chỉ quan làm việc theo các phương thức có sẵn. Các bài tóm lược diễn văn, các bản ghi chép nội dung các cuộc nói chuyện, và hàng hà sa số các bản báo cáo đều thực hiện theo mẫu có sẵn mô phỏng theo kiểu Mỹ vì theo kiểu Việt Nam - và miễn sao làm cho hết giờ - chứ không phải bằng cách đi tìm hiểu cho ra sự thật của sự việc qua các buổi trà dư tửu hậu với bạn bè hay các chính khách.

Cho dù không mấy ai nghi ngờ gì về khả năng của CIA trong việc phúc trình chính xác về mặt chính trị, tuy vậy cũng vẫn có một số nhân tố nội tại làm sai lạc sự đánh giá của họ nếu như không ai theo dõi, kiểm soát họ một cách chặt chẽ. Chẳng hạn như đã có khuynh hướng coi trọng sự bí mật hơn là sự công khai trong việc thông tin, bất luận là có thực sự cần đảm bảo tính bí mật đó hay không. Ngoài ra lại còn thiếu cơ chế bảo tồn các dữ kiện thông tin, ảnh hưởng bất lợi cho cơ quan CIA cũng như các cơ quan công vụ khác của Mỹ ở Việt Nam. Toàn bộ kế hoạch hành động do đó mà quen dần với cái lối bảo toàn bí mật, khiến cho các sai phạm dễ được dấu kín, không được kiểm chứng như khi có tự do thông tin.

Khi đánh giá tình hình người ta thường có khuynh hướng ngả về phía các ý kiến, quan điểm, hay nhận định của những người Việt Nam được hoàn toàn tin cậy -- tức không ai khác hơn là những kẻ chống Cộng triệt để hay là nhóm người Bác theo đạo công giáo. Trong quá trình lượm lặt, thu thập tin tức hàng ngày, lại còn phải kể đến các nhân viên CIA người Việt, trong số đó khá nhiều người là các thành phần không mấy lương thiện, đã từng là con buôn tin tức thuộc loại nhà nghề từ thời Pháp, Nhật. Đối với họ cơ quan CIA (cùng với nhóm Mũ Nồi Xanh, Biệt Kích Mỹ) là cả một cái két tiền. Và nếu có thêm vũ khí trong tay thì CIA dễ trở thành bàn đạp để từ đó họ đi tống tiền, dọa nạt thiên hạ.

Toàn bộ những điều vừa ghi trên có nghĩa là trong lãnh vực tráo trở như chính trị thì toàn bộ hệ thống, từ Sứ quán đến CIA, rất dễ tiếp thu những loại tin tức từ bên ngoài đưa vào, có dụng ý, vì quyền lợi riêng tư hay quyền lợi về mặt chính trị. Đụng phải một người bị tình nghi người ta dễ có thái độ hoài nghi đối với đương sự hơn là chứng minh rằng đương sự không phải là Cộng sản. Cộng thêm vào đấy, các mối thâm thù từ thời ông Châu đụng độ với nhân viên CIA khi ông ta còn làm Chỉ huy Trưởng Trung Tâm Huấn luyện Bình định Nông thôn đã làm cho người ta đi đến một cái báo cáo bất lợi cho ông Châu.

Và tất nhiên là cái báo cáo đó đã thành hình, theo như nguồn tin thu thập được từ Phái bộ Viện trợ Mỹ và từ các nguồn tin trong giới ngoại giao ở Sài gòn. Và vị chỉ huy CIA tại Việt Nam hẳn nhiên không phải là người nghi ngờ về tính hư thực của báo cáo đó. Ông ta là một chuyên viên rành nghề, theo như một số người biết rõ về công việc của ông ta, thế nhưng đương sự lại thuộc loại tình báo bài bản chứ không phải loại tình báo chú trọng đến những cái vô hình trong đời sống chính trị.

Mà ngay đến Đại sứ Ellsworth Bunker và phụ tá Berger của ông cũng không thuộc loại người dễ thắc mắc về các bản báo cáo của CIA. Ông Berger đã từng là Đại sứ Mỹ ở Nam Hàn trước khi đến nhậm chức ở Sài gòn, và ông ta có khuynh hướng coi Việt Nam như một thứ Nam Hàn vậy. Ở đấy sinh viên biểu tình, lạm phát phi mã, cùng các cuộc đàn áp của chính quyền lại còn tệ hại hơn nữa, so với Việt Nam. Ấy vậy mà Mỹ nào có hốt hoảng, nào có bỏ rơi Nam Hàn đâu? Và rồi mọi việc cũng chẳng đâu vào đấy là gì?

Còn về phần Đại sứ, ông Bunker là hiện thân của một nhà quý tộc Hoa Kỳ, Ai làm việc dưới quyền ông ta cũng đều kính trọng ông. Ông ấy đang ở lứa tuổi thất tuần, phục vụ đất nước một cách quên mình, với một nhiệm vụ cực kỳ khó khăn, và vẫn được tiếng là luôn luôn trông tươi tắn cho dù khí hậu vùng nhiệt đới này có nóng chảy thịt đi nữa. Ông ấy là một mẫu người "gentleman". Ông ta là một người điềm đạm, biết xử sự hợp lý hợp tình trong mọi việc, và ông ấy cũng thuộc loại người muốn rằng người khác cũng phải biết điều như mình. Trong quá khứ chính một trong các đức tính là biết xử sự có lý có tình của ông Thiệu đã khiến cho ông Bunker để ý đến đương sự. Ông Thiệu không hề có tính bất thường, hăng tiết vịt của ông Kỳ; và ông ta cũng có thói quen cẩn trọng.

Thế nhưng ngay chính Đại sứ Bunker lại không có chính trị. Vào đời, ông ta đã là một doanh nhân, do đó có sở trường về chuyện thương lượng. Ông ta có thành tích là từng làm hòa dịu các mâu thuẫn để dẫn đến một sự thỏa hiệp. Cung cách của ông ta là cứ nhỏ nhẹ mà thuyết phục đối phương thay vì phô trương cái thế mạnh của mình. Tại Việt Nam thành tích rõ rệt nhất của ông là việc làm cho cuộc đụng độ giữa Mỹ và Việt Nam đỡ căng thẳng, dưới trào Tổng Thống Johnson, khi mà Washington hùng hổ buộc chính quyền Sàigòn ra ngồi vào bàn hội nghị với phe Cộng sản cho bằng được, trước cuộc bầu cử Tổng Thống Mỹ.

Ví dụ điển hình về thái độ điềm đạm của ông Bunker là vụ xẩy ra khi có điện thoại của Washington gọi vào lúc nửa đêm (giờ sàigòn) cho ông Bunker biết về lệnh ngưng ném bom Bắc Việt và chỉ thị cho ông thông báo với ông Thiệu, buộc ông ta phải ngồi vào bàn hội nghị. Ông Bunker đã trả lời rằng ông Thiệu hẳn không thể làm bất cứ một việc gì vào lúc nửa đêm như thế này và ông hứa sẽ gọi điện thoại cho ông ta vào một cái giờ giấc "văn minh" hơn. Sự đóng góp lớn lao nhất của ông Bunker trong giai đoạn ấy là làm cái lá chắn sao cho Sàigòn không hốt hoảng trước sự chuyển hướng trong sách lược của Hoa Kỳ.

Kinh nghiệm kể trên - về việc ông Thiệu thoạt đầu còn chần chừ không chịu cử người đi họp ở Paris - đã khiến cho ông Bunker tin chắc rằng cái kiểu làm việc thô bạo với Tổng Thống Việt Nam sẽ không đi đến đâu. Một hệ luận của sự thể đó là không nên gây áp lực đối với những việc không quan trọng. Nên để dành đối với những việc lớn. Ông Bunker cũng hoài nghi về giả thuyết chính trị là cần phải bênh vực ông Châu một cách mạnh mẽ hơn. Ông ta đã quen với lối phân tách quân sự hơn là chính trị như trong những vấn đề hệ trọng như oanh tạc Bắc Việt chẳng hạn.

Ngoài ra lúc bấy giờ vẫn còn giấc mơ chiến thắng về mặt quân sự, nhất là trong bối cảnh mới với ít nhiều sắc thái lạc quan, hứa hẹn. Về mặt quân sự, tình hình diễn biến thuận lợi ở vùng châu thổ sông Cửu Long. Về mặt chính trị, mọi việc đều êm. Như vậy thì việc gì lại phải làm hỏng cái "được" của mình để rước lấy những cái khó khăn không cần thiết? Đấy cũng có thể là quan điểm tự nhiên của Tổng Thống Nixon và Bộ Trưởng Ngoại Giao William Rogers, vốn là những người chưa nhậm chức khi có những tin tức liên quan đến vụ ông Châu; và rồi sau đó - khi biết được - các vị đó cũng im hơi lặng tiếng, chẳng có đề cập gì đến.

Ông Bunker chắc chắn đã chùn chân không chịu làm bất cứ điều gì khả dĩ có thể đẩy miền Nam Việt Nam vào tình trạng rối ren một lần nữa sau vụ lật đổ và sát hại ông Diệm. Ông Thiệu tuy có sai sót về mặt này mặt kia nhưng đã điều hành đất nước mình một cách có hiệu quả về nhiều phương diện. Lại nữa trước mắt cũng chẳng có lá bài nào khả dĩ có thể thay thế được ông Thiệu, và cũng chẳng ai dự kiến là sẽ có việc chuyển giao quyền hành một cách êm thấm (ngoại trừ vào một lúc nào đó trong tương lai khi Thủ Tướng Khiêm lên thay; nhưng đây cũng chỉ là sự phỏng đoán mà thôi).

Chấp nhận những hiểm nguy về chính trị để theo đuổi một mục đích trừu tượng nào đó, đại để như để duy trì niềm tin (nơi người Mỹ) hoặc giả là theo đuổi một nguyên lý mơ hồ nào đó (như thế việc mở rộng cơ chế chính trị) đều là nguy hiểm, nhất là vào thời điểm mà phía Hoa Kỳ cần có được tình trạng lắng đọng để tiến hành việc rút quân. Vì vậy bất kỳ một cá nhân nào cũng có thể được xếp qua một bên, vả lại ông Châu cũng chưa phải là nhân vật đủ tầm cỡ (hoặc đủ trong sáng, theo như cách nhìn của Sứ quán) để biện minh cho sự chấp nhận các hiểm nguy chính trị trên. Những người Mỹ bênh vực cho ông Châu dễ bị thúc đẩy vì tình cảm riêng tư, và vì vậy dễ bị sai lệch trong các nhận định của họ.

Nói tóm lại sự ổn định là điều mong muốn cần thiết.

Ông Bunker đã nói với nhiều nhà báo rằng ông ta đã gây áp lực với ông Thiệu về vụ ông Châu. Hẳn nhiên là theo cách làm của ông Bunker thì đúng là như vậy. Thế nhưng nếu như người này gây áp lực thì có thể là đối với người kia lại là một sự khuyến khích. Trước một Sứ quán chẳng mấy hứng thú về việc bênh vực cho ông Châu và trước tình trạng là chẳng ai ngăn cản gì cả thì dĩ nhiên là ông Thiệu có thể ngang nhiên bất chấp Washington.

Một trong những viên chức thường bất mãn với Sứ quán đã mô tả sự việc như sau: "Ông Bunker đi gặp ông Thiệu yêu cầu một điều gì đó, hay một hành động nào đó. Ông Thiệu nói là vâng và ông Bunker báo cáo về Washington rằng ông Thiệu đã đồng ý. Thế rồi ông Thiệu chẳng làm gì cả và viện lẽ là vì áp lực của các quân nhân dưới quyền hoặc đại loại như thế, và ông Bunkler lại báo cáo với Washington là ông Thiệu đã cố gắng thực hiện nhưng không làm được".

Ông Bunker gắn bó với ông Thiệu và có mối quan hệ hài hòa với ông Thiệu đến độ ông chẳng còn gây được áp lực nào đối với ông Thiệu. Điều mà ông Bunker phải làm là trước tiên phải báo cáo chẳng hạn như: "Tôi đã nói với ông Thiệu, và ông ấy nói vâng, vâng. Thế nhưng tôi không tin là ông ấy sẽ làm. Thế rồi đúng là ông Thiệu không làm thật, và ông Bunker chỉ còn phải báo cáo: "À thì ông ta đã không làm, đúng như tôi nghĩ vậy!"

Một viên chức trẻ khác mô tả tình trạng thất bại trước kia của Mỹ trong việc phác họa đường lối gây áp lực hoặc ngay cả việc tìm "kế hoạch gây áp lực".

*

Màn cuối của tấn bi kịch diễn ra nhanh chóng. Ngày giờ được đôn lên sớm hơn, 23 tháng 2 thay vì tháng 3 như đã dự trù, để cho Tối Cao Pháp Viện chẳng còn thì giờ mà thẩm định về kiến nghị truất bỏ quyền đặc miễn của dân biểu Hạ Viện có hợp hiến hay không.

Đến phút chót, cái ngày dự định lại được dời qua ngày 25 tháng 2 do nỗ lực đằng sau hậu trường nhằm làm dịu đi các đụng độ. Một số thân chính quyền, sợ tiêu mà mọi việc theo như đà diễn biến của tình hình, đã nhảy vào can thiệp để tìm cách làm sao cho vụ xử bớt đi cái vẻ "thanh trừng", theo lời một trong những thành viên thân cận của nhóm.

Ý kiến căn bản là viện dẫn ý niệm "quả tang phạm pháp", hoặc nói cách khác là "bắt tại trận". Như vậy sẽ có tác dụng là bỏ qua cái kiến nghị 102 chữ ký cũng như các cuộc tranh cãi về việc không đủ đại biểu hiện diện khi họp thông qua nghị quyết. Với trường hợp phạm pháp quả tang thì thủ tục khởi tố có khác đi. Muốn đưa một Dân biểu ra xử về thường tội thì chỉ cần được đa số tuyệt đối ba phần tư Hạ Viện thông qua, nhưng đối với trường hợp quả tang phạm pháp thì bị can đương nhiên bị đưa ra xử không cần phải thông qua Hạ Viện, trừ khi Hạ Viện yêu cầu ngưng vụ xử. Với kiểu đó thì kiến nghị có thể mang tính chính trị chứ không phải là pháp lý, và là bằng chứng cho thấy thiện chí của ông Thiệu trong việc tham khảo ý kiến Hạ Viện và biết được rằng ý Hạ Viện muốn truy tố ông Châu.

Một phiên tòa xử 20 phút dành cho hai ông Châu và Tư đã được tổ chức với sự khiếm diện của bị can vào ngày 25 tháng 2 tại Tòa Án Quân Sự Mặt Trận Lưu Động, một tòa án tự coi như có thẩm quyền đối với mọi vụ án có dính dấp đến an ninh. Lời buộc tội ông Châu rốt cuộc không có ghi khoản phản bội theo như bức thư đầu tiên ông Thiệu gửi cho Hạ Viện, thế nhưng lại buộc tội ông ta đã không tố giác anh mình.

Một thay đổi bất ngờ cho mọi người là phiên Tòa xử bắt đầu đúng giờ đã định; một thời biểu chính xác chưa bao giờ nghe ai nói đến vị Tòa án thường có thông lệ bắt đầu phiên xử với một, hai giờ sau thời biểu ấn định. Phiên tòa khởi sự sớm hơn thường lệ để sau đó người ta nói với các vị luật sư đến trễ là đã hết lượt phát biểu rồi. (Sự việc nầy có thể còn tranh luận về trường hợp một bị can khiếm diện có còn được quyền có luật sư bào chữa hay không; thế nhưng nay Tòa đã xử rồi, thế là mọi tranh luận không còn cần thiết nữa).

Theo đúng như luật định đối với những vụ án xử khiếm diện, bản án đã quy định hình phạt tối đa, tức là hai mươi năm khổ sai dành cho ông Châu và bản án tử hình đối với ông Tư. Lệnh bắt giam được tống đạt ngay.

Ông Châu đã xuất hiện trở lại và tự giam mình trong một văn phòng của Quốc hội sau hai tháng ẩn náu và hai ngày trước phiên Tòa xử ông ta. Đã nhiều lần trước kia ông ta vẫn có thói quen ngủ lại trong Quốc hội vì e ngại người của chính quyền hoặc của Cộng sản sát hại. Bây giờ với nhân viên chính quyền ráo riết siết chặt vòng vây quanh, ông ta lại tìm đến ẩn náu ở đấy và thách thức chính quyền sử dụng vũ lực đối với ông ta - trong khu vực bất khả xâm phạm theo luật định của tòa nhà Dân biểu.

Chính quyền Sàigòn chấp nhận sự thách thức đó. Văn phòng Hạ Viện họp để đi đến chỗ lúng túng, nói rằng họ không thể ngăn cản chính quyền (ý muốn nói là Hành pháp) thực thi luật pháp, thế nhưng họ cũng cho biết họ không có thẩm quyền cho phép chính quyền bắt ông Châu tại Hạ Viện.

Ngày 26 tháng 2 mọi việc được coi như đã an bài. Khoảng 50 cảnh sát tràn vào Quốc hội, dồn các nhà báo vào một góc, rồi xông vào bắt ông Châu. Hôm đó, ông ta mặc áo sơ mi mới giặt, với áo ngoài và cà vạt tươm tất, tay cầm bản Hiến pháp, ngực mang Bảo Quốc Huân Chương; huy chương nầy trước kia từng được Tổng Thống Nguyễn Văn Thiệu ban thưởng. Sau khi chế ngự được ông ta, hai cảnh sát viên quật ông ta xuống thềm lầu để giao lại cho bốn cảnh sát viên khác khiêng Châu xuống khỏi thềm Hạ Viện và quăng ông ta vào chiếc xe Jeep đang mở máy chờ sẵn ở đấy. Chiếc xe chuyển bánh và biến dạng.

"Nếu như Cộng sản có tính toán hành động như Thiệu thì họ đã không thể nào làm hay hơn nữa để hạ uy thế của chế độ", một chính khách thân chính phủ đã kết luận một cách chán chường.

ĐÓNG

Tòa án Mặt Trận lưu động vùng III Chiến thuật mang một cái danh xưng không mấy chính xác. Trước hết, do việc Tòa tọa lạc ngay trong khu Hải quân Công xưởng Sàigòn đã chứng tỏ rằng Tòa không nằm đúng ở vùng III Chiến thuật. Mà Tòa cũng chẳng có gì là lưu động. Chưa kể đến sự việc là Tòa không hề nằm ở trận tiền. Có điều là tính chất quân sự của cái Tòa án đó là rõ rồi!

Các Tòa án Mặt Trận -- có bốn Tòa như thế cho bốn vùng chiến thuật ở miền Nam Việt Nam -- đã được thiết lập vào năm 1962, vào những tháng cuối cùng của chế độ Tổng Thống Ngô Đình Diệm. Các Tòa đó quả có xử những vụ án quân sự như là đào ngũ, thế nhưng cái vai trò nổi bật nhất của nó ngay thoạt kỳ thủy đã có tính chất chính trị. Ông Diệm đã lập chúng lên để, theo như người ta nói một cách văn vẻ, "củng cố" chế độ của mình. Bất kỳ một vụ việc nào có liên quan đến an ninh Quốc gia, cho dù bị cáo là dân sự, cũng do các Tòa đó thụ lý. Và gì chứ cái chiêu bài an ninh quốc gia thì có thể bao gồm đủ thứ chuyện.

Các vụ xử quan trọng nhất về mặt chính trị dưới thời ông Diệm ở tòa án Mặt Trận lưu động vùng III Chiến thuật là những vụ có liên can đến 40 nhân vật bị coi như thuộc phe chống đối, trong số đó có cả ông Dân biểu tiếng tăm nhất thời bấy giờ (nay là một thành viên trong chính phủ của ông Thiệu).

Trong những năm gần đây hơn thì cái Toà Án Mặt Trận Lưu Động vùng III Chiến thuật này là nơi diễn ra vụ xử lãnh tụ Phật Giáo Thích Thiện Minh, xử các sinh viên phản kháng, cũng như xử các lưới tình báo mà khi phát hiện ra thì cả dư luận Sàigòn đều bật ngửa.

Phòng xử là một phòng trong căn nhà một tầng theo kiểu kiến trúc quân sự thích hợp cho xứ nhiệt đới, với đà đầm bằng thép, lợp tôn, có cửa sổ và cửa ra vào dài theo hai mặt tường phải trái, có quạt trần. Đèn ném treo lơ lửng gần trần nhà tăng thêm ánh sáng cho các cánh cửa sổ mở rộng phía tường cánh trái. Thoảng hoặc, một cơn gió mát thổi lộng vào, thứ gió mát của đầu tháng 3 dương lịch, gió của mùa con nít thả diều.

Tám giờ sáng ngày 2 tháng 3 dương lịch, ngày bắt đầu vụ xử Dân biểu Trần Ngọc Châu, tất cả mọi hoạt động đều tập trung ở khoảng sân phía bên ngoài pháp đình. Khán giả xoay quanh đó, chờ xem có chuyện gì xảy ra. Đám nhà báo quây quần quanh mấy chiếc xe Jeep đậu gần đấy để chuyện vãn. Các nhiếp ảnh viên tranh nhau chọn vị trí thuận lợi nhất ở phía cuối hành lang nằm giữa các khu nhà, nơi mà lát nữa đây ông Châu sẽ được đưa vào. Một vài tay lão làng trong nghề thì lại quây quần ngồi uống cà phê ở cái quán cóc có treo bảng hiệu: "Xin đừng tiểu tiện chỗ này. Cảm ơn".

Có hai Nghị Sĩ và năm Dân biểu trong tổng số khoảng 197 nhà lập pháp ở Quốc Hội hôm đó chịu khó quá bộ đến xem người ta xử một đồng nghiệp của mình.

Lẻ tẻ còn có thêm vài nhà ngoại giao trẻ người Mỹ, Úc và Anh. Có một Đại úy trẻ, làm luật sư ở Văn Phòng Luật Sư thuộc phái bộ quân sự Mỹ, do tò mò về vụ xử nên mò đến, nhưng sau đó được lệnh cấp trên phải rút lui. Sau cùng, cũng phải kể thêm một Tu sĩ Phật Giáo mặc tấm áo nâu đến dự ở đấy.

Đại diện cho quyền lực của công lý ở đấy còn có khoảng 50 quân cảnh trang bị, dùi cui, súng lục, súng trường, để phối hợp với binh sĩ chính quy giữ gìn an ninh trật tự giữa đám khán thính giả đông khoảng gấp hai hoặc gấp ba so với họ. Nhân viên của tổ chức an ninh này hoặc mật vụ nọ cũng chẳng buồn che dấu việc dò xét xem thiên hạ nói hoặc viết những gì.

Có một bờ kè to lớn nằm ngay giữa khoảng đất trống bên ngoài chứng tỏ rằng đây đúng là khu Hải quân Công xưởng. Đám đông cứ mỗi lúc lại nhớn nhác, báo hại mấy tay nhiếp ảnh cứ phải thấp thỏm tưởng có cái gì để bấm máy đến nơi!

Đến 8 giờ 50 phút cái vụ nhớn nhác đó hóa ra lại có lý do. Tòa Án Mặt Trận Lưu động Vùng III Chiến thuật bắt đầu phiên xử.

Các nhân vật chủ chốt đều ngồi vào chỗ. Khán giả chen chúc ở các bệ cửa sổ hoặc ở mấy hàng ghế đầu. Năm sĩ quan phụ thẩm bước vào, chào, bỏ nón, và ngồi vào vị trí bục xử ở một đầu căn phòng, dưới lá cờ Việt Nam Cộng Hòa. Chánh-thẩm chủ tọa phiên tòa, Trung Tá Triệu Khắc Huỳnh, lột bỏ cặp kính râm. Dung mạo của ông ta thật là phù hợp với vai trò của nhân vật xử vụ việc ngày hôm đó!.

Về cánh trái, công tố viên, một Thiếu tá mập mạp, ánh mắt hiền lành, ngồi ở một bàn chỉ cao hơn cái bàn tập thể của các thẩm phán xử án có một tí. Đối diện với ông ta về phía cánh phải, ngồi ở cái bàn thấp hơn một tí, là viên lục sự. Giữa hai vị đó, ở cái vị trí trung tâm đối diện với thẩm phán chủ tọa là cái bục để các luật sư và nhân chứng lên phát biểu. Hai hàng ghế đầu được dành cho luật sư và luật sư tập sự, mặc áo choàng đen. Chẳng có cái gì ngăn khu vực dành cho đám khán giả với khu vực của các vị trực tiếp tham gia vụ xử, do đó mà các luật sư có thể đi lại thoải mái vào khu vực khán thính giả nếu như họ muốn.

Hai luật sư của ông Châu là Vũ Văn Huyền và Trần Văn Tuyên. Ông Huyền xem ra cũng đúng là mẫu người hợp tình hợp cảnh, với bộ ria mép và mớ tóc dày, đen, chải hất về phía sau. Ông ta đã từng biện hộ cho những người chống đối chính quyền ở cái tòa án này kể từ khi nó được thành lập -- và vẫn cứ lai rai tranh luận về tính cách bất hợp pháp của nó kể từ ngày nó ra đời.

Còn ông Tuyên, một thành viên trong văn phòng luật sư của ông Huyền, được mọi người biết đến nhiều như là một chính khách, do hoạt động chính trị của bản thân ông. Ông là một thành viên thuộc nhóm lãnh đạo VNQDĐ, một trong những đảng phái quốc gia đầu tiên ở Việt Nam từ thời kỳ 1930, giờ là một thành viên của khối liên minh năm đảng do Tổng Thống Thiệu đề xướng. Ông Tuyên từng bị Pháp bỏ tù vào đầu thập niên 1940, và rồi sau này lại bị ông Diệm bỏ tù vì cái tội tham gia nhóm Caravelle, tức là nhóm các cựu Bộ trưởng đã từng đưa ra các đề nghị cải cách chẳng mấy thuận tai ông Diệm.

Ngày Thứ Nhất

Phiên xử bắt đầu.

Chánh thẩm ra lệnh cho tội nhân Trần Ngọc Châu -- đấy là cách người ta thường gọi một bị cáo -- được dẫn vào. Tám quân cảnh áp giải ông Châu vào. Vóc dáng chắc nịch của ông ta cùng đôi vai xuôi lại càng rõ nét dưới bộ quần áo xây dựng nông thôn màu đen. Ông ta cắt tóc ngắn, như trước khi bị bắt. Cổ bị băng bó phía trước và sau, chứng tích của vết thương do khi bị cảnh sát lôi theo các bậc thang ở Quốc Hội vào ngày họ bắt ông ta. Ông ta mang dép.

LUẬT SƯ VŨ VĂN HUYỀN:
Ngày 24 tháng 2 năm 1970 tôi đã yêu cầu cho có sự tham gia của năm nhân chứng có liên quan đến Dân biểu Trần Ngọc Châu tại phiên tòa này: một là ông John Vann (trưởng phái bộ dân sự Mỹ tại vùng châu thổ sông Cửu Long, một người đã có mặt từ lâu tại Việt Nam và cũng là bạn cố tri của ông Châu), hai là ông Colby (đại diện Hoa Kỳ phụ trách vấn đề bình định), ba là Tướng Frederick Weygand (hiện là trưởng đoàn cố vấn quân sự trong phái đoàn Hoa Kỳ dự hòa đàm tại Paris; vốn là tư lệnh quân Hoa Kỳ ở vùng III Chiến thuật giáp ranh với Sài gòn trong giai đoạn Tết Mậu Thân 1968), bốn là ông Eugene Locke (cựu phó Đại sứ Hoa Kỳ tại Việt Nam); và năm là Đại Sứ Ellworth Bunker.

CHÁNH THẨM TRIỆU KHẮC HUỲNH:
Tòa án này chẳng có can dự gì đến người ngoại quốc. Ở đây chúng ta chỉ xử người Việt.

ỦY VIÊN CÔNG TỐ TRƯƠNG THANH KIỀU:

Vụ ông Dân biểu Châu có liên quan đến an ninh quốc gia và việc ông ấy không báo cáo hoạt động lén lút của mình với chính quyền Việt Nam; do đó mà các mối quan hệ của ông ta với người Mỹ hoàn toàn không có giá trị gì ở đây.

(Tiếp đó là một cuộc tranh luận sôi nổi, ông Huyền lại nêu ra vấn đề các quyền hiến định mà ông cho là đã không được tôn trọng, còn phía công tố thì giải thích rằng đây là một phiên tòa đặc biệt với những thủ tục tố tụng đặc biệt không hề được Hiến Pháp quy định, và rằng phiên tòa này chẳng có can dự gì đến Hiến Pháp).

Chú thích:

Phần mở đầu vụ xử được ghi lại ở đây một cách đại cương, vì khung cảnh nhốn nháo và đám khán giả đứng ở mấy hàng ghế đầu nhiều khi át tiếng của các nhân vật chính của phiên xử.

Các đối đáp trong phiên sử lược thuật lại đây được phiên dịch theo kiểu đột xuất, theo ngôn ngữ chân phương chứ không phải theo tốc ký; chỉ đôi chỗ thì mới có ghi tốc ký. Những chỗ bỏ sót thì sau đó được chép lại từ các mẫu đối thoại trích từ phần ghi chép của các nhà báo khác ngồi gần trung tâm của phòng xử hơn.

Hẳn nhiên là phần ghi chép này không tránh khỏi các sai sót, tuy tác giả đã cố hết sức để phản ảnh lại vụ xử một cách thật trung thực. Theo chỗ tác giả nhận thấy thì phần lược thuật này là tương đối chuẩn xác.

ÔNG HUYỀN:

Thì tôi cũng vẫn biết rằng tòa án này ở trên Tòa Án Tối Cao...

CHÁNH THẨM:
Xin nói cho đàng hoàng. Tôi đề nghị lục sự báo cáo về thái độ của luật sư ông Châu lên Tổng Thống.

BÀ NGUYỄN PHƯỚC ĐẠI:
(Một Luật sư và Nghị sĩ Thượng Viện vừa mới gia nhập nhóm đối lập của nghị sĩ Trần Văn Đôn):
Tôi xin được phép biện hộ cho Dân biểu Châu.

ỦY VIÊN CÔNG TỐ:
Điểm 44 trong điều lệ tổ chức Luật Sư Đoàn có ghi rõ là khi một luật sư trở thành Thượng Nghị Sĩ hoặc Dân biểu thì họ không còn được quyền biện hộ cho những ai chống lại chính phủ. Nếu một luật sư nào đó muốn biện hộ cho bị cáo thì cứ việc, nhưng sau đó sẽ phải liệu mà đối phó với kỷ luật của Luật Sư Đoàn.

Chú thích:
Các điều lệ của Luật Sư Đoàn ngăn cấm luật sư một khi đã trở thành Dân biểu Thượng Viện hoặc Hạ Viện không còn được biện hộ trước tòa. Mục đích của việc ngăn cấm này là để phòng ngừa các vị này gây áp lực chính trị đối với tòa án.

BÀ ĐẠI:
Tôi đã hành nghề luật sư từ 20 năm nay mà chưa từng vi phạm luật pháp. Chúng tôi tin chắc rằng Dân biểu Châu là vô tội và không phải là một người Cộng sản đi hoạt động ngược lại tổ quốc mình, mà trái lại là một người quốc gia. Vì quyền lợi của người dân thường, tôi có trách nhiệm phải biện hộ cho ông ta, ông ta là một đồng nghiệp của tôi, một đại diện cho dân. Vì thế mà

tôi sẵn sàng gánh chịu mọi hình thức kỷ luật của Luật Sư Đoàn để làm việc này. Tuy nhiên tôi đã tham khảo ý kiến của thủ lĩnh Luật Sư Đoàn về việc này và theo ông ấy thì tôi không vi phạm quy định của Luật Sư Đoàn.

ỦY VIÊN CÔNG TỐ:

Không, Luật Sư Đoàn là một tổ chức, một tổ chức cá biệt trong số các tổ chức khác trên toàn quốc. Nếu như Luật Sư Đoàn không tôn trọng kỷ luật dành cho các tổ chức đoàn thể thì làm sao người dân có thể tôn trọng kỷ luật quốc gia?

THẨM PHÁN:

Xin mời Thủ Lĩnh Luật Sư Đoàn đến đây để quyết định coi xem ông ta có đồng ý để cho Bà biện hộ cho ông Châu hay không.

(Tòa hoãn phiên xử 20 phút để đi thỉnh Thủ Lĩnh Luật Sư Đoàn. Ông ta đến và nói đại ý rằng Bà Đại có thể tiến hành biện hộ cho ông Châu và Luật Sư Đoàn sẽ xét việc đó sau. Do đó mà Tòa thừa nhận việc Bà Đại đứng ra biện hộ cho ông Châu).

BÀ ĐẠI:

Đây là một vụ án quan trọng, do đó tôi muốn có thời gian để nghiên cứu hồ sơ, tài liệu.

ỦY VIÊN CÔNG TỐ:

Không cần thiết. Ngày 28 tháng 2 phái đoàn thuộc Tiểu Ban Pháp Chế của Thượng Viện, trong đó Bà Đại là thành viên, đã yêu cầu tòa án quân sự mặt trận cho tham khảo hồ sơ tài liệu có liên quan đến ông Châu.

Như vậy tức là Bà Đại đã phải biết về phần luận tội kể từ ngày 5 tháng 2 khi vụ án được khởi tố. Vào lúc 5 giờ chiều ngày 28 tháng 2, Bà Đại đã xin được biện hộ cho ông Châu. Chúng tôi đã đồng ý về việc này, thế nhưng chúng tôi không thể dời ngày cho vụ xử được vì như vậy sẽ làm cho tình hình thêm căng thẳng. Dân chúng muốn biết xem ông Châu có tội hay không. Bà Đại có thể cứ việc tiếp tục tiến hành phần biện hộ của mình theo quá trình tòa xử, và bà không cần phải có thêm thời gian để nghiên cứu phần luận tội.

BÀ ĐẠI:

Như ủy viên công tố nói thì rõ ràng là vụ án này rất quan trọng, do đó mà chúng tôi muốn dời phiên xử cho đến khi có thêm thời gian để xem xét lại các phần luận tội.

ÔNG HUYỀN:

Chúng tôi yêu cầu dời lại phiên xử ít nhất sau hai ngày.

ỦY VIÊN CÔNG TỐ:

Chúng ta phải làm tiếp thôi. Toàn bộ phần luận tội có thể được tóm lược trong vỏn vẹn có 16 trang giấy. Tòa án nên bác bỏ đề nghị của Bà Đại là xin thêm thời gian. Ngày 28 tháng 2, tôi và lục sự đã sao chép lại đầy đủ các phần luận tội. Chúng tôi đã làm xong việc vào lúc 4 giờ chiều. Bất kỳ người nào, kể cả đám học trò, cũng đã biết vụ án này ngay từ đầu.

BÀ ĐẠI:

Ông không thể so sánh sự am tường về vụ án này

giữa một luật sư và đám con nít. Ngày hôm qua tôi đã tìm cách để nghiên cứu hồ sơ, thế nhưng người ta bảo là hồ sơ đã đưa ra trước tòa rồi. Tôi yêu cầu có thêm thời gian.

ỦY VIÊN CÔNG TỐ:

Tòa án này là một tòa án đặc biệt với thủ tục tố tụng đặc biệt.

ÔNG HUYỀN:

Đây là tòa án đặc biệt thế nhưng nó vẫn chịu sự kiểm soát của Tối Cao Pháp Viện. Nếu ông bảo là ông từ khước mọi thủ tục pháp định thì như vậy tức là tòa án này tự đặt mình lên trên Tối Cáo Pháp Viện rồi!

CHÁNH THẨM:

Không, chúng ta vẫn ở dưới pháp luật.

ÔNG HUYỀN:

Tôi cũng mong là như vậy!

CHÁNH THẨM:

Không phải là vấn đề cầu mong gì cả. Sự thể đúng là như vậy!

(Tòa hoãn đến xế chiều để cho Bà Đại có thêm vài tiếng nghiên cứu hồ sơ vụ án. Phiên xử buổi chiều, định vào lúc 2 giờ 15, chỉ thực sự rục rịch vào lúc 4 giờ.)

ÔNG CHÂU:

Tôi xin được nói hai điều. Thứ nhất, với tư cách là một sĩ quan cao cấp đã từng được tặng Bảo Quốc Huân Chương, tôi phản đối việc các giới chức chính quyền đã tước đoạt huân chương của tôi, sau khi tôi bị đánh đập, và do đó mà đầu óc tôi không còn minh mẫn. Mặc dù tôi đã mất Bảo Quốc Huân Chương đệ tứ đẳng, tôi vẫn còn Bảo Quốc Huân Chương đệ ngũ đẳng mà tôi được Tổng Thống Diệm ban cho. Thứ nhì là chính phủ đưa tôi ra trước phiên tòa này để mà xử trên cơ sở nào?

Cái Bảo Quốc Huân Chương đệ tứ đẳng mà ông Châu đeo lúc cảnh sát đột nhập vào văn phòng Quốc Hội để bắt ông thì hoặc là rơi ra hoặc đã bị tước đoạt khi ông Châu bị bắt. Trước vụ bắt bớ này ông Châu đã nói rằng cảnh sát không được phép xử dụng vũ lực đối với ai mang Bảo Quốc Huân Chương. Sau ngày ông Châu bị bắt thì Tổng Thống Thiệu, người đã gắn huân chương đó cho ông Châu, đã ký một sắc lệnh thu hồi lại.

ỦY VIÊN CÔNG TỐ:
Trước hết ông Châu đã lẩn trốn ở Quốc Hội, do đó mà khi được phép của Chủ Tịch Hạ Viện thì người ta vẫn có thể bắt ông. Chính tôi đã đến tận nơi và nói về việc đó với Chủ Tịch Hạ Viện.

Thứ đến, ông Châu đã bị bắt quả tang trong khi móc nối với địch, do đó mà có lý do để đưa ông Châu ra xử ở phiên tòa này.

ÔNG CHÂU
(đứng rất thẳng, tay nắm chặt sau lưng, hít thở từng hơi thật dài như để nén sự căm phẫn):
Tôi xin được nêu vấn đề danh dự của một sĩ quan cao cấp trong Quân Lực Việt Nam Cộng Hòa, và của một người mang Bảo Quốc Huân Chương. Bây giờ tôi xin hỏi là nếu đúng là tôi bị bắt quả tang thì tại sao ông

Thiệu lại gửi thư cho Hạ Viện yêu cầu nơi này cho phép truy tố tôi? Nếu người ta định rằng tôi phạm tội quả tang và việc tôi xin được kháng án được chấp thuận, thì bản án phiên tòa ngày 25 tháng 2 năm 1970 cùng lệnh bắt tôi phải được hủy bỏ.

Tại sao tôi đã bị người ta đối xử như kẻ có tội trong khi theo Hiến Pháp thì tôi vẫn hưởng quyền bất khả xâm phạm ?

Việc này thì hẳn nhiên là cái mấu chốt về mặt pháp lý trong toàn bộ việc bắt và xử ông Châu: các thủ tục pháp lý cần thiết để tước bỏ quyền bất khả xâm phạm của một Dân biểu của ông Châu theo Hiến Pháp 1967 quy định thực tế có được tuân thủ hay không ? Theo như đã nêu trong tập trước (EP-6) thì trước tiên chính phủ gom cho đủ 102 chữ ký, tức là đa số tuyệt đối 3/4 ở Hạ Viện, bằng cách yêu cầu ký tên ngoài phiên họp, và cho rằng như thế là có sự "đồng ý" cần hội đủ để tước bỏ quyền bất khả xâm phạm nói ở điều 37, đoạn 2 của Hiến Pháp. Đến giờ chót thì chính phủ lại cách truy tố theo thủ tục cái chước phạm pháp quả tang, hay nói một cách nôm na là: "bắt tại trận". Trường hợp phạm pháp quả tang thì thủ tục khởi tố về mặt pháp lý là hoàn toàn ngược lại. Mặc dù Hạ Viện có thể yêu cầu chấm dứt việc khởi tố, nhưng trước đó chính quyền lại không nhất thiết phải cần có sự đồng ý của Hạ Viện để đưa bị cáo ra tòa. Các điều khoản của Hiến Pháp có liên quan là:

Điều 37, đoạn 2: Trong suốt nhiệm kỳ của mình, các Thượng và Hạ Nghị Sĩ không thể bị khởi tố, truy nã bắt bớ hoặc bị xử án nếu không có sự đồng ý của 3/4 tổng số Dân biểu Hạ Viện hoặc Thượng Nghị Sĩ, trừ trường hợp quả tang.

Điều 37, đoạn 3: Trường hợp phạm pháp quả tang

việc truy tố hoặc giam giữ các Dân biểu Thượng, Hạ Viện sẽ phải chấm dứt nếu Cơ quan lập pháp liên hệ chính thức yêu cầu.

ỦY VIÊN CÔNG TỐ:

Giờ thì ông không còn có thể lấy Hiến Pháp ra làm bằng vì tòa án đã tiến hành truy tố ông vì ông đã không chịu ra trước tòa sau ba lần có trát đòi, và ngược lại ông đã tìm cách lẩn trốn. Bởi thế mà chúng tôi không thể đối xử với ông theo như Hiến Pháp quy định.

CHÁNH THẨM:

Giờ thì đến lượt chúng tôi hỏi và ông trả lời. Tại sao ông lại không ra trình tòa khi có trát đòi?

ÔNG HUYỀN:

Thân chủ của tôi chẳng hề tìm cách lẩn tránh khi có trát công tố đòi. Bị can không thể trình diện vì luật sư của đương sự không thấy có nghị quyết của Hạ Viện chiếu điều 37 đoạn 2 của Hiến Pháp cho phép hành pháp truy tố Dân Biểu Châu. Do đó mà khi chưa có nghị quyết của Hạ Viện thì vẫn không có lý do gì để ông Châu ra trình tòa theo lệnh công tố.

ỦY VIÊN CÔNG TỐ:

Ngày 25 tháng 2 có một phiên xử, nhưng luật sư của bị can không đến. Theo đạo luật 11/62 thành lập tòa án mặt trận thì tòa án có thẩm quyền truy tố bất kỳ những ai có hành động chống lại quốc gia cũng như vi phạm an ninh quốc gia trong trường hợp quả tang. Do đó mà bị cáo Châu có thể bị bắt như một tội phạm chứ không phải ở tư thế của một Dân biểu vào ngày 26 tháng 2.

ÔNG HUYỀN:
???

BÀ ĐẠI:
(Đi tới đi lui, nói với công tố)
Cho đến ngày hôm nay ông Châu vẫn còn là một Dân biểu cho đến khi có bản án chính thức. Hôm nay, khi mà ông Châu ra trước tòa án thì bản án ngày 25 tháng 2 (xử ông Châu khiếm diện) được coi như không còn hiệu lực. Như vậy thì ông Châu phải được coi như một Dân Biểu, chứ chưa có thể coi như một thường dân bị truy tố ra trước tòa.

ÔNG HUYỀN:
Ngày 25 tháng 2, ủy viên công tố đã bác bỏ quyền luật sư biện hộ của tôi đối với bị cáo. Một luật sư có quyền biện hộ cho bị cáo suốt thời gian chưa có bản án. Trong bức thư đề ngày 19 tháng 11, Tổng Thống đã yêu cầu Hạ Viện khởi tố Dân biểu Châu. Hạ Viện đã lập ra một tiểu ban để điều tra. Khi tiểu ban phúc trình thì có 70 Dân biểu Hạ Viện đồng ý với cáo trạng. Thế nhưng vẫn không có nghị quyết để khởi tố Dân biểu Châu. Tuy nhiên sau đó lại có lưu hành một bản kiến nghị đòi truy tố. Ngày 3 tháng 2 cũng không có thảo luận gì ở Hạ Viện về bản kiến nghị này. Thế nhưng rồi bỗng nhiên bản kiến nghị đó lại được mang lời lẽ như thể đã có hai phiên họp khoáng đại trước khi thông nghị quyết với đa số ba phần tư đồng ý cho phép hành pháp khởi tố các Dân biểu Hồ và Châu.

Bản kiến nghị đó đã mang cái đề tựa như thể là một nghị quyết khi nó đến tay ông Thiệu. Trong suốt quá trình phiên xử, phía công tố cứ một mực viện dẫn nó như là một bản nghị quyết, trong khi phe biện hộ lại viện dẫn nó như là một bản kiến nghị.

(Bà Đại đi tới đi lui trong khi ông Huyền tiếp tục nói)

Thế rồi Tổng Thống đã ra lệnh cho Bộ trưởng Quốc Phòng khởi tố hai Dân biểu Châu và Hồ trước tòa án mặt trận, căn cứ bản cáo trạng là ông Châu đã móc nối từ tháng Giêng 1965 đến đầu năm 1969 với những phần tử hoạt động có phương hại đến an ninh quốc phòng. Đến ngày 25 tháng 2 quý vị ở Tòa này đã tuyên án Dân biểu Châu, nhưng ông ta đã ký giấy kháng án xin một phiên xử khác. Thế rồi quý vị đã ra lệnh bắt giam ông Châu vào ngày 26 tháng 2 năm 1970. Việc bắt giam Dân biểu Châu là bất hợp kiến vì hành động đó chỉ căn cứ vào bản kiến nghị của Hạ Viện. Có điều là bản kiến nghị đó cũng chẳng có chỗ nào nói là đồng ý cho phép bắt ông Châu. Tuy vậy, ngày 19 tháng 2 Bộ Trưởng Quốc Phòng vẫn ra lệnh bắt ông Châu. Như vậy là bất hợp hiến.

Nào, đã vậy thì ta hãy nói về việc viện dẫn hành vi quả tang trong việc thi hành án lệnh của tòa vào ngày 25 tháng 2, dẫn đến việc bắt giam ông Châu. Hôm nay Dân biểu Châu ra trình diện trước tòa. Do đó không thể có việc ông ta bị bắt trước khi có bản án, vì bản án ngày 25 tháng 2 đã bị vô hiệu hóa kể từ khi ông Châu ký giấy xin kháng án.

Nếu như đây là vụ phạm pháp quả tang thì Hạ Viện phải được thông báo để có thể ngăn chận việc truy tố nếu như Hạ Viện muốn. Nếu đây là vụ phạm pháp quả tang thì việc bắt giữ ông Châu mà không thông báo cho Hạ Viện cũng như không để cho nơi đó có đủ thời giờ thảo luận thì vụ bắt bớ đó là bất hợp pháp. Giờ thì tôi yêu cầu Chánh thẩm trả tự do lại cho Dân biểu Châu bằng cách là bỏ miếng vải ghi số tù của đương sự trên ngực áo.

(Việc này không được thực hiện. Ông Châu ngồi xuống hàng ghế đầu và mỉm cười với khán giả)

ỦY VIÊN CÔNG TỐ:

Cho đến giờ thì chúng ta đã dùng danh hiệu "Dân Biểu" Trần Ngọc Châu. Chúng tôi không gọi tên ông ta theo tên tuổi trống trơn. Ngày 27 tháng 2 Luật Sư Đại, vốn là thành viên của phái đoàn Thượng Viện đến thăm ông ta, đã nói chuyện với Dân biểu Châu. Ông ấy mặc đủ complet, cravate. Dân biểu Châu vẫn lành mạnh chứ không hề bị đánh đập như quý vị nói. Bức thư của Tổng Thống đề ngày 19 tháng 11 đã được gửi đi để xin ý kiến Hạ Viện. Chính Hạ Viện quyết định thành lập tiểu ban điều tra vụ án này và đã quyết định cho phép khởi tố Dân biểu Châu. Tòa án này có đủ thẩm quyền để khởi tố Dân biểu Châu theo như quy định về tội phạm quả tang cho phép. Chúng tôi không thể tranh luận về chi tiết của trường hợp quả tang này một khi chưa nêu bằng chứng cụ thể.

Còn nếu như Hạ Viện biết rằng hành pháp đã quyết định khởi tố Dân biểu Châu thì tại sao Hạ Viện lại không xin ngưng truy tố trước khi tòa nhóm họp?

ÔNG HUYỀN:

Không, Hạ Viện đã không nghĩ là Dân biểu Châu sẽ bị đưa ra xử trên cơ sở phạm pháp quả tang. Kiến nghị của 102 Dân biểu không đá động gì đến vấn đề phạm pháp quả tang.

BÀ ĐẠI:

(Ngồi phe phẩy cái quạt. Và dù trời nóng bức nhưng tóc bà ta vẫn nguyên vẹn. Bắt đầu phát biểu thì bà ta lại đứng lên, đi tới đi lui).

Khi chúng tôi đi thăm Dân biểu Châu thì quần áo ông ta đẫm máu; mặt ông ta thì xanh rờn.

Bức thư của Tổng Thống về vụ án này có đoạn: "Để bảo vệ uy tín của Hạ Viện, tôi đề nghị ông Chủ Tịch áp dụng các thủ tục về việc trục xuất được ghi ở điều 38 (1) Hiến Pháp đối với Dân biểu Trần Ngọc Châu. Sau đó đương sự sẽ bị truy tố như một thường dân. Nếu như quý viện cho rằng quý viện cần một bản án pháp lý để xác định tội danh của đương sự trước thì quý viện nên áp dụng điều 37 của Hiến Pháp cho phép truy tố Dân biểu Châu về tội trọng của ông ta". Như vậy thì chẳng có gì nói về phạm pháp quả tang. Do đó mà việc bắt giữ cũng như truy tố Dân biểu Châu là bất hợp hiến.

Các đoạn then chốt của điều 38 đó là: Việc bãi nhiệm phải có sự đề nghị của hai phần ba tổng số Dân biểu hoặc Thượng Nghị Sĩ.

Nghị quyết để bãi nhiệm một Dân biểu phải được sự thông qua của ba phần tư tổng số Dân biểu hoặc Nghị Sĩ.

ÔNG HUYỀN:

Lệnh của Bộ Trưởng Quốc Phòng ngày 19 tháng 2 bắt giữ và truy tố Dân biểu Châu như một người dân thường như vậy là vừa không có sự cho phép của Hạ Viện chiếu theo điều 37 khoản 2, mà lại vừa không phù hợp với các thủ tục truy tố tội phạm quả tang. Do đó mà hành động của Bộ Trưởng Quốc Phòng là bất hợp pháp

Để kết luận thì Tổng Thống có thể hủy bỏ bức thư của ông cũng như bản kiến nghị của Hạ Viện, rồi sau đó quý vị mới có thể khởi tố Dân biểu Châu về phạm pháp quả tang. Thế nhưng bức thư của Tổng Thống vẫn còn nguyên đó, yêu cầu Hạ Viện trục xuất Dân biểu Châu hoặc cho phép hành pháp truy tố ông ta. Và Hạ Viện thì cũng chẳng cho phép như vậy. Bức thư của Chủ Tịch Hạ Viện gửi Tổng Thống là bất hợp hiến, bởi điều 37 đoạn 2 đòi hỏi phải có phiên họp khoáng đại để bỏ phiếu cũng như phải có một nghị quyết ký bởi đa số ba phần tư, được thư ký Hạ Viện cũng như Chủ Tịch buổi họp vào sổ theo đúng như điều 48 Hiến Pháp (2) và điều 47 của nội quy Hạ Viện quy định.

Như vậy thì bản kiến nghị có chữ ký của 102 Dân biểu không thể được xem như đúng đắn, chiếu theo điều 37 khoản 2 vì điều khoản này đòi hỏi phải có phiên họp khoáng đại, có thảo luận, và có bỏ phiếu để đạt đa số ba phần tư.

Với cái kiểu phiên dịch đột xuất như được thể hiện ở đây thì một số điểm trọng tâm có đôi lúc lại mơ hồ. Do đó mà cần tóm lược phần lập luận của ông Huyền như sau. Ông Huyền lập luận rằng có ba mặt bất hợp hiến trong vụ xử này: một là việc bắt giữ ông Châu; hai là thủ tục khởi tố; và ba là thẩm quyền của tòa án quân sự.

Trước hết ông Huyền cho rằng chẳng có cơ sở pháp lý nào cho vụ bắt giữ đó cả. Bản kiến nghị của 102 Dân biểu, cho dù có được coi như hợp lệ, cũng chỉ cho phép truy tố chứ không cho phép bắt giữ. Việc bắt giữ chính đáng sau khi có bản án xác định tội phạm. Thế nhưng bản án của phiên xử đầu tiên, không có mặt bị cáo, đã đương nhiên mất hiệu lực một khi ông Châu ký thỉnh nguyện xin được tái xử và ông sẽ ra tòa.

Vào nhiều thời điểm khác nhau, chính quyền đã tuyên bố rằng việc bắt giữ ông Châu là chiếu theo lệnh bắt của Bộ Trưởng Quốc Phòng vào ngày 19 tháng 2 (để thi hành bản kiến nghị nọ) hoặc căn cứ bản án xử khiếm diện bị can; nhưng đàng nào đi nữa thì, theo ông Huyền, việc bắt bớ kia là bất hợp pháp. Ông Huyền lập luận tiếp là vụ khởi tố cũng bất hợp pháp như vậy. Việc hình thành bản kiến nghị không hề tạo thành sự "đồng ý" có tính pháp lý theo như điều 37 đoạn 2 Hiến Pháp quy định, chiếu theo biên bản cuộc thảo luận về điều khoản đó tại Quốc Hội Lập Hiến cho thấy. Tuy nhiên, nếu việc truy tố được căn cứ vào trường hợp phạm pháp quả tang thì cũng là bất hợp pháp nốt; bởi không thể nào cho rằng ông Châu bị bắt quả tang trong khi móc nối với anh ruột của mình, khi mà việc móc nối này thì chính sau này ông Châu mới nhìn nhận.

Còn điểm thứ ba có tính cách bất hợp hiến, vẫn theo ông Huyền, là ở toàn bộ vấn đề thẩm quyền của tòa án quân sự đối với các vụ án dân sự. Với cái kiểu áp dụng các thủ tục mờ ám của nó, và do việc bít lối không cho kháng cáo lên tòa án cấp trên hoặc lên Tối Cao Pháp Viện, nên loại tòa án mặt trận này vi phạm các mặt đảm bảo do Hiến Pháp quy định về quyền bào chữa cũng như đòi hỏi mọi tòa phải ở dưới quyền của Tối Cao Pháp Viện. Do việc các thẩm phán được hành pháp chỉ định từ một danh sách quân nhân chẳng cần gì đến các đòi hỏi về mặt pháp lý thì tức là loại tòa án quân sự này đã vi phạm Hiến Pháp về mặt phân quyền.

Điều 48, đoạn 1. Mỗi viện sẽ phải họp công khai, ngoại trừ trường hợp có hơn nửa thành viên có mặt yêu cầu họp kín. Đoạn 2. Trong các phiên họp công khai, các biên bản thảo luận cùng văn kiện trình bày trước quốc hội phải được đăng vào Công Báo.

Nếu ta truy tố Dân biểu Châu một cách không công bằng thì chính phủ có thể đỡ tốn kém tiền bạc. Các Dân biểu chẳng cần phải đến Hạ Viện để thảo luận, và bất kỳ một dự luật nào do Tổng Thống đưa ra cũng chả phải cần đến ai bàn bạc hay thảo luận. Như vậy ta chỉ cần đến Quốc Hội để gom góp chữ ký.

(Đám khán giả nãy giờ đứng nhấp nhổm trên các hàng ghế đầu, tuy vẫn để chân trên ghế nhưng đã tuần tự ngồi lên thành ghế).

Tinh thần của quốc hội lập hiến khi làm ra điều luật 37 đoạn 2, đăng trong Công Báo Việt Nam Cộng Hòa số 19, trang 1240-42, là cần phải có phiên họp khoáng đại của cơ quan lập pháp phải có thảo luận, và phải có bỏ phiếu với đa số ba phần tư. Một bản kiến nghị sơ sài với chữ ký của ba phần tư các thành viên Quốc Hội là không phù hợp với tinh thần của Quốc Hội Lập Hiến.

Ngoài ra, bản kiến nghị của 102 Dân biểu yêu cầu Hành pháp truy tố ông Châu là chung chung; nó không nói rõ là Dân biểu Châu phải bị xử về tội danh gì. Điều này có nghĩa là giao toàn quyền cho Hành pháp muốn truy tố Dân biểu Châu về bất cứ tội danh nào mà hành pháp thấy cần. Điều đó cũng đi ngược lại tinh thần điều 37 đoạn 2, và ngược lại với quan điểm của Quốc Hội Lập Hiến.

Hình thức một bản kiến nghị không phải và cũng không thể được xử dụng như là một văn kiện hợp lệ để truy tố Dân biểu Châu, nhất là một khi mà Hạ Viện đã bác bỏ đề nghị truy tố do tiểu ban đưa ra trong phiên họp khoáng đại.

Thế rồi sau đó, một tờ giấy vỏn vẹn có mỗi một trang

đã được truyền tay ở Quốc Hội để gom góp chữ ký cho phép Hành pháp khởi tố Dân biểu Châu. Bản kiến nghị chỉ gồm có một tờ giấy, trong khi danh sách các chữ ký lại nằm ở một tờ giấy rời khác. Hai mẫu giấy này được đính lại để làm thành một bản kiến nghị. Ai dám cả quyết là các chữ ký đó đã được ký để đồng ý về nội dung nơi bản kiến nghị ? Bằng chứng là đã có những Dân biểu phủ nhận việc mình ký tên vào bản kiến nghị, ví dụ như Dân biểu Trương Gia Kỳ Sanh chẳng hạn. Khi mà Dân biểu Sanh phàn nàn là ông không hề ký kết cái gì cả thì tiểu ban nói trên lại tuyên bố là đã phạm phải một sai lầm do đó mà con số 103 chữ ký tụt xuống còn có 102. Rồi lại hai Dân biểu khác gửi thư đến xin rút tên vì họ tưởng lầm rằng họ đã ký vào bản kiến nghị chỉ với mục đích là để đưa vụ Dân biểu Châu ra thảo luận, chiếu điều 37 đoạn 2, chứ không phải ký để cho phép hành pháp khởi tố ông ta. Do đó mà con số Dân biểu ký tên vào tờ giấy nói trên lại rút xuống còn có 99. Nhưng với con số 99 này thì nào có đủ là đa số ba phần tư. Như vậy thì làm thế nào mà Hành pháp lại có thể được ông Chủ Tịch Hạ Viện đồng ý cho truy tố Dân biểu Châu ?

Ngày 6 tháng 12 năm 1969, tiểu ban điều tra ở Quốc Hội đã được thành lập sau khi Hạ Viện nhận được bức thư của Tổng Thống Thiệu. Ngày 30 rồi 31 tháng 12 năm 1969, một đa số thông thường gồm 70 Dân biểu đã tuyên bố rằng Dân biểu Châu trước đây có móc nối với anh ruột ông, một người Cộng sản, thế nhưng sau đó lại không đả động gì đến việc cho phép hành pháp khởi tố ông Châu. Sau đó Tổng Thống và Hành pháp đã tìm cách truy tố Dân biểu Châu trên cơ sở phạm pháp quả tang. Nếu vậy thì ta tính sao về bức thư của Tổng Thống yêu cầu được Hạ Viện cho phép truy tố mà không đả động gì đến việc phạm pháp quả tang ? Một khi mà Tổng Thống và phía hành pháp không có được sự chấp thuận của Hạ Viện để truy tố thì họ bèn tùy nghi chuyển qua kiểu khác và đã bắt giam Dân biểu Châu theo điều 41 của bộ luật hình sự quy định về trường hợp phạm pháp quả tang.

Thế nhưng tính chất của trường hợp quả tang lại không tùy thuộc vào cách hành động của chính quyền mà là tùy thuộc vào hoàn cảnh khi diễn ra việc phạm pháp. Bộ luật Hình Sự Tố Tụng định nghĩa trường hợp phạm pháp quả tang khi (1) can nhân bị bắt quả tang tại trận (2), bị bắt ngay sau khi đương sự phạm pháp (3), có sự hô hoán của dân chúng xung quanh (chứ không phải là dư luận quần chúng), hoặc (4) bị bắt với tang vật trên người, đủ để người ta giả định là đương sự vừa phạm pháp.

Vậy thì trường hợp Dân biểu Châu, ông ta bị bắt quả tang ở chỗ nào ? Có ai bắt được tài liệu gì nơi người ông ta hoặc ở nhà ông ta ? Không ! Do đó mà sự buộc tội đó là bất hợp lệ. Đương sự bị kết tội là móc nối với những người có hoạt động phương hại đến an ninh quốc phòng kể từ tháng giêng năm 1965, và như vậy thì vụ móc nối đã diễn ra nhiều năm trước đây, khi ông ta còn làm Tỉnh Trưởng. Ấy vậy mà vào năm 1967, cơ quan an ninh quốc gia đã thông qua việc ông Châu xin ra tranh cử vào Quốc Hội. Điều đó có nghĩa là vào cái thời điểm xảy ra các vụ gặp gỡ giữa ông ta với anh ruột của mình thì chính phủ đã không hề nghĩ đến việc phạm pháp quả tang gì hết.

(Ông Huyền nói thêm điều gì đó khiến ông Chánh thẩm Chủ tọa phiên xử ngăn lại).

CHÁNH THẨM:
Ông không tôn trọng Tòa Án.

ÔNG HUYỀN:
Tôi tôn trọng ông vì ông là Chánh thẩm chủ tọa phiên tòa, nhưng chúng ta đang nói về luật pháp. Và về phương diện này mà nói thì ông đang ở vào cái thế bất hợp hiến.

Ngay cả một đứa trẻ con cũng hiểu thế nào là phạm tội quả tang. Nếu như một đứa bé lấy trộm kẹo và bị mẹ nó bắt gặp với kẹo trong tay thì đấy là bị bắt quả tang. Nhưng nếu ba bốn ngày sau thằng bé mới thú nhận với mẹ nó là nó lấy kẹo thì như vậy lại không phải là trường hợp quả tang.

Ông Châu không hề bị bắt quả tang, kể cả cho đến khi ông Trần Ngọc Hiền bị bắt -- và chính ông Hiền đã tiết lộ về các cuộc tiếp xúc giữa ông Châu và ông Hiền. Do đó mà nhìn theo phương diện nào đi nữa thì hành động của hành pháp cũng đều là bất hợp pháp. Trước hết, hành pháp không được phép làm như vậy, chiếu theo điều 37 đoạn 2 của Hiến Pháp quy định về thủ tục truy tố. Thứ đến, ông Châu cũng không hề bị bắt quả tang. Hành động của hành pháp là bất hợp hiến.

Điểm thứ ba tôi muốn nói là tôi không đụng chạm gì đến cá nhân của quý Tòa. Tôi kính trọng quí Tòa. Thế nhưng khi tôi muốn làm sáng tỏ sự việc trên cơ sở luật pháp thì buộc lòng tôi phải nói là quí Tòa đang ngồi đây để xử Dân biểu Châu một cách bất hợp hiến.

Về mặt pháp lý mà nói thì có sự phân quyền giữa Tư pháp, Hành pháp, và Lập pháp, chiếu điều 3, 76, và 78 của Hiến Pháp (1). Nhưng theo sắc luật 11/62 thiết lập tòa án mặt trận thì các thẩm phán quân đội lại do Tổng

Thống và Bộ Trưởng Quốc Phòng bổ nhiệm.

Điều 3 Nhiệm lập pháp, hành pháp và tư pháp trong chính quyền phải được phân chia rõ rệt. Hoạt động của ba ngành này phải được phối hợp và hài hòa ngõ hầu thực thi trật tự và sự thịnh vượng của xã hội trên căn bản tự do, dân chủ và công bằng xã hội.

Điều 76, đoạn 1. Quyền độc lập về mặt tư pháp được trao cho Tối Cao Pháp Viện và do các thẩm phán hành xử.

Điều 76, đoạn 2. Một đạo luật sẽ quy định về tổ chức và điều hành của ngành Tư Pháp.

Điều 78, đoạn 1. Trách nhiệm của Chánh Án và Công Tố đều được phân định rõ rệt, và cả hai đều được quy định bởi các điều lệ khác nhau.

Điều 78, đoạn 2. Chánh án quyết định theo lương tâm của mình, và theo luật pháp, dưới sự giám sát của Tối Cao Pháp Viện.

Điều 78, đoạn 3. Thẩm phán công tố theo rõi việc thi hành pháp luật nhằm bảo vệ trật tự công, dưới sự giám sát của Bộ Tư Pháp.

Như vậy thì Hành pháp ở đây có tới hai quyền: quyền hành pháp của mình, và thêm quyền tư pháp. Và như thế là đi ngược lại Hiếp Pháp mới, vốn đảm bảo tính cách độc lập của thẩm phán.

Ngoài ra, tòa án này còn bất hợp hiến đối với những vụ như thế này ở chỗ là bản án được thi hành ngay. Các quyết định của Tòa này không thể kháng cáo lên Tối Cao Pháp Viện. Tòa này cũng không cho được quyền bào chữa theo như Hiến Pháp quy định ở điều 7/6 và 77 (1). Tòa này là một Tòa Án khẩn cấp -- thế nhưng đặc biệt là đối với những vụ có liên can đến một Dân biểu do dân bầu ra thì phải có đủ thời gian để thẩm tra các lời khai, v.v... Ấy vậy mà chẳng có bước sơ thẩm nào đối với vụ này cả, chỉ có bước điều tra do phía cảnh sát tiến hành (2). Và luật sư bào chữa thì cũng không được phép có đủ thời gian để chuẩn bị phần bào chữa.

Tòa này được dựng lên để khi quý vị bắt được một tội nhân vào buổi sáng thì đến chiều quý vị đã có thể trừng phạt đương sự.

Chiếu điều 69 của đạo luật 7/68, tôi xin được truyền đạt các kháng biện vừa nêu (về tính cách hợp hiến hay không của vụ bắt giam, về thủ tục khởi tố, về thẩm quyền của tòa án mặt trận) lên Tối Cao Pháp Viện. Tôi xin gửi bức thư này cho lục sự vào sổ và chuyển lên Tối Cao Pháp Viện thẩm định.

Điều 7, đoạn 6. Bị can được quyền nhờ luật sư bào chữa trong mọi giai đoạn thẩm vấn, kể cả giai đoạn dự thẩm.

Điều 77. Mọi Tòa Án đều phải do một đạo luật thiết lập với thành phần xử án và thành phần truy tố, và cả hai đều phải có đủ năng lực chuyên môn. Các Tòa Án phải tôn trọng quyền bào chữa của bị can.

Luật dân sự tố tụng của Việt Nam quy định phía tư pháp phải thực hiện giai đoạn dự thẩm trước khi xét xử. Ông Châu bị bắt ngày thứ năm 26 tháng 2; bị cảnh sát thẩm vấn ngày thứ sáu 27 tháng 2, và đưa ra tòa ngày thứ hai 2 tháng 3, không qua giai đoạn dự thẩm.

BÀ ĐẠI:
(Đứng ngó nghiêng sang phía khán giả)
Tòa án quân sự mặt trận được dựng lên bởi sắc luật để xử những người bị bắt quả tang. Nhưng ở đây thì ta làm sao coi Dân biểu Châu như là bị bắt quả tang? Chẳng hạn như nếu ba tháng trước đây tôi đánh bài, rồi

bây giờ tôi mời một thẩm phán đến dự một buổi tiếp tân và kể cho ông ta nghe về việc ấy, thế rồi quý vị lôi tôi ra tòa và nói rằng tôi phạm pháp quả tang, như vậy thì có đúng không nào ? Bởi quả thực thì đánh bạc đúng là phạm pháp.

Nếu như Dân biểu Châu không bị bắt quả tang, thì tòa án này không có thẩm quyền để xử ông ta.

(Bà Đại đọc định nghĩa về trường hợp phạm pháp quả tang theo luật gia Marcel Prelot của Pháp. Định nghĩa đó đề cập đến một người bị bắt tại trận hoặc ngay sau khi phạm pháp).

Tất cả mọi người hiện diện nơi đây đều không thể đồng ý với quý Tòa là Dân biểu Châu đã bị bắt quả tang nếu như thực tế là ông ta đã hoạt động phạm pháp từ 1965 đến 1968, và quý vị chờ cho đến tháng Giêng 1970 mới khởi tố. Quý vị có thể coi đó như trường hợp quả tang hay không ?

Theo đạo luật ban hành ngày 3 tháng 9 năm 1968 này về việc tổ chức Tư Pháp theo Hiến Pháp thì tất cả mọi Tòa Án đều phải cho phép nêu lên các trường hợp đi ra ngoài khuôn khổ luật định của Hiến Pháp. Tòa xử án có chuyển các lời kháng kiện đó lên Tối Cao Pháp Viện hay không là tùy. Nếu không chuyển thì luật sư nào nêu ra các kháng biện đó có quyền đưa việc Tòa án bác bỏ phần kháng nghị đó lên Tối Cao Pháp Viện trong thời hạn bảy ngày. Trường hợp này thì tòa cấp dưới phải tạm hoãn xét để chờ Tối Cao Pháp Viện phán quyết.

CHÁNH THẨM:
(cắt ngang)
Bà nói với Tòa chứ đừng nói với khán thính giả.

BÀ ĐẠI:

... và vị Dân biểu Châu đã không bị bắt tại trận cho nên Tòa án này không có thẩm quyền để xử Dân biểu Châu.

UỶ VIÊN CÔNG TỐ:

Tiểu ban Hạ Viện đã kết luận rằng Dân biểu Châu móc nối với Cộng sản, và ở phiên họp khoáng đại, đa số đã xác nhận là Dân biểu Châu có quan hệ với địch. Nghị quyết do 102 Dân biểu ký tên cũng đủ để đồng ý với hành pháp trong việc khởi tố Dân biểu Châu. Tòa án này có thẩm quyền bởi nó được một sắc lệnh luật thiết lập. Bất kỳ một sự giải thể nào đối với Tòa này cũng phải do một sắc luật khác quy định. Cho đến giờ phút này thì Tòa này chưa bị một sắc luật nào giải thể, do đó mà ta có thể xét xử Dân biểu Châu ở đây.

Điều 37/2 của Hiến Pháp không hề quy định cụ thể một hình thức nào của nghị quyết (trong việc truất quyền bất khả xâm phạm của Dân biểu Quốc hội). Do đó mà nghị quyết của 102 Dân biểu là hợp hiến. Khi thảo điều 37/2 Quốc Hội Lập Hiến đã chỉ xác định rõ ràng sự "đồng thuận" của đa số ba phần tư là cần, và thủ tục tiếp theo đó như vậy cũng đã là đủ.

Lập luận của Luật sư Huyền cho rằng cần có thảo luận là chỉ áp dụng cho việc làm luật. Còn ở đây, việc chấp thuận cho hành pháp bắt giữ và khởi tố một Dân biểu là không cần phải thảo luận ở nghị trường. Việc cho phép hành pháp khởi tố Dân biểu Châu không cần đến thủ tục như khi ban hành một đạo luật; thảo luận đông đủ trong một phiên họp khoáng đại như vậy là không cần thiết, bởi điều 37/2 không quy định rõ về hình thức của sự chấp thuận.

Trở lại vấn đề vai trò của Tòa Án này thì nó vẫn còn hợp lệ, bởi cho đến giờ vẫn không có sắc luật nào giải tán nó. Là những người làm luật, Hạ Viện và Thượng Viện tất phải biết công việc của Tòa này. Nếu như Hạ Viện và Thượng Viện không còn muốn cho Tòa này tồn tại và có thẩm quyền thì các viện đó phải ban hành một đạo luật giải tán nó. Có điều là Thượng Hạ Viện đã không hề làm điều đó trong suốt hai năm qua.

ÔNG HUYỀN:
Các đạo luật chi phối các định chế pháp lý của ta chỉ mới được tuần tự ban hành kể từ ngày có Hiến Pháp (1967). Chẳng hạn như Tối Cao Pháp Viện cũng đã phán quyết là thẩm phán phải do Tối Cao Pháp Viện bổ nhiệm. Do đó mà trong vòng hai năm kể từ khi Hiến Pháp được ban hành mà Tòa án nào không được Tối Cao Pháp Viện thừa nhận thì đều được coi như là giải thể. Chỉ có một thời hạn cho việc thừa nhận đó là hai năm. Điều 117 của Hiến Pháp chỉ cho phép thành lập toàn bộ guồng máy tư pháp trong vòng hai năm, để giới hạn quyền của hành pháp muốn kéo dài thời gian thành lập đó.

Điều 117. Các cơ cấu khác được quy định bởi Hiến Pháp sẽ phải được thiết lập trong vòng không quá hai năm kể từ ngày Quốc Hội Lập Pháp đầu tiên được thành lập.

BÀ ĐẠI:
Số chữ ký của các Dân biểu phải được xem như một bản kiến nghị chứ không thể là một nghị quyết, bởi nó không có tính chất của một quá trình thảo luận vốn đòi hỏi tinh thần tôn trọng dân chủ. Chúng tôi xin được biết

Dân biểu Châu bị kết tội là đã phạm tội và bị bắt quả tang trên cơ sở nào?

(Càng nói càng biểu lộ sự xúc động, và lại hướng về phía khán giả).

Quý vị ở đây thì cũng đều là công dân như chúng tôi. Tối nay khi chúng ta về nhà ăn cơm thì liệu chúng ta có muốn có được những đại biểu dân cử nói lên tiếng nói thẳng thắn và can đảm cho chúng ta, hay là một Dân biểu chỉ đóng vai trò phát ngôn cho kẻ khác?

UỶ VIÊN CÔNG TỐ:
Tôi đã nói là Tòa này do sắc luật thành lập. Các phần luận tội đã được thể hiện theo điều 9 và 11 của sắc luật đó. Chúng tôi khởi tố Dân biểu Châu theo đúng thủ tục pháp lý, cho dù Dân biểu Châu có được coi như là bị bắt quả tang hay không. Điều đó là tùy nơi thẩm phán xử án.

(Ông Châu nãy giờ vẫn ngồi im, nắm chặt lấy thành ghế)

BÀ ĐẠI:
(rất xúc động).
Trong phần buộc tội Dân biểu Châu chẳng có chỗ nào để cập đến trường hợp quả tang. Giờ thì chúng tôi xin quý vị không nên khởi tố Dân biểu Châu về vụ này một cách bất hợp hiến như thế. Chúng tôi không bào chữa cho ông Châu đâu. Chúng tôi chỉ bào chữa cho chế độ ta. Chúng ta phải bảo vệ chế độ dân chủ và không muốn bất kỳ một người nước ngoài nào chỉ trích chế độ này là độc tài. Cái quan trọng là Hiến Pháp và Tòa án. *(Khóc)* Quý vị và tôi, liệu chúng ta có tôn trọng Hiến

Pháp hay không? Đấy là điều quan trọng.

CHÁNH THẨM:

Xin Bà bỏ xúc cảm riêng tư qua một bên. Đây là một vụ xét xử dựa trên luật pháp chứ không dựa trên tình cảm, do đó đừng có khóc lóc để tìm cách khêu gợi tình cảm nơi phía cử tọa.

BÀ ĐẠI:

Tôi không bị kích động.

ÔNG HUYỀN:

Xin quý vị làm ơn làm sáng tỏ vụ này để rồi còn làm nền tảng cho tương lai. Việc xét xử Dân biểu Châu là dựa trên sự cho phép của Hạ Viện hay dựa vào trường hợp quả tang? Thoạt đầu thì vụ xử được coi như là do Quốc hội cho phép. Rồi bây giờ thì lại nói rằng do trường hợp quả tang. Chúng tôi muốn biết rõ là nên hiểu như thế nào cho đúng. Chúng tôi muốn mình là những người lớn, nói chuyện đàng hoàng.

(Đèn truyền hình cứ thế mà khi bật khi tắt)

CHÁNH THẨM:

Làm ơn đừng nói cạnh là chúng ta không đến đây như những con người đàng hoàng. Ông đang khinh xuất đối với Tòa đấy!

(Ông Châu, nãy giờ ngồi để tay lên bụng, giờ lại vịn chặt thành ghế).

BÀ ĐẠI:

Chúng tôi phản đối việc phía hành pháp tước bỏ Bảo

Quốc Huân Chương của Dân biểu Châu vào ngày 28 tháng 2, khi ông Châu bị bắt chứ chưa thọ án. Khi không, một sắc luật đã thu hồi Bảo Quốc Huân Chương của Dân biểu Châu vào ngày 28 tháng 2 năm 1970.

CHÁNH THẨM:
Tòa sẽ thảo luận xem có thẩm quyền hay không.

(Tạm hoãn)

CHÁNH THẨM:
Sau khi thảo luận chúng tôi đã quyết định như sau:
1. Bác bỏ luận cứ của Luật Sư Huyền về điều 37 đoạn 2.
2. Bác bỏ phần kháng biện của Luật Sư Huyền để đưa vụ này lên Tối Cao Pháp Viện xem xét.
3. Bác bỏ quan điểm của Luật Sư Huyền cho rằng Tòa án này là bất hợp hiến.

Chúng tôi coi vụ án ông Châu như có liên quan đến trường hợp quả tang, do đó không cần đến sự đồng ý của đa số ba phần tư Hạ Viện.

Chúng tôi bác bỏ toàn bộ phần bào chữa của Luật Sư Đại về tính cách bất hợp hiến của vụ án.

BÀ ĐẠI:
Chúng tôi xin được nêu trường hợp kháng biện để chuyển lên Tối Cao Pháp Viện.

ÔNG HUYỀN:
Chúng tôi yêu cầu Tòa tạm hoãn phiên xử để Tối Cao Pháp Viện có cơ hội xem xét các điểm kháng biện.

UỶ VIÊN CÔNG TỐ:

Chúng tôi xin chánh án không chấp thuận đề nghị kháng biện của Luật Sư Huyền và Đại, bởi Tòa án này tồn tại theo sắc luật 11/62 và theo điều 11 của sắc luật này thì không được phép phúc thẩm. Tối Cao Pháp Viện xét những việc có liên quan đến Hiến Pháp cũng như xét các án phúc thẩm từ những tòa khác, chứ không phải từ Tòa án này.

1. Hoạt động của tòa án mặt trận đã được tiến hành từ hơn hai năm kể từ khi Hiến Pháp được ban hành. Do đó mà Tối Cao Pháp Viện không có thẩm quyền đối với bất kỳ một tòa án nào không cho phép phúc thẩm, như tòa này.

2. Mỗi tòa án đều có đặc tính riêng của nó. Tòa này có mục đích xử những trường hợp khẩn cấp không cần đến phúc thẩm trong thời chiến. Do đó mà Tối Cao Pháp Viện không có quyền xem xét việc phúc thẩm một vụ án do tòa này quyết định. Chúng tôi xin Tòa không chấp thuận cho phúc thẩm.

(Ghi chú: Xin xem lại ghi chú về đạo luật ngày 3 tháng 9 năm 1968 ở mấy trang trước. Thực tế thì tòa án quân sự đã không theo lời đề nghị của các luật sư bào chữa cho ông Châu trong phiên xử là chuyển các yêu cầu kháng biện lên Tối Cao Pháp Viện theo như dân luật quy định. Do đó mà ông Huyền đã đến phòng Trước Bạ trong ngày hôm sau để đăng ký các kháng biện đó. Thoạt đầu thì Trước Bạ từ chối không tiếp ông Huyền, nhưng rồi sau đó cũng chịu tiếp chuyện với ông ta. Theo ông Huyền thì viên Trước Bạ đã báo cho ông biết là ông ta rất bận và không tiếp nhận phần nội dung ông Huyền xin đăng ký. Sau đó ông Huyền bèn đi tìm gặp thừa phát lại ở Tòa để đăng ký các khoản kháng biện lên Trước Bạ. Một viên chức tại tòa thông báo cho ông Huyền biết là thừa phát lại nghĩ phép trong khi ông Huyền nói là chính mắt mình thấy thừa phát lại. Sau cùng ông Huyền đã gửi thư bảo đảm đến Trước Bạ trong đó có nêu phần kháng biện.)

ÔNG HUYỀN:

Chúng tôi xin quý Tòa chuyển yêu cầu kháng biện của chúng tôi lên Tối Cao Pháp Viện để được xem xét chiếu điều 64, 65 và 66 của đạo luật 7/68, vì Tòa này không thể tuyên án, xét về mặt hiến tính của Tòa. Theo điều 66 thì quý Tòa có nhiệm vụ chuyển đạt các đề nghị kháng biện của chúng tôi lên Tối Cao Pháp Viện cho dù chúng tôi không có quyền kháng cáo đối với bản án của tòa án đặc biệt.

BÀ ĐẠI:

Cho dù quý Tòa là một Tòa án đặc biệt đi nữa thì quý vị cũng nằm trong khuôn khổ tổ chức của Tối Cao Pháp Viện. Quý Tòa có nhiệm vụ chuyển các đề nghị kháng biện lên Tối Cao Pháp Viện, bởi quý tòa không có quyền xác định là phán quyết của quý Tòa có hợp hiến hay không.

CHÁNH THẨM:
(cắt ngang)
Tòa án này chẳng can dự gì đến Hiến Pháp. Đây là Tòa án đặc biệt do sắc luật chi phối.

BÀ ĐẠI:

Chúng tôi yêu cầu thực hiện quyền xin kháng biện

đối với vụ án Dân biểu Châu lên Tối Cao Pháp Viện. Chúng tôi thấy cần nhấn mạnh rằng vụ án này mang tính chất chính trị.

CHÁNH THẨM:
(cắt ngang một cách nóng nảy).
Chúng tôi là quân nhân, và chúng tôi không sợ ai dọa dẩm gì cả. Chúng tôi đến đây là để bảo vệ quyền lợi tối cao của đất nước.

UỶ VIÊN CÔNG TỐ:
Tòa án này được thiết lập trong hoàn cảnh đặc biệt. Ngay cả các nhà làm luật cũng đã không hề tính đến chuyện xem xét lại sự tồn tại của nó sau hai năm. Do đó mà các thủ tục của tòa án này cũng là đặc biệt. Vì vậy chúng tôi yêu cầu chánh án không chấp thuận quyền kháng biện, bởi nếu như quý Tòa chấp thuận thì Tòa này sẽ mất đi tính cách đặc biệt của nó.

(Bà Đại đi theo hành lang giữa phòng, phân bua với mọi người)

ÔNG HUYỀN:
Hiến Pháp có thừa nhận các hoàn cảnh đặc biệt. Nhưng Hiến Pháp không phải là được tuân thủ trong những hoàn cảnh đặc biệt đó. Chúng tôi không có phản đối cái gì cả. Chúng tôi chỉ trình bày -- và xin được quý Tòa chuyển đạt -- các yêu cầu kháng biện của chúng tôi lên Tối Cao Pháp Viện, bởi chúng tôi không thể chuyển yêu cầu kháng biện này thông qua bất kỳ một tòa án nào khác, theo như thủ tục pháp lý quy định. Đây chỉ là một vấn đề hành chánh rất nhỏ.

CHÁNH THẨM:
Nếu ông cứ lập luận theo kiểu đó thì chúng ta không thể tiếp tục nói chuyện. Tòa án này có nhiệm vụ bảo vệ quyền lợi quốc gia. Ông không cần phải đến đây để dạy chúng tôi về thủ tục hành chánh.

(Lúc đó thì cũng đã 7 giờ tối. Ánh sáng ngoài trời đã yếu dần, và ánh đèn néon trong phòng xử là chính).

BÀ ĐẠI:
Đây là tiểu tiết, thế nhưng nó lại ảnh hưởng lớn đến chế độ ta.

ỦY VIÊN CÔNG TỐ:
Chúng tôi xin Tòa không chấp thuận đề nghị kháng biện lên Tối Cao Pháp Viện.

CHÁNH THẨM:
(đọc điều lệ tòa án)
Chúng tôi đã quyết định tiếp tục phiên xử. Không chuyển đạt bất kỳ một sự kháng biện nào.

(Ông Châu đứng lên khi tòa đọc bản cáo trạng).

Bản cáo trạng dành cho Trần Ngọc Châu

LỤC SỰ:
(đọc bản cáo trạng)
1. Về phần bị cáo.
Trần Ngọc Châu, sinh ngày 1 tháng Giêng, 1924 tại Nam Trung, Phú Vang, Thừa Thiên, con của Trần Đạo Tế và Nguyễn Thị Đóa, can tội "móc nối với một người hoạt động có phương hại đến an ninh quốc phòng".

2. Phân tích tội trạng.

Vào cuối tháng 3 năm 1969, cơ quan an ninh đã khám phá ra tổ tình báo chiến lược A-68 và đồng thời cũng đã bắt giữ một số Cộng sản có liên quan để điều tra. Trong số này có Trần Ngọc Hiền, người đứng đầu tổ tình báo chiến lược A-68, và Trần Châu Khang, giao liên. Công cuộc điều tra cho thấy là có sự liên lạc giữa hai đương sự vừa nêu với Dân biểu Trần Ngọc Châu, với nhiệm vụ là lôi kéo lập liên lạc với Trần Ngọc Châu để tổ chức một lưới tình báo chiến lược nhằm tìm hiểu hoạt động chính trị và quân sự của Việt Nam Cộng Hòa và Hoa Kỳ tại miền Nam Việt Nam.

1. Trần Ngọc Hiền, Đại uý Cộng sản, đứng đầu tổ tình báo chiến lược A-68, đã thú nhận vào tháng 8-1964 là đương sự được cài vào miền Nam để thực hiện các hoạt động tình báo. Đương sự đã nhận được chỉ thị tranh thủ và thiết lập liên hệ với em mình là Trần Ngọc Châu lúc đó đang làm Tỉnh trưởng Kiến Hòa. Nếu nhiệm vụ đó hoàn thành thì sẽ dẫn đến kết quả là:

a/ Nắm được tình hình hoạt động chính trị và quân sự của Việt Nam Cộng Hòa.

b/ Nếu cần thì ông Châu sẽ cung cấp các loại giấy tờ cần thiết về mặt pháp lý để cho công tác của ông Hiền được thuận lợi hơn.

c/ Trong tương lai ông Châu có thể được xử dụng cho các mục tiêu chính trị.

Sau khi xâm nhập vào miền Nam, đương sự đã hai lần yêu cầu anh mình là Trần Châu Khang đi Kiến Hòa để gặp Trần Ngọc Châu để thăm dò ý kiến của ông này. Ông Châu đã đồng ý tiếp bị can và đã trao cho Trần Châu Kháng một danh thiếp với hàng chữ sau đây:

"Cho phép người mang danh thiếp này đến gặp tôi" để cho sự tiếp xúc giữa hai người được dễ dàng hơn. Bị can đã tiếp xúc với ông Châu tất cả tám lần:

1. Lần thứ nhất:

Tháng 11/1965 đương sự đã gặp Trần Ngọc Châu để tìm hiểu và coi xem ông Châu có đồng ý ủng hộ Mặt Trận Giải Phóng Miền Nam hay không. Đương sự cũng nói bóng gió để ông Châu hiểu rằng lập trường của mặt trận là chống Hoa Kỳ nói chung và chẳng có liên hệ gì với Cộng sản. Ông Châu đã hỏi đương sự xem đương sự có giấy tờ tùy thân gì không, đương sự cho biết có đủ và đã ở lại một đêm với ông Châu. Sáng hôm sau thì đương sự từ giã và ông Châu đã trao cho đương sự ba chục ngàn đồng. Sau lần gặp gỡ này thì bị can (Hiền) đã yêu cầu với phe của mình là đừng để cho Việt Cộng ám sát ông Châu, trước hết là vì có liên hệ anh em và sau nữa là về lâu về dài còn nhắm tranh thủ Châu.

2. Lần thứ hai:

Tháng 5/1966 khi Trần Ngọc Châu được điều về Sàigòn để làm Chỉ huy Trưởng Trung tâm Huấn luyện Bình định Nông thôn thì bị can lại đến gặp Châu lần thứ hai. Lần này đương sự tìm cách nêu vấn đề là Hoa Kỳ xử dụng đôla và vũ khí để khống chế các nước khác. Đương sự cũng nêu vấn đề trung lập hóa Việt Nam do phong trào chống Mỹ đang lên đến cao điểm. Đương sự thúc dục Trần Ngọc Châu tranh thủ bè bạn, các giới chức cao cấp, các giới trí thức và kết hợp họ lại để trong tương lai khi gặp thời cơ sẽ bắt liên lạc với Mặt Trận Giải Phóng Miền Nam. Ông Châu đã hỏi bị can xem đương sự có muốn tiếp xúc với người Mỹ hay không.

Nếu đồng ý thì ông Châu sẽ giới thiệu đương sự với họ nhưng bị can đã từ chối.

3. Lần thứ ba:
Đến cuối năm 1967, trong khi chuẩn bị tranh cử vào Hạ Viện Trần Ngọc Châu đã phái Kháng đi kiếm Hiền để đến gặp đương sự tại nhà riêng. Châu đã phàn nàn với Hiền là Hiền tiếp xúc quá nhiều với mọi giới. Nếu như Hiền bị bắt thì Châu sẽ bị liên lụy. Đồng thời Châu đã yêu cầu Hiền báo lại với thượng cấp yêu cầu là không ngăn chận quần chúng đi bầu cử hoặc phá hoại bầu cử bằng những hành động như là pháo kích hoặc ném lựu đạn vào dân chúng. Châu cũng nêu ý kiến là mình không chống cộng một cách mù quáng. Châu ngỏ ý sẵn sàng hành động phục vụ cho những gì có lợi cho dân tộc và hòa bình. Bị cáo sau đó có đạo đạt ý kiến của Châu lên cấp trên. Chính vì thế mà cuộc bầu cử diễn ra êm đẹp tại Kiến Hòa.

4. Lần thứ tư:
Vào giữa năm 1968. sau hai đợt tổng tấn công của Cộng sản, bị can tìm đến gặp Châu ở nhà riêng để bàn bạc về chuyến đi của Châu sang Hoa Kỳ và Âu Châu. Trong lần tiếp xúc này Hiền đã nhận thấy rằng Châu có phần chao đảo trong phần tin tưởng vào sức mạnh và thiện chí của Hoa Kỳ...

5. Lần thứ năm:
Khoảng cuối 1968, khi người dân Hoa Kỳ đang chú mục vào cuộc bầu cử Tổng thống tại Hoa Kỳ thì bị can đã tìm gặp Châu để khai thác tin tức có liên quan đến hai ứng cử viên Tổng Thống là Humphrey và Nixon.

6. Lần thứ sáu:

Sau khi Tổng Thống Hoa Kỳ tuyên bố ngưng ném bom miền Bắc, bị can đã đi gặp Châu và nói với Châu rằng: "Người Mỹ không thể làm tất cả cái gì họ muốn ở Việt Nam; rằng không phải tất cả mọi quyết định đều nằm trong tay người Mỹ và rằng người Việt nam cứ phải theo đó mà làm.

Từ ngữ xử dụng trong nguyên bản đối với phần này có phần mơ hồ. Thực tế thì điểm này lại do chính Châu nói ra với Hiền trong khi Hiền nghĩ rằng việc Sàigòn bất mãn về việc ngưng ném bom là do Hoa Kỳ dàn dựng.

Châu có yêu cầu bị can thăm dò xem liệu miền Bắc có chịu tiếp đón một phái đoàn Dân biểu miền Nam hay không nếu như đoàn này được phái đi Hà Nội để gặp gỡ với các lãnh đạo miền Bắc nhằm tìm ra giải pháp cho cuộc chiến tại miền Nam. Bị can nói với Châu là đương sự sẽ liên hệ với mặt trận và với đại diện miền Bắc và đương sự cũng đã truyền đạt đề nghị của Châu lên thượng cấp. Và sau đó đương sự cũng đã nói với Châu là nên theo lập trường của Mặt Trận Giải Phóng Miền Nam và lập trường của Hà Nội như đã được công bố trên đài phát thanh của mặt trận và đài Hà Nội. Điều đó có nghĩa là phía Cộng sản đã không chấp nhận đề nghị của Châu.

Phần cáo trạng này có sự nhầm lẫn. Chính Hiền nhận được chỉ thị từ thượng cấp là để trả lời cho đề nghị của Châu đương sự nên theo chủ trương đường lối như được công bố trên đài phát thanh Mặt trận và đài Hà Nội.

7. Lần bảy:

Sau khi ông Nixon đắc cử Tổng Thống Hoa Kỳ thì bị

can đi tìm gặp Châu với hai người con của mình để dọ dẫm tình hình và đồng thời cũng để thúc dục Châu bắt liên lạc với Mặt Trận Giải Phóng nhằm tìm giải pháp cho cuộc chiến tại miền Nam. Lần này thì Châu cho hai người con của đương sự mười ngàn đồng.

8. Lần thứ tám:

Sau Tết Kỷ Dậu (1969) thì Châu, thông qua người giao liên đã mời Trần Ngọc Hiền đến gặp đương sự, và Châu đề nghị cử một phái đoàn gồm một số Dân biểu và đại diện tôn giáo đi Paris hoặc bất kỳ một nơi nào khác, ở một nước nào khác, để tiếp xúc riêng với các đại biểu miền Bắc và Mặt Trận Giải Phóng với mục đích là trao đổi quan điểm và hiểu biết, và để tìm ra khả năng giải quyết cuộc chiến giữa người Việt và người Việt. Châu nói rằng sớm hay muộn thì cuộc chiến cũng cần phải được giải quyết giữa Mặt Trận Giải Phóng và miền Nam Việt Nam, nhưng dù sao thì lúc bấy giờ cũng còn quá sớm để cho công bố ý kiến này. Chính vì vậy mà Châu sợ rằng việc công bố ý kiến đó là nguy hiểm. Bị can cũng hứa với Châu là đương sự sẽ báo cáo lên cấp trên về nhóm do Châu nêu ra và thực tế là cũng có thế lực.

Trong lần gặp gỡ này Châu cho đương sự vay 10 ngàn đồng. Đương sự có ý muốn gặp Châu lại để tìm hiểu thêm về việc cử phái đoàn nêu trên đi Paris để gặp các đại biểu miền Bắc và Mặt Trận Giải Phóng nhưng đương sự đã bị bắt vào ngày 6/4/1969.

Trần Châu Khang: giao liên, khai rằng mình là anh của Trần Ngọc Châu và đóng vai trò giao liên giữa Châu và Hiền. Đương sự cũng đã được Hiền tường trình về các chiến thắng trên mặt chính trị và quân sự của

Mặt Trận Giải Phóng tại miền Nam. Hiền đã thuyết phục Châu đưa Kháng vào làm việc tại TTHLBĐNT để Kháng có thể ẩn náu tại đó mà làm công tác tình báo chiến lược cho trung ương cục miền Nam. Trong thời gian làm việc lại TTHLBĐNT đương sự đã đánh cắp trong khoảng từ tháng 1/1967 đến thang 6/1967 một số tài liệu của trung tâm này và chuyển cho Hiền khai thác. Từ tháng 4/1968 đến tháng 4/1969 đương sự đã đánh cắp ba loại tài liệu liên quan đến hệ thống bảo mật, đến chương trình hoạch định bố trí cán bộ BĐNT, đến phúc trình các cuộc hội thảo, đến kế hoạch bình định, và đến các khu vực ưu tiên cho kế hoạch bình định và chuyển hết cho Trần Ngọc Hiền.

Đây là những loại tài liệu được đóng dấu "mật" theo thông lệ nhưng thực ra thì thường xuyên vẫn được cung cấp cho báo chí. Và vì chỉ là một nhân vật thứ yếu nên Khang cũng chỉ bị kết án năm năm tù.

Kết luận:

Vì những lẽ ở trên, Trần Ngọc Châu bị buộc tội: "Liên lạc với một người thực hiện các hoạt động có phương hại đến an ninh quốc gia".

Tội trạng và hình phạt này đã được quy định ở điều 10 dụ 47 ban hành ngày 21/8/1956, ở điều một của sắc luật 49/67 ban hành ngày 30/10/1967, và ở điều 9 sắc luật 11/62 ban hành ngày 21/5/1962.

(Kết thúc phần cáo trạng)

BÀ ĐẠI:

Tôi thấy rằng tất cả mọi sự bào chữa của tôi đều vô tích sự do đó tôi đề nghị quý tòa nên hỏi Dân biểu Châu xem ông có cần luật sư hay không.

CHÁNH THẨM:
Nếu bị cáo từ chối không xử dụng luật sư do mình mướn thì chúng tôi sẽ yêu cầu tòa chỉ định luật sư công.

ÔNG CHÂU:
Tôi xin quý tòa cho phép tôi được tham khảo với các luật sư của tôi về vấn đề này.

CHÁNH THẨM:
Tòa án không ép buộc một luật sư nào phải bào chữa cho bị can nhưng chúng tôi cho Dân biểu Châu 10 phút để hội ý với các luật sư của ông.

BÀ ĐẠI:
Dân biểu Châu đã nhờ chúng tôi bào chữa cho ông nhưng nếu đến giờ phút này mà Dân biểu Châu cho rằng sự hiện diện của chúng tôi không còn cần thiết nữa thì tốt hơn cả là chúng tôi nên rút lui.

LUẬT SƯ TRẦN VĂN TUYÊN:
Chúng tôi đồng ý 10 phút để hội ý.

(Phiên xử tạm hoãn. Sau đó khi trở vào thì Bà Đại không còn khoác áo luật sư)

ÔNG CHÂU:
Các luật sư của tôi đã cạn lời thế nhưng quí tòa đã không chấp nhận việc bào chữa cho tôi. Nếu ta cứ tiếp tục kiểu này thì tôi cho rằng không có lợi gì cả. Tôi đồng ý để cho các luật sư của tôi rút lui (1).

*

Hình như có hai lý do trong chiến thuật để các luật sư rút lui ở đây. Lý do chung nhất là để đưa vụ án vào lãnh vực chính trị tức là mặc nhiên công nhận rằng ông Châu chẳng có hy vọng gì được xét xử công bằng theo các thủ tục pháp lý của tòa án. Còn lý do cụ thể hơn là nhằm kéo dài vụ án.

Kéo dài bằng cách lợi dụng các thủ tục hành chánh chậm trễ trong việc điều động luật sư thay thế.

Chờ cho đến khi kết thúc vụ đình công của báo giới. Báo chí lúc bấy giờ đang còn phản đối chính quyền về vụ gia tăng giá báo. Có người cho rằng tuy chính quyền có bị xao động về việc báo giới biểu lộ sự căm phẫn đó thế nhưng lại cũng có vẻ như muốn khuyến khích vụ đình công này trong thời gian xử ông Châu! Hình như là chính quyền muốn kết thúc vụ xử trong vòng một ngày.

Trong khi đó thì ở Sàigòn đang lâm vào tình trạng cạn nguồn dự trữ về gạo. Vụ mùa thu hoạch đang bị các nông gia giữ lại ở vùng Châu thổ (như vậy là điều tốt vì chứng tỏ là họ đủ giàu để khỏi phải bán gạo) hoặc bởi giới trung gian người Hoa (mà như vậy thì lại là triệu chứng chẳng lành vì nhiều lý do). Người ta đang đề nghị đưa ra các chiến dịch thu hoạch lúa. Cũng trong thời kỳ ấy các viên chức Hoa Kỳ đang cho khai trương hệ thống mới nhằm đánh giá kế hoạch bình định tại miền Nam. Theo hệ thống này -- căn cứ vào 139 câu hỏi do máy điện toán đánh giá cho mỗi địa phương -- thì 87,9% các xã ấp tại miền Nam tương đối đã được bình định.

Về tình hình chiến sự thì đến cuối tuần 40 pháo đài hay B52 của không lực Hoa Kỳ đã trút hơn 1000 tấn bom xuống các cơ sở hậu cần của Bắc Việt trong nội địa nước Lào.

Tư lệnh quân lực Mỹ, tướng Creighton Abrams, được quyền cho lệnh trực tiếp oanh kích ở phía đông trên lãnh thổ Lào.

Số quân Mỹ tụt xuống còn 467.350 người tính vào giai đoạn đầu của đợt thứ III kể từ khi bắt đầu kế hoạch rút quân.

Người ta công bố rằng ở chiến khu D bộ binh Hoa Kỳ đã tịch thu 1000 đôi dép râu, 2000 chén ăn cơm, 130 bình đựng nước, 5 xe đạp, và 5 ruột xe đạp. Lại thêm 2 trực thăng bị bắn rơi trong tổng số 6456 trực thăng và phi cơ Mỹ bị hạ tính từ 1/1/1961.

Các viên chức Hoa Kỳ và Việt Nam đã kết thúc cuộc điều tra dưới hỏa lực của địch ở miền Trung về vụ 5 phụ nữ và 11 trẻ em bị 1 toán thám sát thủy quân lục chiến Mỹ giết chết. Đầu đuôi là cứ mỗi lần toán thám sát đó tiến vào làng thì từ trong đó có súng bắn ra; một binh lính Mỹ lại vừa lọt vào hầm chông khi xảy ra vụ nổ súng ngay sau giờ giới nghiêm; đấy là vùng tự do oanh kích và các gia đình VC sống ở đấy đã không chịu dời đi nơi khác. Người ta đã báo cho các gia đình ấy biết rằng họ có thể rời khỏi nhà sau giờ giới nghiêm nếu cầm theo đèn và đi thành từng toán không quá 6 người. Một sĩ quan miền Nam nói rằng người ta đã phát hiện ra các xác chết ở ngưỡng cửa của ba ngôi nhà tranh liền nhau. Vấn đề là các gia đình đó vi phạm lệnh giới nghiêm hay là chẳng qua trước đó cũng chỉ lo việc riêng hằng ngày.

(Không theo dõi được các diễn tiếp sau đó).

CHÁNH THẨM:

Tất nhiên là các luật sư có thể rút lui thế nhưng ta không thể tiếp tục phiên xử nếu không có phần bào chữa.

ÔNG TUYÊN:
Xin quí tòa cho phép chúng tôi được rút lui.

ÔNG CHÂU:
Tôi là một công dân. Tôi biết trước là tôi sẽ bị kết án cho dù tôi có luật sư hay không.

CHÁNH THẨM:
(nói với ông Châu)
Không. Ông chỉ đến đây để nói xem ông có luật sư bào chữa hay không.

ÔNG CHÂU:
Tôi đến đây không phải nhất thiết để bảo vệ cho mạng sống của tôi nhưng cốt là để bảo vệ nhân phẩm của tôi. Tôi đã phục vụ đất nước tôi từ 23 năm nay.

ÔNG TUYÊN:
Chúng tôi thấy sự có mặt của chúng tôi ở nơi đây là không còn cần thiết nữa do đó chúng tôi đã quyết định rút lui.

(Tòa hoãn xử, dời qua ngày hôm sau).

Ngày thứ hai

Ngày thứ Ba, mùng 3 tháng 3, giờ định cho phiên xử là 8 giờ sáng đã qua đi; rồi tiếp đó là 9 giờ, 10 giờ, rồi 11 giờ. Nhưng tòa vẫn chưa nhóm họp.

Sự thể là đã có sự hiểu lầm về phía tòa án -- và sự sĩ diện về phía luật sư đoàn. Cả phía công tố lẫn tòa án đều không ai bàn với ai để tìm cách chỉ định một luật sư mới bào chữa cho ông Châu. Rồi sau đó một bên đã gửi thư cho luật sư Đoàn yêu cầu chỉ định một luật sư biện hộ. Đây là thủ tục thông thường theo đó các bị can đều được tòa án đảm bảo cho quyền được bào chữa.

Thế nhưng một lá thư thứ hai lại được gửi thẳng đến luật sư Mai Hữu Tiệp để yêu cầu ông ta bào chữa cho Dân biểu Châu, và như vậy tức là qua mặt luật sư Đoàn. Tuy thế luật sư Tiệp vẫn thông báo cho luật sư Đoàn việc yêu cầu đó và luật sự Đoàn nhân đó trả đũa về việc người ta đã qua mặt mình. Thay vào đó luật sư Đoàn đã chỉ định luật sư Võ Văn Quan, vốn là một luật sư vào hạng đắt giá nhất ở miền Nam, hiểu theo cả nghĩa đen lẫn nghĩa bóng. Ông Quan chẳng dính dáng gì nhiều đến chính trị thế nhưng thân chủ nổi tiếng nhất của ông ta sau vụ đảo chánh năm 1963 lại là ông Ngô Đình Cẩn, bào đệ của cố Tổng Thống Ngô Đình Diệm; người đã từng cai trị vùng I Chiến Thuật như một lãnh địa riêng của mình.

Với những sự rắc rối trong việc chỉ định một luật sư mới dường như là chính quyền không còn mấy tin tưởng vào tốc độ của phiên xử. Cái biểu ngữ ở Sàigòn thông báo về cuộc họp báo của bộ trưởng thông tin về vụ án ông Châu một lần nữa đã được thay đổi. Thoạt tiên người ta đã dự định là vào xế trưa thứ hai, thế rồi lại được dời qua sáng thứ ba. Giờ thì lại được hoãn "cho đến khi có thông báo mới".

Đúng 11 giờ 10 có tiếng kèn báo hiệu tòa nhóm họp. Những người từ sáng giờ vẫn ngồi yên lặng và hầu như ngái ngủ ở trong phòng thì đến giờ bắt đầu cựa quậy. Người ta thông báo là không được phép hút thuốc hoặc leo lên đứng trên hàng ghế. Các quân cảnh giữ cho lối ra vào ở chính giữa được quang đãng, và khi báo chí bắt đầu nói chuyện với các luật sư ở lối đi hai bên thì quân cảnh cũng nhào ra đuổi họ đi luôn.

11 giờ 15 phiên tòa bắt đầu.

Ông Châu bước vào và chào mọi người.

Lại có thêm ba vết băng ở bên cổ ông ta.

LUẬT SƯ VÕ VĂN QUAN:
Tôi đã được chỉ định sáng nay vào lúc 10 giờ 30. Đây là vinh dự cho tôi. Cứ theo ngôn từ chuyên môn mà nói thì tôi xin quý tòa cho tôi thời gian để nghiên cứu tất cả những cáo trạng cùng tài liệu có liên quan. Tôi xin được tối thiểu 15 ngày theo luật định để nghiên cứu các tài liệu đó. Sở dĩ tôi yêu cầu như vậy là bởi tôi đặt quyền lợi quốc gia lên trên hết.

ỦY VIÊN CÔNG TỐ:
Mới hôm qua đây quí tòa cũng đã từ chối cùng một nội dung yêu cầu đó của các luật sư. Tòa án này đã được thành lập trong những hoàn cảnh đặc biệt và sau hai năm nó vẫn chưa bị giải thể. Như vậy thì có thể coi như các nhà làm luật đã đương nhiên thừa nhận nó. Tòa án này mang đặc tính khẩn trương. Tòa án này có trách nhiệm vãn hồi trật tự an ninh cho quốc gia càng sớm càng tốt.

ÔNG CHÂU
(đứng thoải mái, chắp tay sau lưng)

Đạo luật 10/68, điều 2, nói rằng tòa án này có thẩm quyền để thụ lý những vụ án trên cơ sở khẩn cấp. Nhưng yêu cầu của luật sư dời vụ xử này lại 15 ngày là theo thủ tục thông thường chứ không theo thủ tục của tòa án đặc biệt này. Các tài liệu có liên quan đến vụ án của Dân biểu Châu có thể được tóm lược trong nội có 16 trang. Do đó mà tòa án có thể dời phiên xử sau một thời gian ngắn thôi, chứ không thể là 15 ngày. Nếu ông Quan từ chối không nhận một sự triển hạn ngắn hơn thì quí tòa có thể yêu cầu luật sư Đoàn chỉ định một luật sư khác. Nếu luật sư Đoàn cũng một mực yêu cầu như vậy thì ủy viên công tố có quyền chỉ định một công dân để đảm nhiệm vai trò bào chữa không chuyên nghiệp trong những trường hợp khẩn cấp. Với điều kiện là công dân này có văn bằng luật học.

Việc này nếu xét theo lý lẽ thì chỉ có thể áp dụng trong trường hợp khẩn cấp ngoài mặt trận, nơi mà khó tìm ra luật sư chuyên nghiệp; trong khi ở Sài Gòn có đến 200 luật sư chuyên nghiệp.

Vì vậy mà quí tòa có thể cho phép ủy viên công tố yêu cầu một thời gian rất ngắn cho luật sư được chỉ định nghiên cứu tài liệu. Đồng thời quí tòa cũng có thể cho phép ủy viên công tố chỉ định một công dân có bằng luật học chiếu theo điều 10 của sắc luật 11/62 thành lập tòa án này.

ÔNG QUAN:

Ông nói "khẩn cấp" là ý như thế nào? An ninh quốc gia hiện có bị đe dọa không? Phải cần 15 ngày để cho dân chúng người ta thấy rằng tòa án là vô tư. Quyền lợi quốc gia đòi hỏi như vậy. Dân chúng muốn nói là đã có một phiên xử vô tư, rằng các luật sư đã có đủ thời gian nghiên cứu tài liệu, bởi vì bị can là một Dân biểu. Thế nhưng ủy viên công tố lại một mực cho rằng đây là một tòa án đặc biệt với qui định đặc biệt và thủ tục đặc biệt.

Tôi biết rằng ủy viên công tố tinh vi và tài giỏi hơn tôi, do đó mà ủy viên công tố chỉ cần có một thời gian ngắn để nghiên cứu vụ án...

(Có tiếng cười rổn rảng trong phòng họp).

...thế nhưng còn tôi thì lại cần nhiều thời gian hơn bởi tôi không tài ba lỗi lạc như ủy viên công tố.

CHÁNH THẨM:
(đọc thư của Luật Sư Đoàn chỉ định ông Quan làm luật sư bào chữa cho Châu và xin 15 ngày để chuẩn bị hồ sơ bào chữa)

ÔNG QUAN:
Tôi không đồng ý với quan điểm của ủy viên công tố rằng đây là một tình trạng khẩn cấp. Chính ủy viên công tố đã gửi một bức thư yêu cầu luật sư Đoàn cử một luật sư. Nếu như là tình trạng khẩn cấp thì ủy viên công tố đã có thể yêu cầu tòa ngay từ hôm qua để xin được phép cử một người có văn bằng luật khoa. Tôi hiện có 3 hoặc 4 hồ sơ đang nằm chờ đó và chưa được tòa cứu xét từ 6-7 tháng hay một năm nay. Như vậy thì tại sao vụ này lại khẩn cấp hơn các vụ khác. Tất cả đều là quan trọng.

ỦY VIÊN CÔNG TỐ:
Tòa này đã được thiết lập trong những hoàn cảnh đặc biệt. Nó có những thủ tục đặc biệt của nó mà chúng ta

phải áp dụng khi tòa xử, tòa này được thiết lập bởi một sắc luật, do đó mà nó đặc biệt. Chúng tôi không ép luật sư Đoàn phải tuân theo tính cách đặc biệt của tòa. Nhưng nếu luật sư Đoàn không chịu cử một luật sư và nếu như luật sư Đoàn yêu cầu 15 ngày để chuẩn bị và không chịu chấp nhận một thời gian ngắn thì chúng tôi buộc lòng phải quay về với các thủ tục đặc biệt của Tòa và cử một bào chữa viên có bằng cử nhân luật.

ÔNG QUAN:

Vụ này rất quan trọng. Quyền lợi quốc gia đi theo nó. Với tư cách là công dân chúng tôi không thể ép buộc ủy viên công tố phải theo đúng nguyện vọng của chúng tôi. Nhưng như tôi đã nói tôi không được tài ba như ủy viên công tố. Tôi cần 15 ngày. Nếu như tòa từ chối thì tôi buộc lòng phải rút lui và để cho ủy viên công tố cử một công dân có bằng cử nhân luật làm bào chữa viên cho bị can. Tôi cho rằng 15 ngày không thể là mối đe dọa cho an ninh quốc gia. Thế nhưng dân chúng -- kể cả người ngoại quốc cần biết là có một vụ xử vô tư. Do đó tôi cần có thời gian để nói chuyện với ông Châu, để đọc tài liệu, để nghiên cứu vụ án.

Theo thông tư của văn phòng thủ tướng thì một luật sư được quyền có tối thiểu là 15 ngày để chuẩn bị.

CHÁNH THẨM:

Để dung hòa ý kiến của luật sư và ủy viên công tố tôi đồng ý rời phiên xử đến 8 giờ sáng mai để luật sư Đoàn và luật sư bào chữa có thời giờ suy nghĩ lại. Và đến ngày mai, nếu như quí vị không đồng ý một thời gian ngắn thì tôi buộc lòng phải áp dụng các thủ tục khẩn cấp để cho phép ủy viên công tố đề cử một công dân có bằng cử nhân luật làm bào chữa viên.

ÔNG QUAN:
Yêu cầu của tôi là không lay chuyển. Tôi không thể đồng ý đến đây là khởi sự vào ngày mai lúc 8 giờ sáng.

CHÁNH THẨM:
(đọc cho lục sự ghi chép một bức thư sẽ được gửi cho Luật Sư Đoàn trong đó nói rằng ông Võ Văn Quan đã yêu cầu triển hạn 15 ngày và tòa muốn biết xem Luật Sư Đoàn có thừa nhận yêu cầu đó hay không. Tòa dời phiên xử tới ngày hôm sau. Nếu như luật sư Đoàn, trái với phán quyết của tòa, không chịu cử một luật sư khác bằng lòng nhận một thời gian chuẩn bị ngắn hơn thì tòa sẽ ra lệnh cho ủy viên công tố cử một công dân có bằng cử nhân luật làm bào chữa viên).

Phiên xử kết thúc vào lúc quá trưa một chút. Ông Châu giơ 2 ngón tay làm dấu V chiến thắng khi rời phòng xử.

Trong thời gian đó thì hai Dân biểu đã từng ký vào bản kiến nghị đề nghị truy tố ông Châu lại quay ra phản đối vụ tòa xử này, không phải bằng cách rút lại chữ ký mà là bằng một cuộc tuyệt thực để biểu tình trong hành lang Hạ Viện.

Tân Tư lệnh của lực lượng 8500 binh lính Úc tại Việt Nam, Trung Tướng Colin A.E. Fraser, đến Sàigòn.

Lại thêm ba trực thăng của Mỹ bị bắn rơi, nâng tổng số trực thăng bị bắn rớt kể từ khi Mỹ tham chiến lên 6459 chiếc. Một đơn vị của sư đoàn thiết giáp 11 báo cáo là đã hạ sát 6 địch quân mà phía Mỹ không có ai bị thiệt hại trong một trận đánh kéo dài 30 phút.

Và cũng thời gian này Đại sứ Bunker rời Sài gòn đi dự đám cưới của thái tử xứ Nepal, nơi mà vợ ông Bunker làm Đại sứ.

Ngày thứ ba

Ngày thứ tư 4 tháng 3, vẫn đám đông của mấy ngày hôm trước lại tụ tập ở sân tòa cùng trao đổi tin tức có thật và không có thật kể từ lúc 8 giờ sáng mà lẽ ra phải bắt đầu phiên xử.

Một nguồn tin cạnh tòa án cho biết rằng vào ngày hôm trước Tổng Thống Thiệu cứ 15 phút một lần lại gọi điện thoại cho tòa. Rằng tòa đã sẵn sàng nhượng bộ và cho luật sư Quan một tuần để chuẩn bị hồ sơ thế nhưng nghe đâu là ông Thiệu cương quyết không chịu.

Một nguồn tin khác lại cho biết rằng ông Thiệu vừa mới cắt quỹ đen của nhiều Bộ trưởng, kể cả quỹ đen của Thủ Tướng Trần Thiện Khiêm, người mà mối quan hệ với Tổng Thống xem ra đã có phần lạnh nhạt từ mấy tháng nay.

Người chống đối ồn ào nhất là Nghị Sĩ Trần Văn Đôn vừa từ một chuyến công du ở nước ngoài về nhưng lạ một điều là đối với vụ án ông Châu thì đương sự lại có vẻ im hơi lặng tiếng -- cả cho đến mãi về sau hình như là ông Đôn chẳng mấy phấn chấn trong chuyến viếng thăm Hoa Kỳ.

Bộ trưởng kinh tế thì lại bất thần xuất hiện tại một trong hai quán cà fé ở Sài gòn có tiếng là nơi tụ tập của giới báo chí, an ninh tình báo cùng tất cả những ai khác thường lại vảng để săn tin cũng như tung tin. Ông Bộ trưởng muốn biết tại sao giới báo chí lại cứ muốn bêu xấu ông ta trong vụ tăng giá giấy báo. Ông ta phàn nàn rằng mình chỉ là một chuyên viên kinh tế; có muốn chửi rủa gì về vụ tăng giá giấy báo đó thì cứ ông Bộ trưởng thông tin mà hỏi.

Rốt cuộc đến 9 giờ 30 sáng phiên xử cũng bắt đầu.

ỦY VIÊN CÔNG TỐ:

Chúng tôi đã gửi một bức thư khẩn cấp đến Luật Sư Đoàn liên quan đến yêu cầu của luật sư Quan xin được 15 ngày để nghiên cứu hồ sơ. Chúng tôi đã nhận được bức thư ký tên thủ lĩnh Luật Sư Đoàn vào ngày 3 tháng 3, tái xác nhận lập trường của luật sư Quan. Như vậy thì áp dụng điều 10 của luật 11/62, chúng tôi đã liên lạc và nhận được sự đồng ý tự nguyện của một công dân có bằng cử nhân luật để đảm nhận chức năng bào chữa. Ngay từ trưa hôm qua chúng tôi đã cho phép công dân đó được xem tất cả các tài liệu. Công dân Hồ Dương Tường được vinh dự chọn làm luật sư bào chữa.

(Tường, 28 tuổi, còn trẻ và dáng người gầy guộc theo kiểu gầy của người Á Châu. Anh ta không khoác áo luật sư nhưng mặc áo veston màu xẫm và quần tây màu sáng. Đôi giầy mang nơi chân được đánh rất bóng).

HỒ DƯƠNG TƯỜNG:

Tôi là một luật sư, một thành viên của Luật Sư Đoàn, cấp bực Chuẩn úy từ Thủ Đức vào năm 1964. Hiện tôi đang làm việc tại Bộ Nội Vụ. Tôi có bằng cử nhân luật.

(Sau khi tốt nghiệp đại học Tường đã xong ba năm luật sư tập sự ở một văn phòng luật sư và đã trở thành một thành viên của Luật Sư Đoàn. Thế rồi anh ta bị gọi nhập ngũ, và như vậy tức là đương nhiên bị xóa tên trong danh sách luật sư hành nghề. Hiện anh ta được biệt phái về Bộ Nội Vụ. Những vụ biệt phái quân nhân về làm việc dân sự như vậy là chuyện bình thường trong tình hình tổng động viên tại miền Nam).

CHÁNH THẨM:
Anh có tình nguyện không?

ÔNG TƯỜNG:
Tôi được người ta liên lạc và đề cử.

NGÔ KHẮC TỈNH
Tổng thư ký của luật sư Đoàn

Tôi phản đối việc ông Tường tự coi mình như thành viên của luật sư Đoàn. Ông ta không có thẩm quyền biện hộ như một luật sư vì ông ấy đã bị gọi nhập ngũ.

Sự xuất hiện của ông Tỉnh đã gây ít nhiều xôn xao trong cử tọa phần vì thiên hạ có hơi bất ngờ và phần vì thái độ ông Tỉnh. Là anh của Bộ trưởng Thông tin, không ai nghĩ rằng ông Tỉnh lại đi đối kháng với phe chính phủ về vụ ông Châu. Thế nhưng ông ta vẫn một mực chống đối tính cách bất hợp lệ trong việc chỉ định Tường để bào chữa cho ông Châu. Nhiều kẻ mai mỉa cho rằng chỉ còn 4 ngày nữa là bầu thủ lĩnh luật sư Đoàn mới và ông Tỉnh đã ngắm nghía chức vụ đó. Làm thủ lĩnh Luật Sư Đoàn đương nhiên sẽ là thành viên trong ủy ban bầu cử Tổng Thống vào năm 1971. Có khá nhiều luật sư đã tỏ ý chống đối việc tranh cử của ông Tỉnh vì họ cho rằng ông ta sẽ khó giữ được thế độc lập ở Luật

Sư Đoàn cũng như ở các vụ bầu bán Tổng Thống bởi người nhà ông ta đã là Bộ trưởng của ông Thiệu rồi. Vì thế mà các luật sư này có khuynh hướng coi phản ứng của ông Tỉnh trong vụ án ông Châu như là một ngón bài rẻ tiền để tỏ cho đồng nghiệp thấy rằng mình độc lập. Nhưng dù sao thì sau đó ông ta cũng đã không trúng cử vào chức vụ thủ lĩnh Luật Sư Đoàn.

Còn thái độ kiên quyết của Luật Sư Đoàn đối với các thủ tục pháp lý trong vụ xử ông Châu thì không có gì là ngạc nhiên. Thường thì các luật sư Việt Nam thích nghi với các thiếu sót về mặt pháp lý như là chuyện đương nhiên. Có luật sư đã giải thích một cách tế nhị như sau: "Nhiệm vụ chúng tôi là điều hòa mọi việc chứ không phải để làm sáng danh một số các lý tưởng trừu tượng nào đó về mặt nghề nghiệp. Dù cho có rắc rối hay phiền toái gì đi nữa thì tập thể luật sư nói chung cũng dựa dẫm và thủ lợi từ cái chế độ họ chung sống và quan tâm đến việc làm sao cho trọn bộ guồng máy đó chạy trơn tru hơn là do sửa chữa nó".

Tuy nhiên vẫn có những giới hạn bất thành văn mà sự nhân nhượng về mặt pháp lý không thể chấp nhận được; và cách làm việc của chính phủ trong vụ án ông Châu đúng là đã vượt qua những giới hạn đó.

Nhưng có dù là vì nguyên do gì đi nữa thì vụ ông Tỉnh can dự vào phiên tòa cũng không phải là có chủ đích thực sự. Bởi ông ta đến tòa là đến ở một phòng xử khác, xử một vụ khác có liên quan đến một người Hoa nào đấy tìm cách trốn ra khỏi nước một cách bất hợp pháp trên chiếc tàu Amanna. Nhận thấy phòng bên này đang xử ông ta tình cờ ghé qua và nhảy vào góp tiếng.

Kết quả lại thêm một vụ chưng hửng khác nữa. Công dân Tường thoạt đầu ăn nói có vẻ rất tự tin thì đến lúc này lại đâm ra ở vào thế lúng túng giữa một bên là quân nhân phải tuân lệnh cấp trên của mình và một bên là Luật Sư Đoàn. Cấp trên của Tường đặc biệt muốn cho anh ta bào chữa cho ông Châu hiển nhiên là vì với quá trình từng làm luật sư thì anh ta không đến nỗi là một người bào chữa vu vơ để cho vụ xử mang tiếng là nhập nhàng. Người ta kể lại rằng anh Tường vừa thức trắng một đêm để nghe các viên chức tòa án tường trình cho biết nội dung vụ án.

Ngoài sự mong muốn của phía quân sự, giờ lại phải đương đầu với luật sư Đoàn vì nhóm này đang dọa là nếu như Tường không triệt để tuân thủ quy chế của luật sư Đoàn thì sau này đến khi trở về đời sống dân sự thì đừng có hòng mà làm ăn. Do đó Tường lập tức tìm cách làm sao rút lui càng sớm càng tốt. Tòa lại một phen chưng hửng và cử tọa lại thêm một phen cười thành tiếng khi Tường yêu cầu xin được 15 ngày để nghiên cứu hồ sơ.

ỦY VIÊN CÔNG TỐ:
Ông Tường vừa mới cho biết lai lịch của ông. Ông ta không hề nhân danh luật sư Đoàn.
TỔNG THƯ KÝ:
Ông Tường là một sĩ quan luật sư do tòa án cử ra. Cờ thì ông ấy không thể nhân danh một luật sư hay một sĩ quan, ông ta chỉ có thể tự coi mình như một công dân thôi. Sở dĩ chúng tôi phản đối là bởi chúng tôi muốn tôn trọng dân chủ và luật pháp. Ông Tường, đồng nghiệp của chúng tôi, đã vi phạm quy chế luật sư Đoàn. Người gọi là tình nguyện đó không thể còn là một thành viên của đoàn nếu như ông ta làm công việc tình nguyện đó ở đây.

ÔNG CHÂU:
(nói sôi nổi)
Tôi đã được các luật sư tài ba và quí tòa cùng ủy viên công tố đã từ chối mọi lời biện hộ.

(Ông Châu lấy mu bàn tay của mình đẩy nhẹ bụng của ông Tường ngụ ý không chấp nhận).

Tôi không thể chấp nhận công dân do ủy viên công tố để cử.
(quay qua nói với Tường):
Cám ơn anh.
(Ông Châu bước lui lại thế đứng lúc ban nãy).

TƯỜNG:
(sôi nổi)
Tôi được đề cử và tôi phải thực hiện nhiệm vụ công dân của mình.

CHÁNH THẨM:
Tòa bắt đầu xử.

TƯỜNG:
Vụ án này là quan trọng, vừa qua tôi đã không đủ thời gian để nghiên cứu tài liệu. Tôi yêu cầu có thêm thời gian.

ỦY VIÊN CÔNG TỐ:
Đây là một tòa án đặc biệt theo luật 10/68; chúng ta còn nhiều vụ khác. Chúng tôi đã cho công dân Tường thời gian kể từ ngày hôm qua để đọc tài liệu. Chúng tôi thiết tưởng là ông Tường đã có đủ thời gian rồi. Bây giờ là tùy tòa có đồng ý cho ông ta thêm thời gian hay

không. Còn riêng chúng tôi thì cho rằng một ngày là đủ rồi.

CHÁNH THẨM:

Chúng tôi không đồng ý với ủy viên công tố. Chúng ta phải hỏi công dân Tường xem ông ta cần bao lâu.

TỔNG THƯ KÝ:

Ông Tường hôm qua ra đây với tư cách là một công dân mặc dù ông ta là một thành viên của luật sư Đoàn. Ông Tường đã vi phạm qui chế luật sư Đoàn.

TƯỜNG:

Tôi không thể khoác áo luật sư bởi vì tôi là một công dân, một sĩ quan. Mà tôi cũng không thể mặc quân phục bởi vì tôi đến đây với tư cách là một công dân.

ỦY VIÊN CÔNG TỐ:

Theo điều 10 sắc luật 11/62 thì tòa án này không có can dự gì đến qui chế nội bộ của luật sư Đoàn. Chúng tôi yêu cầu quí vị thẩm phán chấm dứt vụ tranh luận riêng tư này và tiếp tục phiên xử. Người đáng lẽ có mặt ở đây là thủ lĩnh luật sư Đoàn chớ không phải là Tổng thư ký. Tổng thư ký không có chức năng dọa chế tài hay hù họa trước tòa. Người tình nguyện đã bị gọi động viên. Đương sự không còn là luật sư. Do đó đương sự có quyền bào chữa với tư cách là một công dân.

TỔNG THƯ KÝ:

Tôi có quyền tham gia là bởi tôi thuộc một bộ phận hỗ trợ cho hệ thống tư pháp. Nếu như ông dị nghị về thẩm quyền của tôi thì ông có thể mời luật sư Đoàn đến đây. Luật sư Đoàn phản đối người tình nguyện này. Lẽ ra thì luật sư Đoàn phải đề cử luật sư bào chữa trong trường hợp này thế nhưng luật sư đoàn đã từ chối vì tòa không chịu cho luật sư tối thiểu 15 ngày để chuẩn bị hồ sơ biện hộ.

ỦY VIÊN CÔNG TỐ:

Tòa phải quyết định xem các thủ tục khẩn cấp có cần phải được áp dụng hay không?

CHÁNH THẨM:

Chúng tôi chấp nhận công dân Tường đảm nhận vai trò bào chữa. Việc tranh chấp giữa ông Tường và luật sư Đoàn nên được giải quyết sau. Vấn đề kỷ luật này nọ là chuyện nội bộ của luật sư Đoàn.

TỔNG THƯ KÝ:

Chúng tôi tới đây để nêu vấn đề này lên cũng chỉ là nhân danh công lý. Ông Tường có bổn phận công dân trong việc bào chữa bị can nhưng ông ta không thể tự cho là có quyền của một luật sư trong việc bào chữa cho bị can.

CHÁNH THẨM:

Chúng tôi chấp nhận việc minh định đó.
(Tất cả những cuộc trao đổi giữa Tổng thư ký luật sư Đoàn với ủy viên công tố và chánh quyền đều được thể hiện bằng lời lẽ lịch sự ôn tồn; chẳng ai phải lên giọng).

TƯỜNG:

Đây là một vụ án rất quan trọng. Một thời gian ngắn là một ngày không đủ cho tôi nghiên cứu. Và tôi đã được đề cử tôi yêu cầu xin được 15 ngày để chuẩn bị hồ sơ theo đúng như thông tư của thủ tướng quy định.

(Mọi người đều cười; chánh thẩm nện cây búa gỗ một cách bực tức).

ỦY VIÊN CÔNG TỐ:

Tòa án này là một tòa án đặc biệt, với thủ tục khẩn cấp chỉ cho phép luật sư hoặc người bào chữa một ngày để nghiên cứu tài liệu. Chúng ta bị chi phối bởi đạo luật 10/68 chứ không phải bởi thông tư của thủ tướng, chúng tôi đề nghị xử ngay theo thủ tục khẩn cấp chớ không nên trì hoãn thêm nữa.

CHÁNH THẨM:

Hãy để người tình nguyện trả lời ủy viên công tố.

TƯỜNG:

Tôi không đồng ý với ủy viên công tố. Mọi người đều đồng ý với tính chất khẩn trương của tòa án này. Nhưng Thủ tướng đã qui định cho tối thiểu 15 ngày để chuẩn bị hồ sơ bào chữa. Với tư cách là một công dân tôi phải hoàn thành nhiệm vụ của một bác sĩ chăm lo cho bệnh nhân của mình. Tôi phải làm điều đó một cách có ý thức và có lương tâm.

CHÁNH THẨM:

Chúng tôi không đồng ý. Tòa đã quyết định là phiên xử được dời lại cho đến 8 giờ sáng mai.

ÔNG CHÂU:

Đây là lúc nhục nhã nhất đối với tôi. Tôi không cần

đến sự bào chữa của công dân này. Tôi yêu cầu quí tòa bắt đầu phiên xử ngay lập tức.

ỦY VIÊN CÔNG TỐ:

Chúng ta phải làm việc theo luật pháp. Nếu như quý tòa đồng ý với yêu cầu của bị can thì như vật là không có phần bào chữa; và chúng ta không thể có một phiên xử mà không có lấy phần bào chữa. Dư luận đang theo dõi phiên tòa này và như vậy sẽ coi nhẹ mọi phán quyết. Vụ án này quan trọng. Chúng tôi không muốn dư luận hiểu lầm cho dù bị can có khước từ thì quyền bào chữa vẫn tồn tại. Chúng tôi thỉnh cầu quý tòa quyết định luật sư Huyền vẫn còn quyền biện hộ. Ông ta chưa chính thức rút lui.

(Ông Huyền đã rời khỏi phòng xử vào phút cuối cùng của ngày đầu tiên khi mà luật sư Tuyên rút lui khỏi danh sách luật sư bào chữa cho ông Châu. Lẽ ra ông ta phải có mặt ở đây để bào chữa cho thân chủ mình ngày hôm nay. Nhưng ông ta đã không đến; chẳng khác gì một người mẹ đem con bỏ chợ.)

ÔNG CHÂU:

(Đứng chụm chân và ngã người lên vành móng ngựa, nói sấn sổ. Ông Tường, đứng cạnh ông Châu, khi thì chống chân trái khi thì chân phải lúc ông Châu phát biểu).

Cho đến giờ phút này tôi vẫn còn là một Dân biểu và là một thành viên của tòa án đặc biệt (tức là một tòa án có quyền bãi chức Tổng Thống cùng các viên chức cao cấp khác về tội phản quốc hay một tội trọng nào khác. Tòa gồm có chủ tịch tối cao pháp viện, 5 dân biểu hạ viện và 5 dân biểu thượng viện).

Tôi yêu cầu quý tòa và ủy viên công tố không nên xúc phạm đến tên tuổi của tôi cũng như tên tuổi của luật sư Vũ Văn Huyền. Tôi không hề bị bỏ rơi. Khi tôi thảo luận về việc đó với các luật sư của tôi thì họ đều đồng ý với tôi rằng sự hiện diện của họ là không cần thiết đấy không phải là lỗi của các luật sư của tôi. Vì tất cả những lời biện luận của các luật sư của tôi đều bị bác bỏ nên tôi đã tự ý yêu cầu họ rút lui. Tôi không có ý phản đối chống lại thủ tục ở đây.

Tất cả quý vị đều là sĩ quan. Tôi cũng là một quân nhân. Hãy cho tôi được có danh dự của một quân nhân nếu tôi dối trá thì tôi không còn là một quân nhân. Tôi không thể chấp nhận công dân này bào chữa cho tôi. Tôi không muốn dính dấp vào sự toa rập giữa ủy viên công tố và công dân này. Tôi muốn được chết trong sạch, như là một con người trung thực. Tôi xin quí vị giải thoát tôi khỏi sự bào chữa của công dân này.

TƯỜNG:

Tôi không phải là đồng lõa của ủy viên công tố, tôi đã được đề cử và có bổn phận bảo vệ bị can. Nếu bị can khước từ tôi thì tôi sẵn sàng rút lui. Tôi không có tham vọng đối với quyền cao chức trọng nào khác, tôi là một sĩ quan. Tôi xin phép quí tòa cho phép tôi được rút lui nếu như ông Châu đồng ý tự bào chữa mà không cần có người bào chữa.

ỦY VIÊN CÔNG TỐ:

Chúng tôi không đồng ý với luận điệu phỉ báng của Dân biểu Châu về việc toa rập giữa ủy viên công tố và công dân được đề cử. Tôi làm phận sự của tôi, tôi không xúc phạm gì đến ông Dân biểu. Tôi không làm gì khác hơn là thi hành lệnh của chính phủ. Xin để tòa quyết định.

CHÁNH THẨM:
Tòa án bao giờ cũng cần đến người bào chữa. Tòa án công nhận công dân được đề cử. Phiên tòa được dời đến 8 giờ sáng mai.

Trong thời gian này, ông Thiệu mời các nghị sĩ thuộc tiểu bang xem xét vụ án ông Châu đến ăn trưa. Sau đó Tổng Thống Thiệu và Phó Tổng Thống Kỳ nói chuyện với nhau trong vòng ba tiếng đồng hồ. Nghe đâu là ông Thiệu muốn ông Kỳ tuyên bố trước công luận một đôi điều về tội trạng của ông Châu thế nhưng ông Kỳ vẫn im hơi lặng tiếng.

Ngoài địa phận Sài gòn có tin là quân đồng minh trong bốn cuộc hành quân gần biên giới Cam-bốt đã hạ 78 binh lính Bắc Việt và Việt Cộng. Phía đồng minh chỉ có 3 dân quân miền Nam bị thương. Một trong những cuộc đụng độ đó các dân quân nói trên, do Biệt kích Mỹ chỉ huy, đã đụng độ với quân Bắc Việt trong vòng hai ngày liền. Việc Bắc Việt đổ quân chính quy xuống vùng châu thổ miền Nam -- đợt thứ hai kể từ khi mở đầu cuộc chiến -- nay đã lên đến 5 trung đoàn với hơn 5000 quân. Cho đến nay quân Bắc Việt chưa tạo được thành tích gì ở vùng Châu thổ và ý kiến chung của mọi người hình như cho rằng quân gốc gác từ miền Bắc sẽ bất lợi hơn so với đám VC ở địa phương. Tuy nhiên cũng chẳng mấy ai chắc về điều đó.

Đến chiều tối thì vụ đình công của báo chí kết thúc và báo chí cho đăng nhất loạt lên trang một tin tức về vụ xử ông Châu kèm theo lời đe dọa của một số nhà báo là sẽ cạo đầu nếu như giá giấy báo không hạ.

Ngày thứ tư

Thứ năm 5/3, phiên xử bắt đầu sớm. Được dự định là bắt đầu từ 8 giờ sáng, đến 8 giờ 30 tòa mới xử. Ngày hôm nay mọi việc tiến hành nhanh gọn; chả còn gì gây ngạc nhiên nữa.

Trong đám cử tọa thì Võ Văn Quan, người luật sư đầu tiên được chỉ định để bào chữa cho ông Châu đã tóm tắt ý kiến của ông ta với các nhà báo phương tây như sau: "Khi chính trị lọt vào phòng xử thì công lý bay ra khỏi cửa sổ".

HỒ DƯƠNG TƯỜNG:

Tôi đồng ý thi hành phận sự của tôi với tư cách của một công dân được chỉ định nhưng tôi vẫn còn là thành viên của Luật Sư Đoàn và vì tương lai của tôi, tôi xin phép quí tòa cho tôi được rút lui.

ỦY VIÊN CÔNG TỐ:

Tôi đã chỉ định hai công dân khác bào chữa cho bị can và tôi đã để cho họ đọc tài liệu từ ngày hôm qua.

(Một trong hai người, bào chữa viên dự phòng không đến tòa. Các nhà báo phương tây biết ông ta là một Thiếu tá trong quân đội vừa rồi đã làm thông dịch viên cho một vụ xử tạm hoãn đối với ba sĩ quan Việt Nam can tội giết chết hai quân cảnh Mỹ trong một vụ xích mích ở quán ăn.)

Bào chữa viên chính Dương Cự thì cũng giống như người tiền nhiệm của anh ta trong vụ xử tức là một Chuẩn úy trẻ tuổi. Anh ta tốt nghiệp đại học năm 1964. Anh ta có tiếng là ăn nói hùng biện, một khả năng mà trước đấy không lâu anh ta đã sử dụng cho đến khi bị động viên, cụ thể là dẫn đầu một cuộc biểu tình của đám sinh viên dự bị sĩ quan thi rớt ở quân trường Quang Trung nên không được vào trường Bộ binh Thủ Đức. Kết quả là chính anh Cự bị gửi đi học khóa Hạ sĩ quan, và sau khi tốt nghiệp anh ta được bổ nhiệm về ngành quân pháp. Điều này có thể có nghĩa là anh ta có liên quan hay không liên quan gì đến ngành quân cảnh. Khi tiếp xúc với báo chí anh ta không hề tiết lộ danh tánh đơn vị. Nhưng cho dù anh ta có là cái gì đi nữa thì vụ án này cũng là cơ hội để anh ta tái xuất đầu lộ diện.

DƯƠNG CỰ:
(phát biểu với giọng lên xuống uyển chuyển, nhấn mạnh lời nói của mình bằng điệu bộ toàn thân).

Với tư cách là những người bào chữa cho bị can một cách hữu hiệu chúng tôi mong rằng quí tòa sẽ cho phép chúng tôi áp dụng thông tư của Thủ tướng.

(ý muốn nhắc lại cái việc tối thiểu phải có 15 ngày để chuẩn bị hồ sơ).

Nếu như quí tòa từ chối thì chúng tôi muốn áp dụng điều 33, cho phép chúng tôi có được 24 tiếng để nói chuyện với bị can. Còn nếu như Dân biểu Trần Ngọc Châu một mực yêu cầu xin được xử ngay thì chúng tôi đã sẵn sàng để biện hộ cho ông.

ỦY VIÊN CÔNG TỐ:

Theo thủ tục đặc biệt của phiên tòa này thì người bào chữa cho bị can chỉ cần 24 tiếng -- mà thời gian đó thì cũng đã qua đó -- để nghiên cứu tài liệu và nói chuyện với bị can. Tôi thỉnh cầu quí tòa cho phép bắt đầu phiên cử ngay bây giờ.

CHÁNH THẨM:

(Sau khi thu thập các phiếu của những thành viên xử án về việc xem có nên bắt đầu phiên xử ngay hay đáp ứng yêu cầu của người bào chữa, quay qua nói với ông Cự).

Chúng tôi muốn biết lý do chính xác tại sao ông yêu cầu thêm thời gian và chúng tôi cũng muốn hỏi ủy viên công tố nói cho biết tại sao không muốn cho thêm thời gian.

ỦY VIÊN CÔNG TỐ:

Tòa án đặc biệt này phải hoạt động đối với những vụ án khẩn cấp để vãn hồi an ninh và trật tự. Điều 4 của Hiến pháp chống lại chủ nghĩa Cộng sản dưới bất cứ hình thức nào và vụ án này có liên quan đến hoạt động của Cộng sản.

Chúng tôi muốn vãn hồi an ninh và trật tự càng sớm càng tốt. Chúng tôi thỉnh cầu quí tòa cho bắt đầu phiên xử ngay lập tức.

Điều 4: Việt Nam Cộng Hòa chống chủ nghĩa Cộng sản dưới bất kỳ hình thức nào. Mọi hoạt động nhằm cổ động hay thực thi Chủ nghĩa Cộng sản đều bị ngăn cấm.

ÔNG CỰ:
(nhấn mạnh)
Như chúng tôi đã trình bày quan điểm của mình, chúng tôi đến đây để làm hết sức mình trong việc bào chữa cho bị can. Chúng tôi muốn nêu vấn đề lệnh khởi tố số 1173 ngày 19/2/1970 trước tòa án quân sự lưu động mặt trận do Bộ trưởng Quốc phòng ký. Chúng tôi muốn biết là Dân biểu Châu đã bị đưa ra tòa về phạm pháp quả tang trên cơ sở nào. Ủy viên công tố đã không nêu được lý do, do đó Dân biểu Châu không thể bị xử vì trường hợp quả tang.

ỦY VIÊN CÔNG TỐ:
Tôi đọc sắc luật 11/62 và đạo luật 49/67.
1. Chiếu điều 8 của SL 11/62 thì các giới hữu trách có thể trực tiếp khởi tố một bị can trước tòa án binh mà không cần đến sự thẩm tra.   2.
Chiếu điều 41 của bộ hình luật thì có 4 trường hợp phạm pháp quả tang. Nội dung của vụ án này sẽ chứng tỏ tại sao vụ án này là một trường hợp phạm pháp quả tang, tức là một trong bốn trường hợp vừa nêu. Tôi sẽ trình bày cho thấy tại sao các điều luật đó lại có thể áp dụng cho vụ án của Dân biểu Châu sau khi phiên xử bắt đầu nếu như quí tòa cho phép. Chúng tôi không thể nêu lý do trước khi phiên xử bắt đầu, vì đấy là một phần nội dung của vụ án.

ÔNG CỰ:
Chúng tôi nêu vấn đề là ông Dân biểu đã bị bắt trong trường hợp quả tang hay ông ta đã phạm pháp trong trường hợp quả tang, chúng tôi muốn...?

ÔNG CHÂU:

Ngày hôm qua hai công dân này có đến Chí Hòa (nơi ông Châu bị bắt giữ) theo lệnh của khám Chí Hòa. Tôi đã phải tiếp hai công dân này. Sau khi nói chuyện với họ tôi đã yêu cầu họ đừng nhận bào chữa cho tôi. Lý do là các luật sư của tôi cũng như luật sư do luật sư Đoàn chỉ định để bào chữa cho tôi cũng đã bị người ta bác bỏ mọi lời biện luận. Tôi cho rằng việc bào chữa như vậy là không còn cần thiết nữa. Tôi xin quí tòa chấp thuận cho nguyện vọng của tôi. Nếu như tôi bị bắt buộc phải chấp nhận sự bào chữa của hai công dân này thì tôi chẳng có gì khác hơn để nói ngoài việc chấp nhận bất kỳ bản án nào mà tòa án này phán quyết đối với tôi. Phiên tòa này đã kéo dài ba ngày rồi. Tôi đã thấm mệt. Nhưng vì là một sĩ quan nên tôi muốn chấp hành kỷ luật. Tôi đến đây là để trả lời những câu hỏi.

CHÁNH THẨM:

Như tôi đã nói lần trước tòa phải tuân theo thủ tục pháp lý, các thẩm phán phải chủ tọa một phiên xử vô tư. Họ phải nghe lời biện luận của bên bào chữa cũng như bên buộc tội trước khi tuyên án.

ÔNG CHÂU:

Tôi tha thiết yêu cầu hai vị này rút lui.

ÔNG CỰ:

Chúng tôi tha thiết yêu cầu quí tòa ghi nhận quyền của ông Châu là không chấp nhận việc bào chữa của chúng tôi. Chúng tôi cũng yêu cầu có sự hiện diện của ông Trần Ngọc Hiền như là một nhân chứng quan trọng.

CHÁNH THẨM:
(quay về phía ông Châu)
Tôi sẽ đọc lời khai của ông vào ngày 27/2/1970 (1).

Lời khai của ông Châu ngày 27 tháng 2 năm 1970.
Tham chiếu huấn thị ban hành ngày 27 tháng 2 năm 1970, trước khi lấy lời khai của bị can Trần Ngọc Châu, chúng tôi đã đọc tất cả các điều luật qui định trong bộ quân luật, như các điều 102, 100 về luật lệ quân sự; điều 12 về đạo luật 11/62 thiết lập Tòa Án quân sự Mặt Trận lưu động, và sự vụ lệnh số 8 thiết lập Tòa Án quân sự Đặc Biệt. và bản tóm tắt các thủ tục áp dụng trong các phiên xử khẩn cấp của Tòa Án quân sự. Quyết định của Tòa không cho phép kháng cáo. Phán quyết của Tòa là chung thẩm. Tòa Án Mặt Trận cũng không cần phải đòi hỏi nhiều tài liệu như các Tòa Án dân sự. Sau khi giải thích những điều trên đây cho bị can trước sự hiện diện của bị can, luật sư đã đồng ý để cho bị can làm lời cung khai để giúp Tòa biết thêm các sự việc khi đem ra xử trước Tòa.

Chúng tôi cho rằng như vậy là đã được sự đồng ý của cả bị can và luật sư, vì vậy chúng tôi đã lấy lời cung khai của Trần Ngọc Châu, sinh ngày 1 tháng 1 năm 1924, như sau đây:

Ông Châu: Lời nói đầu tiên của tôi là trong danh nghĩa một Dân biểu, một thẩm phán Đặc biệt Pháp Viện và một cựu sĩ quan cao cấp. Tôi phản kháng sự bắt giữ tôi tại Hạ Nghị Viện. Lúc ấy tôi đang đeo trên người Huân Chương Bảo Quốc. Một cảnh sát viên mặc thường phục đã giựt đứt Bảo Quốc Huân Chương và quăng phứt đi. Và một số người khác cùng lúc đã đánh tôi và kéo lôi tôi đi.

Tôi có 5 người anh em trai và 3 chị. Các ông Trần Châu Khang và Trần Ngọc Hiền là anh tôi. Một người anh khác tên là Chương hiện ở Miền Bắc và một người em tên là Quế hiện nay là Đại úy trong Quân đội Việt Nam Cộng Hòa.

Hiền và tôi đều là Hướng đạo sinh của anh Tạ Quang Bửu trong những năm 1940-1945. Sau đó tôi đã gia nhập Quân đội Việt Minh. Và qua năm 1949 tôi đã trở về hàng ngũ quốc gia.

(Quan Tòa đã đọc câu "trở về hàng ngũ quốc gia" thành "trở về hàng quốc gia".

CHÂU
(chặn ngang lại):

Không đúng, tôi "trở về hàng ngũ" chớ không phải "trở về hàng".

QUAN TÒA
(tiếp tục đọc)

Tôi nhập học Trường Võ Bị Dalat năm 1949 và sau đó phục vụ trên chiến trường từ 1951 đến 1954. Năm 1955 tôi là Giám đốc Huấn luyện Trường Võ Bị Dalat. Năm 1957 tôi là Tham mưu phó Sư đoàn 4, nay đổi tên là Sư đoàn 7. Năm 1958 tôi giữ chức vụ Tham mưu Trưởng Trung tâm Huấn luyện Quang Trung. Năm 1960 tôi là Chỉ huy Trưởng Địa phương quân và Nghĩa quân Khu chiến Tiền Giang. Năm 1962 tôi là Thuyết trình viên của Hội đồng An Ninh Quốc Gia (1). Từ giữa năm 1962 đến giữa năm 1963, tôi giữ chức vụ Tỉnh trưởng Kiến Hòa. Từ tháng 6 năm 1963 đến cuối năm tôi là Thị trưởng Đà Nẵng. Từ 1964 đến cuối năm 1965 tôi trở lại làm Tỉnh trưởng Kiến Hòa. Từ cuối năm 1965 cho đến ngày tôi đắc cử vào Hạ nghị viện tôi là Giám đốc Chương trình Cán bộ Xây dựng Nông thôn.

Kể từ năm 1949 cho đến năm 1965 tôi không hề gặp lại ông Hiền. Năm 1965 ông Hiền nhờ ông Khang nói với tôi là ông ấy muốn gặp tôi. Tôi rất lấy làm xúc động vì ông ấy là anh tôi, và tôi đồng ý để ông ấy đến gặp tôi. Tôi lập tức viết lên tấm thiệp: "Người cầm thiệp nầy được phép gặp tôi" và tôi giao cho ông Khang trao tấm thiệp cho ông Hiền. Tôi đã làm việc nầy trong lúc vẫn không biết gì hết về ý định của ông Hiền hoặc lý do vì sao ông ấy muốn gặp tôi hoặc đã ông ấy đã rời bỏ hoặc vẫn còn ở lại trong hàng ngũ bên kia.

Sau nhiều năm hai anh em không gặp lại nhau; chúng tôi rất lấy làm sung sướng được nói chuyện về gia đình chúng tôi, và sau đó ông Hiền nói với tôi rằng ông ấy vừa từ Miền Bắc đến và ông ấy nói ông ấy muốn biết thái độ của tôi đối với Mặt Trận và người Mỹ. Ông Hiền muốn biết tôi có đổi thái độ đối với Mỹ sau cái chết của ông Diệm hay không. Khi tôi biết rằng ông Hiền vẫn còn hoạt động cho phe bên kia, tôi khuyên Hiền hãy trở về hồi chánh (trong chương trình của chính phủ để hồi phục những người đào ngũ từ phía Mặt Trận). Tôi cho ông ta biết rằng phương vị tôi vẫn là người chống Cộng và thái độ của tôi đối với Mỹ vẫn không thay đổi -- mặc dầu tôi rất buồn phiền về cái chết của ông Diệm. Sau khi nghe tôi nói như vậy, ông Hiền nói: "Vì rằng chúng ta đã không ai thuyết phục được ai, tốt hơn là chúng ta hãy để vấn đề này lại một bên".

Ông Hiền ở lại với tôi trong đêm đó, và trong tình anh em, tôi đã biếu ông ta 30,000 đồng.

Vì e ngại rằng ông Hiền có thể bị bắt giữ trong địa phận tỉnh hạt của tôi -- và điều đó sẽ dằn vặt lương tâm tôi, tôi đã cho tài xế lái xe riêng của tôi để đưa ông ấy ra khỏi tỉnh.

Lần thứ hai ông Hiền đã tự ý đến gặp tôi vào khoảng tháng 5 năm 1966. Lúc đó, tôi là Giám đốc Chương trình Cán bộ Xây dựng Nông thôn. Cũng vào thời điểm nầy, đang xảy ra vụ khủng hoảng Phật giáo ở Miền Trung và đang lan dần vào Sàigòn. Chẳng hạn như các người Phật tử trưng bày bàn thờ ra các đường phố. Ông Hiền biết rõ tôi là tín đồ Phật giáo. Ông Hiền nói rằng người Mỹ đang đàn áp Phật giáo và dân chúng Miền Nam đang chiến đấu chống lại người Mỹ và chính quyền. "Này chú, chú nói rằng chú là một Phật tử. Vậy chú có thể chịu đựng được cảnh nầy không?" Tôi trả lời trong Nam nầy, đó là điều rất lạ lùng. Dân chúng chống Mỹ, chống chính quyền nhưng họ cũng chống luôn cả Cộng sản. Nhưng ở đây có tự do. Tôi xác nhận với Hiền lập trường chống Cộng của tôi vẫn không hề thay đổi. Ý thức được điều đó, ông Hiền đề nghị: "Chú có thể vẫn giữ lập trường người quốc gia của chú. Chú có nhiều thân hữu có uy tín. Chú nên kết hợp với họ để trong tương lai có thể Mặt Trận và những người quốc gia có thể bắt tay nhau, và chú sẽ đóng góp một cách xứng đáng". Tôi trả lời rằng tôi quá bận rộn với chương trình Cán bộ Xây dựng Nông thôn và không nghĩ đến điều đó. Đối với việc người Mỹ đàn áp Phật giáo thì đã có chính phủ lo liệu. Đó là câu trả lời của tôi cho ông Hiền.

Ông Hiền không hề đề nghị rằng tôi phải hoạt động cho việc trung lập hóa Miền Nam. Ông Hiền chỉ nêu lên vấn đề trung lập hóa Miền Nam mà thôi. Tôi nói: "Miền Nam là lân bang của Trung Hoa Đỏ. Miền Nam không thể trung lập được".

Sau đó tôi thử thuyết phục Hiền trở về với phe quốc gia. Ông Hiền, nửa đùa nửa thiệt, nói: "Nếu tôi trở về, anh chàng Kỳ sẽ xơi tôi ngay". Xét theo tâm trạng Hiền thì người Mỹ có quyền quyết định mọi việc. Tôi trả lời tôi bảo đảm cho Hiền. Và nếu ông ta không tin tôi thì tôi sẽ giới thiệu người Mỹ với ông ta để ông ta có thể tin chúng tôi.

Tôi muốn giải thích trường hợp nầy. Tôi không muốn anh tôi bị bắt hay giam giữ, trong khi tôi vẫn hy vọng còn có thể thuyết phục ông ta trở về. Trong việc gặp gỡ với anh tôi, tôi không báo cáo với cấp chỉ huy trên tôi vì vào thời kỳ đó, các cấp chỉ huy đó thường thay đổi luôn, và họ cũng không quan tâm gì đến các vấn đề chính trị.

Mặc dầu vậy, tôi vẫn ý thức trách nhiệm trong cương vị của tôi mà sự liên lạc như vậy có thể gây ra sự hiểu lầm mà kết quả sẽ tác hại đến tôi. Vì lẽ đó, tôi đã thông báo (các cuộc gặp gỡ) với những người Mỹ làm việc với tôi, chẳng hạn như các ông Thomas Donahue, Stuart Methven, và John Vann.

Ngay từ cuộc gặp gỡ đầu tiên với ông Hiền tôi đã thông báo cho các người Mỹ trên và giải thích cho họ lý do vì sao tôi đã không thông báo cho phía Việt Nam biết -- và cũng vì những người Mỹ nầy hứa chính họ sẽ chịu trách nhiệm báo cáo việc nầy cho chính quyền Việt Nam.

Tôi cần phải xác định rằng tôi không hề là nhân viên của CIA, như báo chí đã viết. CIA có đề nghị với tôi để cho họ gặp riêng ông Hiền. Tôi không đồng ý. Lúc bấy giờ, ông Vann, đại diện ông (Đại sứ Henry) Cabot Lodge, cũng đồng ý kiến để tìm hiểu lập trường của Cộng sản về vấn đề Chiến tranh và triển vọng hòa bình (trong tương lai). Tôi nghĩ rằng điều đó có lợi cho phe quốc gia; vì vậy tôi đồng ý nói cho ông Hiền về đề nghị trên. Nhưng ông Hiền từ khước, và tôi không biết sau nầy hai bên có gặp nhau không.

Vào đầu năm 1967 tôi ngại rằng CIA bất bình với tôi vì tôi từ chối không chịu gài bẫy để bắt ông Hiền. Vì vậy tôi đã nhờ ông Khang nhắn ông Hiền đến gặp tôi. Đó là lần thứ ba tôi gặp ông Hiền. Vào thời điểm nầy tôi đang hoạt động tranh cử. Tôi viện cớ ông Hiền đang đi lại quá nhiều, ông ấy có thể bị chính quyền bắt giữ, và tôi đã khuyên ông ta hoặc trở về Miền Bắc hoặc rút lui vào chiến khu. Thực ra thì tôi sợ CIA vị bức tức với tôi nên sẽ bắt giữ ông Hiền.

Trong câu chuyện, tôi cho ông Hiền biết tôi sẽ ra ứng cử ở Kiến Hòa để vào Hạ Nghị Viện. Ông Hiền nói: "Quốc Hội là nơi rất bẩn thỉu. Chỉ là một thứ bù nhìn. Tại sao chú lại vào Quốc Hội? Đa số dân chúng Kiến Hòa đều theo Mặt Trận. Nếu chú được Mặt Trận ủng hộ, chú sẽ đắc cử". Tôi trả lời: "Không, tôi không cần sự ủng hộ của Mặt Trận", và tôi đưa ra lời thách thức rằng, nếu quả thực đa số dân chúng ủng hộ Mặt Trận thì Mặt Trận hãy để yên cho dân chúng để xem họ có đi bầu hay không, và sau đó anh sẽ thấy rõ dân chúng sẽ theo ai.

Lần thứ tư tôi gặp ông Hiền vào giữa năm 1968 sau hai đợt tổng công kích. Trước đó tôi đã làm một chuyến du hành qua các nước Mỹ, Pháp, Anh và Ý. Chuyến du hành đó được Bộ Ngoại giao Mỹ mời. Giấy mời đã chuyển đến tôi khi tôi còn là Giám đốc Chương trình Cán bộ Xây dựng Nông thôn, nhưng tôi chưa đi được. Vì vậy khi tôi trở thành Dân biểu, lời mời lại được lặp lại. Vì vậy tôi vẫn xem cuộc du hành nầy như cá nhân chớ không phải với danh nghĩa là một Dân biểu.

Sau cuộc du hành tôi có viết một cuốn sách kể lại chuyến đi của tôi qua thủ đô các nước Mỹ, Anh, Pháp, Ý và dư luận các nơi nầy đối với vấn đề Việt Nam. Lúc tôi ở Mỹ, tôi cố tìm hiểu liệu Hoa Kỳ có thể gia tăng thêm quân đội của họ ở Việt Nam hay không. Trên căn bản nầy tôi đã nói với ông Hiền: "Anh đừng nghĩ rằng một khi quân Mỹ không còn tăng thêm ở đây nữa thì người Mỹ hay Việt Nam đã chịu thua đâu. Dầu rằng việc nầy có thực sự xảy ra đi nữa, đừng vội cho rằng các anh sẽ thắng trận. Vì vậy tốt hơn các anh nên tìm cách nhân nhượng để sớm chấm dứt cuộc chiến tranh nầy".

Lần thứ năm tôi gặp ông Hiền vào lúc tại Hoa Kỳ đang xảy ra cuộc tranh cử Tổng Thống. Trong thâm tâm tôi mong muốn ông Nixon sẽ đắc cử vì tôi ý thức được rằng ông Johnson đã quyết định không tăng viện thêm vì như vậy sẽ gây bất lợi lớn cho Việt Nam trong cuộc chiến. Khi nghe tôi nói tôi hy vọng ông Nixon đắc cử, ông Hiền tỏ ra rất giận dữ với tôi. Đây là lần đầu tiên ông Hiền đã giận dữ kể từ ngày đầu tiên hai anh em chúng tôi gặp lại nhau.

Lần thứ sáu, ông Hiền đến gặp tôi sau khi ông Johnson tuyên bố ngưng dội bom trên Miền Bắc. Ông Hiền tỏ ra phấn khởi và tin tưởng rằng Mặt Trận sẽ chiến thắng vì Miền Nam sẽ suy giảm tinh thần. Giải đáp điều nầy, tôi nói với ông Hiền rằng ở Miền Nam không phải người Mỹ muốn làm gì thì làm. Cuộc ngưng dội bom của Mỹ không hề ảnh hưởng đến tinh thần chiến đấu của người dân Miền Nam. Nhân cơ hội nầy tôi hỏi ông Hiền liệu Miền Bắc có chịu thương thảo về một phương thức nào để giải quyết cuộc chiến hay không. Ông Hiền trả lời rằng Miền Bắc không nhìn nhận Miền Nam mà chỉ nói chuyện với Mặt Trận mà thôi. Về điểm nầy, tôi trả lời rằng Phái đoàn Quốc hội chỉ có thể nói chuyện với Miền Bắc mà thôi. Họ không thể nói chuyện với Mặt Trận.

Lần thứ bảy chúng tôi gặp nhau sau khi ông Nixon đắc cử Tổng Thống. Ông Hiền đến thăm dò lập trường của tôi về kết quả cuộc bầu cử. Tôi cho ông ta biết rằng tôi rất lấy làm hài lòng vì với ông Tổng Thống nầy, tôi thấy có nhiều hy vọng hơn là với Johnson. Ông Hiền hỏi tôi liệu vị thế của ông Thiệu có được củng cố thêm không. Tôi nói rằng với cuộc thắng cử của ông Nixon, vị thế ông Thiệu sẽ rất mạnh. Trong cuộc gặp gỡ nầy, ông Hiền có dẫn theo hai đứa con, khoảng 5 và 7 tuổi. Tôi có cho các cháu tôi 10,000 đồng.

Lần sau hết tôi gặp ông Hiền xảy ra sau ngày Tết (1969). Tôi nhận ra rằng Hoa Kỳ đang tìm cách thỏa hiệp với Bắc Việt, và tôi cũng nghi ngờ rằng họ cũng sẽ thỏa hiệp với Mặt Trận để giải quyết cuộc chiến. Trong lúc đó, tôi lại nhận thấy chính phủ Việt Nam Cộng Hòa lại có thái độ thụ động. Tôi e ngại rằng một cuộc thỏa hiệp giữa Mỹ và các thành phần bên phía kia sẽ rất bất lợi cho Việt Nam Cộng Hòa. Vì vậy tôi đã nhắn với ông Hiền hãy đến gặp tôi, và tôi đã đề nghị ông ấy nên thuyết phục với Bắc Việt và Mặt Trận nên gặp trực tiếp Phái đoàn Quốc Hội Việt Nam Cộng Hòa để tìm một phương thế giải quyết chiến tranh. Ông Hiền nói rằng điều đó không thể làm được, tuy nhiên có thể một cuộc gặp gỡ giữa Bắc Việt với một phái đoàn nhân sĩ Miền Nam trước sự hiện diện của Mặt Trận có thể dàn xếp được.

Sau cuộc gặp gỡ nầy, ông Hiền bị bắt. Tôi gần như chắc chắn rằng việc bắt ông Hiền đã xảy ra vì CIA và

Đại sứ Bunker nghi ngờ tôi và anh tôi đang làm trung gian cho ông Thiệu để nói chuyện thẳng với Bắc Việt mà không thông báo cho Hoa Kỳ biết.

(Hình như để trả lời của người lấy cung:)

Tôi có mặt tại phiên tòa xử ông Hiền với tư cách một quan sát viên. Tôi xác nhận tôi không hề phân phát truyền đơn trong cuộc xử án đó. Tôi chỉ trao cho các luật sư Huyền và Huỳnh Ngọc Anh bản tuyên bố của tôi. Trong đó tôi ghi nhận rằng tôi có tiếp xúc với ông Hiền tuy nhiên tôi không hề hoạt động gì cho Cộng sản cả. Tôi có phân phối lời tuyên bố đó cho báo chí tại trụ sở Hạ Nghị Viện. Tôi không phân phối (bản tuyên bố) ở Tòa án.

Trong phiên Tòa xử ông Hiền, khi được hỏi về sự liên lạc với tôi, ông Hiền xác nhận có liên lạc nhưng cũng nói rõ tôi rất chống Cộng.

Sau khi ông Hiền bị bắt, những người chống đối tôi đã cáo buộc tội nhiều lần. Vì vậy tôi đã đưa ra lời tuyên bố để làm sáng tỏ vấn đề.

Tôi có mở ra hai cuộc họp báo để giải thích về những liên hệ giữa tôi và Hiền; đại khái tôi xin tóm lược về sự liên hệ đó như sau đây:

Lý do tôi đã không tố cáo anh tôi vì (1) Tình anh em. Không ai lại bất nhân đến độ lại đi tố cáo anh mình. (2) Anh tôi thề rằng anh ấy không bao giờ tham dự vào các cuộc ám sát người. Ông ấy chỉ muốn biết về tình hình Miền Nam để báo cáo lên cấp trên mà thôi.

Tôi nghĩ rằng điều nầy (hiểu biết về Miền Nam) cũng là một đường lối dẫn dắt phe bên kia hiểu biết đầy đủ hơn về sức mạnh của chúng ta và làm cho phe bên kia giảm bớt tinh thần hiếu chiến để tìm đến một giải pháp chấm dứt nhanh chóng chiến tranh.

Trong bản cung khai của ông Hiền, lập trường chống Cộng của tôi đã tỏ rõ không hề thay đổi. Chính vì lòng ái quốc mà tôi đã mong muốn thấy cuộc chiến tranh nầy phải chấm dứt, nhưng đồng thời tôi cũng mong thấy một chế độ dân chủ được hiện hữu ở Miền Nam. Chính vì những lý do đó mà tôi đã có những cuộc gặp gỡ trên.

Tôi không nghĩ rằng những cuộc gặp gỡ nầy vi phạm các luật lệ cấm đoán. Tuy nhiên tôi cũng e ngại những cuộc tiếp xúc đó có thể gây ra sự nghi ngờ về tôi. Vì vậy tôi thông báo cho các viên chức Hoa Kỳ và các người bạn Mỹ của tôi. Và tôi hy vọng họ sẽ thông báo cho các nhà chức trách cao cấp của Việt Nam.

Ông Trần Châu Khang vốn là người rất giàu có. Ông ấy đã từng thuê cả một chiếc tàu thủy để chở tài sản di cư từ Miền Bắc vào Nam. Nhưng ông ta đã thất bại trong công việc làm ăn và đã bị phá sản. Khi tôi làm Giám đốc chương trình Cán bộ Xây dựng Nông thôn tôi đã tuyển ông ta vào làm công việc nội dịch.

Tôi xác định mạnh mẽ rằng tôi không hề làm trung gian giữa Hoa Kỳ và Mặt Trận trong cuộc Tổng công kích (Cộng sản) vào các đô thị trong dịp Tết (1968). Trái lại, tôi đã khuyến cáo chính quyền Việt Nam và ông Bunker trước tháng 8 năm 1967 nên dành ưu tiên trong việc tổ chức dân chúng và tăng cường an ninh trong thủ đô và các đô thị như là biện pháp phòng ngừa ngăn chận Việt Cộng tấn công và nổi dậy.

(Điểm chính thức: Chúng tôi đã gởi đến những người có liên hệ bản văn giải thích đề ngày 20 tháng 6 năm 1969 có chữ ký của Châu và lời tuyên bố của đương sự có đăng tải trên báo Cấp Tiến, số 262, ngày 18 tháng 2 năm 1970).

Tôi công nhận cả hai bản văn giải thích và tuyên bố

là có thật. Trong bản tuyên bố có đôi chữ sai lạc nhưng nội dung đều đúng cả.

Bản tự khai ngày 27/2 của ông Châu được đăng tải ở đây là được lấy từ tài liệu viết tay chứ không phải từ tài liệu được đọc trong tòa. Chánh thẩm có đọc to một phần lớn của tài liệu đó. Tuy nhiên có nhiều đoạn bỏ sót, tỉ như đoạn mở đầu. Các chỗ bị bỏ sót đáng kể đều được nêu ở phần ghi chú.

ÔNG CHÂU:
Tôi muốn sửa chữa một vài chi tiết nhỏ. Trước hết tôi đã không tự nguyện đến để làm bản tự khai này trước ủy viên công tố. Tôi đã bị ủy viên công tố buộc phải làm bản tự khai này. Tôi chỉ làm bản tự khai này một ngày sau khi bị bắt và hành hung. Đầu óc tôi lẫn lộn, không được sáng suốt và luật sư của tôi, ông Huyền đã không có mặt trong suốt thời gian thẩm vấn và làm bản tự khai.

CHÁNH THẨM:
Ông biết ông Hiền là một người đứng đầu tổ tình báo chiến lược của Cộng sản. Ông đã có thể báo cáo về các cuộc gặp gỡ của ông với CIA trong khi mà đáng lẽ ra ông phải báo cáo cho các giới chức trong chính quyền Việt Nam. Ông lập luận rằng sau đó CIA sẽ thông báo lại cho phía người Việt. Vậy thì tại sao ông đã không làm thẳng cái việc ấy? Mà cho dù như CIA có thông báo cho chính quyền Việt Nam thì ông vẫn có tội. Và thái độ của ông trong vụ này chứng tỏ rằng ông coi thường chính quyền Việt Nam.

ÔNG CHÂU:

CHÁNH THẨM:
?

ÔNG CHÂU:
*(nói sôi nổi, rướn mình ra phía trước,
hai bàn tay xòe rộng trên bàn).*

Tôi đến đây là do sự cưỡng bức. Tôi không biện minh gì cho mình nhưng tôi muốn trình bày sự việc có liên quan đến tôi trong thời kỳ 1964-65 (sau khi Tổng Thống Diệm bị lật đổ và trước khi Thủ Tướng Kỳ lên cầm quyền) tôi làm Tỉnh trưởng. Trong thời kỳ rối ren đó chính quyền Việt Nam không có ảnh hưởng gì. Chính phủ Việt Nam thời đó hoàn toàn do người Mỹ kiểm soát. Các đại diện của chính quyền trung ương đến hỏi ý kiến tôi về tình hình quân sự, hỏi xem còn được bao nhiêu tiền đồn ở miền quê. Họ chẳng hỏi gì tôi về chính trị hay về người dân ở trong tỉnh.

Quí vị biết rằng dưới thời ông Diệm thì cứ nửa tháng là các Tỉnh trưởng đều tường trình công việc mình làm lên Tổng Thống. Quí vị biết rằng người Việt Nam lúc bấy giờ đều cảm thấy buồn bã chán nản (sau khi ông Diệm bị lật đổ) và cảm thấy hổ thẹn khi nghĩ rằng thà bàn bạc với người Mỹ còn hơn là với người Việt.

CHÁNH THẨM:
*(nói nhỏ nhẹ, dường như không phải để
buộc ông Châu ngừng nói nhưng là để ông Châu bớt sôi nổi).*

Chúng ta có 44 tỉnh. Các Tỉnh trưởng khác chẳng có ai liên lạc với Cộng sản và cũng chẳng có tỉnh nào lọt vào tay Cộng sản. Nếu như tất cả các Tỉnh trưởng đều làm như kiểu của ông thì Miền Nam đã mất từ lâu. Nếu như họ mất tinh thần như ông và cũng liên lạc với Cộng sản kiểu như ông thì Miền Nam cũng đã mất. Nếu tất cả các cấp thẩm quyền từ trung ương trở xuống đều suy nghĩ theo kiểu của ông thì Miền Nam cũng đã mất.

ÔNG CHÂU:

Nếu như Kiến Hòa đã mất sau hai năm tôi làm Tỉnh trưởng và nếu vào thời đó tôi đã có điều gì làm sai hoặc bậy thì tại làm sao mà khi rời Kiến Hòa tôi lại được tặng Bảo Quốc Huân Chương và chiến công bội tinh? Tôi cho rằng ngay chính quí tòa cũng phải khen ngợi tôi thay vì mỉa mai tôi.

(từ trong phòng rộn lên tiếng cười)

Tôi đã gặp anh Hiền của tôi không phải để tiếp tay với ông ta mà là để thuyết phục cho ông ta quay về với chính nghĩa quốc gia. Khi tôi còn ở Trung tâm Phát triển Nông thôn thì tôi cũng đã được gắn huy chương khi rời khỏi công tác đó.

Sở dĩ tôi không báo cáo các cuộc gặp gỡ của tôi với anh tôi lên cấp chỉ huy trực tiếp là bởi, như tôi vừa nói, tình hình thời đó rất rối ren. Tuy nhiên tôi đã có đề cập đến việc đó với đồng nghiệp người Hoa Kỳ của tôi.

CHÁNH THẨM:

Tôi muốn ông hiểu được mức độ nghiêm trọng và nguy hiểm trong các hoạt động của ông Hiền. Ông ta thực hiện những hành vi có phương hại đến an ninh quốc gia.

ÔNG CHÂU:

(rất bực mình).

Ông Hiền là anh của tôi, tôi hiểu ông ta rõ hơn bất kỳ

một người nào khác trong gia đình tôi. Chúng tôi đã từng sống với nhau, từng đi hướng đạo với nhau và từng đi kháng chiến với nhau.

Lần đầu tiên gặp ông Hiền tôi đã cự ông ta rất dữ. Tôi hỏi ông ta xem anh mang cấp bực gì? Bạn bè của anh nhiều người đang có quyền cao chức trọng. Anh đang làm gì cho đất nước. Nếu như anh cho rằng anh đang phục vụ đất nước? Anh chê chúng tôi những người Miền Nam là theo Mỹ. Tôi bảo ông ta rằng Miền Bắc là theo Tàu và Nga. Ông ta rơm rớm nước mắt. Tôi biết rằng ông Hiền sống dưới sự kềm kẹp của Cộng sản nhưng mà cơ bản thì tận đáy lòng ông ta vẫn là một người quốc gia. Còn một việc nữa cần phải nói là vợ con ông ta cũng như họ hàng bên vợ đều ở phía bên kia. Tôi cho rằng ông ta sợ bị bên kia trả thù.

Có một điều tôi dám nói chắc. Ông Hiền đã giữ một vai trò quan trọng trong việc tạo điều kiện để hình thành hội nghị Paris. Tôi không đồng ý về cách mà quý tòa mô tả người anh của tôi.

CHÁNH THẨM:

Cộng sản họ rất ranh mãnh. Họ chẳng bao giờ thú nhận họ là Cộng sản. Họ thành công khá nhiều trong việc giả dạng đội lốt quốc gia. Theo như bản tự khai của ông giải trình thì tỉnh của ông yên ổn là để cho dân Kiến Hòa đi bầu và cử ông làm Dân biểu. Do đó mà ông trúng cử là nhờ có sự cấu kết với Cộng sản. Ông bảo rằng ông đã không nhận sự trợ lực của phía bên kia. Nhưng ai mà biết cho được việc đó? Bằng chứng là tỉnh của ông yên ổn và ông đã trúng cử.

ÔNG CHÂU:
(lại tựa vào bục, trông có vẻ thách thức hơn bao giờ hết, và giọng nói thì vẫn tiếp tục căng thẳng).

Tôi gặp ông Hiền vào cuối 1965. Làm thế nào mà ông Hiền có thể vận động giúp tôi lâu như thế trước khi có cuộc bầu cử vào 1967? Và giả sử là ông Hiền có thực sự giúp tôi đi nữa thì hóa ra là các nhà cầm quyền đều mù.

Tôi muốn kêu gọi sự chú ý của quý tòa. Thế nhưng tòa án này lại không vô tư. Tòa này đã từng xử vụ Đại úy Phạm Doãn Đệ (1). Tôi biết ông ta rất rõ tôi không muốn bị hiểu lầm là có ý ganh ghét hoặc nói xấu ông ta. Tôi là chỗ bạn bè thân quen với gia đình ông ta. Ông ta cũng có mối liên hệ với ông Hiền y hệt như tôi vậy. Thế nhưng ông ta đã được chính tòa này xử trắng án.

Nếu muốn thì tôi đã có thể trốn đi một cách dễ dàng nhưng như đã nói trước đây tôi sẽ không bao giờ bỏ chạy. Chính vì thế mà hôm nay tôi có mặt ở đây.

CHÁNH THẨM:
Chúng tôi chưa buộc ông vào tội gì cả. Việc đó ủy viên công tố sẽ làm. Chúng tôi chỉ hỏi ông một vài điều để làm sáng tỏ bản cung khai của ông. Chúng tôi không ép ông nói hoặc nhận bất cứ một điều gì trái với ý mình. Nếu như ông không biết trước kế hoạch của Cộng sản về vụ Tết Mậu Thân thì tại sao ông lại đi khuyến cáo người Mỹ về kế hoạch an ninh phòng thủ? Ông biết trước về kế hoạch đó thì tại sao ông lại không báo cho chúng tôi biết.

(Bác sĩ Đệ là một trong nhiều sĩ quan quân đội và cảnh sát được tha bổng hoặc chẳng bao giờ bị đưa ra xử vì các mối liên lạc với ông Hiền mà nội dung và mục đích thì cũng chẳng khác gì các mối liên lạc giữa ông Hiền và ông Châu.)

ÔNG CHÂU:
Tôi không hề biết tin tức cụ thể gì về cuộc tấn công vào dịp Tết. Nhưng vì tôi đã từng làm ở trung tâm phát triển nông thôn và qua phản ứng của ông Hiền tôi đã đoán ra ý đồ của địch cùng các mục tiêu của phía Cộng sản, nhờ vào kinh nghiệm bản thân. Ngay cả CIA cũng yếu bởi khi họ làm việc ở trung tâm phát triển nông thôn họ đã để cho tôi thấy rõ là họ chẳng hiểu gì cả. Tôi đã cố gắng giải thích cho họ hiểu. Nếu như họ chịu khó nghe tôi, tiếp thu cái kinh nghiệm của tôi, và hành động đúng như tôi nói thì Cộng sản đã chẳng làm gì nên trò.

CHÁNH THẨM:
Chúng ta chẳng can dự gì đến CIA ở đây.

ÔNG CHÂU:
Được rồi, tôi đồng ý với quý tòa là không đụng chạm gì đến CIA. Tôi tiếp tục được chứ?.. Các giới chức Việt Nam (không nêu rõ danh tính) chẳng hề đếm xỉa gì đến kinh nghiệm cùng ý kiến của tôi. Do đó mà thể theo lời đề nghị của giới chức Hoa Kỳ vào cuối tháng 8 năm 1967, tôi đã trình bày nhận định của tôi về tình hình chung trong nước, trong suốt ba tiếng đồng hồ, với Đại sứ Bunker và các cộng sự viên thân cận của ông ta.

Các viên chức Hoa Kỳ (trong số có Tướng Wyand, Tư lệnh các Lực lượng Hoa Kỳ đảm trách Vùng III Chiến thuật và các tỉnh bao quanh Thủ đô Sàigòn) đã kiên nhẫn tiếp thu các ý kiến và đề nghị của tôi. Chính vì vậy mà áp lực tấn công của địch vào Tết Mậu Thân đã bị triệt hạ phần lớn.

CHÁNH THẨM:
Tại sao ông lại giới thiệu người anh tên là Khang vào làm việc tại Trung Tâm Phát Triển Bình Định Nông Thôn? Phải chăng là để ông ta làm liên lạc cho ông?

ÔNG CHÂU:
Không, ông Khang, người anh cả của tôi, lúc đó đang thất nghiệp, do đó mà vì ông ta là anh tôi nên tôi giúp ông ta được tuyển mộ vào Bộ Phát Triển Nông Thôn để làm công việc không có gì là quan trọng.

CHÁNH THẨM:
Theo như cảnh sát phúc trình thì ông Khang là một nhân vật quan trọng.

ÔNG CHÂU:
Tôi thực sự không cần đến ông Khang, bởi tôi có thể tiếp xúc trực tiếp với ông Hiền. Việc gì tôi lại phải cần đến ông Khang để theo dõi hoạt động về bình định nông thôn và làm báo cáo?

CHÁNH THẨM:
Ông thử nghĩ xem, các người anh của ông và ông đã thực hiện những hoạt động có hại cho đất nước, rồi ông núp trong Hạ Viện để thực hiện các hoạt động của mình.

ÔNG CHÂU:
(cắt ngang chánh án với vẻ căm ghét)
Theo điều 4 của Hiến Pháp thì nhân dân Việt Nam đều chống Cộng. Nhưng còn việc phái đoàn ta tiếp xúc với phái đoàn Cộng sản ở Paris thì sao?

CHÁNH THẨM:

Đấy là gặp gỡ công khai. Trường hợp của ông là gặp gỡ lén lút. Ông đang tìm cách bôi bác Tổng Thống Việt Nam Cộng Hòa.

ÔNG CHÂU:

Tổng Thống Thiệu và (cựu) Ngoại Trưởng Thanh đều nói là ta có thể tiếp xúc với Mặt Trận Giải Phóng.

CHÁNH THẨM:

Ông không thể tự ví mình với Tổng Thống và Ngoại Trưởng.

ÔNG CHÂU:

Tôi là một Dân biểu. Tôi có quyền.

CHÁNH THẨM:

Không, ông không có quyền nếu như không được phép của Chủ tịch Hạ Viện. Nhưng tôi không muốn tranh luận bởi...

ỦY VIÊN CÔNG TỐ:

Dân biểu Châu có ý muốn nói là chúng ta đã toa rập với nhau để xử ông ta, vì chúng ta đã chỉ định các công dân để bào chữa cho ông ta.

(Người bào chữa là ông Cự lại lui về phía dành cho khán giả, và nói chuyện với Bà Thu, Công tố viên tiếp.

Giờ thì tôi xin hỏi Dân biểu Châu: một khi ông đã cho ông Hiền tiền và cung cấp phương tiện chuyên chở cho ông ta, và một khi ông đã từng là thành viên của hội động an ninh tỉnh, thì như vậy có phải là cấu kết hay không?

ÔNG CHÂU:

Là Tỉnh Trưởng tôi có nhiều trách nhiệm, chứ không phải chỉ lo bắt bớ và làm công việc hành chánh. Tôi còn phải thực thi chính sách chiêu hồi. Tôi đã tìm cách thuyết phục anh tôi để ông ấy quay về với chính nghĩa quốc gia.

ỦY VIÊN CÔNG TỐ:

Giờ thì tôi xin hỏi ông trên cương vị ông là người đứng đầu hội đồng an ninh của Tỉnh ông: không những ông có phận sự bắt ông Hiền mà ông lại còn phải có trách nhiệm báo hội đồng trước tiên và để cho hội đồng quyết định về việc xử trí với ông Hiền. Ông không thể tự mình quyết định một vụ có tầm quan trọng như thế.

CHÁNH THẨM:

Tôi muốn được làm sáng tỏ và giải thích thêm về điều mà ủy viên công tố vừa mới nói. Ông đã không theo đúng thủ tục và hoạt động của hội đồng an ninh. Đấy là điều mà ủy viên công tố muốn hỏi ông.

ÔNG CHÂU:

Ông Hiền là anh tôi. Tôi là một người quốc gia. Tôi yêu đất nước này, truyền thống tập quán của nó, thứ truyền thống gia đình. Tôi không hề tố giác anh ruột của tôi. Nếu quý vị buộc tôi phải tố giác người anh của mình, và nếu miền Nam đây là ác đức như vậy thì rõ ràng là tôi đang phải chịu tội.

CHÁNH THẨM:

Chính ông mới là ác đức chứ không phải cái miền Nam này, bởi với tư cách là Chủ tịch Hội đồng An ninh ông đã ký lệnh bắt bớ nhiều người. Giờ thì tôi có thể nói điều này: các hoạt động của ông, ngay khi ông còn làm Tỉnh Trưởng, chưa bao giờ được sáng tỏ cho lắm.

ÔNG CHÂU:

Tôi từng là một trong ba Dân biểu có số phiếu cao nhất. Tôi yêu cầu quý tòa làm ơn đừng có xúc phạm đến những người dân đã bỏ phiếu cho tôi. Quý tòa chỉ có thể xúc phạm đến tôi...

CHÁNH THẨM:
(cắt ngang)

Vâng, bằng cách móc nối với Việt Cộng ông đã có được số phiếu khá cao.

ÔNG CHÂU:

Không đâu, thưa quý Tòa, tôi đã từ chối sự giúp đỡ của phe Mặt Trận Giải Phóng theo như ông Hiền đề nghị bởi tôi đã trả lời ông Hiền rằng tôi không cần đến sự giúp đỡ đó. Ông Hiền đã hỏi tôi là làm sao tôi có thể trúng cử nếu như không được Mặt Trận Giải Phóng giúp sức. Tôi đã thách thức ông Hiền rằng: nếu Mặt Trận Giải Phóng để cho dân Kiến Hòa đi bỏ phiếu thì tôi sẽ trúng cử mà không cần đến hậu thuẫn của các anh.

ỦY VIÊN CÔNG TỐ:

Theo như lời khai của ông Hiền thì ông đã đề nghị phía Mặt Trận Giải Phóng giúp sức, phải không nào?

ÔNG CHÂU:

Không, tôi chẳng bao giờ xin được giúp sức.

ỦY VIÊN CÔNG TỐ:

Ông đề nghị hai phái đoàn quốc hội miền Bắc và miền Nam gặp nhau để thương thuyết. Chẳng lẽ ông không biết như thế là sai?

ÔNG CHÂU:

Không, đề nghị của tôi đã được trên 60 Dân biểu Hạ Viện ủng hộ.

ỦY VIÊN CÔNG TỐ:

Ông nói rằng ông đã thuyết trình ba tiếng đồng hồ cho người Hoa Kỳ về việc tiên liệu cuộc tổng tấn công vào dịp Tết. Thế tại sao ông lại không báo cho chính phủ Việt Nam biết về kết quả buổi thuyết trình?

ÔNG CHÂU:

Không phải vì biết trước về vụ tổng tấn công vào dịp Tết mà tôi đã có buổi thuyết trình đó. Nhưng nếu các giới chức cầm quyền nghe lời tôi thì đã không có vụ Tết Mậu Thân. Dù sao thì cũng nhờ theo một phần những lời tôi khuyên mà các thiệt hại về phía người Hoa Kỳ đã được giới hạn.

Khi tôi nhìn ra tất cả các cấp đều phải làm việc dưới sự kiểm soát của người Hoa Kỳ thời đó thì tôi xấu hổ đến độ tôi phải xin ông Thiệu, lúc bấy giờ làm Chủ tịch Ủy ban Lãnh đạo Quốc gia, cho tôi được từ chức Tỉnh Trưởng. Nhưng dù đã trù tính tiếp tục cuộc chiến đấu chống chủ nghĩa cộng sản trong một lãnh vực khác. Ông Thiệu đã yêu cầu tôi ở lại chức trong khi chờ người thay thế. Khi tôi xin được rút khỏi Bộ Xây Dựng Nông thôn thì tôi đã bị khước từ. Khi tôi tìm cách tranh cử vào Quốc Hội Lập Hiến thì tôi bị ngăn trở. Tôi đã phải chờ cho đến khi Hiến Pháp được ban hành để có điều kiện ra tranh cử vào Hạ Viện.

ỦY VIÊN CÔNG TỐ:
Ông có thừa nhận là vẫn tiếp tục liên lạc với CIA hay không?

ÔNG CHÂU:
Ông cha ta đã chẳng cần ngoại viện. Tôi liên lạc với người Mỹ để cho miền Nam được độc lập chứ không phải để nước mình trở thành bù nhìn trong tay ngoại nhân.

CHÁNH THẨM:
(tức giận)
Không, ông liên lạc với người Mỹ để xin đôla của họ, chỉ có thế thôi.

ÔNG CHÂU:
(giận dữ)
Thật ra tôi chỉ liên lạc với các phần tử tiến bộ và các viên chức cao cấp của Hoa Kỳ để tìm cách chấm dứt cuộc chiến tranh dai dẳng này. Còn nếu như quý Tòa nói kiểu đó thì tôi không còn gì để nói nữa và tôi cũng từ chối phần bào chữa của hai công dân được ủy viên công tố chỉ định kia, vì tôi tin rằng đây là một sự toa rập.

CHÁNH THẨM:
Không, để tôi hỏi ông thêm vài điều nữa.
(Khán giả rục rịch).

ỦY VIÊN CÔNG TỐ:
(Nói cái gì nghe không rõ; một điều gì đó có phần trừu tượng về ông Diệm và về việc ám chỉ ông Châu là tay chân của ông Diệm).

ÔNG CHÂU:
Tôi đã nói là tôi không còn gì để nói gì nữa, nhưng vì ủy viên công tố ám chỉ cố Tổng Thống Diệm thì tôi buộc lòng lại phải trả lời. Ông có thể chỉ trích chính sách của ông Diệm, nhưng ông không thể nói gì được về sự liêm khiết của ông ta, vì gia đình Tổng Thống Diệm và gia đình tôi đã quen biết nhau từ lâu. Giờ thì tôi từ chối không nói gì nữa.

ỦY VIÊN CÔNG TỐ:
Tôi chỉ nêu một câu hỏi, thế thôi. Còn ông Châu, vì là Dân biểu nên ông tất phải biết Hiến Pháp. (Ông ta giơ cao một bản Hiếp Pháp). Và ông biết rằng khi ông Hiền bị bắt vào tháng 6 năm 1969...

(Phần tiếp đó, nghe không rõ. Trái với các màn nổi nóng của ông Châu, còn nói chung thì cả chánh thẩm và ủy viên công tố đều nói năng ôn tồn suốt buổi).

CHÁNH THẨM:
(nói với ông Châu)
Ông có muốn trả lời câu hỏi đó hay không?

ÔNG CHÂU:
(bỗng nhiên nói năng ôn tồn trở lại)
Cũng vì bản Hiến Pháp đó mà tôi đã tham gia tranh cử. Giờ thì tôi đã sẵn sàng để nhận chịu bất kỳ bản án nào mà quý Tòa đã dành cho tôi. Giờ thì quý vị có thể hội ý và ra phán quyết.

CHÁNH THẨM:
Không, chúng tôi chẳng đời nào đi soạn sẵn một bản án.
(Có tiếng cười ran trong phòng).

ÔNG CHÂU:
Tôi nói thế đấy ! Tùy quý Tòa quyết định.

CHÁNH THẨM:
Không, tôi muốn làm sáng tỏ điểm này. Tôi không muốn gây sự hiểu lầm là chúng tôi đã chuẩn bị sẵn một bản án.

ÔNG CHÂU:
Tôi chẳng có quyền gì để buộc tội; tôi không hề có ý xúc phạm đến Tòa. Tôi thẳng tính và nói ra điều mình nghĩ. Giờ thì tôi đồng ý để Tòa án tiến hành theo thủ tục khẩn cấp. Xin cho phép tôi ngồi xuống và chờ phán quyết của quý Tòa.
(Có tiếng cười rộn rã trong phòng xử. Ông Châu được dẫn đến cái ghế dài và ngồi xuống).

CHÁNH THẨM
(nói với các quân cảnh):
Nếu thấy ai cười thì nên lôi người đó ra. Ai phản đối thì bắt giữ và xử ngay tại Tòa này. Giờ thì cho dẫn Trần

Ngọc Hiền vào.

(Hiền được áp giải vào phòng xử. Ông ta nhỏ con và trông già nua gân guốc hơn vóc người tròn trịa của ông Châu. Trông ông ta thanh mảnh, cằm đưa ra, tóc lởm chởm. Ông ta mặc chiếc áo chemise màu sáng, bỏ ngoài quần; hai tay áo được sắn lên. Ông để thẳng hai cánh tay bên hông).

(Chánh thẩm nói với ông Hiền)
Ông có họ hàng gì với ông Châu hay không?

ÔNG HIỀN:
Tôi là anh ông ta.

CHÁNH THẨM:
(Bắt đầu đọc bản tự khai của ông Hiền; thỉnh thoảng ngưng lại để yêu cầu ông Hiền xác nhận).

Biên bản các cuộc tiếp xúc với Trần Ngọc Châu.

Bản tự khai của ông Hiền được ghi lại ở đây là theo nguyên bản. Trong phiên tòa, người ta lược bỏ bản tự khai của ông Hiền nhiều hơn so với bản tự khai của ông Châu. Ở đây tác giả không nêu cụ thể những chỗ bị lược bỏ nhưng nói chung thì những đoạn bỏ ra là có liên quan đến những lần ông Châu từ chối không theo đề nghị của phe Mặt Trận Giải Phóng. - Đoạn văn có sự lược bỏ được ghi chú bằng ký hiệu (1).

I. Cuộc tiếp xúc lần đầu trên cơ sở quan hệ tình cảm anh em.

Sau khi nghiên cứu, bộ phận nghiên cứu và điều nghiên quyết định về một số đối tượng, trong đó có Trần Ngọc Châu, nhằm cố gắng tranh thủ các đối tượng này hoặc thiết lập quan hệ để khai khác họ nhằm thu thập tin tức. Tôi và Trần Ngọc Châu là anh em ruột nhưng sau gần hai mươi năm xa cách chúng tôi không biết tình hình của nhau cũng như những thay đổi về mặt con người.

Phương hướng hành động:

A. Phải kiên trì để tranh thủ đối tượng, bất kể có phải tốn bao nhiêu thời gian.

B. Tranh thủ tình cảm của đối tượng xuất phát từ quan hệ anh em và xử dụng những phương tiện chính trị phù hợp với chuyển biến nơi đối tượng.

C. Phải hết sức cảnh giác.

D. Phải chuẩn bị cho thật kỹ trước bất kỳ một cuộc tiếp xúc nào và sẵn sàng hội ý trước với Trần Châu Khang, một người anh khác của Châu, trong quá trình tiếp xúc với Châu.

Trước hết phải thăm dò thái độ và lập trường chính trị của Châu. Khoảng đầu năm 1965 ông Khang đi gặp đối tượng để báo cho ông ta biết rằng tôi muốn gặp để tìm hiểu thái độ của ông ta. Ông Khang trở về và cho tôi biết rằng đương sự sẵn sàng gặp tôi bất kỳ lúc nào tôi muốn. Đồng thời đương sự cũng gởi cho tôi một tấm danh thiếp có ghi như sau: "Cho phép người cầm danh thiếp này đến gặp tôi". Ngoài ra đương sự cũng nhắn tin để hỏi xem tôi muốn ra theo chương trình chiêu hồi không. Nếu tôi muốn ra theo chương trình chiêu hồi thì đương sự sẽ giới thiệu để tôi có thể đi Mỹ. Vào thời điểm đó tôi thấy chưa tiện để gặp đương sự. Vì vậy mà tôi đã xé bỏ tấm danh thiếp, bởi giữ nó trong mình thì không tiện. Mặt khác vì tôi xử dụng căn cước giả nên tôi rất dễ gặp rắc rối.

Khoảng tháng 9/1965 ông Kháng đi Kiến Hòa để yêu cầu đương sự lo cho ông ta đủ giấy tờ để tìm việc làm. Một lần nữa tôi lại hỏi ông Kháng kiểm tra xem thái độ của đương sự ra sao và coi xem có sự chuyển biến gì về mặt quan điểm hay không. Ông Kháng trở về và cho tôi biết rằng đương sự không nhắn gì về việc tôi muốn gặp đương sự. Do đó mà tôi kết luận là sẽ không có gì sai lầm nếu như tôi tìm gặp đương sự một cách bất ngờ. Tôi quyết định đi Kiến Hòa vào tháng 11/1965 để tìm cách gặp nhau lần đầu tiên. Khoảng 2 giờ 30 trưa ngày chủ nhật tháng 11/1965 tôi đi thẳng đến dinh Tỉnh Trưởng Kiến Hòa và tôi nói với người bảo vệ là tôi muốn gặp đương sự. Tôi điền vào mẫu xin tiếp kiến như sau:

Chú thân mến: Tôi mới từ miền Trung vào theo như lời chú khuyên; tôi đến đây để gặp chú; cho tôi được gặp chú. Ký tên: ông Lành, thầu khoán.

Sau nhiều năm xa cách, hai anh em gặp nhau thì rất mừng. Chúng tôi nói chuyện về gia đình ở đây. Tôi cho đương sự biết tin anh chị em và họ hàng còn ở ngoài miền Bắc. Kế đó đương sự giới thiệu vợ con đương sự với tôi. Trong bữa ăn tối, có mặt vợ ở đấy đương sự muốn chứng tỏ rằng mình là người gan lì và đã hỏi xem tôi có giấy tờ hợp lệ gì không. Tôi cảm ơn đương sự và nói rằng tôi có đủ. Đêm hôm đó và nói chung là qua câu chuyện trao đổi với nhau tôi nhớ là có nêu một số ý kiến như sau:

Mặt Trận yêu cầu tôi đến đây gặp chú và coi xem chú có nhận sự hậu thuẫn của mặt trận hay không. Các bạn cũ của mình như Bưởi và anh Lương cũng như là các anh Chương và Kính cũng như chị Liên, tất cả đều mong muốn là chú nhận lời. Chả có ai oán trách gì chú cả. Ngay cả tụi này cũng phải vượt qua nhiều hiểm nguy để đi tìm chú.

Mặt Trận đưa ra một chương trình chống Mỹ để bảo toàn độc lập dân chủ hòa bình và trung lập. Chẳng có gì liên quan đến Cộng sản trong cương lĩnh của mặt trận. Cách mạng chẳng bao giờ thù ghét những ai chống cộng nếu như họ có tinh thần quốc gia chân chính. Người Cách mạng chỉ chống những ai xử dụng chiêu bài chống cộng để đàn áp nhân dân và chấp nhận cho người Mỹ chà đạp chủ quyền quốc gia. Ngược lại những người Cách mạng như tụi này sẽ rất là ngu xuẩn nếu như hy sinh thân mình để chống lại ách nô lệ của thực dân Pháp để rồi quay ra nhận chịu sự đô hộ của Nga Tàu.

Quyền lợi của chú và quyền lợi của anh đều có một điểm tương đồng -- đấy là quyền lợi tối cao của tổ quốc. Chẳng có lý thuyết hay ý thức hệ nào có thể qua được mối quan tâm cơ bản đó.

Chính chú cũng tự cho là có tinh thần quốc gia, rằng chú là người yêu nước. Chú không nên dùng bất kỳ một cớ chống Cộng nào để bỏ qua sự việc là người Mỹ đang giết đồng bào của chúng ta và đang tàn phá đất nước ta. Tất cả những ý kiến của đương sự đều làm cho tôi ghê tởm nhưng tôi đã được chỉ đạo là phải tránh mọi sự tranh luận.

Đương sự đã nói một cách cương quyết:

Lập trường của tôi là rất rõ. Tôi chống Cộng nhưng việc chống Cộng của tôi không nhắm vào cá nhân một người Cộng sản nào cả. Tôi không giết ai ngoại trừ ngoài trận tiền. Đương sự phàn nàn là quân du kích đã tìm cách ám sát đương sự bằng plastique. Mặc dù họ đã thất bại.

Sau cùng tôi nói như sau:

Vấn đề chính trị là phải có óc thực tế, chứ không phải tìm cách tranh luận xem ai phải ai trái. Vấn đề là phải cùng nhau họp lực để cứu miền Nam sau 30 năm đau thương và tàn phá. Trước tiên là do thực dân Pháp gây ra và đến bây giờ là do người Mỹ. Ngày hôm nay tôi và chú không nên lôi kéo nhau làm gì; tình hình rồi sẽ cho thấy ai đúng ai sai.

Ngày hôm qua đương sự phải đi sớm để tham dự một cuộc hành quân và hỏi xem tôi có thể ở nán lại hay không. Tôi nói với đương sự là tôi muốn về. Trước khi chúng tôi từ biệt nhau ông Châu nhét vào túi quần tôi một xấp giấy 500 đồng (sau đó tôi đếm được 30,000 đồng). Vợ đương sự nói với tài xế đưa tôi về Mỹ Tho.

Sau vụ gặp gỡ này tôi báo cáo lên cấp trên như sau:

A. Tình cảm anh em thì không có vấn đề gì.

B. Thái độ chính trị và lập trường tư tưởng của đương sự là bất lợi cho ta, thái độ chống Cộng và chống Mặt Trận của đương sự vẫn còn rất mạnh. Đương sự đang còn nhắm vào một địa vị cao hơn.

C. Tốt nhất là nên hoãn việc tìm cách tranh thủ đương sự; nên chờ thời cơ và chuyển biến tình hình thuận lợi hơn.

D. Tốt hơn hết là nên tránh những cuộc tiếp xúc thường xuyên, nhưng nên duy trì quan hệ anh em.

Tôi đề nghị Mặt Trận liên lạc với đảng bộ ở Kiến Hòa để quân du kích không ám sát ông Châu bởi thực tế vẫn còn khả năng tranh thủ đương sự về lâu về dài.

CHÁNH THẨM:
(ngưng đọc bản tự khai và nói với ông Hiền)
Ông có xác nhận lời khai vừa rồi không?

ÔNG HIỀN:
Tôi đã khai báo về ông Châu từ nhiều góc độ khác nhau cách đây đã lâu (1). Tôi đã được lệnh của cấp trên để tiến hành hoạt động trong hàng ngũ trí thức. Tôi đã

báo cáo về cuộc tiếp xúc giữa tôi với ông Châu, và lãnh đạo của tôi nói rằng nếu có kết quả thì tốt còn nếu không thì bỏ qua một bên.

Các lời khai của tù nhân khi xuất hiện dưới hình thức hoàn chỉnh ở tòa thì đều được đúc kết từ một loạt những phần hỏi cung thực hiện ở những thời điểm khác nhau và trong những hoàn cảnh khác nhau. Các hoàn cảnh này còn bao gồm cả tình trạng mất ngủ và tra tấn luật pháp Việt Nam do đó quy định là phải có sự xác nhận của can phạm khi ra trước tòa.

CHÁNH THẨM:
Tôi hỏi ông xem ông có xác nhận lời khai của ông hay không? Thế thôi.
ÔNG HIỀN:
Tôi xác nhận lời khai của tôi.

II. Lần gặp gỡ thứ hai:
Tháng 5/1966 tôi đi thẳng đến nơi làm việc của ông Châu. Lần này thì đương sự là Giám đốc.
Vào thời đó phe Phật giáo đang tranh đấu rất mạnh (1) và phong trào chống Mỹ đang lên. Tình hình nội bộ ở miền Nam đã đến hồi tan rã. Chính vì thế mà tôi đi gặp đương sự với chủ đích là thăm dò xem tình hình chung có tác động gì đến tư duy của đương sự hay không.

Trong buổi gặp gỡ lần hai này tôi đã tìm cách tranh thủ đương sự bằng cách gợi ý như sau:

Đây là vụ biểu tình quy mô cuối cùng của phe Phật giáo chống chính phủ, trong đó Vùng Một chiến thuật coi như là phản loạn chống lại chính quyền Sàigòn.

Cuộc phản loạn đã bị đập tan, với sự hỗ trợ của máy bay Hoa Kỳ.

Có điều chắc là Mặt Trận giải phóng sẽ đánh Mỹ cho đến cùng. Con đường chính trị thích hợp nhất với miền Nam ngay bây giờ là thực sự trung lập. Miền nam sẽ không theo Cộng Sản, nhưng sẽ không lệ thuộc vào Mỹ. Chú có nhiều bạn bè mang cấp Tướng, Tá, cùng là những giới chức, trí thức quan trọng. Chú nên chọn những ai có tinh thần quốc gia để lập thành một nhóm để trong tương lai, khi thời cơ thuận tiện, sẽ cùng nhau hợp tác như là một liên minh. Điều đó có nghĩa là chú vẫn cứ tiếp tục chống Cộng nhưng đồng thời cũng phải làm cái gì đó chống Mỹ để bảo vệ quyền lợi quốc gia. Chủ trương của mặt trận là sao cho có được sự đoàn kết rộng khắp. Mặt trận không yêu cầu có sự đồng ý với toàn bộ cương lĩnh của mình, nhưng mặt trận yêu cầu có hành động chống Mỹ. Ai có hành động chống Mỹ thì sẽ được mặt trận hỗ trợ.

Ông Châu trả lời rằng việc đó là rất khó. Ngay cả tại miền Nam này cũng có những người chống Mỹ. Cũng có những người không ưa chính quyền. Nhưng điều đó không có nghĩa là họ thích đi với Cộng sản. Đương sự khoe với tôi là được người Mỹ ca ngợi và kính trọng. Người Mỹ có bài ca ngợi đương sự và đương sự cho biết rằng cũng quen lớn trong giới chức Mỹ. Nếu như tôi muốn tiếp xúc với họ thì đương sự sẵn sàng giới thiệu tôi với họ.

Tôi trả lời là việc gì tôi phải gặp người Mỹ? Tôi chỉ muốn gặp những người quốc gia yêu nước. Có một người Mỹ muốn gặp đương sự vào ngay lúc đó nên câu chuyện của chúng tôi phải gián đoạn. Tôi từ biệt đương sự và ra về. Quan điểm chính trị của đương sự đã không có gì thay đổi không những thế đương sự còn muốn tỏ cho tôi thấy là đương sự rất ăn cánh với người Mỹ. Chính vì thế mà tôi đã quyết định là không nên tranh thủ đương sự bằng con đường chính trị, và cần phải kiên trì, chờ thời cơ thuận tiện hơn.

II. (Tóm lược) Bề ngoài thì có vẻ một sự thay đổi về quan điểm lập trường chính trị, nhưng bên trong thì phía ông Châu có vẻ như tính chuyện khai thác.
Có một giai đoạn rất lâu tôi không tìm gặp ông Châu bởi tôi được ông Khang cho biết rằng đương sự lui tới bàn bạc rất nhiều với người Mỹ.

III. Đến cuối 1967 ông Châu yêu cầu ông Kháng đến nhà riêng ở đường Ngô Tùng Châu, nói rằng ông ta có điều gì đó muốn bàn với tôi. Nội dung của cuộc trao đổi giữa hai anh em trong lần gặp gỡ lần thứ ba này là như sau:
Đương sự cho tôi biết là đương sự đã đi Huế. Đương sự nói rằng có nhiều người ở Huế đã biết là tôi có mặt ở Sàigòn và vì hoạt động của tôi không còn gì bí mật nữa nên tôi có thể bị bắt. Vì có thể là cơ quan an ninh đã biết về tông tích của tôi nên đương sự khuyên tôi nên quay vào bưng hoặc về một căn cứ bí mật nào đó và cũng khuyên tôi là không nên móc nối với đủ mọi hạng người để lỡ ra nếu như tôi có bị bắt thì sẽ liên quan đến những ai mà tôi có tiếp xúc. Tôi trả lời là đừng có lo về chuyện đó. Năm thì mười họa tôi mới đột nhập vào Sàigòn chớp nhoáng rồi lại rút đi. Tiếp đó đương sự cũng cho tôi biết là đương sự sẽ tranh cử vào Hạ Viện, đại diện cho tỉnh Kiến Hòa.
Lập luận của đương sự là quân đội đã mất thế chủ

động rồi.

Đương sự sẽ nhảy vào chính trị bởi vì chính trị có tương lai về lâu về dài hơn đối với đương sự để tiến thủ theo con đường khác.

Và ông Châu đã nói thêm:

Anh có cách gì hỗ trợ tôi đó. Tôi không cần phiếu (của Mặt Trận) bởi vì tôi biết rất nhiều người có ảnh hưởng ở Kiến Hòa hơn tôi. Thực ra thì cũng chẳng có ai ngang hàng phải lứa với tôi trong vụ tranh cử này đâu. Nhưng tôi muốn anh yêu cầu phe bên kia đừng phá hoại ngày bầu cử, làm "mất vui" đi -- chẳng hạn như cấm dân chúng đi bầu, đe dọa khủng bố, pháo kích vào họ...

Tôi hỏi đương sự rằng bây giờ chú đã là ứng cử viên rồi thì lập trường mới của chú ra sao? Đương sự đáp là ngay từ đầu cho đến giờ tôi vẫn là một người chống Cộng, nhưng tôi không chống Cộng một cách mù quáng. Cái gì có lợi cho dân có lợi cho hòa bình thì tôi sẽ làm.

Tôi (Hiền) coi ông Châu như chỉ là một đối tượng thứ yếu vì muốn tranh thủ ông ta thì phải mất nhiều sự kiên trì. Tuy nhiên vì đấy là nguồn thông tin về mặt tình báo chiến lược nên tôi đã muốn lái đương sự vào những hướng thuận lợi cho nhiệm vụ của tôi -- chỉ hiềm là Hạ Viện rồi ra sẽ hoạt động hoàn toàn công khai, tham nhũng, và thực sự cũng chỉ là một thứ bù nhìn. Nó sẽ chẳng có giá trị gì ráo và rồi cũng sẽ chẳng có ai nghe nó. Tôi gián tiếp gợi ý với đương sự là đương sự nên ở lại trong quân đội hoặc là về Tỉnh để làm Tỉnh trưởng hay làm việc ở một Bộ sở nào đó mà đương sự có thực quyền hơn. Nếu đương sự trở thành Thượng Nghị Sĩ (sic) ở miền Nam này thì làm sao đương sự có thể nói chuyện và tranh cãi với ông Loan hay bất kỳ một Tướng lãnh nào có súng trong tay?

Nhưng khi tôi hiểu ra rằng ông Châu đã quyết định nhảy vào chính trị, cũng như hiểu ra rằng tôi không thể nào thành công trong việc ngăn trở đương sự vì ra chỉ làm đương sự ghét tôi, tôi đã nói rằng mặt trận có chủ trương động viên quần chúng đấu tranh và tẩy chay vụ bầu cử. Với tư cách cá nhân tôi sẵn sàng ủng hộ chú và tôi sẽ báo cáo lên cấp trên đề nghị của chú để thăm dò. Nếu cấp trên đồng ý (không can thiệp vào vụ bầu cử) thì lệnh xuống các bộ phận ở Kiến Hòa sẽ rất là nhanh.

Báo cáo của tôi gửi lên thượng cấp sau vụ gặp ông Châu là như sau:

"Tôi thắc mắc không hiểu tại sao Châu lại cho tìm tôi để báo cho biết có dấu hiệu cho thấy rằng bạn bè, người thân đã biết hoạt động của tôi và khuyên tôi nên rút về một căn cứ bí mật? Anh Toàn, anh có ý kiến gì về việc này hay không? Xin giúp tôi để tôi có thể sẵn sàng đương đầu với vụ này.

Châu cũng cho tôi biết rằng chú ấy sẽ ra tranh cử vào Hạ Viện ở đơn vị Kiến Hòa và đề nghị với tôi báo với mặt trận hỗ trợ chú ấy bằng cách giới hạn việc phá hoại bầu cử ở đấy.

Và tôi chưa nắm được Châu nên đây là một cơ hội tốt để tranh thủ cảm tình của chú ấy; đấy là một cơ hội tốt để tôi tiếp tục tranh thủ Châu.

Anh Toàn, đề nghị anh trao đổi với Mặt Trận để coi xem vấn đề hỗ trợ cho Châu có đi ngược lại chủ trương đường lối chung hay không. Nếu có thể thì xin anh đề nghị là trong ngày bầu cử ta tiếp tục đánh mạnh ở các khu vực khác nhưng giảm bớt hoạt động quân sự chung quanh trung tâm Tỉnh và các huyện châu thành ở Kiến Hòa.

Khoảng một tháng sau, anh Toàn gửi cho tôi bức thư: "Châu chẳng qua mượn cớ báo cho Sỹ (bí danh của Hiền) rằng hoạt động của anh đã bị phát hiện và để anh rút vào bí mật là vì anh ta muốn nhảy ra hoạt động chính trị, và sự có mặt của Sỹ sẽ gây rắc rối cho anh ta; nó sẽ cản trở tự do hành động của anh ta. Tuy nhiên, dù sao thì anh cũng nên hết sức cảnh giác khi tiếp xúc với anh ta. Có thể là CIA đã được thông báo; tụi nó có thể gài bẫy anh".

Tuy vậy anh Toàn vẫn không đả động gì đến ý kiến và đề nghị của tôi (về việc không can thiệp vào vụ bầu cử ở Kiến Hòa). Cho đến ngày hôm nay cấp trên của tôi vẫn không đề cập gì đến việc này.

Trong kỳ bầu cử, tôi có theo dõi qua báo chí về tình hình bầu cử ở Kiến Hòa. Tôi nhận thấy là tình hình ở đấy tương đối yên ổn. Ngoài việc đó ra tôi còn được ông Kháng báo cho biết là trong đợt tranh cử ông Châu đã sử dụng xe gắn máy Suzuki đi cổ động cho mình ở Kiến Hòa.

Ở Kiến Hòa chỉ có ba ứng cử viên -- Châu, một y tá và một giáo viên. Châu khoe là mình không có đối thủ ngang hàng phải lứa. Kết quả là Châu đã được 30,000 phiếu trong tổng số 80,000 phiếu, trên tổng số 500,000 dân ở Kiến Hòa. Đối với nhiều người thì chiến thắng của Châu đã coi như chắc ăn từ lâu, và chẳng có gì đáng ngạc nhiên hay bí hiểm.

Ông Hiền đã nắm sai về số liệu ở đoạn này. Thật ra đã có đến 19 ứng cử viên tranh nhau hai ghế. Ông Châu đã được 38,636 phiếu, đạt 41.2% trên tổng số; người trúng cử thứ nhì được 12.6% phiếu.

III. (Sic) Sau vụ tấn công Tết Mậu Thân (tháng 2 năm

1968) có triệu chứng cho thấy là có sự chuyển biến nơi Châu.

Sau kỳ tấn công đợt một, và sau giai đoạn hai của chuyển biến về tình hình chung, và căn cứ vào những phương hướng chung như đã được nêu ở phần trên trong việc tranh thủ Châu, tôi đã triển khai một số phương hướng cụ thể như sau:

1. Phải kiên trì theo đuổi nguyên tắc tranh thủ đương sự về lâu về dài; kết hợp ba chẳng nhắm đạt được mục tiêu là tình cảm anh em, áp lực của tình thế, cùng tác động về mặt chính trị và ý thức hệ, rồi phối hợp cả ba yếu tố đó mà nhắm vào ba mục tiêu chính sau đây:

A. Khuyến cáo, phê phán, gợi ý nhằm giới hạn bất kỳ một hành động chính trị nào có khả năng gây phương hại cho Châu chủ động ở Quốc Hội.

B. Từng bước khêu gợi tư duy của một người quốc gia nơi Châu để chống lại người Mỹ và đồng thời làm cho đương sự hiểu rõ về chủ trương của Mặt Trận.

C. Tranh thủ đương sự bằng cách gián tiếp cho thấy sự khoan dung độ lượng của Mặt Trận về mặt chính trị.

2. Khai thác bất kỳ một nguồn tin nào xuất phát từ Châu.

3. Châu có khả năng do CIA giựt dây về mặt hoạt động chính trị. Chính vì thế mà tôi cần hết sức cảnh giác, hết sức thận trong bằng cách là phải áp dụng mọi biện pháp đề phòng, và chỉ tác động vào đương sự một cách hết sức dè đặt.

Kể từ giữa năm 1968:
A. Cũng vẫn phương thức tranh thủ đương sự như đã nêu ở trên.
B. Sức ép của thời cuộc.

C. Bản chất riêng tư của Châu. Ông ta là một người trung thực; có phần cơ hội.

D. Việc CIA kiểm soát tình hình chính trị tại miền Nam là theo sát với đường lối chủ trương của Mỹ vào từng giai đoạn.

Dần dà, từng bước một, đương sự có một số biểu hiện cho thấy là cách suy nghĩ của đương sự đã biến chuyển sau mỗi lần tiếp xúc.

CHÁNH THẨM:
(nói với ông Hiền)
Lần gặp gỡ thứ ba của hai người là vào cuối năm 1967.

(Đèn truyền hình lúc này đang sáng choang, và người ta thấy hiện lên tường, phía sau lưng các thẩm phán, cái bóng to lớn của một người mang kính).

ÔNG HIỀN:
Tôi không nhớ rõ những gì tôi đã khai. Tôi nhớ là tôi đã khuyên ông Châu nên rời khỏi quân đội và nhẩy vào chính trường, bởi tôi tin rằng trong tương lai cuộc chiến tại Việt Nam sẽ được giải quyết bằng giải pháp chính trị (1). Ông Châu đã đồng ý với tôi về hướng giải pháp trong tương lai, mặc dù ông ta không cho tôi biết rõ là ông sẽ làm những gì.

Điều này là mâu thuẫn với bản tự khai của ông Hiền, vì khi viết tay thì ông Hiền cho rằng các chính khách chẳng có tí thực quyền nào ở miền Nam và ông Châu nên tiếp tục làm Tỉnh Trưởng và vẫn nên có chân trong quân đội.

IV. Cuộc gặp gỡ vào tháng 6 năm 1968.

Có hai mục đích:

A. Thăm dò xem Châu có thể gia nhập nhóm liên minh Trịnh Đình Thảo hay không không.

B. Thử coi xem sau hai đợt tổng tấn công (tháng 2 và tháng 5) và chuyến đi thăm nước ngoài (của Châu) có làm thay đổi gì về mặt quan điểm của đương sự hay không.

Đương sự đã xẳng giọng và có ý muốn chửi ông Trịnh Đình Thảo. Chính vì thế mà tôi gạt bỏ ý định thăm dò đương sự

Trong buổi gặp gỡ này bề ngoài thì đương sự tiếp tục tỏ ra cứng rắn trên quan điểm chống Cộng thế nhưng đương sự có vẻ lo lắng khi phân tích tình hình. Đã có một vài sự chuyển biến. Chẳng hạn như từ thái độ tin tưởng rằng người Mỹ sẽ chiến thắng Cộng sản chuyển sang thái độ thừa nhận rằng cho dù như người Mỹ không thua thì họ cũng klhông thắng được vì áp dụng chính sách sai lầm.

Đương sự nói với tôi rằng: Các anh có thể đánh đấm chỗ nào cũng được; nhưng tại sao lại tấn công vào các đô thị và giết dân như vậy? Tôi trả lời nữa đùa nữa thật: nông thôn thì đã được giải phóng. Nếu như không vào thành thị thì chúng tôi phải đánh ở đâu. Chúng tôi nào có bắn vào dân. Nhà cửa bị tàn phá và dân bị thương tích là do bom đạn của máy bay Mỹ. Chú là Dân biểu. Tại sao chú không phản đối người Mỹ bỏ bom mà tàn sát đồng bào ta?

Đương sự là người đầu tiên tỏ ý muốn kết thúc cuộc chiến. Đương sự cho tôi biết rằng dư luận ở hầu hết các nước mà đương sự viếng thăm (Nhật, Mỹ, Anh, Ý, Pháp) đều muốn sớm kết thúc chiến tranh và tái lập hòa bình ở Việt Nam. Cuốn sách của đương sự mang tựa đề "Từ Chiến Tranh Đến Hòa Bình" cùng những bài báo yêu cầu chấm dứt chiến tranh đều phản ảnh tư duy mới này.

CHÁNH THẨM:
(nói với Hiền)
Ông có xác nhận lần gặp gỡ thứ IV của hai người và chuyến đi Mỹ của ông Châu hay không?

ÔNG HIỀN:
Tôi đã cung khai nhiều lần. Tôi đã nói rằng tôi thấy Châu là bất hợp tác và tính âm mưu chuyện gì đó mà tôi không biết.

V. Cuộc gặp gỡ đầu tháng 10/1968.
Sau khi đi học tập tại biên giới Cam-bốt với Tư Hiệp và Mười Tùng (bí danh) tôi đi tìm gặp Châu với hai mục đích:

A. Tìm hiểu bản chất thực sự trong sự khác biệt chủ trương đường lối giữa Humphrey và Nixon.

B. Khuyến cáo Châu nên giới hạn các hoạt động chính trị lệch lạc của đương sự (1).

Ông Hiền dường như ám chỉ ở đây là muốn ông Châu bớt tuyên bố những điều đi ngược với chủ trương đường lối của chính phủ. Điều mà ông Hiền muốn không phải là chống đối công khai mà là hoạt động chống chính phủ một cách ngấm ngầm.

Đây là liên minh các lực lượng quốc gia đấu tranh cho hòa bình và dân chủ, được dựng lên để thu hút giới trí thức miền Nam. Nó có mục tiêu ủng hộ Mặt Trận Giải Phóng một cách kín đáo nhưng không có dấu hiệu gì về các mối liên lạc công khai với mặt trận. Ông Thảo, một luật sư ở Sàigòn, đã bỏ thành phố để vào bưng vào khoảng trước tháng 4/1968 khi liên minh này được công bố.

Sự phân tích của đương sự về Humphrey và Nixon thì cũng giống như các sự phân tích trên báo chí. Tuy vậy tôi vẫn phải báo cáo lên cấp trên. Đương sự cũng có tìm cách thăm dò để coi xem mặt trận muốn thấy ai thắng cử. Tôi trả lời rằng Nixon hay Humphrey thì về bản chất cũng như nhau. Họ phải đặt quyền lợi của nước Mỹ lên trên hết. Còn chúng ta là người Việt Nam. Chúng ta phải đặt quyền lợi của nhân dân Việt Nam lên trên hết. Mặt trận chẳng sợ Nixon mà cũng chẳng sợ Humphrey. Nếu như người Mỹ muốn kéo dài chiến tranh thì mặt trận sẽ chiến đấu cho đến cùng.

Sau cuộc nói chuyện đó về tình hình thời cuộc, và cũng theo sự gợi ý của Tư Hiệp, tôi đã lấy tình cảm anh em để khuyên Châu nên giới hạn trò tuyên bố lăng nhăng ở Quốc Hội và khỏi lệch lạc về mặt chính trị bởi nếu làm như vậy thì đương sự có thể bị coi như một con chốt trong tay CIA.

Tôi đã lấy quyển sách "Từ Chiến Tranh Đến Hòa Bình" cùng một số lời tuyên bố của đương sự yêu cầu hòa bình và chấm dứt chiến tranh để làm ví dụ. Làm kiểu đó thì chỉ đưa đến hòa bình theo ý người Mỹ. Tôi nhấn mạnh với đương sự rằng không những chúng tôi chống lại cách lập luận đó mà có nhiều người tại Quốc hội như Nguyễn Hữu Chung, một đồng nghiệp Công giáo của đương sự đã lên tiếng phê phán là loại hòa bình do đương sự đưa ra chỉ phục vụ cho quyền lực của ngoại bang.

Tôi có nhắc qua với đương sự về công việc của Trịnh Đình Thảo nhưng tôi không muốn tranh luận dài dòng.

CHÁNH THẨM:
(nói với Hiền)
Lần gặp gỡ thứ V hả?

ÔNG HIỀN:

Vâng

(tức là xác nhận lời khai).

VI. Một vài ngày sau khi Johnson công bố ngưng ném bom miền Bắc, tức là vào khoảng cuối tháng 11/1968, tôi đi tìm gặp ông Châu với mục đích để tìm hiểu:

A. Sự mâu thuẫn và sự phân hóa giữa các giới chức Mỹ và Sàigòn.

B. Quan điểm về một giải pháp hòa bình của từng giới chức cao cấp và phe nhóm Sàigòn cũng như tại Mỹ. Gặp Châu tôi hỏi:

Phản ứng của Quốc hội đối với ông Thiệu về việc Mỹ đơn phương ngưng ném bom miền Bắc là thực hay giả. Tôi nghe có dư luận cho rằng đấy chỉ là một vụ dàn cảnh do tay của Bunker.

Sau khi Tổng Thống Thiệu đọc diễn văn trước lưỡng viện, công bố việc từ chối cử phái đoàn đi Paris để họp thì nhiều Nghị Sĩ và Dân biểu đã diễn hành từ thượng viện đến dinh độc lập để bày tỏ sự ủng hộ đối với đề kháng của ông Thiệu trước áp lực của Mỹ buộc ông ta phải ngồi vào bàn hòa đàm.

Ông Châu đã cả cười:

Đấy là phản ứng thực. Mấy người đừng làm như thể người Mỹ ở đây muốn làm cái gì thì làm. Không phải là bất kỳ quyết định nào của người Mỹ ở đây cũng đều được thực hiện một cách máy móc.

Tôi trả lời rằng, theo như người ta nói lại: Ngay tôi là

người ngoài cuộc tôi cũng lấy làm bực mình về việc người Mỹ ép uổng. Chúng tôi khó đi theo với người Mỹ. Họ muốn bước lên đầu lên cổ tụi tôi. Đây là một dịp tốt để đánh thức một số người Việt cho họ thấy rằng họ phải tìm một lối thoát khác để khỏi lệ thuộc quá nhiều vào người Mỹ.

Ông Châu hỏi tôi:

Anh có muốn tìm hiểu xem liệu miền Bắc có chịu đồng ý tiếp một phái đoàn Dân biểu miền Nam đi Hà Nội để gặp các nhà lãnh đạo miền Bắc trên tinh thần hiểu biết lẫn nhau, và để cùng nhau tìm ra một phương thức nào đó nhằm giải quyết cuộc chiến tại miền Nam?

Tôi hỏi ngược lại đương sự:

Chú à, chú có thực sự muốn tìm ra một sự hòa giải giữa người Việt và người Việt hay không? Ý kiến vừa rồi là từ chú mà ra hay là của một lực lượng nào khác? Châu trả lời rằng bấy giờ chưa phải lúc để nói một cách cụ thể nhưng nói chung thì Trần Chánh Thành (Ngoại trưởng) cũng cùng chung một ý nghĩ đó.

Tôi đã tìm cách nhân cơ hội đó để gợi ý một cách kín đáo là đề nghị đó không mấy thực tế. Tại sao phe các chú lại phải đi ra Bắc trong khi mặt trận giải phóng là đối thủ trực tiếp của quí vị và đó là đại diện hợp pháp của nhân dân có thẩm quyền quyết định? Miền Bắc chưa thừa nhận chế độ miền Nam. Như vậy thì làm sao họ có thể tiếp phái đoàn Dân biểu từ trong này được? Loại công việc này có thể có ích cho người Mỹ vì người Mỹ sẽ lấy đó làm cái để xoa dịu dư luận quần chúng. Giải pháp đứng đắn duy nhất là phải thành tâm tìm ra một giải pháp trực tiếp với mặt trận giải phóng miền Nam. Tuy nhiên tôi sẽ báo cáo lên cấp trên và trả lời cho chú, chú ạ.

Tôi có báo cáo lên cấp trên về đề nghị của ông Châu và tôi đã yêu cầu anh Toàn như sau:

A. Nghiên cứu đề nghị của Châu để coi xem đề nghị này có ngụy trang cho một âm mưu gì hay không?

B. Cho tôi một ý kiến về cách trả lời tế nhị để duy trì đường lối chung và đồng thời cũng không tỏ ra là quá cứng rắn.

Sau đó thì Tư Hiệp gửi chỉ thị cho tôi theo đó thì tôi phải noi theo chủ trương đường lối như đã được công bố trên đài Hà Nội và đài mặt trận giải phóng để trả lời cho đương sự.

CHÁNH THẨM:

Vào lần gặp gỡ thứ 6, sau vụ ngưng ném bom ông đã gợi ý cho ông Châu đề nghị một cuộc gặp gỡ giữa các phái đoàn Dân biểu với mặt trận giải phóng và miền Bắc phải không?

ÔNG HIỀN:

Tôi xác nhận là chúng tôi có nói về việc ấy. Nhưng tôi không có thẩm quyền. Tôi chỉ báo cáo về phía tôi là việc đó khó mà thu xếp quá. Tôi không tin là miền Bắc sẽ đồng ý.

VII. Cuộc gặp gỡ sau khi Nixon thắng cử, vào cuối 12/1968.

Ông Châu đã rất lấy làm thích thú sau khi Nixon thắng cử. Ông ta cho rằng trong giai đoạn chuyển tiếp này mặc dù cái thế của ông Thiệu có phần tế nhị một chút nhưng tôi vẫn tin tưởng rằng tình hình mỗi ngày một sáng sủa hơn.

Theo sự chỉ đạo của cấp trên tôi nói với ông Châu

rằng việc cử một phái đoàn Dân biểu từ miền Nam ra miền Bắc là không đúng lúc. Ông Châu nổi cáu và nói rằng như vậy là các cha cho rằng các cha ăn chắc chứ gì. Các cha chỉ muốn "giải phóng" riêng rẽ với người Mỹ ở đây phải không nào. Các cha đừng có tìm cách dồn chúng tôi ở vào cái thế hoặc phải đi với phe bên kia hoặc phải đi với người Mỹ một cách toàn diện. Chúng tôi là những người không muốn đi với mặt trận hay là Trần Văn Hữu (Thủ tướng dưới trào Bảo Đại, đi theo Tây để chống lại Việt Minh rồi sau Điện Biên Phủ lại chạy qua Pháp). Chúng tôi chỉ là những người ở giữa.

Ở đây ông Châu tố cáo phía Cộng sản là tìm cách giải quyết cuộc chiến với người Mỹ, bất cần đến người miền Nam.

Tôi chờ cho đến khi ông Châu bớt nóng, rồi tôi mới nêu lên một số ý kiến khác.

Đường lối và lập trường của miền Bắc và của mặt trận giải phóng đều luôn luôn phù hợp với nhau. Đường lối của mặt trận là vấn đề của miền Nam Việt Nam cần phải được giải quyết của chính người Việt Nam với nhau mà không có sự can dự của người nước ngoài.

Nếu chú hoặc bất cứ một đoàn thể nào thực tâm muốn tìm một con đường để kết thúc cuộc chiến tranh 30 năm này với bao nhiêu đau thương của nhân dân thì chú nên tìm một giải pháp bằng cách thương thuyết trực tiếp với mặt trận giải phóng miền Nam Việt Nam. Sớm hay muộn thì chúng ta cũng phải đi đến chỗ đó.

Ngày nay nước Mỹ có nhiều thứ khó khăn. Đây là cơ hội tốt nhất để thoát khỏi sự kiểm soát của người Mỹ và con đường duy nhất là tìm cho ra một sự thỏa hiệp giữa người Việt với người Việt.

CHÁNH THẨM:
(nói với ông Hiền)
Ông có xác nhận rằng khi gặp gỡ với ông Châu lần thứ tám thì ông Châu đã cho các con ông 10.000 đồng?

ÔNG HIỀN:

Vâng.

VIII. Cuộc gặp gỡ này xảy ra sau Tết 1969 (Kỷ Dậu), khoảng cuối tháng hai, theo lời yêu cầu của ông Châu do ông Kháng chuyển đi.

Khi tôi gặp đương sự thì ông ta nói ngay: có một nhóm Dân biểu đại diện cho một số tôn giáo họ muốn thành lập một phái đoàn để đi Paris hoặc bất kỳ một nơi nào khác để gặp riêng đại diện của miền Bắc hoặc của mặt trận, với mục đích là tìm hiểu lẫn nhau và coi xem có cách nào để giải quyết cuộc chiến. Mục đích của nhóm này là tự tạo cho họ một cái thế chính trị để trình bày quan điểm của họ với những đoàn thể khác. Do đó mà ngay bây giờ có một đoàn thể có khả năng tạo được những điều kiện tốt đẹp cho sự hiểu biết lẫn nhau cũng như để tìm ra một giải pháp với phe bên kia. Khuôn khổ của cuộc gặp gỡ có thể là sẽ gặp phía miền Bắc trước rồi gặp phía mặt trận sau, hoặc giả cả hai cùng một lúc cũng được.

Tôi hỏi là tính chất của giải pháp đó ra sao, đương sự trả lời rằng giải quyết vấn đề đó với mặt trận không cần đến việc sửa đổi hiến pháp bởi hiến pháp chống chủ nghĩa Cộng Sản chứ không chống mặt trận và mặt trận cũng chưa bao giờ tự nhận mình là Cộng Sản (1).

Đây là lập luận của Sàigòn khi cuối cùng rồi cũng tham gia hội nghị Paris.

Sau đó mặt trận rồi ra cũng có thể được coi như là một chính đảng. Có thể sửa đổi hiến pháp để cho phe thiểu số (mặt trận) có thể có một số ghế (tại Quốc Hội). Tổng Thống Thiệu cũng có suy nghĩ như thế. Sớm muộn gì rồi thì chúng tôi cũng phải giải quyết vấn đề với Mặt Trận nhưng ngay bây giờ mà nói ra điều đó hay tuyên bố như thế thì sẽ bị người ta đập chết.

Ông Châu dường như muốn hàm ý rằng ông Thiệu cũng muốn đề nghị kiểu như vậy thế nhưng về mặt chính trị thì vào thời đó ông ta không thể làm được. Trong giới ngoại giao thì ông Thiệu cũng có nói gần nói xa về điều đó và những đề nghị công khai về sau của ông ta cũng tựa tựa như giải pháp mà ông Châu nêu ra ở đây.

Đương sự đề nghị là tôi nên thăm dò coi xem mặt trận và miền Bắc có đồng ý với một cuộc gặp gỡ như vậy hay không trong nội tháng 4 hay tháng 5/1969 khi mà đương sự sẽ đi Paris.

Tôi đề nghị đương sự tìm hiểu thêm về thành phần của đoàn thể nói trên (tức là gồm các Dân biểu).

(Thiếu mất hai dòng ở đoạn này, có lẽ là danh tính những người nào đó).

Tôi nhận cơ hội đó mà nhẹ nhàng nêu lên cái ý sau đây: đây là quan điểm thực sự và tâm huyết của chú hay là một đòn chính trị hoặc kế hoạch của CIA?

Đoàn thể vừa nói có ảnh hưởng và uy tín gì không? Nếu không thì sau cuộc gặp gỡ, lúc trở về mà họ có bị bắt bỏ tù thì rốt cuộc chẳng nên trò trống gì cả. Ý định thực sự của ông Thiệu là như thế nào?

Cái đoàn thể mà chú nói muốn đạt được kết quả cụ thể. Nó phải phấn đấu để mở rộng ta và bao gồm các lực lượng tôn giáo chính như khối Công giáo miền Nam, (thêm một vài chữ bị bỏ sót nữa) và nhóm Phật giáo Ấn Quang và có thêm nhiều nhân vật tiếng tăm trong cũng như ngoài Quốc Hội. Nếu như đoàn thể đó chỉ gồm những người mà ai nấy đều chán không muốn nghe họ nói và chỉ muốn lảng tránh thì như vậy là vô ích.

Đoàn thể này phải có một cương lĩnh chính trị phù hợp với độc lập, dân chủ, hòa bình, và trung lập; và chừng đó thì may ra nó mới có hy vọng giải quyết vấn đề. Làm chính trị có nghĩa là phải biết thế cân bằng thực sự giữa các lực lượng, riêng chú thì dựa trên cơ sở nào mà chú coi mặt trận như một thiểu số.

Sau cùng tôi hứa rằng: điều này chưa có gì là cụ thể hoặc rõ ràng nhưng tôi sẽ tìm cách báo cáo lên thẩm quyền ở trên và sẽ trả lời chú trong thời gian thật gần.

Sau khi gặp ông Châu tôi đã gửi báo cáo lên cấp trên nói rõ về quan điểm của Châu trong việc giải quyết vấn đề với mặt trận trong khuôn khổ của hiến pháp.

Trong một bức thư khác gửi cho Tư Hiệp tôi có viết như sau:

Tôi không biết là vào tháng 4 hay tháng 5 sẽ có chuyển biến gì mới lạ ở Paris khiến cho Châu có ý định đi qua đó. Đương sự tỏ ý muốn tiếp xúc với ta.

Sau đó tôi đi gặp Ba Căn (bí danh) và có nêu đề nghị của Châu với anh ấy. Tôi cũng nói cho anh ấy biết rằng chúng tôi cần phải tìm hiểu kỹ lưỡng hơn để cấp trên nắm rõ thêm tình hình. Vào đầu tháng 4/1969 tôi dự kiến gặp Châu với mục đích:

a. Tìm hiểu thực lực và tính chất thực sự của lập trường quan điểm của nhóm mà ông Châu đã đề cập.

b. Nếu tình hình cho phép thì tôi sẽ bắt đầu liên lạc với một số nhân vật để điều nghiên thêm về tình hình thu thập tin tức liên quan đến thời cuộc sao cho có lợi đối với công tác tình báo chiến lược.

(Ý muốn nói ở đây là mở rộng màng lưới các cuộc giao tiếp để bản thân ông Hiền có thể nắm rõ hơn về tình hình chính trị lúc bấy giờ).

Tôi đã không có dịp để gặp lại ông Châu như dự kiến. Tôi bị bắt vào ngày 6/4/1969.

CHÁNH THẨM:
(nói với ông Hiền)

Ông có xác nhận nội dung về cuộc gặp gỡ lần thứ tám hay không?

ÔNG HIỀN:

Tôi đã khai rằng ông Châu là một chính khách nhiều thủ đoạn, nhưng tôi đã không báo cáo điều đó lên cấp trên bởi lúc đó tôi còn theo dõi hành tung của ông Châu, và thực ra tôi cũng không biết rõ là ông Châu mưu toan chuyện gì?

ỦY VIÊN CÔNG TỐ:

Ông có nhận lệnh của cấp trên để liên lạc với ông Châu hay không?

ÔNG HIỀN:

Không, chính tôi đã đề xuất ý kiến đó và rồi sau đấy tôi mới báo cáo lên cấp trên việc tôi liên lạc với ông Châu. Cấp trên đồng ý về việc này.

ỦY VIÊN CÔNG TỐ:

Sau tám lần gặp gỡ với ông Châu, ông nghĩ gì về ông ta?

ÔNG HIỀN:

Chúng tôi là anh em với nhau nhưng ông ta chống Mặt Trận giải phóng, còn tôi là một thành viên của Mặt Trận. Do đó mà lập trường của ông ta và của tôi đều rất rõ ràng.

ỦY VIÊN CÔNG TỐ:

Khi ông khám phá ra rằng ông Châu vẫn còn chống Mặt Trận giải phóng thì tại sao ông vẫn còn tiếp tục gặp ông Châu? Sau khi ông ta trở thành Dân biểu ông có còn gặp lại ông ta nữa hay không?

ÔNG HIỀN:

Tôi có gặp ông Châu vào năm 1968 và đầu năm 1969 như là một người em chứ không phải trên cương vị của ông ấy là một Dân biểu.

ỦY VIÊN CÔNG TỐ:

Là một người Cộng Sản ông có được phép đi gặp ông Châu thường xuyên chỉ vì ông ta là em của ông hay không?

ÔNG HIỀN:

Tôi vốn là một sĩ quan tình báo nên tôi hoàn toàn được tự do muốn gặp ai thì gặp. Mục đích của tôi là thu thập tin tức. Ai từ chối hợp tác thì tôi phải khai thác.

ÔNG CỰ:

Ông Hiền, ông có nhớ rõ ngày ông gặp ông Châu lần thứ tám?

ÔNG HIỀN:
Tôi chỉ nhớ đâu vào khoảng đầu năm 1969, còn ngày tháng thì không nhớ.

ÔNG CỰ:
(lắc lắc một ngón tay về phía ông Hiền)
Ông có biết rằng người anh cả của ông là ông Khang trước đây có làm việc cho chương trình phát triển nông thôn?

ÔNG HIỀN:
Không, tôi không biết là ông Khang làm việc cho chương trình phát triển nông thôn. Khi tôi gặp ông ta và biết là ông ta làm việc với Trung Tâm Phát Triển Nông Thôn thì tôi đã tính chuyện khai thác ông ta.

(Bây giờ đến phiên người anh cả của ông Châu là Trần Châu Khang ra trước vành móng ngựa. Trông ông ta cũng tựa tựa như ông Châu, cả về ngoại hình lẫn cung cách thế nhưng lại nom già và yếu hơn, và trông ông ta thì đúng là hình ảnh của một người anh kém tài và sa sút cần được người thân giúp đỡ. Trông ông ta cũng mập mạp như ông Châu, tuy tóc đã điểm bạc và cái cằm nom nhều nhão. Ông ta mặc áo chemise trắng cộc tay và bận quần tây xám).

CHÁNH THẨM:
Ông có gặp ông Hiền hay không?

ÔNG KHANG:
Có. Ông Châu nói với tôi rằng ông ta gặp ông Hiền và ông ta cũng nói với tôi rằng ông có ý muốn rủ ông

Hiền trở về hàng ngũ rồi sau đó sẽ gửi ông Hiền đi Mỹ học.

ỦY VIÊN CÔNG TỐ:
Ông có nhận được tấm danh thiếp của ông Châu nhờ chuyển cho ông Hiền để đề phòng trường hợp ông Hiền bị bắt thì ông Hiền có thể trưng tấm danh thiếp đó ra làm vật hộ thân?

ÔNG KHANG:
Tôi không nhớ.

ỦY VIÊN CÔNG TỐ:
Ông có nhận lãnh nhiệm vụ gì do ông Châu giao phó hay không?

ÔNG KHANG:
Không. Ông Châu chỉ có nói với tôi là nếu ông Hiền đến kiếm ông ta thì làm ơn nói với ông Hiền cứ việc ra trình diện và rồi ông Châu sẽ gửi ông Hiền đi Mỹ học.

ÔNG CỰ:
Ông Khang, trước năm 1968 ông có chuyển tài liệu của bộ xây dựng nông thôn cho ông Hiền hay không?

ÔNG KHANG:
Không.

ỦY VIÊN CÔNG TỐ:
Sau khi đọc các tài liệu có liên quan đến Dân biểu Châu, chúng tôi đã quyết định khởi tố ông Châu về tội liên lạc với địch, làm phương hại đến an ninh quốc gia,

chiếu điều 10 của sắc luật 11/62. Khi chúng tôi quyết định khởi tố Dân biểu Châu thì chúng tôi không bắt ông ta ngay, vì tôn trọng điều 3 của hiếp pháp về sự độc lập của ba ngành lập pháp, hành pháp và tư pháp. Chúng tôi có phái cảnh sát tư pháp cùng với trát tòa yêu cầu Dân biểu Châu trình diện ba lần tất cả, để chúng tôi điều tra thêm. Ông Châu đã không chịu đến. Chính vì vậy mà chúng tôi phải dời phiên tòa đến năm ngày -- cho đến ngày 25 tháng 2 năm 1970 -- để xử khiếm diện ông Châu.

Theo thủ tục thông thường, chiếu điều 102, ông Châu có thể có luật sư bào chữa, thế nhưng luật sư của đương sự lại không có mặt. Chiếu điều luật đó thì chánh án có thể tuyên án với hình phạt tối đa có hiệu lực cho đến khi người thọ án bị bắt hoặc là tự nguyện ra trước tòa xin tái xử. Thay vì đến trình diện ông Châu lại không ra mặt. Do đó mà vào ngày 25 tháng 2 năm 1970 chúng tôi có yêu cầu tòa cho phép chúng tôi bắt giữ ông Châu. Khi ông Châu bị bắt chúng ta mới có phiên tòa này, kéo dài từ ngày 2 tháng 3 cho đến tận hôm nay.

Theo thủ tục của tòa án đặc biệt này thì không có kháng cáo và bản án được thi hành ngay. Chúng tôi luôn luôn chịu sự giám sát của Tối Cao Pháp Viện, thế nhưng chúng tôi từ chối không chuyển đề nghị kháng biện của luật sư bào chữa lên Tối Cao Pháp Viện. Khi các luật sư đã rút lui rồi thì chúng tôi đã áp dụng điều 10 của luật 11/62 để đề cử một công dân có bằng Cử Nhân Luật ra đảm nhiệm phần bào chữa cho bị can.

1. Về tội danh của Dân biểu Châu.
2. Về việc tại sao vụ này lại thuộc loại tội phạm quả tang.

Ông Châu và ông Hiền đã nhìn nhận là họ có liên lạc

với nhau. Là Tỉnh Trưởng, ông Châu đã để cho ông Hiền xử dụng công xa để rời Kiến Hòa sau khi gặp ông Châu, và đã cho ông ta 30,000 đồng. Là Tỉnh Trưởng, ông Châu lẽ ra phải đảm bảo an ninh trên phần lãnh thổ của mình.

Ông Châu đã không trình diện khi chúng tôi tống đạt ba trát đòi đến gặp thẩm phán công tố. Thay vì vậy ông ta đã họp báo để công bố việc ông ta gặp ông Hiền.

Ông ta đã gặp ông Hiền ba tháng trước vụ Tết Mậu Thân năm 1968. Tại sao ông Châu lại không báo trước vụ tổng tấn công đó cho các giới chức Việt Nam mà lại đi báo với người Hoa Kỳ? Là một sĩ quan cao cấp, tại sao ông ta lại không phục vụ chính quyền Việt Nam, mà lại đi làm cho người ngoại quốc? Nếu không đúng như vậy thì tại sao ông ta lại bỏ ba tiếng đồng hồ để phúc trình cho người ngoại quốc? Ông Châu cho rằng đó là bởi vì ông ta không biết chọn người Việt Nam nào để báo trước cái tin đó. Chẳng qua cũng chỉ vì đương sự không tin vào các giới chức có thẩm quyền của Việt Nam. Chính vì thế mà ông ấy đi gặp người Hoa Kỳ.

Và sau ba tiếng đồng hồ nghe tường trình như thế, người Hoa Kỳ họ cũng chẳng theo đề nghị của ông ta; nhưng rồi ông ta cũng để yên ổn như thế, để cho sự việc cứ tuần tự y tiến.

Ông Châu được ông Hiền gợi ý về việc cử một phái đoàn Quốc Hội miền Nam đi tiếp xúc với một phái đoàn của Quốc hội miền Bắc. Như vậy là trước sau gì cũng dẫn đến việc lật đổ chế độ này. Nếu như ta nhìn lại diễn trình các hoạt động của ông Hiền từ khi ông ta trở vào miền Nam cho đến khi ông ta bị bắt thì chúng ta có thể hình dung ra âm mưu đó.

Ông Hiền không phải là cán bộ thứ thường. Ông ta là

một cán bộ quan trọng. Cho dù trước tòa ông Hiền nói rằng ông ta với ông Châu có lập trường quan điểm khác nhau gì đi nữa thì họ cũng đã tiếp xúc với nhau tám lần và còn tính chuyện gặp nhau tiếp! Chẳng qua là ông Hiền muốn góp phần bào chữa cho ông Châu đấy mà thôi.

Tội trạng của ông Châu không phải chỉ là tội móc nối với địch ít ra là tám lần, mà còn là cái tội cung cấp tin tức cho một người có nguy hại đối với an ninh quốc gia. Hoạt động của ông Hiền là nguy hại cho an ninh quốc phòng.

2. Về trường hợp phạm pháp quả tang.

Quyển sách này (Ủy viên công tố giơ cao một quyển sách) được xuất bản ở Pháp vào năm 1928. Đây là một quyển sách cũ, và như vậy thì nó không phải thứ giả hiệu hoặc thứ tài liệu bịa đặt. Tôi tin là nó được in ấn chính xác. Và tôi muốn trích từ trong sách ra bốn trường hợp nói về tội phạm quả tang.

(Ông ta đọc từ quyển Tự Điển pháp lý công thức của nhóm "Parquets de la Police Judiciaire" điều 4):

"Định nghĩa. Tội trạng được coi như rơi vào trường hợp quả tang nếu như:

1. Nó được gây ra ngay bây giờ.
2. Nó vừa được gây ra tức thì.
3. Khi một thể nhân có dự phần bị đệ tam nhân tri hô.
4. Khi một người bị bắt mà trên người có vật dụng, vũ khí, công cụ hoặc giấy tờ đưa đến sự giả định là đương sự chủ mưu hoặc là đồng lõa, với điều kiện là sự việc diễn ra trong khoảng thời gian liền với thời gian tội trạng được gây ra.

Khoản được áp dụng ở đây là khoản thứ tư. Vụ ông Hiền là một vụ quả tang, vì ông ta đã bị bắt với tài liệu trên người. Ông Châu có liên can đến vụ ông Hiền. Do đó mà trường hợp của ông Châu cũng là phạm pháp quả tang. Nếu như ông Hiền không bị bắt quả tang thì làm sao mà hoạt động của ông Châu bị phát hiện? Do đó mà ông Châu bị truy tố về tội phạm pháp có quả tang. Ông Châu là đối tượng bị cảnh sát an ninh theo dõi, và chúng tôi đã bám sát ông ta để tìm hiểu về hoạt động của đối phương, mà chúng thì có âm mưu trọng đại là lật đổ chế độ, lật đổ Việt Nam Cộng Hòa.

Còn đối với lập luận của Luật Sư Đại, người ví von với vụ đánh bài đánh bạc vào hôm thứ hai vừa rồi đây thì phải nói là ví dụ đó không thể đem so sánh với vụ án nầy. Đánh bài đánh bạc là giữa cá nhân với nhau. Còn vụ án có liên quan đến hoạt động của ông Hiền ở đây là một vụ lớn, có liên quan đến âm mưu lớn với một thời gian hoạt động lâu dài, chứ không phải chỉ một lúc nào đó như khi người ta chơi cờ bạc.

Chúng tôi phải theo dõi hoạt động của kẻ địch, mà chúng thì có khi cần đến 20 năm hoặc lâu hơn nữa để thực hiện loại âm mưu này. Đấy là tổng kết quan điểm và lập trường của ủy viên công tố. Giờ thì người bào chữa sẽ trình bày quan điểm của mình, và chánh thẩm sẽ quyết định về vấn đề có quả tang hay không. Tội trạng này là nghiêm trọng, bởi nếu kẻ địch thực hiện được âm mưu của chúng thì chế độ miền Nam sẽ bị lật đổ. Chính vì thế mà chúng tôi yêu cầu quý Tòa cân nhắc kỹ càng trước khi phán quyết bởi đây là một vụ án quan trọng. Chúng tôi yêu cầu quý Tòa xem xét vụ này một cách cẩn thận, nhất là vì trách nhiệm của Tòa án này là tái lập an ninh và trật tự. Chúng tôi xin quý Tòa tuyên một cái án nghiêm khắc.

ÔNG CỰ:

Chúng tôi là công dân thường. Nhân danh công lý, chúng tôi đến đây để phát biểu với tư cách công dân muốn bảo vệ công lý.

Thưa quý Tòa, bản án ngày 25 tháng 2 năm 1970 đã được tuyên đọc vào một lúc mà Dân biểu Châu còn là một Dân biểu. Vậy thì Dân biểu Châu đã bị truy tố trên cơ sở gì?

Sau phiên xử ngày 25 tháng 2 năm 1970, đã có lệnh bắt giữ ông Trần Ngọc Châu.. Thế nhưng ngày 7 tháng 2 năm 1970, đã có lệnh bắt Châu, nhưng lệnh đó lại bị thu hồi bởi một quyết định khác của Tư lệnh vùng III Chiến Thuật. Như vậy thì chúng tôi muốn được biết xem ông Trần Ngọc Châu đã bị bắt trên cơ sở nào?"

Khi Dân biểu Châu bị bắt thì ông Vũ Văn Huyền và Bà Nguyễn Phước Đại có yêu cầu Tòa tuyên bố vụ án là bất hợp hiến. Tất cả các lời biện luận của các luật sư đó cũng như yêu cầu của họ xin được Tòa đề đạt phần kháng cáo lên Tối Cao Pháp Viện đều đã được nói lên trước Tòa này.

Thưa quý Tòa, quan điểm của phía công tố đã không có cơ sở. Ủy viên công tố đã tách rời sắc luật 11/62 ra. Chúng tôi thấy chẳng có phạm tội gì cả. Ông Châu đã trình bày các hoạt động của ông ta một cách hết sức rõ ràng. Ông ta đã minh chứng rõ ràng về lập trường của ông ta là một người quốc gia. Không những hai ông Hiền và Khang đã xác nhận điều đó, mà trong báo cáo gửi cấp trên của mình ông Hiền cũng đã nói rằng chẳng những ông Châu bất hợp tác mà lại còn có tham vọng leo lên địa vị cao hơn trong hàng ngũ quốc gia.

Chúng tôi không đồng ý với việc ủy viên công tố quy tội ông Châu như là trường hợp quả tang, tức là một người bị bắt tại trận hoặc như là một sự tiếp nối từ một người khác bị bắt tại trận. Cuộc gặp gỡ lần cuối giữa ông Châu và ông Hiền là vào tháng 4/69 sau đó thì đến ngày 7/4/1969 ông Hiền bị bắt.

Ngày 19/2/1970 ông Châu bị truy tố. Chúng tôi muốn biết là điều gì tạo nên sự tiếp nối của trường hợp quả tang về mặt này. Ngày 4/2/1970 các giới chức thuộc vùng III Chiến Thuật gởi cho cảnh sát an ninh một bức thư yêu cầu theo dõi hoạt động của Dân biểu Châu. Như vậy tức là đã có sự gián đoạn kể từ ngày 7/4/1969 cho đến 4/2/1970. Trong khoảng thời gian giữa khi ông Hiền bị bắt và thời gian ông Châu bị khởi tố thì đã chẳng ai đả động gì đến ông Châu. Như vậy thì bây giờ quý vị không thể lấy sự thể đó để kết tội ông Châu là phạm pháp quả tang. Và nếu đó không phải là tội phạm quả tang thì quý vị không thể đưa ông Châu ra trước tòa án này. Chúng tôi xin quí Tòa, tuyên bố là Tòa án này không có thẩm quyền về vụ án này.

Chúng ta đang sống trong một xã hội mà chúng ta đang bảo vệ với sức lực và chính máu xương của chúng ta. Chúng ta coi trọng đất nước, gia đình và xã hội. Chúng ta không phải là người Cộng sản. Chúng ta không thể buộc Dân biểu Châu không nhìn người anh của mình là ông Hiền và cho ông ta tiền như là cho một người anh nghèo khó. Quí vị không thể lên án ông ta và ra lệnh cho ông Châu một chiến sĩ quốc gia, không được phép gặp gỡ với anh mình, vốn là một người thân trong gia đình mình, mà gia đình thì vốn là nền tảng của xã hội. Tự đáy lòng quí vị hẳn cũng biết rằng vì là người quốc gia nên chúng ta phải nghĩ đến lớp cha ông đã chết. Bây giờ có hai anh em xa cách nhau đã hai mươi năm thì làm thế nào chúng ta có thể ngăn cản họ tay bắt mặt mừng với nhau trừ phi ông Châu là một người Cộng sản được lệnh không cho phép làm như vậy.

ỦY VIÊN CÔNG TỐ:

Ngày 25/2/1970 Tòa đã tuyên án đối với ông Châu về trường hợp phạm pháp quả tang. Chúng tôi đã phải bắt giữ ông ta thể theo thủ tục của một trường hợp khẩn cấp. Và tòa án này không cho phép kháng cáo. Mục đích của tòa án này là tái lập an ninh và trật tự càng nhanh càng tốt. Và vụ án này đụng đến an ninh quốc gia. Và như đã nói vụ ông Hiền là một trường hợp phạm pháp quả tang. Chúng tôi đã tiếp tục cho theo dõi hoạt động của những ai có liên can và do đó mà những ai bị bắt từ vụ án ông Hiền đều bị coi như thuộc trường hợp phạm pháp quả tang.

Tòa án này vẫn tiếp tục tồn tại bởi vì các nhà làm luật cho rằng như thế là cần thiết bằng không thì họ đã giải tán tòa này trong thời hạn hai năm theo như hiến pháp cho phép kể từ khi hiến pháp được ban hành.

Chúng tôi đã không bắt ông Châu ngay sau khi bắt ông Hiền bởi chúng tôi muốn theo dõi hoạt động của toàn bộ tổ chức. Điều này không có nghĩa là đã mất đi tính liên tục. Chúng tôi đã chẳng đả động gì đến ông Châu. Nhưng không có nghĩa là chúng tôi đã không theo dõi ông ta.

Cộng sản họ biết tình cảm gia đình của chúng ta là thắm thiết như thế nào. Họ tìm cách khai thác thứ tình cảm đó. Thế nhưng chúng ta nên đặt quyền lợi của đất nước lên trên quyền lợi của cá nhân và gia đình.

ÔNG CỰ:

Các tài liệu của ông có điều gì nghĩ rằng 102 Dân biểu ký vào bản kiến nghị đồng ý để hành pháp truy tố ông Châu đã xác định rõ ở phần kết là yêu cầu hành pháp không bắt giữ ông Châu?

Còn về trường hợp tội phạm quả tang thì có nhiều sách định nghĩa về những trường hợp như thế chứ không phải chỉ có một cuốn. Rõ ràng là có trường hợp quả tang khi công chúng tri hô và bị can bị bắt hoặc 48 tiếng sau đó thì cũng có thể coi như là tức thời.

Ông Châu là nạn nhân của ông Hiền, anh ông ta, một người Cộng sản tìm cách khai thác ông Châu, vốn là một người quốc gia có nhiều tình cảm. Chúng tôi xin quí tòa không trừng phạt một người quốc gia từng là nạn nhân bị Cộng sản khai thác.

Cũng một vụ việc tương tự đã diễn ra với Đại úy Phạm Doãn Đệ, người cũng móc nối với ông Hiền y hệt như trường hợp ông Châu. Đại úy Đệ đã được chính tòa này tha bổng và bác sĩ Đệ và ông Hiền cũng đã gặp gỡ nhau để bàn bạc về những vấn đề y như những vấn đề mà ông Châu đã bàn bạc. Ngay tại phiên tòa này Bác sĩ Đệ đã nói rằng ông ta không lòng dạ nào để tố cáo ông Hiền... Vốn là một bạn thân của anh ông ta. Trong trường hợp của ông Châu thì làm thế nào quí tòa có thể nghĩ rằng ông ta lại có thể tố giác chính người anh ruột của mình?

Vì quyền lợi của quốc gia chúng tôi xin quí tòa trả ông Châu về cương vị của ông ta là một Dân biểu.

ÔNG CHÂU:

Thưa quý tòa, tôi muốn nói vắn tắt là khi tôi ở Hạ Viện thì cảnh sát đã dẫn tôi đi một cách thô bạo. Còn ở đây thì các luật sư tài ba của tôi và chính bản thân tôi, chúng tôi cũng biện minh là tôi vô tội. Tôi không đồng ý với ủy viên công tố là người đã dựng lên các cáo trạng để truy tố tôi. Tôi đã phục vụ đất nước 23 năm liền, với tư cách là một sĩ quan tác chiến đã từng được nhiều huy chương ngoài mặt trận. Mấy ngày gần đây tôi đến đây trong bộ quần áo màu đen. Quí vị có thể gọi tôi là một người Cộng sản hoặc quí vị cũng có thể gọi tôi là một người của CIA bởi cán bộ bình định nông thôn đều mặc đồ đen. Tôi mặc đồ đen là tượng trưng cho một công dân Việt Nam lương hảo. Khi tôi chết thì tôi xin được chôn cất tại nghĩa trang quân đội. Và các băng ghi âm cùng hồi ký của tôi sẽ được ấn hành khi thời gian cho phép.

(Tòa hoãn xử để hội ý, rồi sau đó tái nhóm để tuyên bố là ông Châu có tội. Ông Châu bị kết tội là "Móc nối với một người thực hiện các hoạt động đến an ninh quốc phòng". Ông ta bị kết án mười năm khổ sai và bị tịch thu tài sản nhưng sẽ không phải bị biệt xứ khỏi Sàigòn khi ra tù).

Lúc đó là 2 giờ 30 chiều.

Ông Châu được quân cảnh áp giải ra khỏi tòa và người ta đã có phần lúng túng không biết làm gì với ông ta trước khi đưa ông ta lên xe Jeep và chở ông ta ra khỏi cổng.

Khán giả đổ ra khỏi phòng, theo ông Châu, và có đủ thời gian để ông Châu nói bằng tiếng Anh với đám nhà báo vây quanh: "I am still useful for peace settlement" (Tôi vẫn còn có ích cho một giải pháp hòa bình), và giơ hai ngón tay làm dấu V chiến thắng như ông ta vẫn quen làm.

Trong phòng xử giờ đã trống trơn, chỉ còn bốn người:

ủy viên công tố, một nhà báo, và hai nhân viên đang bắt đầu sắp xếp lại các hàng ghế. Ủy viên công tố đứng ở bục của mình, nhìn quanh một cách bình thản, chẳng khác gì ông chủ nhà nhìn cái cảnh khách khứa đột nhiên ùn ùn kéo về sau buổi chiêu đãi. Anh nhà báo đến gần ông ta và hỏi xem ông ta có nói được tiếng Pháp hay không. Không chờ người ta nêu câu hỏi, ông ta đáp ngay: "Cần áp dụng luật pháp đúng theo thủ tục của tòa án đặc biệt".

Trưa hôm đó, đài quân đội Hoa Kỳ ở Sài gòn, mà mới đấy vừa mới cực lực phủ nhận nguồn tin cho rằng họ bị kiểm duyệt tin tức mở đầu bản tin với vụ "ông (Phó Tổng thống) Agnew lên tiếng phản đối bạo động ở Nam Carolina". Tiếp đó là đến phần tin tức về dầu hỏa, về bạo loạn ở Puerto Rico và đại học Illinois, rồi đến việc Bộ Quốc Phòng Mỹ đóng cửa một vài căn cứ nhằm tiết kiệm cho ngân sách quốc phòng. Ông Châu không hề được nhắc đến.

Cũng trong thời gian này thì ở Quốc Hội hai Dân biểu tuyệt thực để phản đối từ mấy ngày hôm trước đã lục tục thu xếp khăn gói, leo lên xe và lái đi mất. Bộ Tư lệnh các lực lượng Hoa Kỳ đóng ở miền Nam ra thông báo về số thương vong là 333 binh sĩ Việt Nam và 113 binh sĩ Mỹ -- đấy là tuần lễ đầu tiên kể từ tháng 11 mà số binh sĩ tử trận của Hoa Kỳ vượt con số 100. Tổng kết chính thức về số thương vong kể từ khởi đầu cuộc chiến như vậy là có 40,758 binh sĩ Mỹ tử trận, 100,989 binh sĩ Việt Nam tử trận, 608,823 binh lính miền Bắc và Việt Cộng tử trận, và 268,296 binh sĩ Mỹ bị thương; một nửa trong số đó phải nằm bệnh viện.

Đi ra ngoài thông lệ, Bộ Tư lệnh Hoa Kỳ đã giải thích con số thương vong cao như thế trong tuần lễ là bởi:

"Con số binh sĩ Mỹ tử trận là con số cao nhất kể từ ngày 22 tháng 11 năm 1969, khi mà con số đó lên đến 130 người. Tuy nhiên, không có bằng chứng nào về sự gia tăng về mức độ giao tranh trong tuần lễ kết thúc vào ngày 28 tháng 2 năm 1970 (thời điểm báo cáo cuối tuần).

"Con số bị thương (465) là thấp nhất trong hai năm và tổng số thương vong cũng là thấp nhất kể từ tuần lễ kết thúc vào ngày 3 tháng 2 năm 1970, một tuần lễ trong đó có tính một thời gian địch quân ngưng nổ súng. Cũng trong cùng một thời kỳ như thế của năm trước (23 tháng 2 đến 1 tháng 3) phía Hoa Kỳ có 453 binh sĩ tử trận và 2593 người bị thương".

Phát ngôn nhân quân sự cho biết thêm là các phi cơ oanh tạc đã tấn công vào các vị trí cộng quân trong nội địa Cam Bốt sau khi súng cối của Quân Lực Việt Nam Cộng Hòa đã rót 32 quả đạn 82 ly từ căn cứ Hà Tiên, cách biên giới trên 3 cây số. Phát ngôn nhân đó giải thích là các cuộc tấn công này của phi cơ oanh tạc là quyền tự vệ đương nhiên.

Ngày hôm sau thì Thượng viện sẽ thông qua đạo luật cải cách ruộng đất của ông Thiệu. Đến thứ hai tới Bộ Tư lệnh Thủy quân lục chiến Mỹ tại vùng I Chiến thuật sẽ được bàn giao cho lục quân. Báo hiệu là Thủy quân lục chiến sẽ rút khỏi Việt Nam, từ năm 1965 Thủy quân lục chiến Mỹ đã chịu tổn thất theo một tỉ lệ bất cân xứng với tổng số binh sĩ Hoa Kỳ tham chiến ở Việt Nam là 1/3. Nghe đâu là có những bản tường trình bí mật đang lưu hành ở Washington để lý giải tại sao trong suốt quá trình lịch sử vinh quang của nó Thủy quân lục chiến Hoa Kỳ đã không thắng trong cuộc chiến này.

Phán Quyết Sau Cùng

Ngày 5/5 Tối Cao Pháp Viện, sau khi đã thúc dục tòa án quân sự mặt trận chuyển toàn bộ hồ sơ vụ án ông Châu lên, đã ra phán quyết có liên quan đến các mặt hiến tính của vụ án này. Trước kiến nghị của 1/3 Hạ Viện, Tối Cao Pháp Viện đã ra phán quyết cho rằng kiến nghị đó không hề có nghĩa là chấp thuận việc đưa ra xét xử Dân biểu Châu theo như điều 37 đoạn 2 của hiến pháp quy định.

Giờ thì Tối Cao Pháp Viện cũng bác bỏ cơ sở cuối cùng để thay thế kiến nghị đó trong việc truy tố ông Châu. Tối Cao Pháp Viện phán quyết rằng vụ án ông Châu không phải là trường hợp quả tang. Và điều đó có nghĩa như Tối Cao Pháp Viện đã tuyên bố rành mạch, là toàn bộ vụ buộc tội và xét xử ông Châu là bất hợp hiến. Ngoài ra Tối Cao Pháp Viện còn ra phán quyết rằng toàn bộ tòa án quân sự mặt trận là bất hợp hiến vì xử dụng các thẩm phán vẫn còn trong hệ thống chỉ huy của quân đội chở không phải là các luật gia chuyên nghiệp. Rằng tòa án mặt trận đó cũng bất hợp hiến ở chỗ không tạo đủ điều kiện cho việc bào chữa bị can và ở chỗ tòa án đó không chịu trách nhiệm về các bản án cũng như thủ tục tố tụng.

Ghi nhận về phán quyết của Tối Cao Pháp Viện

Thực ra thì Tối Cao Pháp Viện mấy ngày trước đó đã coi các tòa án quân sự mặt trận như là bất hợp hiến khi xét đến một số sự việc có liên quan đến các sinh viên bị tra tấn trong những cuộc thẩm vấn thông thường của cảnh sát trước khi đưa ra tòa. Do đó mà phán quyết của Tối Cao Pháp Viện đối với vụ án của ông Châu chẳng qua cũng chỉ là tái xác nhận - ít ra là ở bề ngoài - quyết định phán quyết của mấy hôm trước. Phán quyết của Tối Cao Pháp Viện đối với trường hợp các sinh viên là cuộc thử lửa đầu tiên của Tối Cao Pháp Viện trong việc tuyên bố bất hợp hiến một số các hành động quan trọng của hành pháp.

Kể cũng nên tìm hiểu về những lý do sâu xa đằng sau phán quyết đó. Một nguồn tin thân cận với Tối Cao Pháp Viện giải thích rằng Tối Cao Pháp Viện đã sẵn sàng để tuyên bố các tòa án mặt trận là bất hợp hiến căn cứ vào việc kháng án của ông Châu ngay trước khi có vụ của các sinh viên. Tuy nhiên Tối Cao Pháp Viện đã sắp xếp lại thời điểm và ngó vào vụ của ông Châu sau để khi tuyên bố bất hợp hiến thì lại không vướng mắc phải tính chất đặc biệt chính trị trong vụ án ông Châu.

Đối với nhóm sinh viên thì Tối Cao Pháp Viện đã phải chịu áp lực lớn lao của quần chúng.

Theo một số nguồn tin không thể kiểm chứng thì một số viên chức ở Tối Cao Pháp Viện đã ngầm khuyến khích các sinh viên Sài gòn tụ tập trước pháp đình nơi Tối Cao Pháp Viện nhóm họp để xét về việc các sinh viên bị tra tấn. Cho dù các nguồn tin đó là đúng hay sai thì thực tế là cũng có hàng mấy trăm sinh viên kéo đến trụ sở Tối Cao Pháp Viện vào ngày diễn ra vụ phán quyết nói trên. Thoạt đầu họ còn bị cảnh sát đẩy lui bằng lựu đạn cay thế nhưng rồi sau đó cũng được phép vào tòa và ngồi có trật tự trên sàn nhà, chật ních cả phòng họp.

Kể từ khi người ta bắt một lãnh tụ sinh viên có tiếng cách đó hai tháng về tội móc nối với Mặt Trận Giải Phóng thì sinh viên đã rải rác tổ chức những cuộc biểu tình ở các trường Đại học. Hiện thời họ đang chiếm trụ sở bỏ trống của sứ quán Cambot để phản đối việc thảm sát người Việt ở Cambot và đồng thời cũng là để phản đối việc chính quyền Sài gòn đã không chịu phản đối mạnh mẽ về những cuộc thảm sát đó. Nhân vụ ở Cambot này lần đầu tiên người ta mới thấy dư luận quần chúng có vẻ có thiện cảm với sinh viên biểu tình.

Tối Cao Pháp Viện đi đến phán quyết lên án các tòa án mặt trận là bất hợp hiến hình như là căn cứ vào một điều khoản trong luật tổ chức Tối Cao Pháp Viện cho phép các kháng biện của các nhóm thiểu số có thể được đưa lên Tối Cao Pháp Viện để giải quyết.

Xét một cách chặt chẽ thì điều khoản này chỉ dành cho những trường hợp giải thích hiến pháp. Và trong thực tế thì đã có một trường hợp kháng biện cá nhân được đem ra xem xét, đối với một vụ nhỏ thôi. Nhưng lần này một trong chín vị thẩm phán của Tối Cao Pháp Viện lại tỏ ý quan tâm đến ý kiến cá nhân nếu như có liên quan đến các tòa án quân sự mặt trận. Hiệu quả của một bản kháng biện mang tính thiểu số như vậy, sẽ có nghĩa là làm lòi ra cái đa số đã từng thuận theo vai trò của các tòa án mặt trận.

Vấn đề vô danh tính là một đức tính cổ truyền của người Việt trong phạm vi luật pháp cũng như trong chính trị. Điều khoản qui định cho ý kiến thiểu số là một nguyên tắc đặc thù của người Mỹ được áp dụng trong đạo luật thành lập Tối Cao Pháp Viện ban hành vào tháng 9/1968. Tòa án này cũng chẳng có gì là Việt Nam cũng như chẳng có chi là Pháp. Nó là cái định chế được sinh sản ở đất Mỹ. Theo một luật gia Việt Nam thì cho đến ngày nay việc không nêu danh tính của thẩm phán trong phán quyết là một nguyên tắc thiêng liêng, nguyên tắc này ăn sâu vào tập quán đến độ mà các quyết định đồng thanh nhất trí vẫn thường được ghi lại như là những quyết định của đa số để cho không một thẩm phán nào được coi như có ý kiến trùng hợp với ý kiến đã được nhất trí.

Đến khi có sự bất trắc về mặt chính trị thì người ta lại càng say mê với tính vô danh. Việc Tối Cao Pháp Viện chưa từng chống đối Tổng Thống Thiệu đã là cả một hiện tượng vừa có tính chính trị vừa có tính pháp lý. Xét cho cùng thì trước đây cũng không thiếu trường hợp mà Tối Cao Pháp Viện có thể tuyên bố là các tòa án mặt trận bất hợp hiến; thế nhưng Tối Cao Pháp Viện đã không chịu tuyên bố. Một nguồn tin cho rằng ông Thiệu là một người tốt xét theo tiêu chuẩn của người Việt; tốt ở chỗ là không gây áp lực quá đáng khi quyết định về những trường hợp liên quan đến nhân sự. Tuy nhiên khi có cuộc bầu cử các thẩm phán PCTV thì Tổng Thống Thiệu lại rất chịu khó gây áp lực để đưa những người thân tín của mình vào. Do đó mà việc bấy lâu nay Tối Cao Pháp Viện hoạt động hài hòa với Dinh Độc Lập cũng là điều dễ hiểu.

Nhưng đến khi có đủ số thẩm phán ở PCTV để ra những phán quyết đối kháng với phe chính quyền như vậy thì tất là phải có một sự chuyển hướng nào đó về mặt chính trị. Và người ta dễ nhận ra sự chuyển hướng đó không những qua các cuộc biểu tình của sinh viên và thương phế binh mà còn từ những sự bất mãn của quần chúng đối với vật giá leo thang và sự đánh giá chung của mọi người là cái thế ông Thiệu sẽ lung lay theo đà rút quân của Mỹ. Như vậy thì nếu trong tương lai gần hay xa gì đó mà ông Thiệu thất thế thì tốt hơn cả là ngay từ bây giờ đừng có nên chịu mang tiếng là tay chân của ông Thiệu, nhất là trong những vụ án mà cung cách của phe hành pháp chẳng mấy sáng danh như vụ ông Châu.

Kết quả, vẫn theo nguồn tin đó là chín vị thẩm phán chẳng việc gì phải bỏ phiếu. Chỉ biết là càng thảo luận ở pháp đình thì cả chín vị cùng đều nhận thấy là giữa đồng nghiệp với nhau chẳng thấy ai phản đối việc tuyên bố các tòa án mặt trận đặc biệt là bất hợp hiến.

Điều mà Tối Cao Pháp Viện không phán quyết một cách dứt khoát là việc hủy bỏ bản án cuối cùng đối với ông Châu. Tối Cao Pháp Viện cho rằng bản án đó phải được kháng cáo theo những thủ tục biệt lập và khác biệt.

Phần nổi bật nhất trong phán quyết của Tối Cao Pháp Viện là như sau:

Về mặt nội dung

Chiếu chi bức thư kháng tố, đề ngày 2/3/1970 chống lại phán quyết của tòa án lưu động mặt trận vùng III Chiến thuật khi tòa từ chối không chuyển bức thư của bị can lên tòa trên, Dân biểu Trần Ngọc Châu đã yêu cầu Tối Cao Pháp Viện:

- Tuyên bố bất hợp hiến sắc luật ngày 21/5/1962 thành lập tòa án mặt trận.

- Tuyên bố bất hợp hiến bản cáo trạng của Bộ trưởng Quốc phòng ra lệnh xét xử ông Châu; đồng thời tuyên bố vô hiệu lực bản cáo trạng của Tổng trưởng Quốc phòng cũng như bản án trừng phạt ông Châu 10 năm khổ sai.

- Tuyên bố bất hợp hiến lệnh bắt giam do Tổng trưởng Quốc phòng ký ngày 19/2/1970.

Về sắc luật 11/62 ban hành ngày 21/5/1962.

Chiếu các điều khoản 3, 76, 78 của hiến pháp 1967 quyền tư pháp được giao cho Tối Cao Pháp Viện trên cơ sở độc lập và được thực thi bởi các tòa án, các thẩm phán xử án, và các thủ tục bào chữa đều phải được tôn trọng, dưới sự giám sát của Tối Cao Pháp Viện.

Xét rằng thành phần hiện tại cũng như các thủ tục của tòa án mặt trận do sắc luật 11/62 này 21/5/62 quy định, là không phù hợp với các điều khoản nêu trên.

Xét rằng quyền tư pháp đã được ủy nhiệm cho Tối Cao Pháp Viện, và Tối Cao Pháp Viện có trách nhiệm chỉ định các thành viên của guồng máy tư pháp. Do đó việc bổ nhiệm một tòa án bằng sắc luật của Tổng Thống cũng như việc bổ nhiệm các hội thẩm bởi Bộ trưởng Quốc phòng là không phù hợp với hiến pháp.

Xét rằng chánh thẩm và các hội thẩm của tòa án mặt trận đều không phải là các thẩm phán chuyên nghiệp mà là Sĩ quan và Hạ sĩ quan phục vụ trong vùng chiến thuật.

Xét rằng theo các thủ tục của tòa án quân sự mặt trận, do đạo luật 8 ngày 16/5/54 quy định các giới chức thẩm quyền có thể đưa vụ án ra xử ngay tại tòa, không cần điều ra sơ khởi, cho dù tội trạng có thể dẫn đến tử hình; và rằng thẩm quyền đó là ngược với điều 26 của quân pháp quy định rằng việc xử án tức thời một can phạm có thể thụ án tử hình phải được hạn định bởi pháp luật; và đi ngược với nguyên tắc tôn trọng quyền bào chữa của can phạm bởi vì giai đoạn thẩm tra đã bị từ khước trong những trường hợp có thể đưa đến án tử hình.

Xét rằng đạo luật số 8 không dành thời gian chuẩn bị

bào chữa cho can phạm từ ngày can phạm bị bắt đến ngày bị đưa ra xử nhưng cho phép nếu cần có thể chỉ định một người bào chữa từ ngoài hàng ngũ của các luật sư đã đăng ký hành nghề hoặc các luật sư đang hành nghề trong khi điều 26 quân luật lại dành cho can-phạm quyền được bào chữa bởi một luật sư trong mọi giai đoạn thẩm vấn, như vậy là ngược với nguyên tắc của hiến-pháp.

Xét rằng bản án do tòa án quân sự mặt trận phán quyết không cho phép kháng án hoặc hủy bỏ bản án và có hiệu lực ngay tức thì. Chiếu các điều khoản 12 và 13 của sắc luật 11/62, chánh án và các hội thẩm được bổ nhiệm ngoài phạm vi giám sát về mặt pháp lý của Tối Cao Pháp Viện.

Chiếu chi các yếu tố trên các điều 3, 4, 5, 9, 12 và 13 của sắc luật 11/62 ban hành ngày 21/5/1982 thiết lập tòa án quân sự mặt trận đều không phù hợp với các điều khoản 3, 76, 77, 78 và điều 7 của hiến pháp.

Về phán quyết đối với tội trạng của Dân biểu Trần Ngọc Châu.

Xét rằng điều 37/2 của hiến pháp qui định rằng trong suốt thời gian nhiệm kỳ, trừ trường hợp phạm pháp quả tang, một dân biểu chỉ bị kết án khi có sự đồng thuận của 3/4 tổng số dân biểu Hạ Viện.

Xét rằng bản cáo trạng kết tội Dân biểu Trần Ngọc Châu là đã có móc nối với bọn phiến loạn trong khoảng thời gian từ tháng 1/1965 đến 6/4/1969, và cho dù nếu như đương sự có phạm phải những điều đó, thì những hành vi đó cũng đã mất hết thời gian tính chiếu điều 41 của luật hình sự về trường hợp quả tang. Xét rằng sự đồng thuận của 3/4 tổng số dân biểu hoặc thượng nghị sĩ quy định ở điều 37 khoản 2 hiến pháp phải là kết quả của việc thảo luận và phê chuẩn trong một phiên họp khoáng đại của mỗi viện.

Xét rằng Dân biểu Trần Ngọc Châu đã không được kết án một cách hợp pháp cho dù là do trường hợp quả tang hay là do sự đồng thuận của 3/4 tổng số dân biểu, nên cáo trạng đã vi phạm điều 37 khoản 2 của hiến pháp.

Về lệnh bắt giam.

Chiếu chi bức thư của Dân biểu Trần Ngọc Châu yêu cầu tối cao pháp viện tuyên bố bất hợp hiến và vô hiệu lực các thủ tục buộc tội cũng như bản án ngày 2/3/1970, tối cao pháp viện chấp nhận bức thư kháng án đề ngày 2/3/1970 của người vừa nói chống lại quyết định cùng ngày của tòa án quân sự lưu động mặt trận vùng III Chiến thuật đã từ chối không chịu chuyển thư kháng cáo đề ngày 2/3/1970 của đương sự lên Tối Cao Pháp Viện.

Về mặt nội dung trọng tâm.

Tối cao pháp viện tuyên bố bất hợp hiến các điều 3, 4, 5, 9, 12 và 13 của sắc luật 11/62 ban hành ngày 21/5/1962 thành lập tòa án mặt trận bởi chúng đều không phù hợp với các điều 3, 76, 77, 78 và điều 8 của hiến pháp.

Tuyên bố bất hợp hiến việc kết tội Dân biểu Trần Ngọc Châu bởi việc buộc tội đó không dựa trên trường hợp phạm pháp quả tang mà cũng không dựa trên sự đồng thuận của 3/4 tổng số dân biểu nhóm họp và như vậy là đã vi phạm điều 37 khoản 2 của hiến pháp.

Yêu cầu hủy bỏ cáo trạng đề ngày 2/3/1970 của tòa

án quân sự lưu động mặt trận vùng III Chiến thuật, cũng như lệnh của tòa án mặt trận kết án đương sự 10 năm khổ sai và lệnh giam giữ do Bộ trưởng Quốc phòng ký ngày 19/2/1970.

Tuy nhiên, xét rằng điều 80 của luật 007/68 ban hành ngày 3/9/1968 qui định rằng việc hủy bỏ một bản án chung quyết là thuộc quyền của ủy ban kháng án tối cao pháp viện, rằng thủ tục kháng án này dù khác với các thủ tục qui định ở điều 70 của cùng đạo luật đã dẫn; nên người thỉnh cầu phá án phải xin phá án theo thủ tục phù hợp.

Chiếu chi các yếu tố đã nêu ở trên, lệnh bắt giam của Bộ trưởng Quốc phòng ký ngày 19/2/1970 phải được hoãn thi hành cho đến khi có phán quyết của tòa án, và phải tùy thuộc vào kết quả của bản án do tòa án định.

Sau phán quyết của Tối Cao Pháp Viện một ký giả điện thoại Tối Cao Pháp Viện để hỏi về danh tánh của 9 vị thẩm phán. Gọi lần I thì đầu giây bên kia bị cúp bất thình lình. Gọi lần II thì người trả lời ở đầu giây nói rằng việc đó không thể công bố được.

Cho đến khi chấm dứt tập tài liệu này, tức là 3 tháng sau khi có phán quyết của Tối Cao Pháp Viện, Dân biểu Trần Ngọc Châu vẫn nằm trong tù.

(Nhận được ở New York ngày 11 August, 1970)

HẬU QUẢ

Bây giờ, liệu thái độ thụ động đồng tình của ông Thiệu có sáng tỏ ra không? Có thể lắm.

Nhưng người ta có thể trả lời câu hỏi đó bằng nhiều cách - có, không, hoặc có nhiều giả định khác nhau - và người ta có thể viện ra nhiều dẫn chứng cho câu trả lời.

Tổng thống Thiệu có thể lập luận rằng phản ứng ồn ào về vụ Trần Ngọc Châu chỉ giới hạn và nhất thời, và rằng vụ xử án đã đạt mục tiêu bịt miệng những mầm đối lập. Cuối cùng thì, như ông Thiệu đã tính, ông Châu có hậu thuẫn quá mỏng nên không được bọn đối lập chọn làm người tuẫn nạn. Thí dụ như Nghị sĩ Trần Văn Đôn, người ồn ào chống đối nhất, lại nói rất ít và rất trễ về vụ án. (Một cách tượng trưng, Đôn không được đề cử ra tranh cử Thượng viện vào mùa Thu này và hết diễn đàn tại Thượng viện để buông lời công kích). Nói chung, các nhóm đối lập đã lùi về vị trí nghe ngóng cố hữu trong khi chờ đợi một sự đồng ý nào đó của người Mỹ.

Còn về phản ứng của Lập pháp với toàn bộ vụ này, một ủy ban của Thượng viện có kết án việc bắt giữ ông Châu trong khuôn viên bất khả xâm phạm của Hạ viện, và lên án việc hành hung ông ta cùng một số nhà báo trong khi tiến hành bắt giữ. Nhưng không có một vụ phản đối lan rộng từ các Dân biểu và Nghị sĩ.

Bên Tư pháp thì như ông Thiệu đã muốn, cuối cùng Tòa án Mặt trận vẫn do quân đội kiểm soát nhờ một đạo luật mới, dù Toà án này bị Tối cao Pháp viện phán quyết là vi hiến.

Trong quan hệ Mỹ-Việt thì phía Mỹ đã đổi thái độ, sau sự thụ động đối với vụ xử ông Châu họ đã can thiệp bên trong hậu trường để ngăn vụ loại bỏ một nhân vật tương tự như ông Châu là Đại tá Nguyễn Bé, người chỉ huy trung tâm huấn luyện Phát triển Cách mạng. Tuy nhiên, ông Bé là người làm ông Thiệu khó chịu hơn là một nhân vật chính trị quan trọng và hành động của Mỹ không là một thất bại đáng kể cho ông, mà cũng chẳng là một chiều hướng gây thêm áp lực chính trị của họ.

Hơn thế nữa, những rối loạn công khai xảy ra sau vụ ông Châu (dù chẳng trực tiếp có liên hệ) đều được ông Thiệu ngăn chặn. Sinh viên biểu tình thì bị giải tán và không lấy lại được cái trớn cũ sau khi cảnh sát đẩy họ ra khỏi toà Đại sứ Căm Bốt từ đầu tháng Năm. (Vụ Cam Bốt cũng mặc nhiên tiêu tan khi các sư đoàn của Nam Việt Nam tiến vào đạt chiến thắng ở xứ này. Vốn đả kích ông Thiệu về tội ủng hộ chính phủ Nam Vang khi họ tàn sát người Việt tại Căm Bốt vào đầu Xuân, quần chúng nay có vẻ hể hả với việc nhiều người cho là một cách trả đũa của miền Nam khi càn quét các buôn làng Căm Bốt.) Sau nhiều tháng lập lờ, thương phế binh cũng bị đẩy khỏi các khu chiếm dụng và các cuộc biểu tình của họ bị dẹp tan. Phe Phật giáo Ấn Quang cuối cùng cũng hăm hở nhập cuộc khi chiếm Việt Nam Quốc tự, nhưng chưa đầy hai ngày thì đã bị đẩy lui vào lúc ba giờ sáng bằng từng tràng súng của quân đội. Từ đấy, họ ngoan ngoãn hẳn, tới độ đảo ngược lập trường tẩy chay bầu cử năm 1967 và bảo trợ (và bầu lên) một liên danh Phật giáo trong Thượng viện.

Còn Trần Ngọc Châu thì vẫn ở trong tù, thành đề mục không đáng kể tại Sài Gòn.

Một quan điểm trái ngược - và bi thảm - được phe dân chủ đưa ra. Họ cho rằng Thiệu đã tự gieo mầm họa khi bày tỏ sự coi thường hiến pháp trong vụ xử án. Một nghị sĩ đối lập có uy tín đã đọc một bài diễn văn sôi nổi tại Thượng viện bằng lập luận xứng đáng với mọi đấng Quốc phụ (của Hoa Kỳ). Ông Thái Lăng Nghiêm khai hỏa: Trong vụ ông Châu, dùng lực lượng cảnh sát ngoài vòng luật pháp thì cũng tựa như người điên muốn tự sát. Trong vụ xử này, bên "hành pháp" - tên ông Thiệu không hề được nhắc tới - đã chà đạp Hiến pháp, nền dân chủ, và quyền lập pháp do người dân bầu lên, và cả quyền tư pháp.

Làm như vậy, ông Nghiêm nói tiếp, hành pháp đã tiêu diệt ngay cái lý do tồn tại của Chính phủ Sài Gòn, một thực thể khác biệt với chế độ độc tài cộng sản, một nguồn cội của uy đức với người dân. Việc dùng lực lượng cảnh sát và an ninh để tiêu diệt dân chủ, nền móng của chế độ, đã gợi nhớ đến Đệ nhất Cộng hoà (của Ngô Đình Diệm.)

Ông Nghiêm lý luận rằng trong một nền dân chủ, niềm tin của người dân vào chế độ là yếu tố chính trị và tâm lý then chốt. Vậy mà "tinh thần dân chủ của chế độ chúng ta [như được thấy trong vụ xét xử ông Châu] lại thiếu hấp dẫn. Dân chúng sẽ quay lưng về chế độ." Sai lầm này "có thể làm chế độ sụp đổ." "Chế độ chỉ vững khi toàn thể hệ thống đều mạnh. Nó không vững chỉ nhờ sức mạnh của lực lượng quân đội và cảnh sát. Khi nền văn minh - bao gồm văn hoá và chính trị - mà sụp đổ thì cả chế độ sẽ sụp đổ, và kéo theo cả lực lượng quân sự lẫn cảnh sát."

Trong hoàn cảnh của việc Việt Nam hoá, ông Nghiêm nói tiếp, đối lập chính trị là điều cần thiết, chứ không là chuyện phù phiếm. Lý do là vì cuộc chiến ngày nay không chỉ có đấu tranh quân sự. Nó cũng là đấu tranh chính trị khi mà mọi tài nguyên như nhân lực, vật chất và mọi tài năng đều phải được huy động để đạt chiến thắng. Những tài nguyên ấy chỉ có thể được vận động nếu chính phủ có "uy tín" và "quyền lực". Nhưng dựa vào sức mạnh, võ khí và thái cực đạo hơn là luật pháp là "thất bại căn bản" của chế độ. "Điều ấy có nghĩa là chế độ chỉ dựa trên 'lực' mà không có 'quyền'." Vì vụ xử án ông Châu, người dân "mất tin tưởng vào chế độ... và vào chính nghĩa của chúng ta." Và một khi chính phủ mất "thế lãnh đạo," người dân sẽ không nghe nữa. Họ "sẽ tìm ra trăm phương ngàn cách chống đội chúng ta. Đấy là chiến tranh của nhân dân."

Một quan điểm thứ ba là của thành phần người Mỹ bi quan. Như một nhà ngoại giao trẻ Hoa Kỳ đã diễn tả, họ lý luận rằng tự thân thì vụ án không có gì là quan trọng, nhưng "nó là biểu tượng của một cái đinh nữa đóng trên quan tài."

Quan điểm của riêng tôi là ông Thiệu thắng trong ngắn hạn và bại trong trường kỳ (dù không vì những lý do liên hệ đến dân chủ) và rằng vụ xử ông Châu vừa nguy vừa nhẹ hơn "một cái đinh nữa". Tôi có thể dùng một ẩn dụ về điểm lật trên bàn cân khiến ông Thiệu bắt đầu suy yếu.

[Tôi (Pond) phải có lời cảnh báo dè dặt ở đây. Bản tin này được viết tại Hoa Kỳ, do tôi bình thản hồi tưởng lại sau khi ra khỏi Việt Nam từ bốn tháng trước. Tôi không thể khẳng định rằng mình am hiểu tình hình chính trị Việt Nam, cụ thể là kể từ đầu tháng Năm. Tôi tin là vào thời điểm ấy những biến động chính trị tại Sài gòn đã lắng dịu tạm đủ để từ xa người ta đã có thể nghiệm ra hệ quả. Tuy nhiên, sẽ rất nguy nếu tưởng rằng mình có thể hiểu được tình hình chính trị Sài gòn, vốn dĩ phức tạp, đầy tính chất cá nhân và không được định chế hóa nếu nhìn từ bất cứ một giác độ nào ở ngoài trung tâm của bão loạn.]

Tôi không tin rằng vụ ông Châu là nguy kịch sau những vụ tranh giành quyền lực lãnh đạo đã kéo dài triền miên từ nhiều năm. Tôi cũng chẳng tin là việc chà đạp quy tắc dân chủ tự nó đã là đáng kể. Các cuộc bầu cử, chế độ đại biểu hay tính chất hợp hiến chỉ là những hình thức phê chuẩn hiện tình của quyền lực - cùng lắm thì chỉ là đấu trường cho một cuộc chiến tay đôi. Và các định chế vẫn chưa đủ vững bền để mâu thuẫn "lập pháp - hành pháp" là điều gì đó có ý nghĩa.

Yếu tố chính, theo ý tôi, tập trung vào sự sa sút niềm tin về khả năng xét đoán, kiểm soát và cả sự bất trắc của Tổng thống Thiệu. Nói một cách cổ điển hơn, dường như điều ông Thiệu viện dẫn về một thiên mệnh đã tuột mất vì những quá đáng trong vụ xử án ông Châu.

Người ta thường khó đánh giá được thiên mệnh -

trong ý nghĩa là tâm lý quần ủng hộ kẻ cầm quyền - trừ phi mình hậu xét nhờ có ưu thế của một thập niên hay một triều đại về sau. Nhưng dù có bất toàn thì mình cũng vẫn phải kể đến yếu tố này.

Sau những nghiên cứu của [học giả Pháp] Paul Mus, đa số dư luận đã đồng ý rằng người Pháp đã mất sứ mệnh của họ từ rất lâu trước khi thất trận tại Điện Biên Phủ, rằng bước ngoặt đã xảy ra khi Nhật Bản chiếm đóng Đông Dương và đảo chính [chế độ cai trị của Pháp] và tiêu diệt luôn huyền thoại bất khả xâm phạm của Pháp. Toàn bộ giai đoạn cách mạng sau đó, như ông Mus nhận xét, đã phản ảnh nỗ lực tìm kiếm lẽ chính danh mới cho quyền lực.

Đến những năm gần đây hơn, một số nơi đã lý luận rằng lẽ chính danh của Mặt trận Giải phóng đã bị tổn thất nặng trong vụ tổng tấn công hồi Tết 1968. Những người đối lập, phe ủng hộ hay cả người ngoại cuộc cũng có thể lý luận rằng lẽ chính danh của ông Thiệu đã bị sói mòn một cách âm thầm hơn trong mùa Đông 1969/1970.

Quả nhiên, một số đối lập đã thử trắc nghiệm khả năng kiểm soát của ông Thiệu trong và sau vụ xử án ông Châu. Trước hết là các nhà báo với vụ đình công chống lại sắc lệnh tăng giá bông giấy của chính phủ. (Chính phủ quả nhiên rút lại quyết định ấy.) Tới lượt các sinh viên đấu tranh, hăng say với sự liên kết cùng các ký giả họ biểu tình chống đối việc giam giữ và tra tấn sinh viên. Các thương phế binh, có thể với sự ủng hộ ngầm của Phó Tổng thống Nguyễn Cao Kỳ, cũng biểu tình đòi hỏi có nhà ở và nhiều quyền lợi khác. Ít sôi nổi hơn, một nhóm người miền Nam chống Thiệu cũng nắm lấy Hội Liên trường, một hiệp hội có ảnh hưởng với học sinh các trường trong Nam và thấy là trong khung cảnh mới, những người lớn tuổi và ôn hoà hơn đã nghe theo những lời phê phán của họ. Cũng nhóm đó đã lập ra tờ báo bị đình bản nhiều lần là tờ Tin Sáng, và những lời đả kích chính phủ khiến tờ báo được chiếu cố nhất ở Sài gòn.

Các thành phần đối lập khác thì giữ thái độ dè dặt hơn. Hai Tướng Dương Văn Minh và Trần Văn Đôn đã thấy bị hố trong cách lượng đoán thái độ của Mỹ vào mùa Thu trước nên giữ im lặng. Phe Phật giáo thì vẫn còn tê tái vì thất bại trong vụ chống chính quyền năm 1966 lẫn vụ Cộng sản thảm sát các cán bộ Phật giáo của mình tại Huế vào năm 1968 nên không có hành động gì cho tới vụ bị đánh bật khỏi Việt Nam Quốc Tự. Họ không gia tăng đấu tranh phản chiến hay sách động chính trị. Còn phe Cộng sản, họ cổ võ mọi sự bất ổn nhưng nghĩ rằng thời điểm chưa chín mùi để thử nghiệm thêm một vụ tổng nổi dậy nên chờ đợi để tuyển mộ thêm người chống đối từ hàng ngũ những kẻ biểu tình bị chính phủ giải tán.

Nếu nhìn lại, có lẽ điều đáng ngạc nhiên không phải là các cuộc biểu tình đã bị chính phủ dẹp ngay mà là sự bất mãn đã sớm bùng cháy thành chống đối công khai như vậy. Tất nhiên, ngần ấy thách đố đều nhắm vào việc đặt lại vấn đề về quyền lực của ông Thiệu. Nhưng dưới sức ép của tình hình, những đòi hỏi về một vai trò lớn hơn trong hiện trạng quyền lực có thể dễ dàng chuyển thành những đòi hỏi thay đổi hiện trạng. Và sự bất mãn bùng nổ trong giai đoạn nối tiếp vụ xử án báo hiệu những biến chuyển có thể xảy ra bất cứ khi nào mà người ta cho rằng ông Thiệu có vẻ yếu thế hoặc phán đoán sai.

Một chứng cớ ít nổi bật nhưng có lẽ còn ý nghĩa hơn về thế lực kiểm soát của ông Thiệu là thái độ của những người ủng hộ Tổng thống. Niềm tin của họ vào ông Thiệu luôn luôn là tương đối và giai đoạn - và đôi khi miễn cưỡng - nhưng nó có thật. Thí dự như nhiều doanh gia, nhà nhập cảng, luật sư, công chức và những người từng cộng tác với ông Diệm, đã bất đắc dĩ coi ông Thiệu là lãnh tụ còn lại mà ít nguy hại nhất trong hiện tình vì ông cực kỳ thận trọng và tránh những đối đầu gay gắt. Nhưng với việc ông Thiệu cố tình tấn công ông Châu, nhiều người trong thành phần ấy lại bắt đầu tự hỏi xem ông Thiệu có phải là người ít tệ nhất hay không. Thái độ thiếu tự chế một cách bất ngờ và sự cô lập của Thiệu làm họ e ngại.

Một trong những người miễn cưỡng ủng hộ đã bật lời mỉa mai trong thời gian của vụ xử án, rằng hẳn là Thiệu đã có một cố vấn Cộng sản tài ba nhất ở bên cạnh. Là người Công giáo và chống Cộng rõ rệt, ông ta không đồng ý với việc ông Châu gặp người anh và cho rằng Châu phải bị trừng phạt. Nhưng ông ta quan tâm nhất đến cách hành xử vụ này. "Điều ông Châu làm là sai," ông này nói vậy, "nhưng đâu có nguy hại đến thế cho xứ sở. Việc ông Thiệu làm mới là cực nguy hiểm."

Việc ông Thiệu xiết chặt tới cùng những sinh hoạt kinh tế bình thường như được thấy trong vụ xử án ông Châu cũng ảnh hưởng tới những người không thuộc phe cánh ông Thiệu nhưng vẫn chưa đứng vào hàng ngũ đối lập. Việc đó khiến họ phải chọn lựa. Và nếu họ thấy ngả đối lập từ bên trong chế độ lại bị chặn, họ có thể nghiêng theo Mặt trận. Điển hình là một tay quốc gia nồng nhiệt, quãng 35 tuổi, đã nêu câu hỏi với mình và với một số bạn hữu thu hẹp khi vụ xử án xảy ra. Lúc ở tuổi thanh niên anh ta đã bí mật gia nhập Mặt trận Giải phóng (hay tổ chức sau này xưng danh Mặt trận). Nhưng vốn không cuồng tín, anh vỡ mộng với người Cộng sản trong cách họ đối xử với những người quốc gia khác, vì vậy anh đoạn giao với họ. Bây giờ, anh đang nghiêm túc suy nghĩ xem, rằng với một người Việt quốc gia như mình, liệu anh chỉ còn sự chọn lựa duy nhất là theo Mặặt Trận hay sao.

Có lẽ ít ai lại băn khoăn sâu đậm và đầy ý thức như anh ta về vụ xử án, nhưng âm hưởng của lối suy luận ấy có thể được nghe thấy từ nhiều người. Tên Châu trở thành quen thuộc trong mọi gia đình và là biểu tượng tiêu cực cho dân chúng ngoài đường phố Sàigòn - và trong tầng lớp các sĩ quan trẻ trên toàn quốc.

Và cũng chẳng nên nghĩ rằng vụ xử án này chỉ là một biến cố của Sàigòn. Các nơi khác trong thời bình thường cho rằng chính trị Sàigòn là chuyện tào lao tới phát khùng, bây giờ vào thời loạn, nó thành chuyện đáng chú ý tới phát khùng. Các tỉnh trưởng bỗng thấy bồn chồn về những gì đang xảy ra tại Sàigòn và về những ảnh hưởng đối với cá nhân họ - nên họ có hướng dành nhiều thời gian nghe ngóng tình hình Sàigòn hơn là giải quyết công vụ trong tỉnh.

Do sự bất an phổ biến vào giai đoạn ấy, chẳng ngạc nhiên là trò chơi chính trị thịnh hành nhất là so sánh tình hình hiện tại với những ngày cuối của ông Diệm. Tất nhiên là có sự khác biệt giữa hai thời ấy. Các nhà sư Phật giáo không tự thiêu ngoài đường. Hoa Kỳ cũng chẳngỳ tính làm ngơ cho một vụ đảo chánh mới (dù nhiều người vô quyền hết quân có thể mơ tưởng điều ấy.) Thời 1963 còn có nhiều hy vọng thay đổi hơn thời 1970. Nhưng nỗi khó chịu thì tương tự. Và những vụ gọi lầm ông Thiệu là "Diệm" tất nhiên cũng gia tăng đáng kể.

Như vậy, người ta có thể dự đoán gì về tương lai? Nổi bật nhất là phỏng đoán rằng bàn tay quyền lực của ông Thiệu tất sẽ lỏng dần cùng với đà triệt thoái của Hoa Kỳ và việc ấy mà vừa xảy ra thì các lực ly tâm sẽ lập tức xác định tư thế. Nền tảng quyền lực của ông Thiệu là Hoa Kỳ - hay đúng hơn, là quân lực miền Nam, do Hoa Kỳ yểm trợ và kiềm chế. Vì vậy, chính trường Sài gòn có thể thay đổi mạnh khi giảm quân và giải kết tại miền Nam.

Muốn mường tượng ra hình dạng thay đổi như thế nào thì cần bắt đầu với một số giả định về khuôn khổ suy luận. Những giả thuyết của tôi là:

1. Tình hình đàm phán có xoay chuyển thế nào đi nữa, Mỹ tiếp tục rút quân, chắc chắn tới cấp độ của những lực lượng canh gác, có khi thấp hơn. Và tốc độ triệt thoái trước mắt sẽ tùy vào những chỉ dẫn của Nixon về giảm quân để chủ yếu giữ vai trò yểm trợ tác chiến vào mùa Xuân tới.

2. Ít nhất qua năm tới, Hoa Kỳ tiếp tục ngăn chặn mọi cuộc đảo chính tại Sài gòn - với hiệu quả.

3. Việc Mỹ tiến quân qua Căm bốt là ngoại lệ hơn là chiều hướng của tương lai và Hoa Kỳ sẽ không đảo ngược quyết định xuống thang chiến tranh, trừ phi Cộng sản mở những cuộc tấn công lớn.

Về phía Bắc Việt và Mặt trận:

1. Bắc Việt chưa bị kiệt quệ tới cùng, lại còn được Trung Quốc cung cấp mọi yêu cầu về võ khí nhỏ nên vẫn có thể tiếp viện chiến trường miền Nam theo sát với mức độ tác chiến mong muốn.

2. Vốn đã thành công tại nhiều nơi, đặc biệt trong vùng châu thổ đông dân ở miền Nam, việc Chính phủ phá vỡ lực lượng võ trang bảo vệ cán bộ Cộng sản sẽ giảm dần và nhưng vẫn không ngăn được Mặt trận xây dựng lại cơ sở với các bộ đội Cộng sản mới tăng cường.

Về phía miền Nam:
1. Ông Thiệu tiếp tục nghi ngờ các đồng minh đến tối đa và vì vậy sẽ còn duy trì việc khống chế đối lập hơn là vận động sự ủng hộ hay tìm thế phòng thủ qua sự dung hoà với các nhóm xã hội chính trị (không cộng sản.)
2. Thành phần quốc gia chống Thiệu và không cộng sản sẽ còn ngại ngần đoàn kết và sự phân hoá tiêu biểu của miền Nam còn tiếp tục.

Về đánh và đàm:
1. Không đạt thoả thuận rồi tôn trọng ngưng bắn cho tới khi có lắng dịu kiểm chứng được tại một số chiến trường (có thể ở Căm bốt hay cả tại Việt Nam). Và điều kiện này khó xảy ra cho tới khi Mỹ coi như đã hoàn tất việc triệt thoái và tới khi các lực lượng Cộng sản đã giành lại cân bằng và phục hồi những gì họ đã mất trong trận đánh năm 1968 và trong đợt bình định 1968/1969.
2. Những xung đột sẽ tiếp tục trong khoảng một năm nữa với cường độ tương đối thấp như trong hiện tại - và với giao tranh ngoài biên giới hay các đợt tấn công trong khu đông dân. Trong hoàn cảnh đó, quân Bắc Việt và Mặt trận sẽ không dại dột trì hoãn việc Mỹ rút quân bằng những trận đánh lớn, nhưng sẽ tăng cường lực lượng cho các đợt tấn công ráo riết vào cuối giai đoạn

triệt thoái của Mỹ.

3. Washington và Sàigòn sẽ không thương thuyết một giải pháp liên minh không phản ảnh lợi thế Mỹ-Việt đang có ngoài chiến trường (đo lường ở khả năng kiểm soát tình hình tại các khu đông dân).

4. Trong khi Bắc Việt và Mặt trận - dù quyết liệt phản đối - có thể đồng ý với thế liên minh của chính quyền trung ương gồm có Thiệu, Kỳ hay Thủ tướng Trần Thiện Khiêm, chắc chắn là họ không bao giờ chấp nhận quyền đại diện của các dân biểu địa phương hoặc của từng khối dân cử trong Quốc hội hiện hành. Và vì vậy, việc đàm phán sẽ gặp bế tắc chính trị trong ít nhất một năm nữa.

Những giả thuyết ấy đúng hay sai về thời điểm thì vẫn là điều mơ hồ. Cho nên hình như người ta có được một năm, đôi khi là hai năm, xoay trở trước khi sức ép quân sự và - hay là - chính trị sẽ lại gia tăng. Sau đó ra sao thì không thể đoán được. Về phía Hoa Kỳ thì điều ấy hàm ý là ông Thiệu có thể ổn định đủ tình hình cho Hoa Kỳ rút khỏi cuộc chiến, tương tự như ông Kỳ đã tạm ổn định tình hình cho Mỹ nhảy vào cuộc.

Ảnh hưởng về phía Việt Nam thì khó biết hơn. Trong hoành cảnh giả định ấy, thời điểm thay đổi chính trị có vẻ thuận lợi nhất là vào mùa hè tới, khi mọi người chuẩn bị cho cuộc bầu cử Tổng thống vào mùa thu.

Một vụ đảo chánh sớm như vậy là hơi khó. Ông Thiệu vẫn có vẻ kiểm soát đủ tình hình - và Mỹ vẫn còn đủ ảnh hưởng - để chặn được mọi cuộc đảo chánh. Đã thế, trong hiện trạng, những tay muốn thử thời vận lại cũng chẳng nhiều. Không có ai chịu làm đảo chánh, một chính khác than văn như vậy; nếu có người thì đỡ hơn nhiều. Ông ta nói tiếp, khi ấy mình sẽ có trật tự thay vì sự hỗn loạn sau Thiệu.

    Trong ngắn hạn thì đây không phải là mùa đảo chánh. Tình hình chính trị sẽ thay đổi mạnh tới độ đảo chánh sẽ dễ hơn với thời gian. Vì vậy thời điểm này chưa phải là lúc các chuẩn ứng viên đảo chánh xuất hiện. Ngoài ra, vẫn còn tràn trề hy vọng là Hoa Kỳ sẽ bất ngờ đi tìm một thỏa hiệp chính trị và sẽ chiếu cố một đối thủ nào đó của ông Thiệu, cho nên các đối thủ vẫn tự chuẩn bị cho tình huống đó.

    Thành thử, thay vì là đảo chánh sẽ là những di hại của bất ổn chính trị công khai vào đầu xuân. Trong đợt tới, nhiều phần sẽ là sinh viên sách động hơn là thương phế binh. Một số nhà sư trẻ trong khối Phật giáo Ấn Quang cũng có thể giành lấy quyền lãnh đạo của các vị sư cao tuổi hơn và thổi lên những cuộc biểu tình Phật giáo, nhưng chưa có dấu hiệu gì về chuyện đó.

    Sẽ là bất ngờ nếu những đợt chống đối sắp tới lại có tính chất quyết định như đợt trước. Mặt trận chưa hồi phục đủ để khai thác tình hình trong năm 1971. Nhưng chống đối sẽ gây thêm bất trắc cho tình hình chung, và đẩy bất mãn chính trị đi xa hơn.

    Qua năm tới, dù có biểu tình hay chỉ là biểu tình hình thức, tôi vẫn chờ đợi một sự tan rã chung ở bên dưới vì việc Mỹ triệt thoái bắt đầu gây ảnh hưởng chính trị. Một phần, sẽ có sự đảo ngược quyền lực từ trung ương tuột xuống các tư lệnh quân khu và các tướng khác. Phần kia sẽ thêm lẽ chần chờ - thêm lối nước đôi có lợi cho Mặt trận trong các thành phố, thêm sự dung hòa lần nửa lại có lợi thêm cho Mặt trận ở các địa phương. Ngần ấy chuyện đều có thể xảy ra mà chẳng thấy có gì thay đổi đáng kể về tình hình chiến sự hay về khả năng kiểm soát của chính phủ trên một số lớn các khu đông dân của miền Nam.

Từ 1972 về sau, tôi chờ đợi tình hình chính trị sẽ suy đổi với nhịp độ nhanh mà khó lường. Và tôi chờ đợi Mặt trận Giải phóng - với cơ sở cán bộ duy nhất có kỷ luật và trải rộng toàn quốc, sẽ có thể khai thác được sự suy đổi chính trị này. Con đường dẫn tới sự khống chế của Mặt trận - và Bắc Việt - ở miền Nam không nhất thiết phải qua một cuộc tấn công quân sự. Nhiều phần sẽ là do kết hợp nỗ lực xâm nhập, hăm dọa và biểu tình ngoài đường cùng với sức ép quân sự. Địa bàn thử nghiệm có thể là Quân khu I ở miền cực Bắc, vừa trống trải trước các đợt tấn công quân sự của Bắc Việt, vừa bị soi mòn vì các phong trào ly khai ở bên trong.

Rõ là làn sóng bất bình của quần chúng đã dâng đủ mạnh để bất cứ ai muốn là có thể thổi lên bão tố. Thất tán và tan tác vì chiến cuộc, nỗi lo về chiến tranh, khát khao hòa bình, tinh thần chống Mỹ, bực dọc vì tham nhũng và đặc quyền, là những yếu tố có thể tác động bất lợi cho chính phủ Sài gòn hơn là cho Mặt trận.

Có khi đòn dứt điểm sẽ là nỗi khó khăn về kinh tế. Hẳn là trong sinh hoạt thường nhật những mơ ước ngày một cao hơn của người dân bình thường vào thời đại Honda sẽ tiêu tan trước nạn lạm phát và thất nghiệp, khi việc làm cho Mỹ hết dần, trợ cấp của Mỹ cho nhập cảng cạn dần, và vật giá gia tăng khiến cảnh sát và quân cảnh sẽ đòi hỏi nhiều hơn.

Điều éo le là thành phần vô sản mới ở thành phố mà người Mỹ đã quy tụ được trong năm năm qua - trong một chiến lược nhằm đánh bật dân chúng từ thôn quê ào ạt đổ vào các khu tồn tàn ở thành phố - có khi lại gây tác dụng ngược, là biến họ thành hậu thuẫn cho Cộng sản. Một phần tư thế kỷ nay là một cuộc đấu tranh giữa các thành trì dù bất trắc của chính phủ với các hậu cứ nổi loạn hay các đường vận chuyển ngoài thôn quê. Nhưng trong hiện tại, khả năng di động tự do của phe nổi loạn đã bị thu hẹp trong vùng châu thổ đông dân nhờ nỗ lực bình định của chính phủ trong khi động loạn tại thành phố mà chính phủ không kiểm soát nổi lại gia tăng rất mạnh. Và người ta được biết rằng tổ chức của Mặt trận trong các thành phố lại vững hơn thời gian ngay sau khi ông Diệm bị lật đổ, để có thể chủ động gây ra hỗn loạn chính trị.

Những yếu tố khả dĩ cản trở hay trì hoãn sự chiến thắng của Cộng sản có thể bao gồm: thiếu một lãnh tụ có uy thế tương tự như Hồ Chí Minh; thời gian cần thiết để xây dựng lại lực lượng Cộng sản tại miền Nam; hai ba năm được sinh hoạt trong không khí tương đối an ninh của các làng quê trong vùng châu thổ nhờ sự bảo vệ của chính phủ; và kế hoạch cải cách ruộng đất. Nhưng tôi vẫn nghĩ rằng tổ chức Cộng sản sẽ vượt qua được những chướng ngại đó.

Đã vậy, tôi phải tin rằng những chiều hướng ấy vẫn tiếp tục cho dù ông Thiệu ở lại, hay một người như Thủ tướng Khiêm hoặc Dương Văn Minh có thể kế nhiệm ông Thiệu vào năm 1971. Ông Khiêm sẽ kế thừa những thiếu sót chính trị của ông Thiệu và tự thân cũng không có điểm gì hấp dẫn hơn để bù đắp sự thiếu sót ấy. Dù bản thân ông Minh có thể có hậu thuẫn chính trị khá hơn, nhưng suy ra từ thời ông ta có một chút hy vọng lãnh đạo sau khi lật đổ ông Diệm, dường như Minh không thể xoay lợi thế tình cảm ấy thành khả năng cầm quyền và cai trị vững bền. Giờ thì tôi cho rằng bất cứ một vụ đảo chính nào cũng chỉ giúp cho Mặt trận đạt thêm lợi thế đi lên.

Vì vậy, câu hỏi được nêu lên là Mặt trận (hay Bắc Việt, nếu như Hà Nội muốn công khai hóa ý đồ nắm quyền) sẽ làm thế nào để đạt lẽ chính danh cho việc cai trị hay cho thiên mệnh của mình, và nhờ đó xoay chuyển thế lực thành một "quyền lực" ổn định mà Nghị sĩ Thái Lăng Nghiêm nói tới?

Câu hỏi cũng được đặt ra về cái lẽ cân bằng giữa chiều hướng hoà giải với phản ứng "tắm máu" trong giả thuyết Cộng sản sẽ cướp chính quyền. Nhưng, đó là những câu hỏi cho một giai đoạn mới.

Với bản tin này, tôi chỉ ghi lại những cảm nghĩ của mình, rằng đây là bước khởi đầu sự cáo chung của ông Thiệu. Tôi dè dặt hơn khi phải dự đoán thêm về tương lai. Các biến cố chính trị thường có lối trêu chọc mọi lời tiên đoán bằng trò bất ngờ, và lịch sử (hay thiên mệnh) thường chỉ được coi là tất nhiên khi mình nhìn lại về sau. Tuy nhiên, nhà báo (và cả các nhà làm chánh sách hay thường dân), vẫn phải suy xét chánh sách hôm nay căn cứ trên ý nghĩa của chúng cho tương lai. Đây là điều mà tôi cố viết ra ở đây, với nhận thức tối đa của mình.

ELIZABETH POND

*(Nhận được tại New York,
ngày 22 tháng 10 năm 1970.)*

ĐIỆN VĂN
TRAO ĐỔI
GIỮA BỘ NGOẠI GIAO HOA KỲ
VÀ ĐẠI SỨ BUNKER Ở SAIGON

Trong thời gian (trước, trong và sau) xảy ra Vụ Án đã có rất nhiều điện văn trao đổi giữa hai bên Bộ Ngoại Giao Mỹ và Đại Sứ Mỹ Bunker ở Saigon.

Đúc kết nội dung các điện văn này cho thấy:

A. Bộ ngoại giao Mỹ muốn ĐS Bunker can thiệp với TT Thiệu ngăn chận đừng để xảy ra Vụ Án này.

B. Đại sứ Bunker phải nghe theo các huấn thị hướng dẫn của Bộ Ngoại Giao nhưng ông cũng có quyền quyết định tại chỗ theo ủy quyền của Tổng thống Nixon như Tổng Thống Nixon đã trả lời báo chí khi bị chất vấn về vụ này.

Tuy nhiên trong các điện văn trả lời Bộ ngoại giao, Đại sứ Bunker cũng đã biện minh cho các hành động của ông ta.

Sau đây là bản dịch và phóng ảnh một số điện văn trao đổi tiêu biểu nhất liên quan tới vụ án.

Điện văn ngày 23-12-1969

*Thứ trưởng Ngoại giao Richardson
gửi Đại sứ Bunker.*

Kính gửi Bunker
(Châu)   (Mathews)

1/ Những cố gắng mới đây của chính phủ Việt Nam để kích động Quốc hội có biện pháp chống lại ba Dân biểu Hạ Viện về tội hoạt động có lợi cho Cộng sản có phần khá thô bạo và giới báo chí ở đây đã có phản đối mạnh mẽ... (Bài diễn văn đọc tại Vũng Tàu, hành động du đăng tại Hạ Viện, các cuộc biểu tình ở Kiến Hòa...), chúng tôi ở đây đều rất quan tâm về việc chính phủ Việt Nam quyết định khởi tố ông Châu. Đã có nhiều báo cáo cho thấy rằng việc chính phủ Việt Nam kết tội ông Châu giúp đỡ Cộng sản là thiếu cơ sở vững chắc. Ngược lại chính đương sự đã tự mình thừa nhận là có liên hệ với Cộng Sản. Lời phản đối của Đại sứ Bùi Diễm sau cuộc trở về Việt Nam vừa mới đây của ông ta cũng nhận định như vậy. Ông Châu rất được nhiều người Mỹ cùng làm việc với ông ta biết đến và ông ta có khá nhiều người ở đây (Mỹ) ủng hộ -- Những người ở trong cũng như ở ngoài chính quyền. Những người này tin rằng sở sĩ chính quyền Việt Nam tấn công ông ta là bởi ông ta chỉ trích một cách có hiệu quả các thiếu sót của chính phủ Việt Nam chứ không phải vì những hoạt động có liên hệ với Cộng Sản.

2/ Nếu như chính phủ Việt Nam thành công trong việc tìm ra một phương sách nào đó để bắt bớ và giam giữ ông Châu, cho dù là nhờ bàn tay của Quốc hội -- mà theo báo cáo của phái bộ Mỹ tại Việt Nam thì ít có khả năng - hoặc bằng một biện pháp ngoài pháp lý nào đấy, thì tôi lo rằng các tiếng vang của vụ đó ở Mỹ này lại còn bất lợi hơn vụ bắt giữ Trương Đình Du.

4/ Tôi để ông tùy nghi đặt vấn đề này với ông Thiệu, tôi cho rằng ông ta cần phải biết là việc bắt giữ Dân biểu Châu sẽ không có lợi gì cho các cố gắng của Tổng Thống Nixon để có được sự ủng hộ của quần chúng Mỹ đối với chính sách của chúng ta tại Việt Nam.

Điện văn ngày 7-2-1970

SED forB.fromRich(acting)
(của Richardson gửi Bunker)

1. Tôi biết rằng ông cũng hiểu qua nhiều công văn mới đây về mối lo ngại của chúng tôi theo đó thì vụ ông Châu sẽ gây bất lợi nghiêm trọng (và không cần thiết) cho chúng ta cũng như các quyền lợi hỗ tương của chính phủ Việt Nam, đặc biệt không những ở đây mà còn ở trên trường quốc tế. Tôi cho rằng ông Thiệu đã có vẻ một ăn hai thua với vụ ông Châu. Nhưng có điều chưa rõ là không biết ông ta còn đi xa đến đâu, và cụ thể hơn nữa là liệu ông ta có phải đâm lao mà theo lao cho đến khi ông Châu vào khám hoặc bị đưa đi đày hay không.

2. Vụ này đã được đưa ra tòa án quân sự và tôi độ chừng là tòa sẽ tuyên bố ông Châu có tội. Tôi hy vọng rằng sẽ có người thuyết phục cho ông Thiệu thấy rằng bản cáo trạng đó cũng đủ để ông Thiệu triệt hạ uy tín của ông Châu cũng như kết thúc tương lai của ông ta về mặt chính trị, và rằng ông ta không nên ép Hạ Viện chính thức truất quyền bất khả xâm phạm và cho phép chính quyền bắt giữ và bỏ tù ông ta. Nếu như ông Thiệu đừng có đi vào bước cuối cùng đó thì tôi tin rằng các bất lợi nói trên cũng giảm đi phần nào.

3. Đã có những lời tố giác (trong đó có ý kiến của thượng nghị sĩ Fullbright) cho rằng chúng ta đã không bày tỏ quan điểm đầy đủ và đúng mức.

4. Trong công điện gửi đi ngày 31/12, ông đã cho biết rằng ông sẽ đích thân nói với ông Thiệu nếu như nhân viên ngoại giao cấp dưới không thành công trong việc truyền đạt quan điểm của ta với ông Thiệu. Tôi thấy rõ là đã đến lúc ông phải nói thẳng và nói một cách mạnh mẽ để ông Thiệu hiểu. Tất nhiên là tôi để cho ông tùy nghi định liệu thời gian và cách thực hiện, nhưng cần thực hiện cho sớm và cần làm sao cho ông Thiệu hiểu cho thật rõ là lãnh đạo Hoa Kỳ ở cấp cao nhất đang quan ngại là ông ta đang làm hại một cách không cần thiết những mục đích chung của hai nước.

Rich.

Điện văn ngày 11-2-1970

Saigon 2055
SED--Tham chiếu 19,292
(Đại sứ Bunker gửi cho Thứ trưởng Richardson)

1/ Tối hôm qua khi gặp ông Thiệu tôi đã nêu vụ Trần Ngọc Châu theo như những chủ trương chỉ đạo mà tôi nhận được vừa qua. Tôi nói rằng như ông ấy vẫn biết tôi ít khi can dự vào những vấn đề nội bộ của chính phủ Việt Nam. Tuy nhiên vụ ông Châu đã gây những phản ứng bất lợi tại Mỹ và do đó mà có can dự đến quyền lợi của cả hai nước. Ông Châu trước giờ vẫn được nhiều giới chức cao cấp tại Mỹ biết đến và người ta đã và sẽ quan tâm đến vụ này nhiều hơn là vụ ông Du. Tôi nói rằng sau khi được đưa ra tòa án quân sự và nếu ông Châu bị xử là có tội, như các triệu chứng hiện giờ cho thấy, thì ông ta sẽ mất uy tín đến độ không còn gây nhiễu được nữa. Tôi nói rằng tôi cho là nếu bỏ tù để biến ông ta thành một thứ "Thánh tử đạo" thì thật là không nên chút nào. Tôi cũng đã tỏ ý nghi ngờ là không biết hành pháp có lợi gì hay không nếu cứ gây áp lực để lập pháp truất quyền bất khả xâm phạm của ông Châu để sau đó ông ta có thể bị bỏ tù.

2/ Ông Thiệu đã nói rằng Hạ Viện chỉ đồng ý cho hành pháp truy tố ông Châu, chứ không có cái khoản bắt giữ ông ta. (Liệu bản kiến nghị của Hạ viện có cho phép bắt giữ "nếu như đương sự bị kết án" hay không). Nếu ông ta không xuất đầu lộ diện để ra hầu tòa thì ông ta có thể bị xử khiếm diện. Phát ngôn viên của Hạ viện đã gửi cho Thiệu một lá thư nói rằng hành pháp có thể đưa vụ này ra tòa án quân sự và rằng làm như vậy là không đi ngược lại với hiến pháp, mà là phù hợp với hiến pháp. Tuy nhiên Chủ tịch Thượng viện đã nói với Tổng Thống Thiệu rằng họ không thể khởi tố nếu như không có phiên họp khoáng đại của lưỡng viện. Sau khi nghe vụ đó phát ngôn viên của Hạ viện đã có quan điểm khác. Chủ tịch Thượng viện là ông Huyền cũng như một số thẩm phán của Tối Cao Pháp Viện cho rằng việc truy tố là bất hợp hiến. Thiệu nói rằng người ta sẽ không bắt giữ ông Châu nếu như tòa án chưa kết thúc phần luận tội và chừng nào xong phần đó thì ông ta chủ trương để cho luật pháp được thực thi.

3/ Tôi lại nêu luận điểm là một khi tòa án kết thúc cuộc điều tra rồi thì liệu như vậy là chưa đủ hay sao? Sự nghiệp của ông Châu kể như tiêu rồi và đến chừng đó thì Hạ viện phải quyết định xem cần làm thế nào cho đúng hiến pháp. Thiệu nói rằng khi tòa án quân sự đã xử xong thì ông ta sẽ chờ dăm ba ngày chờ phản ứng của Thượng và Hạ viện. Tôi nói rằng tôi hy vọng là ông ta cũng nên quan tâm đến cả phản ứng của người Mỹ nữa. Tôi nói rằng bài báo của Kraft và lời tuyên bố của Thượng nghị sĩ Fullbright mà ông ta đã đọc là tiêu biểu cho phản ứng bất lợi đang diễn ra tại Mỹ, và rồi ra sẽ còn nhiều nữa, vì vụ này sẽ được theo dõi xít xao. Đây không phải là vấn đề người Mỹ bất bình với Việt Nam cũng như bất bình chính sách của người Mỹ ở Việt Nam nhưng vụ án ông Châu đã làm cho họ nghĩ như vậy. Đây là vấn đề của những người có thiện cảm với Việt Nam và đã từng tích cực ủng hộ chính sách của chúng ta ở Việt Nam, họ đã tỏ ý hoài nghi một cách sâu xa về việc đưa vụ án ông Châu đi quá xa như vậy. Việc đó sẽ gay rất nhiều khó khăn với báo chí và Quốc hội Mỹ.

4/ Bình luận: Mặc dù vụ này chưa được vừa ý theo quan điểm của ta nhưng tôi cho rằng ở vào giai đoạn này tôi bàn bạc với ông ta đến như thế cũng đã là hết mức.

Điện văn ngày 17-2-1970
SED

1/ Chúng tôi ghi nhận bài báo của hãng thông tấn AP viết từ Saigon ngày ... có liên quan đến vụ án của ông Châu. Theo bài báo đó thì "Rõ ràng là Washington thấy rằng việc bịt miệng một ai đó chủ trương hòa giải giữa những người Việt Nam, mà người chủ trương đó lại là một người quốc gia thì thật là không nên tí nào".

2/ Tất nhiên là bộ ngoại giao phải am tường, những quan điểm hoặc tiết lộ của giới báo chí ở Washington, rằng quá trình chủ trương hòa giải giữa những người Việt Nam của ông Trần

Ngọc Châu còn đi xa hơn chủ trương của những người cấp tiến trên đất Mỹ này. Tháng 1/1969 người ta trích dẫn lời ông ta nói rằng "triển vọng" một chính phủ liên hiệp với Cộng sản "phải được chấp nhận". Sau đó vào ngày 26-1-1969 ông Châu lại giải thích lời nhận định ở trên theo nghĩa là ông ta chỉ muốn nói đến sự tham gia của phe Mặt Trận Giải Phóng vào các tổ chức dân cử; nhưng phải mãi tận về sau, sau khi người anh ông ta bị bắt, ông ta mới phủ nhận một cách rõ ràng việc ông ta chủ trương chính phủ liên hiệp.

3/ Tham chiếu: Paris 807 (20/6/1969); Saigon 2439, (ngày 6/2/1969); Saigon A-64 (2/1969); Saigon A-225 (12/5/1969). Ở đây (Mỹ) người ta coi việc chủ trương chính phủ liên hiệp như thực hiện đúng điều mà địch mong muốn đạt được khi tiến hành cuộc chiến tranh này.

(Bức công điện do sứ quán Mỹ ở Sàigòn đánh đi trước đó về lời tuyên bố của ông Châu đã chấp nhận sự giải thích của ông Châu về lời tuyên bố nói trên).

Điện văn ngày 27-2-1970

S2959

Buổi tiếp xúc với Thiệu vào ngày 25/2
(Điện của Bunker)

1. Tôi đã nói rằng tôi lấy làm ngạc nhiên, và Washington cũng vậy về việc người ta lập lại lời của Nguyễn Cao Thăng cho rằng Hoa Kỳ đã toa rập với Việt Cộng để cho xảy ra vụ Tết Mậu Thân nhằm dễ bề dẫn đến chính phủ liên hiệp.

Tôi đã tranh luận rằng ngay chính ông Thăng cũng khó mà tin vào điều ấy, và tôi chắc rằng ông Thiệu cũng không tin. Tôi đã nói thêm rằng tôi rất quan ngại những lời tuyên bố vô trách nhiệm kiểu như ông Thăng bởi nó có tác dụng là hậu thuẫn cho việc ông Trần Ngọc Châu rêu rao rằng ông ta đã báo động cho Hoa Kỳ về vụ Tết, và như vậy là gây phiền toái cho cả Hoa Kỳ lẫn Việt Nam.

Tôi nói rằng dĩ nhiên là ông Thăng được biết như người cộng

tác gần gũi nhất của ông Thiệu. Hơn nữa việc làm của ông ta còn được đăng tải trên báo "Sống Còn" vốn là một tờ báo thân chính phủ của ông Thăng. Người ta còn có thể hiểu ra rằng chính Tổng Thống Thiệu đứng sau những lời tuyên bố của ông Thăng, và như vậy khiến cho công luận tại Hoa Kỳ thêm chỉ trích chính phủ Mỹ đối với vụ án này -- một vụ án đã được nhắc đi nhắc lại trong các cuộc điều trần do Thượng nghị sĩ Fullbright chủ tọa.

2. Thiệu nói rằng ông ta chưa được xem toàn văn bài báo nhắc lại lời nhận định của ông Thăng và vì thế tôi đã đọc bản dịch từ tờ "Sống Còn" cho ông ta xem. Ông ta nói rằng ông ta mới chỉ nhận được một bản tóm tắt và đã tìm cách liên lạc với ông Thăng nhưng đương sự đã rời khỏi nước. Ông ta hứa sẽ xem kỹ vụ này.

3. Tôi quay ra đề cập đến một lời tuyên bố của tòa án lưu động mặt trận khi xử ông Châu. Tòa án đó cho rằng ông Châu đã biết trước vụ Tết Mậu Thân và đã báo động với người Mỹ thay vì báo cho chính phủ Việt Nam "chính vì thế mà đã xảy ra vụ Tết Mậu Thân".

4. Tôi nói rằng quả thực là tôi lấy làm ngạc nhiên về lời tuyên bố đó. Ai cũng biết rằng ông Châu đã tìm hết cách để kéo Hoa Kỳ vào vụ án của ông ta. Và bây giờ thì hình như tòa án đã sa vào bẫy của ông ta. Việc cho rằng người Mỹ biết trước về vụ tổng tấn công và cố tình không cho chính phủ Việt Nam được biết, như chính Tổng Thống Thiệu cũng biết là hoàn toàn không đúng và điều đó chỉ càng đổ thêm dầu vào tình hình vốn đã gay go xung quanh vụ án của ông Châu.

5. Tôi nhắc lại nội dung cuộc nói chuyện giữa tôi với Tổng Thống Thiệu trước đây về việc chính quyền Việt Nam xoay xở với vụ việc này (S 2055). Tôi nói rằng lần đó tôi cứ tưởng rằng chính quyền Việt Nam đã xác định lập trường của mình và rằng ông Châu đã bị đánh gục về mặt chính trị và chính phủ Việt Nam lẽ ra phải khôn ngoan hơn để đừng đẩy vụ án đó đến mức cạn tàu ráo máng như vậy. Kể từ đây ông Châu sẽ không còn quan trọng gì nữa và chắc chắn là chẳng còn đe dọa gì chính quyền nữa. Nhưng bây giờ thì ông ta lại được dựng lên như là

một nhân vật quốc tế và được các người chỉ trích chính phủ Việt Nam coi như chẳng những là lãnh tụ của phe chống đối mà còn là bằng chứng của quan điểm cho rằng mọi sự đối lập đều bị tiêu diệt.

6. Ông Thiệu trả lời rằng ông ta có biết đến những vấn đề mà vụ án đó gây ra cho bản thân ông ta cũng như chính quyền Việt Nam ở hải ngoại và đặc biệt là tại Mỹ. Nhưng mặt khác chính ông ta cũng đang ở trong một tình cảnh khó khăn. Ông ta phải cân nhắc thật kỹ những tác dụng bất lợi ở Mỹ và những ảnh hưởng có hại ở Việt Nam. Ông Châu đã thách thức chính phủ Việt Nam. Ông ta nói rằng dân Việt Nam rất nhạy cảm (tôi hiểu là ông ta muốn nói đến chữ đa nghi). Nếu như ông ta không quyết đoán trong vụ ông Châu thì người ta sẽ nghi ngờ lập trường của ông ta và có thể nghi ngờ ông ta là có thiện cảm với lập trường của ông Châu. Ông ta nêu sự kiện là khi ông ta tuyên bố về những vụ bầu cử vào ngày 11/6 mới đây thì Tướng Trần Văn Đôn đã kết tội ông ta là phản bội tổ quốc. Một lần nữa, nếu như ông ta đồng ý đi dự hội nghị Paris vào ngày 1/11/1968 thì chính phủ của ông ta có cơ lung lay và không chừng cũng dám có một cuộc đảo chánh. Ông ta đã phải bỏ ra một tháng để qui tụ thiên hạ xung quanh mình.

Một Tướng lãnh đã nói với ông ta sau vụ Tết năm nay là: "Chúng tôi nghi ngờ quyết tâm của Tổng Thống khi Tổng Thống xử lý vụ Dân biểu Châu một cách chậm chạp như vậy, nhưng nay Tổng Thống đã có hành động như vậy thì chúng tôi rất yên tâm. Giờ thì chúng tôi không còn sợ vấn đề liên hiệp nữa". Thiệu đã trả lời viên Tướng rằng: "Chúng ta có một bản hiến pháp và tôi phải noi theo đó mà hành động".

8. Tôi nói rằng một lần nữa tôi lại phải nói với ông ta với tư cách là một người bạn về phản ứng sẽ xảy ra tại hải ngoại và nhất là ở Mỹ. Vấn đề đã được nêu ra trong các buổi điều trần do Thượng nghị sĩ Fullbright chủ tọa và phía hành pháp cũng đã có một phiên họp đào sâu vào vấn đề. Tôi cho rằng chủ yếu là làm thế nào để chính phủ Việt Nam hành động cho thật phù hợp với hiến pháp và làm cho mọi người thấy rõ điều đó. Thiệu trả lời rằng đấy cũng là ý định của ông ta. Ông ta nói rằng chủ tịch

Quốc hội đã tuyên bố rằng Quốc hội đồng ý đưa ra xử hai Dân biểu. Tòa án quân sự đã hành động phù hợp với luật pháp. Giờ thì chính phủ chỉ còn chờ cho Chủ tịch Quốc hội cho phép bắt giam hai Dân biểu.

9. Tôi nói rằng liệu bản kiến nghị do 102 dân biểu ký tên có hiệu lực pháp lý bằng một cuộc bỏ phiếu tại hội đồng an ninh quốc gia hội đủ chữ ký của 46 dân biểu hay không. Thiệu trả lời rằng 6 trong số các dân biểu nói trên đã rút chữ ký của mình và do đó mà bây giờ vấn đề không còn được đưa ra trước tòa nữa. Tôi nói rằng tôi cũng đã được thấy các bản tuyên bố nói rõ rằng nhiều người trong số các dân biểu đã ký tên vào bản kiến nghị truất quyền bất khả xâm phạm của ông Châu nay cũng đã rút tên mình. Thiệu nói rằng sự thể không phải là như vậy và những người rêu rao là đã rút tên thì thực tế cũng đã chẳng bao giờ ký vào bản kiến nghị.

10. Một lần nữa tôi lại nêu những vấn đề phát sinh từ vụ việc này trên đất Mỹ, và lại xảy ra vào thời điểm mà chính quyền Việt Nam yêu cầu gia tăng viện trợ; mà quyền gia tăng viện trợ rồi ra sẽ lại do chính Quốc hội Mỹ quyết định. Tôi kêu gọi chính quyền Việt Nam nên triệt để tôn trọng các thủ tục do hiến pháp qui định và giữ sao cho vụ này càng ít ồn ào càng tốt.

Từ trang tiếp theo là phóng ảnh một số điện văn nguyên tác trao đổi giữa Bộ Ngoại giao Mỹ và Tòa Đại sứ Hoa Kỳ tại Saigòn liên quan tới vụ án và tình hình Việt Nam.

Department of State
TELEGRAM

ACTION: AmEmbassy SAIGON - PRIORITY

STATE

EXDIS

FOR AMBASSADOR BUNKER FROM THE ACTING SECRETARY

SUBJ: Tran Ngoc Chau

REF: Saigon 2336

1. I have reviewed the correspondence concerning your desire to make public statement to the press about relationship between U.S. Mission and Tran Ngoc Chau. I recognize your interest in setting the record straight, but I believe the current situation is complicated by fact that (a) Chau case currently sub judice in Vietnamese system, and (b) matter will probably become issue in Fulbright hearings.

2. The statement you have prepared varies in some particulars from statement contained in John Vann's letter of January 23 to Martin Herz. Although it is not possible to state in advance how deeply the Committee will be able to go into this matter with Vann during latter's

testimony, there is obviously the risk that a conflict could be developed between your statement and Vann's testimony to the detriment of our interests and the embarrassment of US-GVN relations.

3. Because of these considerations, I would prefer that you suspend any proposals for public statements in Saigon until we can see how matters develop in Senate hearings. It would be my judgment that main impact of unfavorable developments in Chau case will be on U.S. public opinion rather than in Viet-Nam. We will therefore wish examine this aspect further before deciding how to react.

4. In meantime, please send us soonest full texts all statements, letters, telegrams, etc. made by Chau which bear upon this issue.

GP-1

END

RICHARDSON

ELEGRAM
Foreign Service United States of
OUTGOING AMEMBASSY SAIGON

Charge: STATE

SECRET
Classification

NODIS REVIEW
Cat. A - Caption removed, transferred to CFPC
Cat. B - Transferred to OFADRC with additional Data; controlled by S/S 27 FT
Cat. C - Caption and custody retained by S/S 270L
Reviewed by: Elijah Kelly Jr
Date 12/18 19 85

ACTION: SECSTATE WASHDC

NODIS

SUBJECT: Meeting with President Thieu, February 25; Nguyen Cao Thang's Alleged Statement; Tran Ngoc Chau.

1. I said that I was amazed, and Washington was also, at Mr. Nguyen Cao Thang's reported allegation of U.S. collusion with the VC to allow Tet 1968 to happen in order to establish a coalition government. Frankly, I doubted that Mr. Thang could believe this himself, and I was sure Thieu did not. I added that I was concerned that irresponsible statements such as that attributed to Mr. Thang, which in effect gave support to Tran Ngoc Chau's allegation that he had warned the U.S. of Tet, created problems for both of us. I said that Mr. Thang is, of course, well known as one of the President's closest collaborators. Moreover his remarks were published in Song Thon, Thang's pro-government paper. The President himself would almost certainly be associated

Drafted by: AMB:EBunker:ek 2/27/70.
Concurrence
Approving Officer DEPARTMENT OF STATE A
REVIEWED BY SCHIEUIRE

SECRET
Classification

237   VỤ ÁN TRẦN NGỌC CHÂU

TELEGRAM Foreign Servi[ce]
United States

OUTGOING AMEMBASSY SAIGON

Charge: SECRET   Control:
Classification
        Date:

with Mr. Thang's remarks which can only add to public and private criticism in the U. S. of the handling of the Chau case, already taken up at length in the Fulbright hearings.

2. Thieu said that he had not seen the full text of what Thang was reported to have said and I read him the translation from Cong Son. He said he had received only a brief summary and had then tried to get in touch with Thang, but found that he had already left the country. He undertook to look into the matter further.

3. I turned to a statement which the Mobile Field Court had made in announcing the verdict against Chau. The Court had said that Chau had known about the Tet Mau Than offensive and that he had warned the Americans instead of the Government of Viet-Nam. Because of that the events of Tet Mau Than occurred.

4. I said that I was frankly amazed at this statement. Everybody knows about Chau's efforts to involve the U. S. in his case.

Drafted by: Approving Officer:

Concurrence:

SECRET
Classification

TELEGRAM

OUTGOING AMEMBASSY SAIGON

Foreign Service
United States o

Charge:

SECRET
Classification
3

Control:
Date:

Now the Court seems to have fallen into his trap. The implication that the U. S. knew of the offensive and deliberately failed to tell the GVN, as the President knows, is patently untrue. It can only provide added fuel to those that are already critical of the handling of the case.

5. I referred to our previous conversation on the GVN's handling of this matter (Saigon 2055). I said then I thought the GVN had made its point and that Chau had been destroyed politically and the GVN would be wise not to push the case to the limit. Chau would be henceforth of no importance and certainly no threat to the government. Now he had been made into an international figure and was being built up by critics of the GVN not only as a leading oppositionist, but as evidence that all opposition was being suppressed.

6. Thieu replied that he was aware of the problems which the case was creating for him and the GVN abroad and especially in the United States. On the other hand, he himself was in a

Drafted by:

Approving Officer:

Concurrence:

SECRET
Classification

TELEGRAM

Foreign Serv
United States

OUTGOING AM EMBASSY SAIGON

Charge: SECRET   Control
Classification
4   Date:

difficult position. He had to try to draw the line as carefully as he could between adverse effects in the United States and harmful effects in Viet-Nam. Chau had provoked the government and defied it. The Vietnamese people, he said, are very sensitive (I take it he meant suspicious). If he acted hesitantly in the Chau case his own position would be brought into doubt and people would question the motivations both of him and the government and might well suspect him of sympathy with Chau's position. He cited the fact that when he made his statement on elections last July 11, Senator Tran Van Don had accused him of betraying the country. Again had he acquiesced on November 1, 1968 in going to Paris, he would have risked the stability of his government, even possibly a coup. He had needed a month to bring the people along with him.

7. / general had said to him, after Tet this year that "we doubted your determination when you moved so slowly against

Drafted by: Approving Officer:

Concurrence:

SECRET
Classification

ELEGRAM

OUTGOING AMEMBASSY SAIGON

Foreign Serv
United States

Charge:

SECRET
Classification

Control:
Date:

5

Chau, but now that you have taken action we are very content. We have no fear now about a coalition." Thieu had replied, "We have a Constitution and I have to act according to it."

8. I said that I must tell him again as a friend what the reaction will be abroad and especially in the United States. The matter had been opened up in the Fulbright hearings and gone into extensively at an executive session. I thought it was essential that the GVN should act in strict accord with the Constitution and make it clear to everyone it was doing so. Thieu replied it was his intention to do so. The Assembly, he said, through its Speaker, had authorized the trial of the two Deputies. The military court had acted in accordance with the provisions of law. The Government was now waiting for the Speaker to authorize the arrest of the two Deputies.

9. I said that I understood the question of whether the petition signed by 102 Deputies had the same legal force as a vote had been submitted to the Supreme Court by a petition

Drafted by:
Approving Officer:

[Concurrence:

SECRET
Classification

ELEGRAM
OUTGOING — AMEMBASSY SAIGON

SECRET
Classification

signed by the required 46 Deputies. Thieu replied that six of the Deputies had withdrawn their signatures and consequently the question was not now before the Court. I said that I had also seen statements to the effect that several of the signers to the petition waiving immunity had also withdrawn their signatures. Thieu said that this was not a fact, that those who had claimed to have withdrawn their names had never signed the petition in the first place.

10. I referred again to the problems this case could create in the United States, coming at a time when the GVN was asking for very substantial increased assistance, the authorization of which would eventually have to come from Congress. I urged that the GVN adhere strictly to constitutional procedures and keep the situation in as low a key as possible.

BUNKER

SECRET
Classification

UNCLASSIFIED

Department of State

TELEGRAM

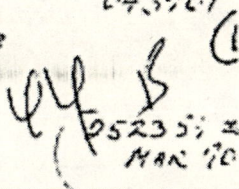

ACTION: Amembassy SAIGON

STATE

Following is text of article appearing in New York Times, March 25, 1970. BEGIN TEXT - SUBJECT: "Bunker-State Department Split on Chau Reported by Columnist".

"Serious differences existed between Ellsworth Bunker, the United States Ambassador to South Viet-Nam and the State Department over the handling of the case of Tran Ngoc Chau, the opposition deputy sentenced to 10 years' imprisonment, according to the Newsday Columnist Flora Lewis.

"In her syndicated column yesterday, Miss Lewis wrote that Ambassador Bunker had proposed making a public statement that no American ambassador had ever been involved in Mr. Chau's eight meetings with his brother Tran Ngoc Hien, a North Vietnamese intelligence officer, although Ambassador Bunker knew this to be untrue.

patrick:gmd 3/25/70 22527 EA/P - James Carrigan

UNCLASSIFIED
Department of State
TELEGRAM

ACTION   Amembassy   SAIGON   PAGE 2

"But, according to Miss Lewis, the State Department ordered Ambassador Bunker not to make such a statement because it conflicted with secret testimony given by John Vann, chief of United States pacification efforts in the Mekong Delta, at a hearing of the Senate Foreign Relations Committee last month.

"'That was a diplomatic way of saying the Dept. knew Bunker's proposed comment was untrue and was aware that Bunker also knew it was untrue,' Miss Lewis wrote.

"Ambassador Bunker was himself present at a meeting in September, 1967, when Mr. Chau briefed high American officials on his knowledge of enemy plans for the forthcoming Tet offensive. Miss Lewis wrote that Mr. Chau had learned of these plans from the meeting with his brother.

"Although Mr. Chau did not have precise information on the timing and place of the impending attacks, Miss Lewis reported, some top American officers believe

Department of State
TELEGRAM

ACTION   Amembassy   SAIGON   PAGE 3

advice that his/XXXXX was instrumental in preventing Gen. William C. Westmoreland, then United States commander in Viet-Nam, from transferring more troops to outlying regions and exposing Saigon to disaster. The offensive began at the end of January, 1968.

"Miss Lewis wrote that Ambassador Bunker, in suggesting that contacts with Mr. Chau be denied, was acting to protect President Nguyen Van Thieu of South Viet-Nam.

"'Bunker, 75, is a traditional type of New England Yankee with a record of high personal integrity," she wrote. "'However, it was he who picked Thieu as America's favorite candidate for the presidency and, in effect, created the Thieu government. He is deeply committed to its maintenance in power.'"   END TEXT.

Excerpts from DEPT.'s noon press briefing for March 25, 1970 follow: BEGIN TEXT -

Q.: Bob, an enterprising columnist named Flora Lewis,

Department of State
TELEGRAM

ACTION Amembassy SAIGON   PAGE 4

reported some sharp differences between Ambassador Bunker and the State Department over the disclosure of Tran Ngoc Chau's approach to American officials, to warn them in advance of the coming Tet offensive. Can you clear this up a little bit?

A.: No, I'm afraid I cannot. I will have no comment on that matter.

Q.: Is the Government having any discussions with the South Vietnamese Government on the subject of this --

A.: No comment.

Q.: Bob, you don't wish to comment on the Flora Lewis/column, or you don't wish to comment at all on the (Chau) case?

Department of State TELEGRAM

UNCLASSIFIED 195

PAGE 01 SAIGON 02481 171785Z

51
ACTION EA-15

INFO OCT-01 EUR-20 IO-13 UPM-01 ACDA-19 CIAE-00 DODE-00
PM-05 H-02 INR-07 L-03 NSAE-00 NSC-10 P-03 RSC-01
PRS-01 SS-20 USIA-12 AID-28 NIC-01 RSR-01 /163 W
------------------ 126561

P R 171545Z FEB 70
FM AMEMBASSY SAIGON
TO SECSTATE WASHDC PRIORITY 7223
INFO AMEMBASSY BANGKOK
CINCPAC
AMCONSUL DANANG
AMEMBASSY PARIS
AMEMBASSY VIENTIANE

UNCLAS SAIGON 2481

CINCPAC FOR POLAD
PARIS FOR VN MISSION

DEPARTMENT OF STATE A/CDC/MR
REVIEWED BY SCHINDLER DATE 1/89
RDS or XDS EXT. DATE
TS AUTH. REASON(S)
ENDORSE EXISTING MARKINGS ☐
DECLASSIFIED: RELEASABLE
RELEASE DENIED ☐
PA or FOI EXEMPTIONS

SUBJ: STATEMENT BY ACCUSED DEPUTY TRAN NGOC CHAU

1. EMBASSY HAS JUST RECEIVED COPY OF LENGTHY STATEMENT BEING CIRCULATED BY TRAN NGOC CHAU, LOWER HOUSE DEPUTY FACING TRIAL IN MILITARY FIELD COURT ON CHARGES OF PRO-COMMUNIST ACTIVITIES, REITERATING HIS CLAIM THAT AMERICAN EMBASSY KNEW OF AND APPROVED HIS CONTACTS WITH ELDER BROTHER, NORTH VIETNAMESE ARMY CAPTAIN TRAN NGOC HIEN. IN STATEMENT, WHICH IS DATED FEBRUARY 10 AND IS IN HANDS OF AMERICAN CORRESPONDENTS, CHAU SAYS HE WILL NOT TRY TO LEAVE COUNTRY OR JOIN VIET CONG, DENIES HE WAS AGENT OF CIA, ATTACKS GVN ALLEGEDLY FOR BRINGING CASE AGAINST HIM UNCONSTITUTIONALLY, AND EXPRESSES VIEW THAT US AIMS AT KEEPING GVN WEAK AND DEPENDENT RATHER THAN ENCOURAGING IT TO ESTABLISH BROAD BASE AND THEREBY DEFEAT COMMUNIST STRATEGY.

2. COPY OF STATEMENT BEING POUCHED. MAJOR POINTS FOLLOW IN MORE DETAIL:
A) BRINGING OF CASE AGAINST HIM ON BASIS OF RESOLUTION

Department of State TELEG

UNCLASSIFIED

PAGE 02 SAIGON 02491 171705Z

signed by 102 deputies, rather than vote in House, is recognized by responsible observers here and abroad as unconstitutional. Chau says, however, "true to my honor as nationalist fighter, I did not join communists or flee to a foreign country ... although I have had enough time and means since then to opt for either of these alternatives. I am ready to endure imprisonment or sustain death in this beloved land...."

B) Chau cooperated with CIA only on pacification and rural development programs, and was never an agent of CIA, despite CIA offers to pay him to found a political party.

C) Through intermediary of CORDS IV Corps representative John Vann, Chau alleges, American Ambassador knew of and approved his relations with Hien. Through this contact with Hien, Chau was better informed on VC/NVA strategy and for this reason recommended that pacification concentrate on secure areas rather than newly-opened areas. He said he briefed Ambassador and other high American officials on this point.

D) After Tet 1968 and the Communist offensive, Chau says he had "many misgivings about the good will and truthfulness of American officials." He attributes American decision in late 1968-early 1969 to cut off contact with him to fact "American officials began to suspect and be concerned about a possible private accommodation between President Thieu and the Communist side through both of us" (meaning Chau and Hien).

E) Chau did not inform GVN of contacts with Hien because 1) before constitution was promulgated, there was no one with enough responsibility and impartiality to whom to confide this secret; 2) when he was a deputy, Chau "believed I had enough individual independence to realize the number one objective... peace in freedom;" and 3) Thieu "put all his faith in the American policy and Ambassador Bunker."

F) Chau concludes that he is being tried because President Thieu wishes to demonstrate a hard line, show he will never make any accommodation with Communists, and exclude all opposition elements from supporting his government. "President Thieu and many anti-Communist personalities in SVN are being deceived by Ambassador Bunker in a most dark scheme whereby the new American

Department of State TELE(

UNCLASSIFIED

PAGE 03 SAIGON 02401 1717052

POLICY CAN BE REALIZED: A) TO ESTABLISH AND CONSOLIDATE A GOVERNMENT REPRESENTING A MINORITY IN SVN... DEPENDENT ON THE ARMED FORCES AND THE RD CADRE; B) A GOVERNMENT WHICH OWES ITS STRENGTH TO THESE GROUPS MUST BE CLOSELY DEPENDENT ON AMERICAN AID. THEREFORE, THE US WOULD INFLUENCE THIS GOVERNMENT MORE EASILY, PARTICULARLY REGARDING THE PROBLEMS OF CONDUCTING THE WAR AND RESTORING PEACE; C) WITH A MINORITY GOVERNMEENT... THE US WOULD FIND IT EASIER TO PERSUADE THE COMMUNISTS TO SEEK A COALITION WITH THE RVN... THE US WOULD BE SURE TO USE THE INFLUENCE OF ITS AID TO FORCE OUR GOVERNMENT TO AGREE. THE ASSEMBLY MUST BE CHECKED, LEST IT INTERFERE WITH THIS SCHEME; THUS, CHAU IMPLIES, HE IS BEING PERSECUTED. B) STATEMENT CONCLUDES WITH CALL FOR NATIONALISTS TO UNITE AND DEFEAT THE US SCHEME, AND ADVICE TO THE GVN TO "SEEK RECONCILIATION, ACCOMMODATION, AND COEXISTENCE WITH ALL OPPONENTS... PRESIDENT THIEU MUST EXTEND HIS ARMS TO PHAN KHAC SUU, DUONG VAN MINH, TRAN NGOC LIENG, TRAN VAN DON, PHAN BA CAM, ETC." COOPERATION WITH AMERICANS WILL ONLY LEAD TO FATE SIMILAR TO THAT OF MOSSEDEGH IN IRAN, RHEE IN KOREA, DIEM AND BIG MINH IN VIETNAM.
BUNKER

TELEGRAM
Foreign Service of the United States of America

OUTGOING AMEMBASSY SAIGON

26/6ja

HERZ 2
AMB
DEP
COLBY
NICKEL
HARLAN
SA/PR
PICKERING
POL 2
ORA 3
USAID 2
MACV 6
LEGAD
FILES

Charge: STATE

SECRET
Classification

Control: SAIGON 4871
Date: 1 APR 70
11:30Z

ACTION: SECSTATE WASHDC PRIORITY

INFO: BANGKOK
CINCPAC
USDEL FRANCE
VIENTIANE

LIMDIS [LIMDIS]

DEPARTMENT OF STATE A/CDC/MR
REVIEWED BY Schindler DATE 1/24/86
RDS or EXT. EXT. DATE
TC AUTH.
ENDORSE EXISTING MARKINGS
DECLASSIFIED X
RELEASE DENIED
FR or FOI EXEMPTIONS

CINCPAC FOR POLAD

SUBJECT: Press Allegations About the Chau Case

REF: Saigon 4283

1. Since some extraordinary statements have recently appeared in the U.S. press about the case of Tran Ngoc Chau and his alleged involvement with the U.S., some of them involving me personally and some my predecessor, I think it useful to set forth briefly a few relevant facts which have never to my knowledge been put on the public record, largely because of an understandable reluctance in Washington to take issue directly with a Vietnamese politician or to appear to be intervening in a case that had not yet come to court.

Drafted by:
POL:MTHerz:ek 4/1/70.
[Concurrences]

Approving Officer:
AMB:EBunker

SECRET
Classification

DRAFTING OFFICE COPY

TELEGRAM
OUTGOING AMEMBASSY SAIGON

Foreign Service of the United States of America

Charge: _____ **SECRET** Control: _____
Classification
2
Date: _____

2. A number of publications (NY Times, Newsweek, Washington Star) have recently stated, for instance, that Chau helped the U.S. by providing us with valuable information obtained from his brother, the North Vietnamese agent Tran Ngoc Hien. Chau tried to create that impression in his handout to the press last February although at that time he also implied that the U.S. had perfidiously ignored his warning. He wrote: "By the end of August 1967, I became even more aware of the above-mentioned dangers. Therefore, I made a three-hour briefing at a special meeting at the residence of Ambassador Locke...on these dangers and the need to counter them. It is regrettable that the Mau Than Tet event (the Tet offensive) did take place, giving me so many misgivings about the good will and truthfulness of American officials in Viet-Nam.

3. The impression that Chau was trying to create was that on the basis of information obtained from his brother he provided timely warning of the Tet offensive. This has been swallowed whole and

Drafted by: _____ Approving Officer: _____

(Concurrence)

SECRET
Classification

DRAFTING OFFICE COPY

TELEGRAM

Foreign Service of the United States of America

OUTGOING AMEMBASSY SAIGON

Charge: SECRET   Controls:
Classification

Date:

even further exaggerated by some papers. The Washington Star credits to him the saving of the Tan Son Nhut airbase at the time of Tet which was four or five months after Chau's reported meeting with Locke and me. The same story also has us changing the disposition of our forces as a result of Chau's advice given at a meeting attended by myself and General Weyand at Ambassador Locke's residence.

4. With regard to that meeting which took place either in August 1967 as Chau claims, or in September 1967 as the news stories have it, as nearly as I can now recall this was the only time at which I had any substantive conversation with Chau and it was concerned solely with pacification. Ambassador Locke had suggested the meeting because he felt Chau had some interesting views to put forward. To the best of my recollection, these embraced Chau's recommendations on consolidation of already pacified areas instead of their expansion, a view which was also advocated in his book on pacification. I had no knowledge

Drafted by: Approving Officer:

Concurrence

SECRET
Classification

DRAFTING OFFICE COPY

TELEGRAM

OUTGOING AMEMBASSY SAIGON

Foreign Service of the United States of America

SECRET
Classification

Charge: Control:

Date:

whatever of his connection with Hien when I attended that meeting. Since General Weyand is mentioned as one of the participants at the meeting and is supposed to have been "very impressed, possibly because Chau was in constant touch with his brother at that time" (according to the Washington Star), he may wish to comment on this aspect.

5. The same story has me stating at a dinner party last December that I had irrefutable proof that Chau was a communist. I made no remark of that kind. I have no means of knowing whether or not Chau is a communist. The Department is aware that I am on record in a message during that same month of December as expressing doubt that Chau was or ever had been a disciplined communist. What I well may have said at the dinner party, though I have no clear recollection of it, is that the Government of Viet-Nam had a strong case against Chau, and that we believed under Vietnamese law he was guilty. They did in fact have irrefutable proof that he had had prolonged

Drafted by: Approving Officer

Concurrences

SECRET
Classification

DRAFTING OFFICE COPY

TELEGRAM
Foreign Service of the United States of America
OUTGOING AMEMBASSY SAIGON

SECRET
Classification

Charge: Control:
            Date:

unauthorized contact with the enemy agent and had provided him with information and assistance. Since Chau himself has admitted to these charges it is hard to see how there is any question about his guilt. He was not charged with being a communist, but with "knowingly having contact with persons carrying out activities damaging to national defense."

6. The most troublesome aspect of the campaign on behalf of Chau is the allegation that "agents of the CIA and members of the U. S. Mission in Saigon knew about Chau's dealings with his brother, and implicitly approved." It is true that Chau mentioned to U. S. personnel from time to time that he was in contact with a representative or representatives of Hanoi but he never revealed the substance of his discussions with them, merely impressing us with the fact that he had a contact of some importance. We tried to find out through him who the contact was and what the contact had to say. At one point Chau offered to arrange a meeting between his contact and Ambassador

Drafted by: Approving Officer:

Concurrence:

SECRET
Classification

DRAFTING OFFICE COPY

TELEGRAM

Foreign Service of the United States of America

OUTGOING AMEMBASSY SAIGON

SECRET
Classification

Charge: Control:

Date:

Lodge, which was refused by my predecessor, quite properly in my opinion because such a meeting would have gravely compromised our relations with the GVN.

7. What then happened is that Porter authorized a subordinate official of the Mission (Vann) to go back to Chau and tell him he was authorized to meet his contact, but that meeting never took place either, this time because the contact refused to meet. In any case, there could not possibly have been any implication that the U. S. approved of Chau's unauthorized contact, still less that his revelation to us about that contact placed the U. S. under any obligation to protect him from prosecution by his own government when his brother was discovered by the Vietnamese police. I find ironical the press allegation that Chau had faithfully reported to us about his contacts with his brother, for to the best of my knowledge he told us nothing about the substance of his conversations with that senior North Vietnamese agent. (General Weyand may wish to

Drafted by: Approving Officer:

Concurrence:

SECRET
Classification

DRAFTING OFFICE COPY

TELEGRAM

Foreign Service of the United States of America

OUTGOING AMEMBASSY SAIGON

Charge: **SECRET**   Control:
Classification
7   Date:

comment on the basis of his recollection of the meeting in August or September 1967 whether there is any substance to the notion that on that occasion we profited from Chau's contact with his brother. My own recollection is that no mention of Chau's contact with his brother was ever made and that we derived no special benefit from the meeting.)

6. There are many more things that could be said. I think it is clear that the press criticism of the GVN and U. S. over the Chau case is motivated in many cases by a belief that we should have explored some kind of a deal that the enemy was prepared to offer us when Chau tried to promote a meeting between Hien and Lodge and that we should have supported Chau's later advocacy of compromise solution to the war. I think the record is sufficiently clear that there were multiple channels open to the DRV to make proposals to the U. S. and the GVN in many places in or out of Viet-Nam. I do not believe that Hien had any other mission than to obtain intelligence

Drafted by: Approving Officer:

[Concurrences]

SECRET
Classification

DRAFTING OFFICE COPY

TELEGRAM
Foreign Service of the United States of America
OUTGOING AMEMBASSY SAIGON

Charge: **SECRET**   Control:
Classification
Date:

and to create divisions between the U. S. and the GVN, and it is tragic that his instrument for that purpose was a man who was so attractive, idealistic, and meritorious in many ways. From Hien's own testimony after his arrest we finally learned a great deal about his conversations with Chau, and they show that he manipulated his brother with great skill, playing precisely upon his idealism and patriotism.

9. As for my execution of instructions from Washington, the Department is well aware of the facts and I see no need to discuss this aspect of press reports which cast doubt on my integrity.

10. I do not know whether at this late date any useful purpose would be served by a clarifying statement to the press, but it seems to me that our silence about these charges has been very damaging. It is true, as the press reported, that in February of this year I urged that we be authorized to make a statement to the press. If there were details in that statement which

Drafted by: Approving Officer:

(Concurrence)

SECRET
Classification

DRAFTING OFFICE COPY

TELEGRAM
Foreign Service of the United States of America
OUTGOING AMEMBASSY SAIGON

SECRET
Classification

Charge: Controls:
Date:

needed revision, such revision could have been made.

Perhaps we should not be surprised that a Vietnamese politician who was fighting for his life was trying to throw up all kinds of wild charges and allegations in an effort to exculpate himself. What is regrettable is that so many of those wild charges and allegations seem to have been accepted uncritically, not only by opponents of the governments in Saigon and Washington, but also by some well-intentioned but ill-informed people in both places.

BUNKER

Drafted by:
Concurrence:

Approving Officer

SECRET
Classification

DRAFTING OFFICE COPY

Phụ Lục II

BÁO CHÍ TƯỜNG THUẬT

"Cảnh sát tấn công 4 đợt vô Quốc Hội, Dân biểu Châu bị ném qua cửa sổ" - "Quốc Hội ngợp tiếng kêu khóc, Dân biểu chửi thề: Đ.M. hèn cả lũ! Ký giả bị đánh đấm tơi bời, các cô khóc như ri..." Đó là hàng tựa trên trang nhất báo chí Saigon tường thuật vụ án Trần Ngọc Châu năm 1970. Hình bên là ảnh Châu đứng trước Toà Mặt Trận, cạnh Luật sư Trần Văn Tuyên. Sau 1975, cả hai đều bị cộng sản bắt đi tù. Luật sư Tuyên chết trong trại tù cải tạo.

Gần 40 năm sau vụ án, hỏi cảm tưởng về những bài báo cũ, ông Châu nay đã 85 tuổi nói "Khi đọc lại, mình thấy ngậm ngùi. Dù sao, báo chí miền Nam thời chiến tranh cũng vẫn còn quyền tự do thông tin, tường thuật trung thực. Quyền này cho tới nay báo chí trong nước chưa có. Với tôi, còn thêm niềm cảm kích trước cảm tình của làng báo dành cho mình trong vụ án. Nhiếp ảnh gia Nick Út của AP hay các nhà báo Huyền Anh, Nguyễn Hoàng Đoan của báo Độc Lập ở Saigon thời 1970 hiện nay đều đang ở Hoa Kỳ. Tôi cám ơn các anh."

Không chỉ với báo chí trong nước, vụ án Trần Ngọc Châu còn được các hãng thông tấn, sách báo và truyền hình quốc tế đặc biệt chú ý. Sau đây là một số phóng ảnh những bài báo tiêu biểu.

ĐẦY ĐỦ CHI TIẾT NHỮNG PHÚT ĐỊNH MỆNH CỦA TÒA NHÀ LẬP PHÁP

CẢNH SÁT TẤN CÔNG 4 ĐỢT VÔ QUỐC HỘI
DÂN-BIỂU CHÂU BỊ NÉM QUA CỬA SỔ

● NGỰC TOÒNG TENG BẢO QUỐC QUÂN CHƯƠNG, TAY CẦM CUỐN HIẾN PHÁP, DB CHÂU BỊ ĐÁNH NGÃ KHIÊNG ĐI NHƯ MỘT CON VẬT, ĐẦU ĐỘNG LIÊN HỒI VÀO CẦU THANG...

● ĐỨC ANH

SAIGON (ĐL) 28-2.— Dân biểu Trần ngọc Châu, trong bộ âu phục xám, ngực đeo toòng teng Bảo quốc Huân chương, tay cầm một cuốn hiến pháp, bị cảnh sát đánh ngã, rồi khiêng đi như một con vật. Đầu ông bị đập liên hồi vào cầu thang, rồi sau đó, bị ném qua cửa sổ xuống một chiếc xe bịt bùng".

Trước đó, ông Châu cũng đã chết giấc nhiều lần, và hô hét đến khan cả «Hãy bắn tôi đi ! Hãy bắn tôi đi !»

Trên đây, là màn chót trong cuộc tấn công 4 đợt của Cảnh Sát vào trụ sở Hạ Viện chiều 26-2, để bắt ông Châu, Dân biểu đơn vị Kiến Hòa, vừa bị hành pháp kết án 20 năm khổ sai. Sau đây là đầy đủ chi tiết cuộc tấn công hãn hữu này.

«Phiên họp định mệnh» của Hạ Viện

Văn phòng Hạ viện bắt đầu nhóm họp kể từ lúc 15 giờ 30 chiều 26-2 Ngoài Ông Chủ tịch Nguyễn bá Lương, các Ông Phó chủ tịch, Tổng Thư ký, người ta còn thấy có sự hiện diện của Thiếu tá Nguyễn đình Trí, Ủy viên Chánh Phủ Tòa án Mặt trận trong phòng họp kín của Văn Phòng Hạ viện.

Nội dung phiên họp kín tuy không được tiết lộ, nhưng có lẽ chỉ xoay quanh vấn đề cho "bắt" hay không cho «bắt tội nhân» Trần ngọc Châu.

Nguồn tin thông thạo cho biết Tổng thư ký Phạm duy Tuệ đã tỏ ra vô cùng... cương quyết đối với «tội nhân» Trần ngọc Châu, nguyên Tổng thư ký Hạ viện.

Nguồn tin nói rằng Ông Phạm duy Tuệ nhiều lần gằn giọng với Ông Chủ tịch Nguyễn bá Lương rằng "Nếu Cụ Chủ tịch không để Cảnh sát hành động, tôi với tư cách Tổng thư ký tôi sẽ cho Cảnh sát thi hành lệnh của Tòa án Mặt trận.

Trong khi phiên họp tiếp diễn thì "tội nhân" Trần ngọc Châu vẫn ngồi tại văn phòng Phó Tổng thư ký Lương văn Ba cùng với lối trên 40 ký giả trong và ngoài nước. Ngoài ra, người ta còn thấy có sự hiện diện của lối 10 người mặc thường phục mang máy hình có vẻ là ký giả nhưng rất xa lạ đối với làng báo.

Cũng cần nhắc lại, vào lúc 16 giờ, người ta thấy Nữ Luật sư Nguyễn phước Đại hớt hải chạy đến Phòng Ông Châu và cho biết Tòa án Mặt trận đã chấp nhận đơn kháng tố. Bà vừa trao giấy kháng tố cho Ông Châu vừa nói : «với giấy đó, không ai có quyền bắt giữ anh.

Trần ngọc Châu...trăn trối

Giữa lúc mọi người hồi hộp chờ kết quả phiên họp của Văn Phòng Hạ viện, thì vào lúc 18 giờ, bất ngờ «Tội nhân» Trần ngọc Châu thốt mấy lời...trăn trối với các ký giả hiện diện ở bên Ông. Điều đáng ghi nhận là « tội nhân » Trần ngọc Châu chỉ nói với các ký giả ngoại quốc, và Ông đã xử dụng Anh ngữ trong lúc phát ngôn.

Đại ý, Ông Châu cho biết Ông sắp bị bắt và trong thời gian Ông ở tù có thể Ông ẽ bị cho uống thuốc làm tê liệt thần kinh hoặc loại thuốc làm hủy hoại thân thể. Ông yêu cầu báo chí hãy giúp đỡ Ông trong trường hợp đó và đừng ngạc nhiên khi thấy ông biến thể hặc thay đổi tâm tính.

Một ký giả hỏi ông Châu rằng ông sẽ bị giam giữ tại   thì được ông

TIẾP THEO A   TRANG 1

Châu trả lời rằng ông chưa thể biết ông sẽ bị giam tại ... Hỏa hoặc ở đâu. Được hỏi ông có bị cho uống loại thuốc nào ông Châu nói ông không biết. Tuy nhiên ông Châu nhấn mạnh rằng ông không tin chuyện ông phải tự vận trong ngục.

Trong lúc Ông Trần ngọc Châu nói những lời trăn trối đó, người ta thấy Nữ Dân biểu Kiều mộng Thu lấy trong xách tay một xấp giấy loại nhỏ rồi lơ lãng nhét vào túi quần bên mặt của Ông Châu.

« Tội nhân » Trần ngọc Châu vừa dứt lời được mấy phút thì người ta thấy lối 15 Cảnh sát sắc phục trắng cùng lối 10 người mặc thường phục xuất hiện. Cùng đi với Cảnh sát có Ông trưởng phòng báo chí Quốc Hội. Lúc ấy là 18giờ 10, và bên cạnh Ông Châu vẫn chỉ có sự hiện diện của Nữ Dân biểu Kiều mộng Thu và Luật sư Vũ Văn Huyền, cùng số ký giả nói trên.

Cảnh sát vừa ngỏ lời yêu cầu các ký giả rời khỏi phòng ĐB Châu... trú ngụ, lập tức Ông Châu đứng lên ngăn cản và nói rằng tất cả những người có mặt trong phòng đã là khách của Ông.

(XEM TIẾP TRANG 3)

BÊN LỀ PHÚT THẤT THỦ CỦA NHÀ HÁT TÂY:
QUỐC HỘI NGỢP TIẾNG KÊU KHÓC
D.B. CHỬI THỀ: Đ.M. HÈN CẢ LŨ!

● nữ Dân Biểu Kiều Mộng Thu la thất thanh: « buông tôi ra, buông tôi ra...
● ký giả bị đánh đấm tơi bời, các cô khóc như ri!

● HUYỀN ANH ghi

Suốt ngày 26-2, Dân biểu Trần ngọc Châu, tuy mệt dữ sau hai đêm không ngủ, nhưng vẫn ngồi hút thuốc liên miên. Căn phòng nhỏ của Dân biểu Dương văn Ba ngột ngạt hẳn vì thuốc lá, tâm thuốc, và chặt cứng ký giả.

Đột nhiên, khoảng 13giờ 40 phút

chuông điện thoại reo. Ông Châu cầm nghe xong đứng dậy, nói với một ký giả: (Họ sắp đến bắt tôi! Mong họ

XEM TIẾP Ọ   TRANG 8

Những phút nghẹt thở đầu tiên :

Các Dân biểu Ngô công Đức, Trần minh Nhựt, Kiều mộng Thu bắt đầu «xếp xối» vì có tin Cảnh Sát đang trên đường đến bắt Trần ngọc Châu. Các Dân biểu gọi điện thoại cho nhau ầm cả lên. Ông Nguyễn Trọng Nho, Tổng Thư Ký Phạm duy Tuệ đang đứng vững vờ ở hành lang đột nhiên biến mất vào phòng riêng của họ.

Đúng 15 giờ chiều, người ta chợt thấy Ông Trang Sĩ Tấn mặc thường phục đeo kính đen đi bộ vào ngôi trong nhà Hàng Givral. Ngồi nhìn chằm chằm qua phía HV... Gần 16 giờ, Chủ Tịch HV Nguyễn Bá Lương sau gần hai ngày «mất tích» đã đột nhiên xuất hiện tại HV cùng với Bộ Trưởng Cao văn Tường, đặc trách QH.

Thiếu tá Uỷ viên Chánh phủ Tòa án Mặt trận Trương Thanh Kiểm. Cả 3 nhân vật này vội vã đi thẳng lên phòng chủ tịch ở trên lầu và họp riêng trong vòng 30 phút. 16 giờ 30, Bộ trưởng Cao văn Tường mới lạnh như tiền đi ra.

15 phút sau, Bộ Trưởng Cao Văn Tường trở lại HV cùng với một nhân vật Cảnh Sát. Tin xác nhận thì nói đó là ông Trưởng Ty Cảnh Sát Quận Nhất Saigon.

Cuộc gặp gỡ thứ hai giữa Bộ trưởng Cao văn Tường với Chủ tịch Nguyễn bá Lương đã diễn ra khoảng hơn 10 phút. Bộ trưởng Tường đã bước ra khỏi phòng Chủ tịch Lương ngay sau đó. Theo một tin chính thức thì, sau lần tiếp xúc đợt đầu, Chủ tịch Nguyễn bá Lương còn lại một mình trong phòng đã quyết định ký một lệnh chấp thuận cho Cảnh sát vào HV dẫn độ Dân biểu «tội phạm» Trần ngọc Châu.

Sẽ nhớ anh em mãi mãi

Khi Cảnh sát đã đến đảo hàng hai trước sân HV, Chủ tịch Nguyễn bá Lương đã gọi điện thoại xuống phòng an ninh xin bảo vệ An ninh ngay trước cửa văn phòng ông. Hai Cảnh sát chìm thật to con đã đến đứng ngay trước cửa. Cánh cửa được khóa bởi hai vòng khóa.

Thu đã nhanh tay nhắc hai cái ghế dài chận ngang trước lối cửa. Bà ngồi bằng hai chân ra hai chiếc ghế và quay mặt ra ngoài. Bà nói rằng bà sẽ không cho Cảnh sát vào. Trong lúc ông Trần ngọc Châu mở hôi ra nhễ nhại, thân áo của ông tuộc ra, ông nói : «Anh em cứ ngồi yên ở đây, Anh em là bạn của tôi, không ai có quyền đuổi bắt anh em... Tôi sẽ nhớ anh em mãi mãi !»

Đồ vi hiến, đồ bạo lực,

Bà Thu bỏ chạy ra ngoài xem Chủ tịch đã xuống chưa Bà cũng hối các Dân biểu Ngô Công Đức, Trần minh Nhựt đi xem tình hình. Hai ông này ra đi, bà Thu vừa rời cửa thì hai nhân viên Cảnh sát đã nhảy tới chiếm lấy 2 chiếc ghế mà bà Thu đặt cản lối vào. Họ đứng chặn cửa lại.

Là Thu trở lại thì bị đuổi ra... Bà hét lớn : "Đồ bền vi hiến ! Đồ bạo lực" Cảnh sát chặn cửa, 4 Cảnh sát khác lọt vào bên trong phòng và câu đầu tiên là : "Yêu cầu các nhà báo đi ra cho chúng tôi hành sự !" Một ký giả Mỹ hỏi : Có luật nào đuổi ký giả khi hành nghề ?»

Cảnh sát không nói gì cả, họ vật nhau xô nhà báo chạy. Cứ hai Cảnh sát tấn công một ký giả và lúc đó, Ông Trần Ngọc Châu bắt đầu xỉu. Ông gục đầu xuống trên một chiếc ghế...

Bà Kiều Mộng Thu cũng bị lôi ra khỏi phòng, bị cô lập bằng những bàn tay rắn chắc thô bạo. Bà vùng vẫy, gào thét : "Trời ơi ! buông tôi ra, tôi là dân biểu, mấy người không có quyền đàn áp tôi,... buông tôi ra".

Trong khi đó các ký giả bị lôi ra từng người, bị đánh, đá đạp, tế chửi nhục...

Một nữ ký giả ngoại quốc bị ngất đau điếng, cô ta khóc nức nở !

Lúc đó các nhân viên an ninh HV đứng xếp để làm nhân chứng, vì bị cũng bị lùa ra ở góc cầu thang. Phía cầu thang bên này có sự hiện diện 2 DB Trần minh Nhựt và Trương vỉ Trí, Ông Trí có đến lôi bà Thu nhưng bị nhân viên công lực bắt mạnh ra.

Bà Thu lại gào lên «Anh Nhựt ơi ! gọi điện thoại dùm bà Đại dì. DB Nhựt chạy đi nhưng không biết có gọi hay không.

Bà Thu lại gào lên : "Trời ơi ! mấy người có còn lương tâm của người không, tôi kêu gọi lương tâm của các người,.. Chẳng một ai đáp lại lời bà Thu.

Đ.M. chúng nó hèn cả lũ

Bên ngoài, cảnh sát vẫn rượt đuổi nhà báo khiến các ký giả vận mô sẵn máy móc chờ đợi. Đúng lúc đó thì bà Kiều Mộng Thu chạy ra hét lớn: «Chúng nó bắt ông Châu đi rồi... bắt đi cửa sau rồi !». Bà Thu cắn miệng lại và gục mặt khóc nức nở.

Bà mặc chiếc áo hàng nội hóa có hoa vòng tròn màu trắng đục với tay Raglan. Bà đã dứt cả rạt áo trước vào miệng cắn chặt để trấn tiếng khóc. Bà hô hào ký giả qua phòng bên trụ sở Ủy ban để họp báo... nhưng bà đã không họp được gì vì chỉ biết khóc.

Đức, ông Nhựt hét lớn : "Đ. mẹ chúng nó bền cả lũ... đi đánh Chủ tịch Lương với tao là. Ông Đức trả lời rằng ông đã định lên đánh Chủ tịch HV Nguyễn bá Lương nhưng cửa phòng khóa và "bọn Cảnh sát" gác ở bên ngoài ! Ông Đức nói giọng đầy căm phẫn rằng : «Chế độ này sụp đổ rồi,... Hạ Viện giải tán đi là vừa".

Ông Trần Minh Nhựt, Chủ Tịch UB Tư pháp Định chế công bố với các ký giả rằng. chính mắt ông thấy Cảnh sát đánh đấm tới bụi vào mặt Dân biểu Châu cho, đến ngất xỉu rồi kéo đi như kéo heo.

Các Dân biểu mấy tuyên bố ầm ĩm, trong lúc Cảnh sát tuần tự tan hàng lên xe về. Khi đó, các ký giả thấy rõ Dân biểu Phạm Duy Tuệ và Nguyễn trọng Nho đi ra.

Ông Nho nói : (Tôi không ngờ Hành pháp làm được chuyện bỉ ổi đến như thế !) Các ký giả hỏi tại sao Ông lại ký vào bản Quyết nghị 102 chữ ký cho bắt Ông Châu,... Ông nghĩ sao ? Ông Nho nói : (Tôi không ngờ Hành pháp lại lợi dụng lòng tốt của các Dân biểu đến như vậy ! Ông Nho dọa sẽ quyết liệt trong vụ này vì Hành pháp đã trắng trợn xúc phạm QH)

Trong lúc, Dân biểu Phạm duy Tuệ Tổng Thư Ký HV, từng hô hào phải dán độ Trần ngọc Châu, đã tuyên bố rằng : Tôi ở trong phòng nên không biết gì vừa xảy ra cả... nếu quả như vậy thì thật là đáng tiếc!

Luật sư Vũ văn Huyền bênh vực Trần ngọc Châu cũng đã có mặt lúc đó và nói rằng, ông hoàn toàn chán ngán đến độ không muốn làm gì nữa vì ở đây có luật pháp mà không có công lý.

Chủ tịch Nguyễn Bá Lương đã trốn miết trong phòng cho đến tối mới ra cùng với một xe Cảnh sát hộ tống chạy theo. Đến sáng nay vẫn không thấy ông xuất hiện mặc dầu HV đang cần quyết định của Ông trước phiên họp Lưỡng Viện vào ngày mai.

Đến sáng nay, những cảnh ngổn ngang trong phòng Ông Châu ở vẫn còn nguyên. Các chồng hồ sơ, giấy tờ bị xáo tung, vung vãi khắp nơi. Có 3 chân ghế bị gãy rời và một đôi giày da của anh ký giả Ngoại quốc nào sót lại.

Các ký giả ngoại quốc khai rằng họ đã bị đánh tới bởi và chính Trưởng ty Cảnh sát Quận Nhất khi đến HV đã ra lệnh hành hung ký giả tối đa.

Cô ký giả Marie đã bị đánh khóc ròng suốt tối qua, một ký giả Mỹ khác cũng bị tấn công vàng cả máy móc. Phía ngoài sân HV, có nhiều ký giả bị bạt tai và bị đá ngang hông.

Những Cảnh sát được cử vào bắt Trần ngọc Châu đều to con và có võ như các đô vật. Đó là bằng có cho thấy Cảnh sát đã nghĩ đến vũ lực từ ban đầu. Các ký giả Quốc tế đang phản đối mạnh những vụ hành hung nhà báo trong liên tiếp hai ngày qua của Cảnh sát.

Một nhà báo đang phỏng vấn Cụ Hồ Tánh là nhạc phụ của ông Châu về việc ông ấy bị bắt trong ngày. Đứng cạnh là con gái út của ÔB. Châu – Trần Ngọc Tâm-Hương, nay là bác sĩ nha khoa.

IẾN HỌP KHOÁNG ĐẠI SÓNG GIÓ NHẤT CỦA LƯỠNG VIỆN
ủ tịch Thượng Viện long trọng xác nhận rằn-Ngọc-Châu vẫn còn là Dân Biểu

HỦ TỊCH NGUYỄN BÁ LƯƠNG BỊ ĐÒI ĐUỔI ∣ TỔNG THƯ KÝ HẠ VIỆN BỊ TỐ LÀ «BỊP»
∣ BIỂU THAN : CHÚNG TA CHỈ LÀ « CON THỊT » CHO HÀNH PHÁP ● HUYỀN ANH gh

ON 28-2 (Đ.L.). — Dân biểu Quag Đôn cầm tờ Nhật báo áp đứng trước diễn đàn Lưỡng độc lớn từng chữ một trong bài thuật khúc phim Cảnh sát bắt, Dân biểu Châu vào chiều 26-2 ý rồi la lớn :

« Đó, quí vị thấy chưa. Chúng ta đang ngồi đây để bàn việc bầu cử Hội đồng Hàng Tỉnh, chúng ta muốn xây dựng Dân chủ... nhưng xây dựng để làm gì khi mà Đại diện dân cử đã bị đối xử tàn bạo, bị đánh đập ngay tại trụ sở QH nay bầu thêm đại diện dân cử ở hạ tầng cơ sở phải chăng để cung cấp đại diện cho Hành pháp tiếp tục đối xử vô nhân đạo như thế ? Chúng tôi đề nghị Lưỡng viện ngưng ngay phiên họp hôm nay đi..»

Hội trường Diên Hồng trong sáng nay đã sôi nổi từ phút đầu. Lưỡng viện với 126 Dân biểu Nghị sĩ hiệt diện đã họp bàn về phúc nghị của Tổng thống trong việc ấn định thể thức bầu cử Hội đồng Tỉnh, Thị xã và Đô thành trong toàn quốc. Các Nghị sĩ Dân biểu đã hàng trăm lần vượt qua chương trình nghị sự, đưa vụ Cảnh sát bắt Dân biểu Châu ra để thảo luận, lên án Hành Pháp, và tỏ khổ luôn văn phòng HV.

Công lao của Lập pháp đã trôi sông trôi bể :

Sau khi dân biểu Tôn Thất Hiệu, thuộc khuynh hướng Phật giáo lên tiếng yêu cầu ngưng phiên họp. Nghị sĩ Phạm Nam Sách tiếp lời rằng : « Dự luật bầu cử Hội đồng

thành, tỉnh là cơ chế hiến định cuối cùng của nền Dân chủ. Đây là viên gạch sau hết, nhưng viên gạch đó đang đặt lên nền móng của một căn nhà sắp lung lay đổ. Đó chỉ là một viên gạch giấy, chúng ta xây dựng làm gì nữa khi nền dân chủ của chúng ta chỉ là bánh vẽ. Qua vụ bắt giam Dân biểu Trần Ngọc Châu, tôi thấy rằng công lao của Lập pháp đã thật sự bị đổ xuống sông xuống biển.

Nghị sĩ Bùi văn Giải và Chủ Tịch Nguyễn Văn Huyền cố gắng

phân bua để kêu gọi họp tiếp, nhưng tiếng vỗ tay đã át hẳn những tiếng phân bua này.

Ông Trần Ngọc Châu vẫn còn là Dân Biểu

Dân biểu Phan Xuân Huy hỏi : « Tại sao thư ký đoàn trong phiên họp lưỡng viện sáng nay đã đánh sót tên 3 vị Dân cử Trần Ngọc Châu, Hoàng Hồ và Phạm thế Trúc ? Phải chăng văn phòng Lưỡng viện đã âm thầm

XEM TIẾP ▶ TRANG 8

TIẾP THEO TRANG 1

gạch tên, các đồng viện của chúng tôi. Chúng tôi đã mất bình tĩnh rồi, không còn đủ tinh thần, không còn can đảm vì không biết bao giờ đến lượt chúng tôi sẽ trở thành con thịt như Dân biểu Châu hôm kia. Khi chúng tôi nói ra những lập trường chống đối Hành pháp thì, thưa quí vị, người ngồi bên tay phải của Chủ Tịch Thượng viện (ám chỉ Chủ tịch HV Nguyễn Bá Lương) sẽ là người kêu Hành Pháp qua làm thịt chúng tôi.. Tôi yêu cầu Chủ Tịch QH trả lời tại sao dí gạch tên các đồng viện chúng tôi,. phải chăng bọn đều đã là con thịt hết rồi ? »

Dân biểu Phạm Tấn Nho hung hăng hơn chỉ thẳng tên Chủ Tịch Nguyễn Bá Lương nói rằng : « Ông Chủ Tịch Lương trong những ngày qua đã làm những trò gì ? Chủ Tịch là cục gỗ, cục tre, cục đá chứ không thể là Chủ tịch HV khi chính ông đã để cho Cảnh sát đánh đập Dân biểu.

Chủ Tịch TV Nguyễn văn Huyền với tư cách Chủ tịch QH đã cầm búa đánh ầm ầm xuống bàn. cụ lắc chuông 3 lần và nói lớn : (Chiếu điều 268 Nội qui HV Dân biểu nào bị cảnh cáo 3 lần về các tội nhục mạ Chủ Tịch hoặc phá rối phiên họp sẽ bị đuổi ra khỏi Hội trường từ 3 đến 7 ngày.. Tôi xin nhắc như vậy.)

Dân biểu Phạm Tấn Nho nhất định cứ nói: "Cụ có đuổi thì đuổi đi.. tôi thấy nếu QH không đủ can đảm bảo vệ Hiến Pháp thì tự giải tán đi cụ nên đuổi hết tất cả Nghị sĩ Dân biểu ra vì Hiến pháp không còn nữa!.

«Đến giờ phút này Ông Trần ngọc Châu vẫn còn là Dân biểu». Ông Ba hỏi tại sao Dân biểu Châu bị xúc phạm, bị đánh đập, bắt giam ? Xin ngưng phiên họp để chờ Hành pháp

HV bị nghị sĩ trách cứ nặng lời :

Hội trường vỗ tay ào ào. Chủ Tịch Huyền trấn an rằng QH luôn luôn quan tâm đến sự kiện đã họp vào chiều qua, bầu một Ủy ban Đặc biệt để tức khắc điều tra lại vụ bắt dân biểu Châu. Trả lời câu hỏi của Dân biểu Dương văn Ba, Chủ Tịch Huyền xác nhận rõ rằng :

Nghị sĩ Dương Minh Triết nói rằng : "Chiếu đoạn 3 điều 37 Hiến pháp, trường hợp Nghị sĩ hay Dân biểu bị xử quá tăng phạm pháp, nếu có viện sở khác can thiệp, nội vụ sẽ được ngưng thi hành cho đến hết nhiệm kỳ". Ông Trân nói rằng cấp Dân biểu có đủ luật lệ để làm, đã đối phó, dùng có nói miệng.. có ký Quyết nghị cho Hành pháp bắt lu rồi lại la ầm lên.. chúng ta có đủ quyền đối phó lại và nếu HV thấy Hành pháp coi thường Dân biểu thì nay họp chung, biểu quyết công khai chống lại để đưa ông Châu về... Tại sao không làm vậy?

Bị chỉ trích, các Dân biểu ngồi "thộn" ra hết. Dân biểu Lý quý Chung lên nói rằng: "Tại HV chúng tôi hoàn toàn bất lực rồi... làm không được nữa nên chúng tôi đặt vấn đề đó lên để hy vọng cuối cùng là nhục nhã mà kêu cứu với các Nghị sĩ, TV nên giúp đỡ HV, chúng ta giúp đỡ lẫn nhau để tăng uy tín Lập pháp. Vấn đề Dân biểu Châu không còn là chuyện cá nhân nữa, mà là một đe dọa chung cho cả Hiến Pháp, Lập pháp và Chế độ. Chúng ta đang lâm vào hoàn cảnh đen tối của Một Tiệp Khắc CS...báo chí bị bóp nghẹt. Dân biểu bị xử án, bị tử hình, đánh đập chỉ vì Ông Tổng Thống...

Ông Chung vừa nói đến đó thì

Chủ Tịch Huyền ... ...
gọi trở vào chương trình nghị sự.
Ông Chung cũng nói ít giọng Chủ
Tịch Huyền nên cụ Huấn đã tắt máy vi
âm.

Hội trường nghe vẳng vẳng tiếng
Lý Quý Chung tấn công Tổng Thống.
Chủ Tịch Huyền mở máy phóng âm
tiếng của ông để nói ít giọng ông
Chung : «Xin ông Dân hiểu nên có
mới có Dân chủ». Ông Chung bị
"khóa miệng». 5 phút nên đành đi về
chỗ, lúc đó đã 12 giờ 15.

Khi chủ tịch HV giải thích hiến pháp :

Chủ Tịch Huyền cho Dân biểu Hà
Hữu Tường phát biểu tiếp đó. Ông
Tường đứng mãi mà không nói, Chủ
Tịch Huyền nhắc : "Nói đi». Ông
Tường nói : "Tắt máy rồi nói gì
đặng. Ông Tường đã đưa tay từ
10 giờ 20 cho đến lúc đó mới được
phát biểu. Ông nói : "Cảm ơn Cụ
Chủ Tịch đã xác nhận Ông Châu còn
là Dân biểu. Trong điều 37
khoản 3 Hiến Pháp có nói
là «viện sở quan có thể can
thiệp đình chỉ vụ án khi Dân biểu
hoặc Nghị sĩ bị kết tội quả tang phạm
pháp"..., nhưng điều này không nói
bao nhiêu phiếu của viện sở quan...
nhưng thế có nghĩa là. Chủ tịch viện có
thể ký văn thư đề nghị được rồi. Vậy
trước mặt đầy đủ Lưỡng viện, xin
đẩy mạnh tiếng xác nhận là sẽ ký ngay
một giấy can thiệp : cho dẫn biểu
Châu trở về.

Bà Nghị Nguyễn Phước Đại lên
thắc mắc tại sao vụ bắt Ông Châu
diễn ra giữa ban ngày, trước bằng
trăm ký giả Báo chí Quốc tế tường
thuật rõ ràng như vậy mà tối qua, Ô
Phạm duy Tuệ lại đại diện văn
phòng : HV tuyên bố
rằng HV đã cho
Cảnh sát QH đưa ông Châu ra rồi
Cảnh sát bên ngoài mới bắt đi ?

Bà Đại tá ý nghi ngờ. Ông Tuệ
lên tiếng giải thích rằng ông là tác giả
thông cáo, ông có hội ý với các vị
trong văn phòng, nhất là ông Hồ
Văn Minh, Đệ I Phó Chủ Tịch HV
để viết Thông cáo đó. Khi viết có 2
Dân biểu Phan Xuân Huy và Ngô
văn Hiếu công nhận. Ông Huy lúc đầu
nói rằng không hề biết, Còn ông Hồ
v.Minh thì trình trước Lưỡng viện rằng
ông Tuệ có hội ý bằng điện thoại
nhưng khi ông viết thì không phải như
thế. Các Dân biểu Nghị sĩ đã coi
ông Tuệ là "vua láo». Sau khi tấn
công đổ mặt như thế, Lưỡng viện đã
bác bỏ các điểm phúc nghị của TT
Thiệu với 104 phiếu về Dự luật Bầu
cử Hội đồng Tỉnh, Thị, Đô Thành.

THAY THÊM 2 CÔNG DÂN BIỆN HỘ, QUYẾT LIỆT XỬ LẤY ĐƯỢC

tòa mặt trận tuyên án DB Châu: mười năm khổ sai miễn biệt xứ

● LỜI CUỐI CỦA DB CHÂU: BẢN ÁN NÀY KHÔNG GIẾT ĐƯỢC TÔI NHƯNG CŨNG ĐƯA TỚI ẤY CHÔN TÔI Ở NGHĨA TRANG QUÂN Đ[...] NGUYỄN-HOÀNG-ĐOAN

Tuần báo Newweek, March 1970

*Liên tiếp 2 số báo ngày 9 và 16 tháng Ba, 1970
có bài đề cập tới "Vụ Án Trần Ngọc Châu"*

Thieu Gets His Man

Even by Vietnamese standards, there was something decidedly odd about the military court that met in Saigon last week to judge two of President Nguyen Van Thieu's political enemies. First, neither of the defendants was present, even though one of them, National Assemblyman Tran Ngoc Chau, 46, was the central figure of a much-publicized vigil in Vietnam's Parliament building a few blocks from the courtroom. And no lawyers were permitted to plead. But then, neither were there any witnesses to be cross-examined. Nonetheless, five young officers of the court deliberated for twenty minutes before imposing the maximum sentences: death by firing squad for Assemblyman Hoang Ho (who was out of range in another country) and twenty years at hard labor for Chau.

Chau's crime was to hold eight meetings with his elder brother, Tran Ngoc Hien, a confessed Communist who was one of Hanoi's top spies. But what the court chose to ignore were Chau's protestations that high-ranking Americans, including U.S. Ambassador Ellsworth Bunker, had known about his contacts with Hien and encouraged the meetings (Newsweek, March 2). Some U.S. officials privately admit that Chau is telling the truth, but the U.S. Embassy has declined to intervene. According to one report, the U.S. abandoned Chau, who had once been rated as one of Vietnam's

Crime: The U.S. Embassy, upset by Thieu's high-handed conduct, did, however send two diplomats to call on Chau at the Assembly building, where he defiantly held court and challenged the police to arrest him. Chau's real crime, his friends charged, was to emerge as a potential leader of the legislature and threaten Thieu's autocratic power. And Chau insisted that Thieu had used that power to obtain an illegal petition, signed by 102 assemblymen, to strip him of his parliamentary immunity from prosecution (three members have since repudiated their signatures).

Disregarding the uproar over Chau's trial, Thieu chose to touch off a constitutional crisis by sending armed police into the Assembly. After a wild melée in which newsmen and parliamentarians were slugged and pistol-whipped, Chau was carted off to Chi Hoa prison. Though he will be retried this week by another court on the original charges, Chau was unfazed—and unrepentant. Thieu, he charged, was trying to rule by dividing the Vietnamese. "He must give the people something worth fighting for."

Newsweek, March 9, 1970

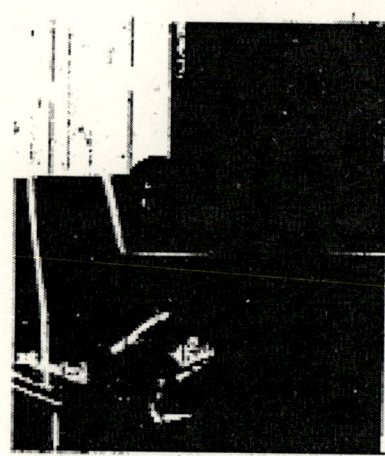

Tran Ngoc Chau in court: Did U.S. silence make the verdict inevitable?

Making a Point

South Vietnam's President Nguyen Van Thieu may be a masterful politician, but there are times when he wields power like a blunt instrument. A case in point was the way he went about jailing his onetime friend Tran Ngoc Chau, who had dared to challenge Thieu in the National Assembly. When Chau was led into a stuffy Saigon courtroom last week to be retried for the crime of meeting with a Communist spy (who also happens to be his brother), he was already dressed in the black cotton garb of a convicted felon and there were patches of tape on his swollen neck to cover traces of an alleged police beating. And the five officers sitting on the court were the same ones who had earlier found Chau guilty without even bothering to hear lawyers for the defense or any witnesses.

Evidence was soon forthcoming that the tribunal was in no mood to change its mind. An attempt to call U.S. Ambassador Ellsworth Bunker and other senior American officials who might have testified that they had encouraged Chau to meet his brother was angrily denied by the court. "We do not need foreigners here," snapped Lt. Col. Trien Khac Huynh, the tribunal's chairman. "This is a Vietnamese court." Then, while an American diplomat sat uncomfortably on a bench, transcribing the trial with a tape recorder, the court attacked Chau for his dealings with the U.S. "Do you admit to your contacts with the CIA?" demanded the prosecutor, as if consorting with South Vietnam's chief ally were a crime. "If I was in liaison with American officials," Chau said, "it was because I was trying to save my country." Minutes later, Chau was marched off by grim-faced Vietnamese military policemen to begin a ten-year term at hard labor.

Warning: Because there is no appeal from the court, Chau's case should have ended there. But there were few people who believed it would. Chau's plight, they predicted, will exert a commanding influence upon the politics of Vietnam for months to come. Above all, they said, the trial will intimidate those in Saigon who hope, like Chau, to negotiate an end to the war. At the same time, Thieu used official American silence over Chau as a warning to potential rivals that U.S. friends in high places are no guarantee of their safety. Indeed, one Thieu aide asserted last week that because the Americans refused to speak up for Chau, the treason trial had become inevitable. Ambassador Bunker could offer no more than private expressions of the United States' pain and embarrassment.

And that is precisely why Thieu acted as he did. "Thieu thinks he is going to win through President Nixon's Vietnamization plan," said one of Thieu's supporters last week. "He thinks that's what Mr. Nixon wants, too. But he can never be quite sure—there are still some people in Washington who think they can engineer a settlement in Paris. Thieu doesn't want anybody around in Saigon who might help the Americans do this... I think he made his point with the Chau case."

Newsweek, March 16, 1970

VỤ ÁN TRẦN NGỌC CHÂU / PHẦN THỨ HAI

ÂM VANG
40 NĂM

I
Điều trần về vụ án Trần Ngọc Châu tại
Uỷ Ban Ngoại Giao Thượng viện Hoa Kỳ

II
Sách và phim *"A Bright Shinning Lie"*
tình bạn John Paul Vann - Trần Ngọc Châu

III
5 năm sau: Quốc Hội Mỹ tăng áp lực
buộc Thiệu thả đối lập
10 năm sau: người tù vượt biển
Los Angeles Time, New York Times
và tin Trần Ngọc Châu đến Mỹ

Tiến sĩ Daniel Ellsberg, tốt nghiệp Đại học Harvard, cựu Sĩ quan Thủy quân Lục chiến, từng giữ các chức vụ phụ tá đặc biệt cho thứ trưởng quốc phòng Mỹ, đã phục vụ ở Việt Nam hai nhiệm kỳ và những chỉ trích của ông với chính sách Mỹ tại Việt Nam từng làm cho cả Washington điên đầu.

Cùng với tướng CIA Edward Lansdale và John Paul Vann, Tiến sĩ Daniel Ellsberg là những người bạn thân thiết của Trần Ngọc Châu, cùng chia sẻ niềm tin rằng chỉ bằng việc đếm xác chết và ném bom thì không thể đạt được chiến thắng tại miền Nam Việt Nam.

Vào thời điểm Tổng Thống Thiệu quyết bắt Trần Ngọc Châu bỏ tù, John Paul Vann là người đưa ông Châu đi trốn. Sau phiên toà mặt trận, trong khi Châu nằm tù thì Daniel Ellsberg ra điều trần trước Ủy ban Ngoại giao Thượng Viện Hoa Kỳ. (Khóa Quốc hội kỳ 91 - April 28,29; May 13,19; và August 13, 1970).

Thấy không thể thức tỉnh nổi Washington, năm 1972, Daniel Ellsberg mở tung hồ sơ của Ngũ Giác Đài về chiến tranh Việt Nam, viết thành sách "Papers on the War" chỉ rõ sự lầm lỡ của chính sách Mỹ. Kết quả là ông suýt bị truy tố tội tiết lộ hồ sơ mật. Mười năm sau, 2002, ông viết thêm cuốn sách thứ hai "Pentagon Papers". Sau đây là bản dịch Việt ngữ bài điều trần của Daniel Ellsberg trước Uỷ Ban Ngoại Giao Thượng Viện năm 1970.

Điều Trần về Trần Ngọc Châu Trước Uỷ Ban Ngoại Giao Thượng viện Hoa Kỳ

Tiến sĩ DANIEL ELLSBERG

"Chủ nghĩa Diệm không Diệm" và các mục tiêu của người Mỹ: Ảnh hưởng vụ bắt bớ, xét xử và giam giữ Trần Ngọc Châu.

1.

Các động cơ thúc đẩy hành động của Thiệu (và người Mỹ) dưới con mắt người Việt Nam.

Vì sao Thiệu lại tỏ ra quyết tâm tước bỏ quyền bất khả xâm phạm của Châu và trừng trị ông ta đến như vậy?

Là bởi vì ông Châu đã từng nói lên nguyện vọng của nhiều người, có lẽ là của hầu hết mọi người, Việt Nam là chấm dứt chiến tranh. Ông ta đã kêu gọi nhượng bộ về mặt chính trị để tiến tới chung sống hòa hợp cũng như là chủ trương đối thoại trực tiếp với Mặt Trận Giải Phóng để tiến đến một cuộc dàn xếp. Các người ủng hộ Thiệu không thể nào chấp nhận chủ trương như vậy. Chế độ của ông Thiệu không thể tồn tại một khi hòa bình được vãn hồi hoặc một khi người Mỹ chấm dứt sự có mặt của họ ở Việt Nam và chấm dứt ủng hộ. Mà không có được hậu thuẫn cùng sự chi viện của người Mỹ thì chế độ của Thiệu cũng không tài nào thắng thế khi đấu tranh chính trị với cả phe Cộng sản lẫn các phe nhóm không Cộng sản.

Đúng là Thiệu có vẻ ngán, như lời ông Châu buộc tội, và chính Thiệu đã tự miệng mình nói ra rằng ông sẽ lập tức gặp khó khăn từ hàng ngũ các phe nhóm ủng hộ thuộc loại chống Cộng quyết liệt trong đám di cư từ miền Bắc, các Tướng lãnh cao cấp và các người Mỹ, nếu như ông dung dưỡng cho các chủ trương kiểu như trên hoặc nếu như ông không có hành động loại bỏ chúng một cách kiên quyết. Thế nhưng Thiệu lại phát hiện ra rằng không tài nào mua chuộc hoặc cưỡng ép, buộc Châu phải im lặng. Thật vậy, việc rục rịch từ tháng 12 để bắt Châu chẳng có gì khác hơn là chính việc ông Châu tố cáo tay chân của Thiệu ở Quốc Hội là Nguyễn Cao Thăng bỏ tiền ra mua chuộc các Dân biểu. Là Dân biểu, tiếng nói của Châu được đảm bảo an toàn nhờ Hiến Pháp. Nhưng rồi người ta cũng gạt qua một bên tính cách bất khả xâm phạm đó. Lời buộc tội rõ rệt nhất hóa ra lại là một vấn đề khác. Bà con anh em họ hàng ở hai bên hàng ngũ giao tranh là chuyện thường tình. Chỉ không phải như thế thì mới là sự lạ ! Và họ gặp gỡ nhau thì cũng là chuyện thường tình, nhất là vào những vụ Tết. Nếu như lời buộc tội chủ chốt ở phiên tòa là việc ông Châu không hề báo cáo việc tiếp xúc với anh mình cho phía Việt Nam hay Mỹ được biết, cũng như việc ông ta biếu anh mình 30,000 đồng, và cho xe riêng chở anh mình đi, thì ngay khi người anh này bị bắt, chính ông Châu đã tự động đứng ra công khai thừa nhận các sự việc vừa kể. Nhưng đấy không phải là một vấn đề phải cần đến 3/4 đồng nghiệp dân biểu của ông ta để truất quyền bất khả xâm phạm của ông, mở đường cho Hành pháp bắt.

Cũng cần nói thêm là tất cả các dân biểu đó được coi như vừa thân chính quyền vừa chống Cộng trước khi được chính thức ứng cử. Và lại họ cũng chẳng phải cần làm chuyện ấy khi mà Thiệu gây sức ép dẫn đến một cuộc bỏ phiếu ở Quốc Hội. Cho dù Nguyễn Cao Thăng, tay triệu phú làm "liên lạc viên" giữa Thiệu với Quốc Hội, đã bỏ tiền ra mua chữ ký của các dân biểu trong vụ kiến nghị đồng ý truy tố Dân biểu Châu, rốt cuộc cũng chỉ có 70 người ký tên, trong khi đa số cần thiết là 102. Điều có vẻ như lý do chủ chốt dẫn đến hành động quyết liệt tiếp đó của Thiệu là ở chỗ sau khi Hành pháp tìm cách thuyết phục Hạ Viện lên tiếng (thất bại) và lập kiến nghị truy tố ông Châu không xong thì chính ông Châu lại đăng đàn ở Hạ Viện tố cáo hành vi của ông Thăng.

Bài học đáng được rút ra cho phe chống đối người Việt Nam là phía người Mỹ ít có ảnh hưởng về mặt kiềm chế (Hành pháp). Cho dù có ai nêu lên vấn đề nguyên tắc, vấn đề thủ tục pháp lý và hợp hiến này kia, tức là những vấn đề mà chính quyền Nixon đặc biệt nhấn mạnh làm nền tảng cho sự hiện diện của người Mỹ tại Việt Nam, thì đến lúc này xem ra như chính phủ Hoa Kỳ đã im lặng về vụ ông Châu. Phía người Việt và cả phía người Mỹ cũng cần nhìn ra rằng cho dù Đại Sứ Bunker có lên tiếng tỏ ý kiềm chế hành động của Thiệu đi nữa thì chính phủ Hoa Kỳ cũng vẫn làm lơ. Loại bỏ nhận thức về ngoại giao hay về lập luận thì người ta có thể giải thích hành động của chính quyền Việt Nam trong vụ này theo một trong ba kiểu:

a/ Một là chính phủ Hoa Kỳ, về nguyên tắc và hình thức, hay về chủ trương và chỉ trích do ông Châu nêu lên, không đủ quan trọng để chính phủ Hoa Kỳ phải nhảy vào can thiệp (bằng lời công bố, thường do một yếu nhân nào đó đưa ra, như khi thể hiện sự ủng hộ chính quyền đương nhiệm chẳng hạn).

b/ Hai là đàng nào thì Hoa Kỳ cũng đang ủng hộ đường lối hiện nay của Thiệu, và có chính thức lên tiếng thêm về điều này thì cũng chẳng có ích lợi gì, hoặc

c/ Ba là có thể vì đánh đổi lấy cái chính sách Việt Nam hóa chiến tranh mà chính phủ Mỹ đã mặc nhiên hoặc minh thị cho phép Thiệu rảnh tay trong việc đối phó với các phe nhóm chống đối không Cộng sản.

Các giả thuyết trên không có tính cách đơn lẻ: tất cả đều có giá trị. Thế nhưng không một giả thuyết nào -- kể cả việc yếu kém về mặt đánh giá tình hình -- có thể làm cho nhóm chống đối yên tâm do ở sự có mặt của người Mỹ mặc dầu đã có những điều được công bố rõ ràng nhằm mục đích kềm chế không để cho Thiệu bắt bớ lung tung cũng như những biện pháp cưỡng chế không cho đàn áp các người chống đối chế độ hoặc các người chủ trương ngưng bắn và hòa giải. Sự thể lại còn do ảnh hưởng của nhiều nhân tố khác. Một là ông Châu được nhiều viên chức cao cấp trong chính phủ Hoa Kỳ biết đến. Hai là giới báo chí Hoa Kỳ thường theo dõi, thổi phồng các hành động của Thiệu. Ba -- và quan trọng nhất -- là Tiểu Ban ngoại giao của Thượng Viện Hoa Kỳ, đặc biệt là chủ tịch Tiểu Ban này là

Thượng nghị sĩ Fullbright, đã vừa kịch liệt chỉ trích các chính sách của Thiệu, lại vừa kịch liệt chỉ trích việc chính phủ Hoa Kỳ dung dưỡng cho Thiệu. Tất cả mấy nhân tố đó đều không có tác dụng gì trong việc kềm chế hành động của Thiệu.

Các phần can dự của Thái, Chi và chính tôi đều dựa trên cơ sở các biến cố diễn ra cho đến nay, mà không có sự đối kháng có hiệu quả nào của các dân biểu hoặc các phe chống đối người Việt, cũng như không có phản ứng gì từ phía chính phủ Hoa Kỳ. Tuy nhiên, còn phải chờ ý kiến của Tối Cao Pháp Viện Việt Nam, cũng như các phần tử chống đối cỡ gộc như Đôn và Minh, hay các lãnh tụ Phật giáo. Thái độ của giới luật sư có liên can đến vụ án, cũng như thái độ của một số dân biểu trước sự thô bạo trong việc bắt giữ và xét xử ông Châu trước sau gì cũng sẽ có một sự đối kháng có hiệu quả đối với các hành động bất hợp hiến của Thiệu. Nếu như có sự đối kháng đó thì thái độ của chính phủ Hoa Kỳ sẽ là nhân tố then chốt đối với kết quả cuối cùng. Do đó mà diễn biến dưới đây, trong khi có thể đã mô tả chính xác các ý đồ của Thiệu, thì phần diễn dịch lại do phía người Việt Nam đưa ra, và ngay các diễn biến của tình thế cũng không thể coi như đã hoàn toàn có thể định liệu trước.

Theo Vũ Văn Thái, cựu Đại Sứ Việt Nam Cộng Hòa tại Washington (27/2/1970) thì: "Đây là mở đầu cho việc quay lại chế độ cảnh sát tại Sàigòn. Việc đó làm hỏng uy tín của một cuộc dàn xếp tại Paris; kế hoạch này đã bị Thiệu tìm cách phá hoại, để chỉ còn lại có mỗi chương trình Việt Nam hóa cuộc chiến. Thế này là chấm dứt đời sống dân chủ tại Sàigòn, cho dù cái nền dân chủ đó cho đến nay cũng đã èo uột lắm rồi. Một cái Quốc hội từng từ chối không chịu truất quyền bất khả xâm phạm của một dân biểu rốt cuộc cũng bị ép phải bỏ phiếu ủng hộ việc đó; và người Mỹ thì lại toa rập theo, mặc dù trước đó người Mỹ đã cộng tác chặt chẽ với ông Châu và dư biết rằng ông ta là phần tử chống Cộng. Giờ này mà ai chủ trương chung sống với Cộng sản là rất dễ nằm tù dài hạn; và rồi ra cũng chả có ai dám đả động đến khả năng sống chung với Cộng sản. Giờ thì mọi người đều biết là Thiệu có thể huy động lá phiếu và người Mỹ sẽ hậu thuẫn cho Thiệu, ngay cả trong những vụ việc bất hợp pháp. Trước phiên xử thì phía ông Châu coi như thua cuộc rồi, khi mà người ta để yên cho ông Thiệu xử dụng đủ sức ép cũng như sự cưỡng bách và hối lộ để nắm được ba phần tư số phiếu. Giờ thì kể như sự độc lập của Quốc hội là tiêu ma.

Nhưng nhìn từ một giác độ rộng lớn hơn thì cái chủ trương mà ông Châu là người tiêu biểu được coi như bế tắc. Chủ trương đó bao hàm một sự chuyển biến êm thắm của tình hình Việt Nam về mặt chính quyền, thông qua tự do ngôn luận, tự do về mặt tổ chức chính trị, cũng như thông qua cuộc bầu cử vào giai đoạn 1970-71, nhằm tiến đến một thể chế thực sự cố gắng tìm ra một giải pháp chấm dứt chiến tranh, một giải pháp có khả năng cạnh tranh được với phía Cộng sản. Một chính quyền quốc gia, không cộng sản, thực sự đại diện cho đa số nhân dân miền Nam Việt Nam sẽ dễ có điều kiện hơn để nói lên nguyện vọng của dân chúng đối với việc kết thúc cuộc chiến. Một chính quyền như thế sẽ hành động để đấu tranh về mặt chính trị với người Cộng sản. Tất nhiên là nó cũng có thể dẫn đến một sự ưu thắng của Cộng sản. Sự rủi ro này đủ làm duyên cớ để cho chính quyền hiện nay ở Sàigòn, cũng như chính quyền Hoa Kỳ đương nhiệm (mà các chính quyền trước thì cũng thế) tìm cách ngăn chận không cho thứ khuynh hướng trên nhen nhúm.

Nhưng đồng thời, xét cho kỹ, chỉ có một chính quyền gồm các thành phần rộng rãi như vừa nêu ở trên, mới có khả năng đấu tranh hòa bình với Cộng sản mà không cần đến sự yểm trợ về lâu về dài của người Mỹ. Khả năng vừa kể sẽ mạnh hơn nếu như nó được dung túng công khai hoạt động để lấy đà trong khi người Mỹ tiếp tục rút quân -- tạm tính là một hai năm gì đó. Theo như cách lập luận của cả ông Châu lẫn ông Thái thì chính triển vọng một cuộc công khai đối đầu về mặt chính trị như thế với người Cộng sản mới là động cơ căn bản làm cho các phe phái quốc gia đoàn kết lại với nhau. Mà các phe phái này thì lại chiếm đa số trong quần chúng tại miền Nam Việt Nam.

Thế nhưng với chính sách hiện tại của Thiệu, nếu như nó vẫn được chính phủ Hoa Kỳ hậu thuẫn, có nghĩa là cả hai chính quyền đều chống lại diễn tiến như vừa nêu. Điều đó có nghĩa là cả hai đều chọn một chế độ độc đoán dựa vào sức đàn áp của công an cảnh sát, dựa vào sự ủng hộ của một phe cánh hạn hẹp mà loại bỏ các phe nhóm khác, và trên hết là dựa vào sự chi viện không ngừng cũng như sự hiện diện của người Mỹ.

2.

Thể chế tương lai của miền Nam Việt Nam do đó có vẻ như không phải là một thể chế mới lạ gì, mà là một sự quay về với một hình thái cũ kỹ. "Chủ nghĩa Diệm mà không có Diệm": đấy là điều mà người Việt Nam dễ liên tưởng đến nhất, cũng như đối với các người Mỹ đã có nhiều kinh nghiệm với tình hình Việt Nam.

"Chủ nghĩa Diệm không có Diệm" không phải chỉ là một danh xưng hời hợt hoặc một sự gợi ý nào đó về mặt lichhh sử. Nó có nghĩa bao gồm các đặc trưng rất rõ rệt, mà người ta đã từng chứng kiến trong những ngày cuối của chế độ ông Diệm:

a/ Một đường lối chính trị với các nhóm thế lực cực kỳ thu hẹp, độc quyền;

b/ Đặc biệt là một đường lối chính trị lấy cơ sở từ các thành phần công giáo di cư cũng như dân di cư nói chung; rồi quân đội, guồng máy công chức, và trên hết là người Mỹ;

c/ Đối với những nhóm chính trị khác như Phật giáo, Hòa Hảo, Cao Đài, dân Thượng, Khờ Me, sinh viên, công đoàn, nông dân cùng dân nghèo nói chung -- thì sử dụng đến hình thức gạt ra ngoài, đàn áp, theo chiến thuật chia để trị, giật giây, cưỡng ép và hối lộ;

d/ Đàn áp các phe nhóm chính trị chống đối có uy tín, gạt bỏ tự do ngôn luận và báo chí (kiểm duyệt), triệt hạ các tổ chức chính trị, sách nhiễu các đảng phái chính trị;

e/ Coi thường, khống chế hoặc triệt tiêu các hình thức hợp hiến; gian lận trong việc bầu cử, bắt bớ các đối thủ chính trị, tiêu diệt sự độc lập và ảnh hưởng của Quốc Hội cũng như của Tối Cao Pháp Viện;

f/ Theo đuổi một chính sách chống cộng cứng ngắc, loại trừ sự chung sống hoặc nhượng bộ mà một giải pháp thương lượng tất yếu phải cần đến như là cơ sở ban đầu, ngăn chận các mối liên lạc giữa hai phe (ngoại trừ trường hợp gặp riêng với nhau ở cấp cao nhất): và như vậy tức là dẫn đến việc kéo dài chiến tranh một cách triền miên, lấy việc Hoa Kỳ tài trợ làm chủ yếu.

Hoàng Văn Chí (tác giả quyển "Từ chủ nghĩa thực dân đến chủ nghĩa Cộng sản") lần đầu tiên bình luận về vụ này (tháng 2 năm 1970) như sau: "Tình hình cũng y hệt như dưới thời ông Diệm; chính sách của người Mỹ thì lúc nào cũng ủng hộ một người để đối kháng với những người khác". Ông Chí tin rằng Việt Cộng đã yếu hơn vì họ bị một bước giật lùi nghiêm trọng về mặt chính trị vào vụ Tết 1968, khi mà họ bắt đầu bị quần chúng chán ghét. Chính vì lẽ đó mà "đây đúng là lúc để phát triển về mặt chính trị tại Sàigòn". "Thay vì vậy thì lại có một chế độ khắc nghiệt hơn ở Sàigòn"; "nhưng nếu thế thì sẽ không có kết quả tốt đẹp", cho dù Việt Cộng có bị suy yếu. Rồi sẽ có rắc rối nội bộ. Kết quả sẽ là một tình trạng bế tắc; Sàigòn sẽ yếu hơn, Tổng Thống Nixon sẽ không thể rút quân được.

"Dưới thời ông Diệm, có ít địa chủ giàu sụ hơn và có ít con buôn làm giàu vì chiến tranh; và quân đội thì cũng mạnh hơn". Ông Chí thấy miền Nam cũng trở nên giống như Phi Luật Tân về mặt chính trị - xã hội; "bị la tinh hóa" (tức là cũng giống như ở Châu Mỹ La Tinh) - dưới quyền cai trị của một nhóm tướng lãnh, công giáo, địa chủ. "Một chế độ như thế không thể dân chủ hóa được. Chả có cải cách gì được. Về lâu về dài nó không thể đấu tranh với Bắc Việt được".

Khi hủy diệt uy tín và sự độc lập của Quốc hội -- một định chế (có thể là đối với cả hai miền Nam Bắc) tượng trưng cho tiếng nói của người dân -- thì Thiệu đã đánh một đòn vào cái mà Milton Sacks từng mô tả như "cơ sở duy nhất cho sự chính đáng của chính thể này". Cho đến nay, việc trắng trợn coi thường vai trò của Tối Cao Pháp Viện cũng có nghĩa như vậy, cũng như cách điều hành hai vụ xử Dân biểu Châu. Thiệu chẳng qua đã chọn giải pháp gạt qua một bên tính cách hợp pháp của chế độ. Ông ta chọn giải pháp cai trị khỏi cần đến tính cách hợp pháp của chế độ. Trước mắt công luận, có thể nói là nhà vua đã cởi bỏ hết mũ mão của mình.

Trở lại kiểu chế độ như ông Diệm thì vẫn còn thiếu một yếu tố: gia đình trị, một yếu tố vừa tạo nên cái thế mạnh, vừa tạo nên cái thế yếu. Thay vào đó thì ta lại có (do cái yếu tố chính trị khác hạn chế, như ông Chí đã nêu) một tình hình chính trị kiểu quân chính như cái thời 65-67, với một chế độ mà Vũ Văn Thái (làm Đại Sứ ở Washington vào thời đó) gọi là "bọn cướp".

3.

Các tình tiết xung quanh việc ông Châu bị truất quyền bất khả xâm phạm của dân biểu cũng như vụ bắt bớ và kết án ông ta (cùng với nhiều biến cố tương tự trước đấy và từ bấy đến nay) đã có tác động bất lợi cho giải pháp thương lượng tại Paris vì một số lý do:

a/ Các tình tiết đó củng cố một cách mạnh mẽ lập luận của phe cộng sản cho rằng họ không thể nào kỳ vọng có được bầu cử sòng phẳng nếu như Thiệu vẫn nắm quyền sinh sát ở miền Nam dựa vào lực lượng công an cảnh sát. Thật vậy, cách làm việc của chính quyền Thiệu, cũng như của chính phủ Hoa Kỳ, trong vụ này có vẻ như đi ngược lại với khả năng đảm bảo an toàn tính mạng cho những người Cộng sản xuất hiện công khai trên đấu trường chính trị, cho dù người Mỹ hay một tiểu ban quốc tế kiểm soát có đứng ra "đảm bảo" đi nữa.

Nếu như người Mỹ, với hơn 400,000 quân tại Việt Nam, không làm cho chế độ Thiệu tôn trọng được những sự đảm bảo do Hiến Pháp Việt Nam quy định cũng như không đảm bảo được an toàn tính mạng cho một người được nhiều người Mỹ biết đến như một nhân vật chống cộng kiên định nhất, và đã từng cộng tác trong quá khứ với các tổ chức tình báo Mỹ, thì một sự bảo đảm của phía Mỹ cho sinh mạng của các kẻ thù Cộng sản đối với chế độ hiện nay ở Nam Việt Nam khó mà làm cho người ta tin tưởng.

b/ Việc Thiệu đối xử với Châu có thể sẽ đạt được mục đích là: dằn mặt và khớp miệng những người Việt Nam nào khác muốn nói lên thứ quan điểm mà ông Châu đã cả gan nói lên: đặc biệt là việc kêu gọi ngừng bắn, kêu gọi thương lượng trực tiếp với Mặt Trận Giải Phóng, và chấp nhận chung sống với Cộng sản. Ngay cả những nhân vật có uy tín ở Quốc Hội, mà nguyên tắc là được hưởng quyền bất khả xâm phạm, giờ cũng phải tính đến việc là có thể bị truất quyền đó bằng phương pháp cưỡng chế và mua chuộc hối lộ như Thiệu từng làm trong vụ ông Châu, và sau đó là tù tội, nếu như họ giở trò ăn nói kiểu như ông Châu (nhất là trong việc tố cáo cách làm việc đó của chính quyền trước Quốc hội). Không có người không Cộng sản chủ xướng cho việc chấm dứt chiến tranh để lái Thiệu và chính phủ Hoa Kỳ đi về hướng nói trên thì hy vọng đi đến một giải pháp thương lượng lại còn xa vời hơn trước kia.

Chính sách của Thiệu cho thấy rõ ý đồ thâu gọn quyền lực trong tay một nhóm người; mà những người này thì hơn ai hết lại không muốn giảm việc trợ Hoa Kỳ, giảm sự có mặt của người Mỹ, mà trước hết là giảm áp lực chiến tranh. Chính nhóm cầm quyền này sẽ không chịu bất kỳ một sự nhượng bộ nào. Mà không nhượng bộ thì làm sao đi đến thương thuyết?

c/ Với nhiệm kỳ gần hết vào năm 1970 người ta hiểu là hành động của Thiệu nhằm gây áp lực với các đối thủ chính trị nếu họ đưa ra luận điệu kiểu như ông Châu. Mà kiểu như vậy là đúng. Do đó mà khi có bầu cử thì tất nhiên là các ứng cử viên có quan điểm kiểu ông Châu sẽ vì áp lực này áp lực kia mà không cách nào xuất hiện nổi. Và như vậy là trong Quốc Hội sẽ không có cánh nào nói lên tiếng nói khác đi so với đường hướng do chính quyền áp đặt. Kết quả cũng sẽ như điểm (b) ở trên.

d/ Quan trọng hơn cả là biến cố này báo hiệu một chủ trương làm lợi về lâu về dài cho phe Cộng sản. Người Cộng sản hành động trên giả thuyết là sớm muộn gì người Mỹ cũng sẽ rút lui và họ hướng chính sách của họ đối với chế độ miền Nam trên cơ sở lập luận đó. Với chính sách hiện nay của Thiệu Cộng sản chỉ còn có nước trù liệu là rồi ra thế nào Thiệu cũng sẽ dốc sức vào việc đàn áp các phe nhóm không Cộng sản tại miền Nam.

Nói khác là phía Cộng sản có thể nghĩ xả hơi, vì ít có nguy cơ phát triển thanh thế của các phe cánh không Cộng sản nhằm tiến đến một lực lượng chống cộng hỗn hợp có đầy đủ uy tín. Nếu như ở miền Nam có được tình trạng hợp lực của các phe nhóm không Cộng sản như thế thì Việt Cộng đã phải nhanh chóng tiến đến một giải pháp thương lượng. Nhanh thì có lợi hơn là để cho khả năng hợp lực đó thành hình về lâu về dài. Vì không e ngại việc chờ đợi sẽ trở nên bất lợi, Việt Cộng cứ việc từ từ củng cố thế lực chính trị, quân sự, kinh tế, và chờ cho người Mỹ rút hết quân. (Họ cũng có thể tìm cách thúc cho Mỹ rút quân nhanh hơn bằng cách gia tăng nhịp độ xâm nhập, gây thêm tổn thất cho binh sĩ Mỹ, thế nhưng chiều hướng chính trị hiện nay không khiến họ phải làm như vậy).

e/ Sự im lặng và thái độ bàng quang của người Mỹ đối với chính sách của Thiệu càng làm cho các tác dụng ở trên thêm mạnh mẽ. Thái độ của Mỹ có nghĩa là củng cố hay ít ra cũng đồng ý cho Thiệu thực thi các thủ thuật chia rẽ ở cả hai phía: quốc gia với quốc gia và quôac gia với cộng sản.

4.
Về kế hoạch Việt Nam hóa chiến tranh.

Kinh nghiệm của chúng ta tại miền Nam Việt Nam với đường lối cai trị độc đoán và chỉ được một thiểu số ủng hộ, đã quá đầy đủ để có thể tiên đoán hậu quả của nó là sẽ làm hại cho sự thành công của kế hoạch Việt Nam hóa.

Trước hết, từ 1965 đến 1967, chúng ta đã hy vọng tránh thất bại và rồi kế đó là làm sao thắng dựa vào không lực và binh sĩ Hoa Kỳ nhiều hơn là nỗ lực của chính người Việt. Lúc đó chúng ta chỉ yêu cầu có mỗi một điều là chính phủ Việt Nam làm sao cho sự hiện diện cũng như các nỗ lực của Hoa Kỳ ở Việt Nam là chính đáng. Chúng ta đã muốn tránh không để diễn ra tình trạng hỗn độn dễ làm nản lòng người dân Mỹ, và chúng ta cũng muốn tránh một chính phủ "trung lập" lên tiếng đòi chấm dứt chiến tranh. Thế nhưng một chủ trương kêu gọi người Việt Nam mỗi ngày một đảm nhận thêm trọng trách đối với cuộc chiến, cho dù là đối với một kẻ thù đã suy yếu, cũng đòi thêm nhiều thứ nữa. Và chính quyền hợp hiến nắm quyền do cuộc bầu cử năm 1967 có vẻ như có khả năng làm được hơn thế nữa, mặc dù cũng chưa ai đoán chắc là rồi ra liệu nó có tự lực đối phó với tình thế được hay không. Thế nhưng quay về với đường lối chính trị kiểu ông Diệm cũng như lề lối hành động tương tự như thế -- mà điển hình là vụ bắt bớ Dân biểu Châu -- thì chẳng làm cho tình thế sáng sủa thêm tí nào.

Một chính quyền độc đoán với hậu thuẫn thân Diệm như giới công giáo, quân đội và người Mỹ, may ra cũng có thể tồn tại với sự hiện diện và yểm trợ của 100,000 binh sĩ Mỹ hay hơn nữa, cho đến khi nó bị tê liệt bởi sự phân hóa cũng như sự chán ghét của quần chúng, hoặc giả là bị lật đổ bởi các phe nhóm chống đối không phải là Cộng sản. Thế nhưng các mục tiêu nhiều tham vọng hơn của chương trình Việt Nam hóa chiến tranh sẽ không bao giờ thành công theo con đường nói trên. Tại sao lại "tham vọng hơn"? Là bởi chương trình đó nhằm cải tiến guồng máy chính quyền để có được sự ủng hộ trung kiên của dân chúng cũng như động viên được năng lựa của chính hàng ngũ cầm quyền, mở rộng lưới kiểm soát ra tận nông thôn, và kềm chân phe Cộng sản cho dù quân lực Mỹ có rút đi dần.

Thay vào đó thì đường lối chính trị hiện nay, cũng như trong quá khứ, trước sau gì cũng dẫn đến việc loại bỏ những kẻ có tài, có sáng kiến cũng như có uy tín ra khỏi guồng máy hành chánh và dẫn đến sự bất lực của guồng máy lập pháp.

Đường lối đó sẽ huy động sức mạnh công an cảnh sát và guồng máy hành chánh vào những việc theo dõi, giật dây và đàn áp các phe nhóm chống đối thuộc cùng phe quốc gia với nhau thay vì nhắm vào kẻ thù chính là Cộng Sản. Trong đoản kỳ phía chống đối một khi bị đàn áp sẽ bất mãn và bất động, nhưng trong trường kỳ sẽ đi đến nổi loạn để một là lật đổ chính quyền và hai là làm nó tê liệt. Đây không phải thứ chính quyền có thể có sức mạnh quân sự để thay thế người Mỹ. Nhưng có cái chắc là nó sẽ kéo dài cuộc chiến cho đến khi có một sự chuyển hướng quyết định về mặt chính trị.

Như đã đề cập đến ở phần trên, các diễn biến vừa mô tả không thể nào dẫn đến các cuộc đàm phán thành công, hoặc tạo được một vai trò chính trị hữu hiệu cho các phe nhóm muốn và có khả năng cạnh tranh công khai với phe Cộng sản. Ngoại trừ trường hợp chính phủ Hoa Kỳ thay đổi đường lối để bật đèn xanh cho các cuộc thương lượng trực tiếp (giữa người Việt Nam với nhau) hoặc để không còn ủng hộ chính quyền hiện tại, cũng như là ngoại trừ trường hợp chính quyền hiện tại sụp đổ trong rối loạn hoặc bị lật đổ bởi các phe nhóm muốn kết thúc cuộc chiến, thì các diễn biến phác họa ở trên sẽ không đời nào đưa đến kết thúc chiến tranh.

Như vậy là chỉ còn có mỗi chủ trương Việt Nam hóa chiến tranh làm nền tảng cho việc gia giảm hoặc loại bỏ sự tham chiến của người Mỹ. Chương trình Việt Nam hóa cuộc chiến khác với sự rút lui đơn phương ở chỗ là nó tùy nơi mức độ đủ sức đương đầu của miền Nam Việt Nam. Tuy nhiên đường lối chính trị hiện nay ở miền Nam có nghĩa là trong những tháng năm tới, khó mà người Mỹ có thể rút ra được.

Sở dĩ chính quyền hiện tại ở Hoa Kỳ chọn con đường Việt Nam hóa chiến tranh thay vì rút lui đơn phương (hoặc là chọn một giải pháp chính trị có thể đạt được ở Paris) là vì chính phủ Hoa Kỳ hiện nay cũng như các chính phủ trước đây đều loại bỏ trường hợp Cộng sản thôn tính Nam Việt Nam.

Sự chọn lựa thứ nhất, tức là kéo dài sự hiện diện của chúng ta ở Việt Nam, không những có nguy cơ sẽ phải đương đầu với việc Cộng sản leo thang chiến cuộc mà lại còn mỗi ngày một làm cho ta dính dấp với một chế độ càng lúc càng làm cho người dân họ chán ghét. Điều này có nghĩa là chính quyền Việt Nam nay sẽ mỗi ngày một dựa vào sự hỗ trợ về tinh thần và vật chất của người Mỹ để xoay ra đối phó với các phe nhóm không Cộng sản.

Chính quyền đương nhiệm có thể kêu gọi ta ủng hộ, lấy cớ là các phe nhóm nói trên bị Cộng sản thâm nhập để gây rối loạn. Với thời gian thì lời buộc tội đó càng ngày càng dễ xác thực; (hậu quả tất nhiên của đường lối hiện nay). Chính quyền sẽ lại tiếp tục buộc tội, có đúng có sai, là âm mưu rối loạn đã được đổ thêm dầu, và tình hình sẽ được thổi phồng lên bởi báo chí Mỹ, với các nhà báo một mặt chỉ trích chính quyền và một mặt quảng cáo cho các phe nhóm chống đối. Ấy vậy mà sự quảng cáo đó cũng không phải là không có chỗ đúng. Và rồi ra thì trong số các chính sách chủ trương mà các phe chống đối tập trung nhau lại để đả phá, sẽ không hiếm những chủ trương mà người Mỹ phụ họa theo chính quyền hiện nay, hoặc tệ hơn nữa là cố vấn cho như vậy!

Đối với cả hai trường hợp vừa kể thì chính quyền Việt Nam sẽ có lý do chính đáng để nói là người Mỹ có "trách nhiệm tinh thần" giúp họ trấn áp các nguy cơ đối với sự "ổn định" của tình hình. Nhưng cái lý do mạnh mẽ nhất khiến người Mỹ phải tiếp tay với chính quyền đương nhiệm là ở chỗ sau bao nhiêu năm giúp nó ly gián các phần tử quốc gia chống đối mà lẽ ra có khả năng đương đầu với Cộng sản hơn thì một khi chỉ còn có mỗi mình mình, nhóm cầm quyền càng dễ là con mồi cho Cộng sản thôn tính, và vì thế mà người Mỹ lại càng phải nhúng tay!

Việc chính phủ Hoa Kỳ mặc nhiên ủng hộ đường lối của Thiệu hiện nay có thể là dựa trên cơ sở sau đây: "không có cái sai sót nào của chế độ kiểu ông Diệm mà 100,000 quân Mỹ không thể tự liệu". Chỉ nói về mặt sống còn thì điều đó có thể đúng, nếu như Hoa Kỳ sẵn sàng giữ lại 100,000 quân, hay gấp đôi số đó nếu như đường lối chính trị hiện nay không cho phép cải tiến chính quyền và quân đội Nam Việt Nam, tại Việt Nam một cách vô hạn định. (Với điều kiện là dư luận ở Mỹ rồi ra sẽ không la ó về các mặt tiêu cực của chính quyền Thiệu). Nhưng điều đó khó mà khớp với thực tế. E rằng sẽ đến lúc nó sẽ bị các lực lượng không Cộng sản hè nhau lật đổ.

Cho dù với một số quân đông đảo đi nữa thì chúng ta cũng không thể ngăn ngừa một cuộc nổi loạn như vậy. Cũng như chúng ta không thể nào làm cho chính quyền hoạt động hữu hiệu thêm lên. Thời 1968, với hàng mấy trăm ngàn quân mà chúng ta còn không làm cho chính quyền của Kỳ hoạt động cho ra hồn nữa là !

Mặc dù quân đội Việt Nam đông hơn hồi đó hoặc so với dưới thời ông Diệm, nhưng nó không một lòng một dạ hơn trước là bao nhiêu và trong bất kỳ một cuộc khủng hoảng nào cũng để lộ những sự chia rẽ.

Nhìn chung thì ông Vũ Văn Thái cũng đồng ý là "Thiệu không phải là cỡ người để có thể duy trì một quốc gia cảnh sát cho nên hồn". Tuy rằng Thái cho rằng phe chống đối phải mất thêm nhiều tháng nữa mới nghiền ngẫm cho xong vụ của Châu và có phản ứng. "Trong một hai năm nữa thể nào cũng có cuộc nổi loạn đánh đổ ông ta (Thiệu); và rất có thể là do sinh viên gây ra". Đa số trong quân đội sẽ ngã theo phe nổi loạn. "Quân đội đang biến chuyển với chương trình Việt Nam hóa và động viên: có nhiều phần tử quốc gia cốt cán trong số những tân sĩ quan trẻ (và trong số nhiều người khác bất mãn do bị gọi nhập ngũ)". Phen này chỉ có thể là cánh Phật Giáo sẽ đứng sau lưng sinh viên. Hiện nay cánh Phật Giáo bị Thiệu và CIA theo dõi ráo riết quá nên khó lòng mà đứng đầu tàu. Hoàng Văn Trí cũng dự đoán một chiều hướng diễn biến tương tự có điều là theo ông ta tình hình đó sẽ diễn ra trễ hơn, sau khi Mỹ đã rút hết quân. "Giới Phật Giáo và sinh viên ngày nay kinh nghiệm hơn nhiều; họ đã rút kinh nghiệm từ những bài học đấu tranh năm 1966. Giờ thì họ không đời nào ra tay nếu người Mỹ vẫn còn đấy và khi mà họ tin là Mỹ vẫn còn ủng hộ ông Thiệu. Cuộc đấu tranh năm 1966 diễn ra là bởi Thích Trí Quang tin rằng Tổng Thống Johnson cũng sẽ hành động như Tổng Thống Kennedy tức là không còn ủng hộ chính quyền của Kỳ trước phe chống đối". Ông Trí tin rằng bây giờ cách chống đối đó thực tế hơn.

Tính như vậy thì việc người Mỹ ủng hộ chính phủ Thiệu vào giai đoạn hiện nay, và trong cách hành động hiện nay của chế độ này thì rồi ra sẽ làm tăng áp lực chống đối ở trong nước, mở đường cho những nhóm không Cộng sản đứng lên lật đổ chính quyền, và đồng thời cũng làm cho chúng ta bị bó tay trong việc dẹp tan những cuộc nổi loạn như vừa nói. Những nỗ lực kiểu như thế may ra cũng thành công trong việc duy trì -- như vào năm 1966, khi ta giúp Kỳ trấn áp phe nổi loạn. Nhưng cũng như vào hồi đó với cái giá là kéo dài sự tê liệt của chính quyền Việt Nam mà kết quả là gánh mặn đối phó với cuộc chiến hóa ra lại đổ lên đầu quân Mỹ.

Kết quả thực sự của cuộc đụng độ về mặt quân sự đó là tùy thuộc vào quân số Mỹ còn có mặt tại Việt Nam cũng như tùy thuộc vào việc Cộng Sản có sẵn sàng khai thác tình hình hay không (kể cả việc thâm nhập trước đó) và cũng tùy thuộc vào mức độ tham gia của quân đội Việt Nam trong vụ đấu tranh nội bộ. Quân lực Việt Nam không phải chỉ có được huy động để trấn áp kẻ thù của chế độ Thiệu hoặc được đặt trong tình trạng báo động để đối phó với các cuộc đảo chánh hay chống đảo chánh mà lại còn rất có thể lại được huy động vào những vụ đụng độ giữa đơn vị nầy với đơn vị kia hoặc sa vào hố chia rẽ giữa hai giới già trẻ -- một bên là tân sĩ quan mới ra trường -- và một bên là phe tướng lãnh già.

Mà cho dù cái chính quyền hiện nay có thể tồn tại được sau một cuộc khủng hoảng chính trị như vừa kể, với sự ủng hộ của người Mỹ chúng ta thì rồi ra nó cũng yếu đến nỗi mà sự tiếp tục hiện diện của người Mỹ cũng chẳng khác gì một cuộc chiếm đóng của quân đội Mỹ để ủng hộ tàn dư của một bè đảng. Ủng hộ đường lối hiện nay của Thiệu là khích lệ cho việc phát triển một chính quyền Sài gòn không dẫn đến chấm dứt chiến tranh, không để chúng ta giúp, không thể tồn tại trước Cộng Sản và các phe nhóm chống đối không Cộng Sản. Và càng ngày càng không giải thích được sự hy sinh của binh sĩ Mỹ và Việt Nam sẽ chết vì nó.

Hơn bao giờ hết quân lực Mỹ sẽ càng được "người ta cần đến" nếu như chúng ta cho rằng đó là quyền lợi của chúng ta trong việc ngăn chặn sự thôn tính của Cộng Sản. Nhưng thứ quyền lợi đó, cho dù có quan trọng đến đâu cũng khó mà được coi như là "sinh tử" để biện minh cho việc chúng ta tiếp tục phục vụ nó một cách thô bạo trên phần đất Việt Nam, bất chấp cả nguyện vọng của chính người dân Việt Nam.

Ấy vậy mà bản chất cùng đường lối và nền tảng của chính quyền Thiệu hiện nay lại càng không biện minh cho sự hiện diện của người Mỹ trên đất Việt Nam. Từ trước cho đến giờ vẫn thế và rồi ra thì tình hình cũng sẽ như thế khi xảy ra bất kỳ một cuộc khủng hoảng lớn bé nào. Với nền tảng về mặt hiến pháp của chính quyền Sài gòn bị lung lay như hiện nay thì vai trò của chúng ta ở Việt Nam cũng không chính đáng gì hơn vai trò của người Pháp sau năm 1966.

Chưa gì mà việc giật dây cũng như là hù họa Quốc Hội trong vụ bắt giữ Dân biểu Châu đã coi thường đến độ gần như là chửi thẳng vào mặt Tổng Thống, Ngoại Trưởng và Bộ Trưởng Quốc Phòng Mỹ, là những người đã từng chủ trương rằng việc chúng ta tiếp tục cố sức làm ở Việt Nam là ủng hộ cũng như giúp tạo nên tình trạng "tự lực". "Thứ yêu cầu duy nhất, không có gì đánh đổi được, để chấm dứt cuộc chiến".

Nếu như sự "tự quyết" là mục đích chính của việc chúng ta

tiếp tục có mặt và can dự tại Việt Nam thì người ta chỉ có thể kết luận là mục đích chính của người Mỹ chúng ta đang bị bẻ quặt cũng như là đối kháng bởi chính các đồng minh của chúng ta tại Việt Nam khi mà họ ra tay đàn áp ngành lập pháp tại Sàigòn.

Nói khác đi thì rõ ràng là mục đích của chúng ta và các mục đích của chính quyền Thiệu đều không đi đôi với nhau và do đó mà Tổng Thống Mỹ nên cấp thời điều chỉnh đường lối của mình cho thích ứng. Chính quyền Mỹ cho đến nay vẫn để lộ cho thấy rằng yếu tố tự quyết nói trên là yếu tố hay nhất nếu không muốn nói là duyên cớ duy nhất biện minh cho sự can thiệp của chúng ta ở Việt Nam.

Nhưng sự nhấn mạnh đó cũng có thể chỉ có tính màu mè chứ không phải là phương hướng chủ đạo trong đường lối của chúng ta. Có thể là đường lối của chúng ta nhắm nhiều vào quyền lợi của người Mỹ, và cụ thể hơn là nhằm chặn đứng làn sóng bành trướng của Cộng Sản chứ cũng chẳng phải là bảo tồn sự tự quyết nào. Nếu là như vậy thì theo ý tôi chính quyền Mỹ đã nhầm lẫn một cách tai hại nếu như tin rằng các quyền lợi đó có thể được đáp ứng bằng cách đi ủng hộ một chính quyền Sàigòn vừa bất chính vừa mất lòng dân như thế.

Một chính sách Việt Nam hóa chiến tranh trong đó nhân tố chính trị lại bết bát như vậy thì không thể nào gây dựng được một chính quyền có thể tồn tại để đánh nhau với Cộng Sản cũng như để đối phó với các biến động chính trị nội bộ nếu như không có người Mỹ tiếp tay.

Và chính quyền đó cũng sẽ không kiểm soát được phạm vi lãnh thổ nào rộng hơn hiện nay cho dù thế yếu của Việt Cộng và quân đội miền Bắc có kéo dài hay không. Nếu bảo rằng chế độ Sàigòn hiện nay tùy thuộc tuyệt đối vào sự ủng hộ của người Mỹ thì với tình hình hiện nay người ta rất có lý do để kết tội người Mỹ chúng ta là đã toa rập với Thiệu để đánh đổ ngành lập pháp, vốn là lực lượng duy nhất thực sự đại diện cho đa số nhân dân.

Thật vậy chỉ có sự tồn tại của một cơ chế như vậy, một cơ chế có thể tự do được phát biểu về vấn đề chiến tranh và hòa bình cũng như về sự hiện diện của đồng minh và về mặt chiến lược thì mới có thể yêu cầu và hợp thức hóa việc người Mỹ can dự vào cuộc chiến ở Việt Nam. Chính Dân biểu Châu cũng thường nêu điểm này trước khi có Quốc hội lập hiến hay là Quốc hội lập pháp. Ông lập luận rằng cũng vì những lý do như vừa nêu mà người Mỹ nên ủng hộ sự hình thành của một Quốc hội. Tiêu diệt tính độc lập hoặc quyền tự do phát biểu của thứ định chế này tức là làm cho người Mỹ chúng ta mất đi cơ sở chính đáng để tiếp tục có mặt ở Việt Nam. Nếu như chúng ta khuyến khích hoặc âm thầm chấp nhận với thái độ bất động kiểu chính quyền như thời ông Diệm thì tức là chúng ta tự nói với mình cũng như nói với người Việt Nam rằng mục đích của chúng ta theo đuổi tại Việt Nam không cần đến sự chính đáng -- đối với cả chính quyền Sàigòn cũng như đối với sự hiện diện của chúng ta -- hoặc là bất cần đến sự thượng tôn luật pháp, bất cần tự do ngôn luận hay tự do hoạt động chính trị, bất cần đến tiếng nói người dân hay tiếng nói đại diện cho người dân.

Nhưng nếu mục đích của chúng ta là ngăn chận Cộng Sản tại Việt Nam bằng một đường lối thực tiễn, coi thường các chuyện màu mè hình thức, tức là dựng nên một chính quyền chống Cộng, độc đoán vừa mạnh, vừa đủ ổn định cho dù kém hậu thuẫn của quần chúng cũng như của các phe nhóm hoặc đảng phái chính trị. Tức là một cuộc chiến vô tận và một sự tham dự vô tận của người Mỹ để ủng hộ một chế độ độc tài quân sự mất lòng dân và tham nhũng.

Trong hoàn cảnh đó thì chính sách của Hoa Kỳ nhằm tránh một chế độ độc tài Cộng Sản tại Việt Nam bằng cách ủng hộ một chế độ độc tài quân sự sẽ không gỡ đưa được nước Mỹ ra khỏi cuộc chiến; và nó cũng sẽ không biện minh được cho những cố gắng và tổn thất đã qua hay sắp tới của người Mỹ. Với những chính sách đến nhằm kết thúc cuộc chiến, hay nhằm giải thích cho sự tham dự của người Mỹ như thế sẽ có nghĩa là lại thêm nhiều người Mỹ và Việt Nam nữa sẽ chết (người Việt Nam mà tác giả nói ở đây là người Việt Nam không Cộng Sản) trong một thứ mục tiêu càng ngày càng bất xứng đối với các sự hy sinh đó.

Bản ghi nhớ
(memo của Daniel Ellsberg, kèm theo bản điều trần trên)
Đề tài: Trung Tá Châu và CIA.

1.

Trong 5, 6 buổi nói chuyện với Trung Tá Châu khởi đầu từ 29/1 ông ta đã tỏ ý rất đỗi quan tâm về vai trò của bộ phận trợ lý đặc biệt (office of special assistant) thuộc CIA trong chương trình xây dựng nông thôn. Bản memo này tóm lược phần báo cáo miệng mà tôi đã báo cáo với ông sau các cuộc nói chuyện ấy. Các mối quan tâm của ông Châu có thể được xếp thành ba loại:

a/ Mối liên hệ giữa ông ta và bộ phận OSA;
b/ Việc bộ phận OSA điều hành các mối liên lạc của nó với Thăng và chương trình đào tạo cán bộ;
c/ Cảm nghĩ của người Việt Nam về mối tương quan giữa bộ xây dựng nông thôn với người Mỹ. Đặc biệt là với CIA;

2.

Các va chạm và các áp lực trong mối quan hệ giữa ông ta và CIA đã tác động khá mạnh vào ông Châu về mặt tinh thần vì mối giao lưu trước kia của ông ta với cơ quan này. Trong câu chuyện đầu tiên của chúng tôi và trong những lần nói chuyện về sau ông ta thường than vãn đầy về xúc động:

"Anh biết không tôi rất biết ơn sự giúp đỡ của CIA đối với tôi ở Kiến Hòa: về mặt tinh thần nhiều hơn vật chất. Họ là những người duy nhất tin tưởng vào việc tôi làm, họ đã giúp tôi. Tôi chẳng ghét bỏ gì CIA cả; anh cứ tin như vậy đi. Nhưng tôi cho rằng người ta đã đưa tôi về Sài gòn do một sự hiểu nhầm. Tôi thì tôi cứ nghĩ là tôi sẽ điều khiển chương trình, quyết định chủ trương đường lối sau khi có sự tham khảo với mọi cơ quan có liên hệ. Nhưng tôi cho rằng ông J và ông D chỉ muốn cho tôi làm công việc có tính cách kỹ thuật, quản lý chương trình đó về mặt hành chánh chứ không đụng chạm đến các mặt chủ trương đường lối. Nếu đúng là họ muốn như vậy thì cũng tốt thôi thế nhưng tôi thì lại không thích thứ công việc đó".

3.

Rõ ràng là đã có sự đụng độ lớn liên quan đến các nhóm cán bộ. Sau khi ông Thăng và ông Châu đã thuyết trình với tất cả các Tỉnh trưởng về một chương trình cần đến những toán 80 cán bộ thì J và D đến thăm Thắng và D đã báo cáo với nhóm nghiên cứu cán bộ là họ đã đồng ý mô hình của toán 50 người: Có nghĩa là một toán gồm 40 và 10 cán bộ khác thay vì 40. Mọi người trong nhóm nghiên cứu cứ đinh ninh và rồi báo cáo lại với cấp trên rằng sáng kiến về sự thay đổi trọng đại này là do Thắng mà ra. (Rõ ràng là D đã không nói điều đó ra một cách minh thị thế nhưng nhiều thành viên của nhóm mà tôi đã nói chuyện với đều nói rằng họ nghĩ như vậy và cũng chẳng thắc mắc gì). Châu đã tính chuyện từ chức; và khi Vann từ ngoại thành trở về để khuyến cáo Châu đừng từ chức thì Vann cũng cực lực lên tiếng ngỏ ý thắc mắc về sự thay đổi đó. Kế đó Vann và Châu đi tìm gặp Thắng. Thắng nói với họ là mình không hề đề nghị giảm xuống thành toán 50 người; rằng ông ta vẫn ủng hộ mô hình toán 80 người nhưng J và D đã nói rằng như vậy là cần thiết bởi ngân khoản có hạn đối với kế hoạch đào tạo cán bộ xây dựng nông thôn. Và Thắng kết luận: "Họ là những người nắm đồng tiền trong tay".

Sau khi thương lượng mọi người đồng ý với toán 59 người. Châu nói với nhóm nghiên cứu rằng: "đấy là một sự dàn xếp giữa mô hình 80 người mà Thắng muốn, với mô hình toán 50 người do nhóm chủ trương". (Không nêu tên người), hôm đó cũng có mặt, không hề bình luận gì về quan điểm của các phe trong vụ này mặc dù những người khác có mặt ở đấy đều lấy làm ngạc nhiên (một bản tường trình gửi Tổng Thống đã mô tả việc chuyển xuống mô hình ít người hơn như là do chính Thắng chủ trương).

Vụ này tất nhiên làm mỗi người ở mỗi phe đều bất mãn. (Tôi chưa nghe nhóm OSA nói gì về vụ này). Mặc dù ông Châu đã nhiều lần tỏ ý kính trọng (không nêu tên nhân vật) nhưng khi tôi bình luận rằng ông (không nêu rõ tên) cùng các bạn đồng nghiệp của ông ta đều chân thành và có thiện ý qua những điều tôi được nghe; thì ông Châu cắt ngang: "Nhưng họ lại nói rằng

Tướng Thắng muốn các toán 50 người". Ông ta có cảm tưởng là mình bị người khác lừa dối (mặc dù khi kiểm điểm lại thì các người khác nói đây lại cho rằng sự việc không phải là như vậy).

Có nhiều vấn đề có liên quan ở đây theo quan điểm của ông Châu:

a/ Nhóm OSA đi gặp Thắng mà không hề báo cho Châu biết về chủ trương của họ và rồi đề xuất toán 50 người làm như là do Thắng đưa ra;

b/ Sự giới hạn đối với các thành phần không phải là trong toán, theo quan điểm của Châu cho dù là 19 người thì vẫn không đủ chứ đừng nói gì là 10 người;

c/ Chính phủ Việt Nam đã cho thay đổi toàn bộ kế hoạch ngay sau khi ông Châu và Tướng Thắng đã thuyết trình cho các Tỉnh Trưởng về kế hoạch gồm các toán 80 người.

Ông Châu tìm cách làm giảm mức độ quan trọng của hai điểm đầu (mặc dù thực tế là ông ta có vẻ bực mình hơn là theo như ông ta nói) ông ta nhấn mạnh về ấn tượng không được tốt, đối với các Tỉnh Trưởng khi những người này được báo cho biết là một hình thức mới của kế hoạch đào tạo cán bộ sẽ được công bố để thể hiện ý kiến đóng góp của chính họ. Ấy thế mà giờ đây khi họ chưa kịp có ý kiến gì thì chính quyền đã đổi kế hoạch. Điều đó có nghĩa là hoặc người ta không đếm xỉa gì đến ý kiến của các Tỉnh Trưởng, hoặc chính quyền không biết mình muốn gì, hoặc người Mỹ chỉ có việc ra lệnh chẳng cần đến đông đảo quần chúng ủng hộ mà cũng chẳng cần đến sự hiện diện của người Mỹ; nếu quả là như vậy thì đúng là chúng ta theo đuổi một chuyện hão huyền, và ở Việt Nam thì đây không phải là lần đầu tiên.

Làm như vậy cũng chẳng khác nào yêu cầu người Mỹ chết để thay vì một chế độ độc tài Cộng sản tại miền Nam Việt Nam thì người ta lại có một chế độ độc tài quân sự kém được dân chúng ủng hộ và kém tự tin đến độ mà nó sẽ không bao giờ đứng nổi một mình để chống cộng hay là chống phía đối lập không Cộng sản. Có may ra chăng nữa thì với sự yếu kém vẫn kéo dài của phe Cộng Sản, mức độ thương vong của người Mỹ có thể sụt giảm; thế nhưng với đường lối chính trị này thì sẽ không có hồi kết cho cuộc chiến và không có giới hạn cho tổng số thương vong của người Mỹ hoặc phía Cộng sản.

Khi triệt hạ những phe nhóm không Cộng sản có khả năng thay thế mình bằng những phương pháp càng làm cho mất lòng dân cũng như càng làm cho chế độ của mình yếu đi và lệ thuộc hơn nữa vào người Mỹ thì thực tế có thể là Thiệu cũng đã củng cố được địa vị của mình -- "Sức mạnh của thế yếu" -- trong việc mặc cả để cho người Mỹ kéo dài sự hiện diện của mình cũng như tiếp tục ủng hộ vô hạn định cho chế độ của ông ta.

Thiệu muốn chúng ta ở lại Việt Nam, muốn chúng ta tiếp tục chi viện, và không muốn công khai đấu tranh chính trị hoặc chung sống với Cộng sản. Do đó mà vì quyền lợi riêng tư của mình, ông ta chỉ rõ cho thấy là chính quyền của ông ta không thể tồn tại sau khi người Mỹ rút lui, nhưng đồng thời cũng chỉ cho chúng ta thấy rằng ngoài ông ta ra không còn sự chọn lựa nào khác trong hàng ngũ những phần tử lãnh đạo không Cộng sản. Và nếu như ông ta dễ đạt mục đích đầu tiên hơn thì về mặt quyền lợi riêng của ông ta đấy cũng là cái lợi chứ không phải là bất lợi.

Ấy vậy mà cho dù nếu như điều vừa nói phù hợp với quyền lợi ngắn hạn của chúng ta về mặt "ổn định" (tức là tránh thay đổi chế độ cho dù là bằng đường lối hợp hiến hay không, mà hậu quả là có thể làm dư luận Mỹ khó chấp nhận sự tiếp tục can thiệp của chúng ta) thì đường lối này trực tiếp đi ngược lại những mục đích về lâu về dài của kế hoạch Việt Nam hóa chiến tranh (tức là mục đích rút khỏi Việt Nam, nhưng rút ra khỏi đó với một chính phủ xứng đáng với các sự hy sinh của chúng ta, và là một chính phủ khả dĩ có thể tồn tại để chiến đấu hoặc thương lượng hoặc chung sống với Cộng sản mà không còn có chúng ta). Tình trạng nầy sẽ dẫn đến tình huống xấu nhất phát sinh từ chủ trương Việt Nam hóa chiến tranh.

4.

Ông Châu cho rằng các đại diện của nhóm OSA không hề gặp khó khăn về mặt chính trị khi để cho mọi người thấy rằng họ nắm toàn bộ chương trình bình định nông thôn. Ông ta cho rằng Tướng Thắng và các Tỉnh Trưởng đã quá lép vế khi chấp nhận tình trạng này vì họ cho rằng chẳng qua cũng chỉ vì CIA quản lý đồng tiền. Ông ta nói là đã phàn nàn với Tướng Thắng về vụ này.

Ông Châu nói: "Ở trong một tỉnh mà có một người Mỹ nào đó thực tế ở trên Tỉnh Trưởng vì người đó có tuổi và chín chắn thì xem ra còn được; nhưng nếu đó là một tay măng sữa thì hóa ra là chúng tôi chỉ là người làm việc cho người Mỹ".

Châu có nhắc lại nhiều vụ va chạm xảy ra trong chuyến chúng tôi đi Dalat để thuyết trình cho các sĩ quan vùng II; chính tôi cũng đã tự mình nhìn ra các vụ va chạm đó. Có lúc, trước mặt đông đủ các Tỉnh Trưởng vùng II, Tướng Thắng đã nói: "Các ông liệu mà cử người cho ngon lành để đi học ở Vũng Tàu. Bởi nếu cử người ấm ờ thì ông (không nêu tên) ngồi đây sẽ gửi trả về cho quý vị, và chừng ấy thì tôi phiền lắm ! Và vị đại diện của OSA cũng không chịu đi máy bay cùng với Thắng, Châu và các người khác trong đoàn. Họ đi máy bay riêng. Máy bay của phe OSA bị trễ và các nhân viên của OSA đã đến khi Vann thuyết trình về chương trình huấn luyện cán bộ Xây dựng nông thôn cho một cử tọa đoàn người Mỹ; vì thế mà các thành viên khác của đoàn thuyết trình đều rất lấy làm bất mãn về việc này, vì cũng trong các chuyến công tác trước đây, họ nhận thấy là các đại diện của OSA hầu như không nghe báo cáo về các thay đổi trong chương trình...

Ông Châu nói rằng ông đã không tài nào lôi được một người của OSA để thảo luận với ông về quan điểm của họ đối với chương trình huấn luyện; ông cho rằng họ hoàn toàn bất cần biết đến ông (và cho đến nay thì người của OSA cũng không chịu làm việc chung một nơi với các thành viên người Việt khác phụ trách về chương trình huấn luyện).

Đến cuối câu chuyện thì ông ta nói: "Tôi không cho rằng CIA không nên có ý kiến quan trọng nào đối với chương trình. Họ cần đóng góp ý kiến và bởi đàng nào thì họ cũng tài trợ cho chương trình này, và do đó mà ý kiến của họ nên được coi trọng. Không phải là việc gì tôi cũng cứ muốn theo như cái ý của tôi (Vann bình luận: "nói thế nhưng ông ấy lại muốn mọi việc diễn biến theo đúng ý ông ấy...") nhưng vấn đề là: phải chăng toàn bộ chương trình sẽ do CIA điều động?

4/ Tóm lại Châu đã đi đến chỗ nghi ngờ cánh OSA là không hiểu thấu đáo hoặc không tin tưởng vào vai trò của các thành phần không phải là trong toán cán bộ. Ý muốn của họ về việc cắt số người đó xuống còn có 10 (thay vì cắt bớt các học viên..., giả định là khả năng huấn luyện có bị giới hạn) -- hay 19 đi nữa thì cũng đủ chứng minh cho luận điểm ở trên. Thật vậy, Châu cho rằng OSA quan niệm chương trình huấn luyện Cán Bộ Xây Dựng Nông Thôn này chẳng qua cũng như một sự mở rộng chương trình (mặc dù nó có thêm tác dụng là giúp cho OSA, tại Sàigòn và ở nông thôn, nắm được hầu hết lực lượng cán bộ nông thôn). Ngoài ra, một là họ không nhắm vào vấn đề bình định, theo như Châu hiểu, hai là họ có một ý niệm không thực tế về vai trò của toán... trong việc bình định nông thôn.

Theo quan điểm của Châu thì trong thực tế riêng toán... cũng đã thay thế cho các (PF's)...; mà lại còn thay thế tốt đẹp nữa là khác, vì hoạt động hiệu quả hơn hầu hết các tiểu đội (PF) cả về mặt quân sự lẫn hoạt động dân sự vụ... Thế nhưng nó lại không thay thế được cho vấn đề khiếu tố khiếu nại, dân sự vụ cũng như phát triển ấp đời mới, theo đó Châu đặt nhiều chú trọng hơn về mặt tổ chức và động viên quần chúng. Có nhiều khi ông Châu nghĩ rằng CSA có vẻ thỏa mãn khi thấy các ông khai đảm nhiệm có mỗi vai trò PF/RF, như tại Quảng Nam. Nhiều lúc khác thì OSA lại có vẻ như tin tưởng rằng việc cài một toán PAT vào một ấp đầy rẫy Việt Cộng bằng cách nào đó, nhằm mục đích gây dựng thông tin giữa dân làng và chính quyền, tổ chức xã ấp và đến cả mặt tự vệ mà toán cán bộ vốn được huấn luyện kỹ càng, sẽ có thể tạo nên hiệu quả. D đã bình luận với tôi là Châu cứ tiếp tục giao thêm nhiệm vụ cho các toán khiếu tố của ông ở Kiến Hòa, thành thử không một Tỉnh Trưởng nào khác có thể làm theo đó được. "Điều cần làm ở đây là phải giản dị; chỉ cần một vài biện pháp đơn giản". Vann cũng đồng ý là chương trình thuộc tỉnh Kiến Hòa của Châu có thể được giản lược hóa trước khi được đem ra áp dụng phổ biến ở các tỉnh khác; thế nhưng không thể đến mức gán quá nhiều nhiệm vụ cho các thành phần không thuộc nhóm PTA mà Vann và Châu đều coi như then chốt. Tôi chưa thể nói là Châu và Vann có lý hay không khi cho rằng OSA ít đếm xỉa -- nói đến các thanh phần vừa kể. Tuy nhiên, có bằng chứng là người ta đã tìm cách giảm toàn bộ lực lượng huấn luyện các thành phần đó, chính vì thế mà có sự trì trệ trong việc huấn luyện các đại diện OSA -- thường chỉ quen giải quyết công việc với các nhóm PTA -- về vai trò của các thành phần mới mẻ kể trên. (Một đại diện cấp tỉnh thuộc OSA mới nói với tôi là ông ta "chẳng thấy có lý do gì để các toán tân lập đó đảm nhiệm thêm trọng trách gì đáng kể"). Trong khi OSA có hỗ trợ cho hệ thống điều tra dân số và tiếp thu thắc mắc khiếu nại do Châu đề ra ở Kiến Hòa, thì Châu lại cảm thấy rằng họ chỉ nhắm vào việc điều tra dân cư và thu thập tin tức tình báo thay vì làm cái điều mà ông ta cho là then chốt: điều trần các thắc mắc khiếu nại của dân chúng cho nhà cầm quyền địa phương được biết, và tiếp tục theo dõi các thắc mắc khiếu nại của dân chúng; cho họ biết là chính quyền đã giải quyết được đến đâu.

5.
Châu nói rằng ông ta đã mất khá nhiều sự kính trọng dành cho CIA trong quá trình làm việc chung với họ ở Sàigòn. "Trước kia tôi cứ cho là họ quan tâm nhiều đến các vấn đề chính trị và tâm lý". (Đấy là thời ở Kiến Hòa, khi CIA ủng hộ việc làm của ông ta và để ông ta tự do hành động). "Nhưng giờ thì tôi cho là họ chẳng quan tâm gì đến mấy việc đó". (Cho dù là như vậy đi nữa nhưng khi trả lời một câu hỏi khác, ông ta cho rằng họ bén nhạy về các vấn đề chính trị hơn bất cứ một tổ chức nào khác của Mỹ ngoài đời).

Ngoài ra ông ta cũng cho rằng nhóm lãnh đạo cao cấp của OSA tại Sàigòn không chắc đã được báo cáo đầy đủ về hoạt động của các toán PAT/OSA ở các tỉnh. "Một số lớn các đại diện của OSA ở địa phương đều trẻ và kém kinh nghiệm, và một số lớn cũng không phải là người tốt; họ không biết nhắm vào việc đáng phải làm, và họ lại không được quản lý chặt chẽ. OSA có phẩm vật, vũ khí, tiền bạc để ban phát; các Tỉnh Trưởng đều thích các món này, do đó mà để lấy lòng cánh

OSA, họ không báo cáo đúng tình hình sự việc cho cánh này".

6.

Ngay trước khi xảy ra các vụ tranh luận về số người trong mô hình của toán cán bộ thì cũng đã có va chạm giữa ông Châu và OSA về vai trò của Đại úy Mai, Chỉ huy Trưởng chương trình huấn luyện PAT. OSA đánh giá Mai rất cao và muốn đương sự ngồi yên ở chức vụ đó. Thoạt tiên Châu ít phê phán Mai về mặt cá nhân, nhưng nhấn mạnh là đương sự đã được mọi người biết khá lâu như là người làm việc cho Mỹ, và nếu như muốn cho các Tỉnh Trưởng hiểu rằng chương trình huấn luyện này không do người Mỹ yểm trợ thì nhất thiết là phải hạ tầng công tác của Mai hoặc cử ông ta về nơi khác. Trong những chuyến đầu tiên đi thăm trung tâm huấn luyện ở Vũng Tàu, Châu đã có ấn tượng chẳng mấy tốt đẹp về việc Mai luồn cuối các quan chức người Mỹ của mình. (Vann đã kể lại lễ mãn khóa mới đây tại Vũng Tàu và cũng mô tả về Mai như vừa nêu ở đây, cũng như lập lại sự việc là cánh OSA coi bộ chẳng mấy để tâm đến khía cạnh "chủ-khách" đó.

Một đoàn khách Mỹ đáp máy bay đi dự buổi lễ. Mai đón họ ở phi trường rồi dẫn họ đi dự tiệc ở nhà hàng Cyrano tại Vũng Tàu. Vì cái vụ tiệc tùng đó (không một người Việt Nam nào khác tham dự) mà đám khách Mỹ và Mai đến trễ khoảng 30 phút, khi mà 3200 cán bộ mãn khóa đang phải cáu tiết đứng dàn chờ. Trên khán đài, trước các tân khóa viên, có bốn cái ghế với ba hàng ghế nữa ở phía sau. Mai cùng J, C, và D ngồi ở bốn cái ghế hàng đầu; hai hàng ghế tiếp theo dành cho cánh OSA. Còn các khách Việt Nam thì chen chúc nhau ngồi phía sau. Trong buổi lễ, Mai trao tặng một số bằng khen này nọ cho khóa viên; còn phần nữa thì là do người Mỹ trao tặng.

Nói tóm lại, toàn bộ sự việc đều nói lên ý nghĩa là đoàn viên xây dựng nông thôn chẳng khác gì một "đạo quân của người Mỹ".

7.

Kể từ khi đến Vũng Tàu để chuẩn bị tài liệu giảng huấn cho các thành phần không phải là xây dựng nông thôn, Châu đã có một loại ấn tượng hoàn toàn khác. "Thật là không tưởng tượng nổi ! Cứ mỗi ngày lại có thêm một điều đáng phải kinh ngạc", ông ta lẩm bẩm với tôi như thế, vừa nói vừa lắc đầu, ám chỉ việc cánh OSA chẳng được ai giám sát, và cũng chẳng có bài giảng nào về đề tài tâm lý tại Vũng Tàu, một khiếm khuyết về mặt nhận thức, và thêm vào đấy sự tùy tiện trong cung cách làm việc của Mai. Chẳng có người Mỹ nào ở căn cứ đó nói được tiếng Việt, và Mai nói với ông ta là đương sự chẳng hề phiên dịch bài giảng của ông ta cho người Mỹ. (Tôi cũng hiểu rằng ngay từ khởi đầu chương trình huấn luyện thì sự thể cũng vẫn là như thế). "Tôi hoàn toàn tự do giảng huấn; người Mỹ chẳng hỏi han gì và cũng chẳng biết tôi làm những gì", Mai nhấn mạnh như thế! Châu cảm thấy hết sức khó tin. Ông ta hỏi đương sự: "Làm sao anh tự biện minh được là làm việc cho mấy người đó, vốn là những người yểm trợ chương trình, nhưng lại không báo cho họ biết tí gì về công việc mình làm?" "Tôi làm việc cho hạnh phúc của nhân dân", Mai trả lời như thế. Châu nói: "Tôi thật không tài nào tin được điều đó. Tôi sẽ đi gặp ông J. và hỏi ông ta. Tôi sẽ nói: "Tôi chỉ muốn tìm hiểu cho riêng mình thôi" ... Tôi sẽ không lập lại câu trả lời của ông ta cho bất kỳ một ai... ngay cả với anh, xin lỗi nhé, ...có đúng là ông không biết gì về những cái đang được giảng dạy ở Vũng Tàu?".

Còn như đối với nội dung tài liệu giảng huấn thì một loạt các đề cương bài giảng hiện đang được phiên dịch. Chúng có vẻ ăn khớp với đường lối của một nhóm Đại Việt ly khai là nhóm Duy Tân. Huyền thoại Lạc Long và Âu Cơ thường vẫn được nhắc nhở trong các bài giảng thì đúng là ý kiến của nhóm Duy Tân, cũng như là cái biểu tượng "100 trứng" (Thái, Mã Lai, Lào, Thượng, v.v...). Châu nghi ngờ là phần lớn việc sử dụng không đúng chỗ những toán VAT của nhiều Tỉnh Trưởng chẳng qua là biểu hiện sự bất tín nhiệm của họ đối với những cán bộ mà họ nghi ngờ là làm việc cho cánh Duy Tân thuộc đảng Đại Việt.

(Thiếu Tá Bé ở Bình Định đã giải thích trước đó một năm cho Bumgardner là việc ông ta phải huấn luyện lại các toán VAT khi họ trở về hoạt động ở tỉnh là: "Tôi không phải người chúng tôi đi huấn luyện để trở về làm người của đảng Đại

Việt"; nhưng Bumgandner thời đó lại không để ý đến ý kiến ấy).

Hơn nữa -- mặc dù ở thời điểm này cũng chỉ là dò dẫm thôi -- lại có dấu hiệu cho thấy rằng các học viên được huấn luyện theo chiều hướng vừa chống chính phủ vừa chống Việt Cộng ở một mức độ mạnh mẽ như nhau. Không có nội dung nào liên quan đến việc cải thiện chính quyền Việt Nam.

Thật vậy dường như là người ta huấn luyện cho các học viên tự coi mình như là lực lượng thứ ba, chờ thời cơ để xuất hiện trong tình hình chính trị đặc biệt (tức là lấy nguyên văn hai chữ biệt chính để chỉ các cán bộ xây dựng nông thôn) tách rời khỏi chính trị của Việt Cộng hay là của Việt Nam Cộng Hòa. "Tất cả những chuyện này thì cũng được thôi", ông Châu nói, (nếu như đấy là điều mà chính phủ và người Mỹ muốn). Ủng hộ nhóm Đại Việt hay là chuẩn bị cho các cán bộ sẽ thích nghi với tình hình chính trị đặc biệt thì cũng được thôi nhưng đấy có phải là điều ma chính phủ muốn làm hay không? Chính phủ Việt Nam và người Mỹ có biết rằng đấy là việc họ đáng làm hay không? Còn như đối với Mai ông Châu lại càng đánh giá đương sự tệ hơn nữa. Ông ta có cảm tưởng rằng Mai đã lừa dối cấp trên của mình (ông Châu có vẻ thành thật về mặt này mặc dù, như tôi đã nói với ông ta, ông ta nên hài lòng vì rốt cuộc thì chương trình này cũng trở thành một chương trình trong tay người Việt Nam). Ngoài ra tuy ông ta cũng thừa nhận rằng Mai bỏ khá nhiều thời gian với các khóa sinh và đến lúc này đã có nhiều kinh nghiệm huấn luyện, nhưng ông ta vẫn nghi ngờ Mai là không có khả năng làm một huấn luyện viên chính trị. Mai chưa từng có kinh nghiệm gì ở mặt trận. Sự nghiệp nhà binh của ông ta chỉ quanh quẩn ở bàn giấy. Châu cho rằng quan điểm chính trị của Mai là ngây thơ và ông không tin rằng các khóa sinh cảm phục Mai (nhiều người khác lại không đồng ý, Châu đánh giá Thiếu Tá Bé rất cao và nói rằng không thể so sánh Mai với Bé được vì Bé có nhiều kinh nghiệm chiến trường và già dặn về nhận thức chính trị).

8.

Ngay trước khi đi Vũng Tàu Châu cũng đã có ý nghĩ rằng ông ta đã "mất tin tưởng ở nhóm OSA" và không còn có thể làm việc gì hữu hiệu cho chương trình. Ông ta đề nghị với Thắng cho ông ta từ chức. Tướng Thắng đồng ý nhưng yêu cầu ông ta ở lại thêm vài tháng, tuy nhiên ông Châu nhất thiết không đời nào chịu ở lại nếu như đấy là một chương trình thuần túy của người Mỹ.

Ông Châu đã rất xúc động mà nói với tôi trong hai dịp như sau: "Đất nước tôi thà bị người Mỹ thôn tính còn hơn là bị Cộng Sản thôn tính. Nếu chỉ có thể chọn lựa trong hai con đường đó thì tôi cho là người Mỹ nên quán xuyến hết mọi việc đi cho rồi. Nhưng tôi dứt khoát không muốn dự phần. Họ có thể xoay sở mà không cần đến tôi".

Cụ thể hơn ông ta nói như sau: "Tôi thích cánh CIA. Tôi xưa giờ vẫn là bạn của CIA. Chính vì vậy mà tôi đã nói thẳng thắn như thế với ông J bởi vì tôi nghĩ rằng giữa bạn bè với nhau không nên giữ kẻ. Nhưng tôi không muốn làm người của CIA. Tôi không về đất Vũng Tàu này để làm việc đó".

Vào một dịp khác ông ta nói: "Các Tướng lãnh đều sợ CIA. Họ cho rằng đấy là cơ quan mạnh nhất của Hoa Kỳ; rằng nó có nhiều tiền và nhiều ảnh hưởng. Và họ nói rằng CIA có thể gây ra cho họ những điều mà các cơ quan khác không thể làm. Họ nói: "Nếu như chúng tôi bất đồng ý kiến với MACV thì MACV có cho ám sát chúng tôi được không? Không; nhưng CIA thì lại có thể làm chuyện đó". (Tôi có phần ngạc nhiên về lời bình luận này và có nhận xét là dù sao chăng nữa thì cũng đâu có Tướng lãnh cao cấp nào biến dạng trong thời gian gần đây đâu). Ông Châu nói: "Đại Tá Thảo". Tôi lại ngạc nhiên nói: "Có ai cho rằng CIA giết Thảo hay không?" "Nhiều người nói như vậy"; Châu trả lời. "Họ nói rằng ông Thảo đã không còn có ích cho CIA nữa". "Anh có cho là như vậy không", Tôi hỏi thẳng ông ta như thế. "Tôi không biết, tôi không biết nên nghĩ như thế nào nữa", ông ta trả lời một cách thất vọng. Sau đó ông ta nói rằng nếu không giết đi nữa thì CIA cũng dễ làm hại họ bằng đủ thứ tin đồn tung ra.

Nói chung ông ta cho rằng việc gắn liền chương trình Xây

Dựng Nông Thôn với CIA là không có lợi. "CIA có làm chuyện này chuyện kia thì người ta còn có thể hiểu; thế nhưng nó chỉ huy chương trình bình định thì khó ai mà hiểu nổi".

9.
Đối với đường lối tương lai vấn đề quan trọng nhất do Châu nêu ra là như sau: Liệu chương trình Xây Dựng Nông Thôn có phải là một chương trình của người Việt hay không, với sự hỗ trợ của người Mỹ, hay lại là một chương trình của người Mỹ do CIA cầm đầu.

Có nhiều ý kiến cho rằng trường hợp thứ hai là bất lợi cả về mặt hiệu quả cũng như về mặt quản lý. (Ông Châu cho rằng Mỹ nên kiểm soát vấn đề tiền bạc). Nhưng nếu đó là một chương trình của Mỹ do CIA cầm đầu thì ông Châu tiên đoán sẽ xẩy ra những vấn đề như sau (ngoài việc ông ta xin từ chức).

a. Các giới chức Việt Nam sẽ không ủng hộ nó một cách có hiệu quả. Họ cho rằng nếu có thành công chăng nữa thì bao nhiêu công lao cũng về người Mỹ; và dù có thế nào đi nữa thì họ cũng cho rằng "Nếu là của người Mỹ thì để cho họ tự lo lấy" (Tất nhiên nếu như đấy là chương trình của Việt Nam 200% đi nữa thì không biết các giới chức đó sẽ ủng hộ đến đâu thế nhưng vì người Mỹ quản lý nó theo kiểu ông chủ nên họ tẩy chay. Hai năm nữa sẽ có một chương trình cán bộ hoạt động hữu hiệu, thế nhưng nó sẽ không có liên hệ gì với chính quyền trung ương hay địa phương).

b. Việc đồng hóa với người Mỹ sẽ có tác dụng bất lợi cho những cán bộ làm việc với dân chúng ở xã ấp.

Ông Châu nói: "cũng có thể bình định miền Nam Việt Nam với binh sĩ Mỹ đấy nhưng lại phải cần tới ba triệu quân, và khi họ rút đi rồi thì đâu lại vào đấy".

Mục đích cốt yếu của việc bình định, theo ý kiến của ông Châu, là làm sao tạo được tinh thần tự vệ trong hàng ngũ nhân dân nông thôn. Tinh thần này không thể nhen nhúm lên được từ một đạo quân chiếm đóng của người Mỹ. Mà nó cũng không thể nhen nhúm lên được do bàn tay của những cán bộ được coi như công cụ của CIA.

10.
 Nếu chú trọng đến những điểm nêu trên một cách nghiêm túc thì về mặt chính sách điều đó có nghĩa là:

 a. Đừng để cho CIA tùy tiện hành động trong lãnh vực Xây Dựng Nông Thôn cả ở Sàigòn lẫn Vũng Tàu, và nên coi trọng những thành phần không phải là biệt chính.

 b. Đưa CIA ra khỏi chương trình này càng sớm càng tốt; giảm nhân số các đại diện CIA nhúng tay vào chương trình này và cải thiện số còn lại về mặt chất lượng. Xử dụng một cơ quan khác như AID hoặc MACV để quản lý tiền nong tài trợ cho chương trình.

John Paul Vann và Trần Ngọc Châu

Trích dịch từ sách
"A Bright Shining Lie"
của Neil Sheehan

Ảnh từ trái: John Paul Vann (1924-1972), một anh hùng của quân đội Hoa Kỳ trong cả hai cuộc chiến tranh Triều Tiên và Việt Nam. "A Bright Shinning Lie" là cuốn sách - đã thành phim cùng tên, hình bên- về cuộc chiến đấu và cái chết của Vann trong chiến tranh Việt Nam.

Cũng như Tiến sĩ Daniel Ellsberg, John Paul Vann là bạn thân của Trần Ngọc Châu và đã mang cả sự nghiệp của ông ra để tận lực bảo vệ người bạn, khi Châu bị Toà Đại Sứ Mỹ, CIA và Tổng Thống Thiệu triệt hạ. Sau đây là một số trang sách "A Bright Shining Lie: John Paul Vann and America in Vietnam (1988)" của Neil Sheehan viết về tình bạn giữa Vann và Châu.

Trang 280-283

Điều buồn cười là các viên chức CIA lại tranh chấp ngay với viên sĩ quan người Việt mà họ chọn để điều hành chương trình cho phía Việt Nam, đó là Trung Tá Trần Ngọc Châu. Đến lượt

Châu lại có trách nhiệm trong việc đưa Vann vào chương trình bình định và sau này trở nên người bạn Việt Nam thân nhất của ông.

Trần Ngọc Châu là một trong những sĩ quan rất hiếm hoi của Quân Lực Việt Nam Cộng Hòa. Thực sự Châu có tham gia với Việt Minh chống Pháp trong gần bốn năm. Châu là người thuộc dòng dõi các quan lại ở Huế, những người vẫn mang nỗi hổ thẹn chung của cả tầng lớp mình vì đã cộng tác với bọn thực dân mà lúc nào cũng lo sợ. Hồi Thế Chiến II, Châu và hai người anh em khác đã theo Việt Minh.

Châu đã tỏ ra mình là một chiến sĩ giỏi, được thăng cấp từ Tiểu Đội Trưởng lên quyền Tiểu Đoàn Trưởng Việt Minh -- Khó khăn lớn của ông là không chịu nổi cái kỷ luật tập thể và nguyên tắc khiêm tốn mà Đảng Cộng Sản Việt Nam đòi hỏi nơi các cán bộ. Ông có quá nhiều cao vọng và muốn tiến thân mãi trong đời. Hai người anh em khác của ông không gặp khó khăn gì trong việc tiến thân trên con đường sự nghiệp từ lúc tham gia Việt Minh cho tới khi thành đảng viên. Châu không thể nào hạ mình để vào đảng được. Năm 1949 ông bỏ hàng ngũ và chẳng bao lâu sau gia nhập quân đội do Pháp đỡ đầu của Bảo Đại.

Các bạn Mỹ của Châu nhìn thấy đức tính của ông nhưng không bao giờ hỏi rõ xem vì sao Châu đã rời hàng ngũ Cộng Sản. Họ giải thích các lý do Châu đưa ra là vì chính trị và nguyên tắc hơn là vì cá nhân hay tính tình. Đối với Vann, Dan Ellsberg, hai người đều là bạn của Châu, cũng như đối với Bumgardner và những người khác, Châu là hình ảnh tiêu biểu của người Việt Nam "tốt". Châu có những phẩm chất đáng giá. Cũng như Vann, Châu có thể rất là bộc trực khi ông không cố tình lắt léo. Ông là người trung thực theo tiêu chuẩn của Sàigòn bởi vì mặc dù ông thích tiến thân và danh vọng nhưng ông không cần tiền. Ông tỏ ra thành thật trong ước vọng muốn cải thiện đời sống của người dân miền quê, mặc dù chế độ ông đang phục vụ không cho phép ông làm điều đó đến nơi đến chốn. Kinh nghiệm gần bốn năm trong hàng ngũ Việt Minh và bộ óc thông minh, phức tạp của ông cho phép ông có thể bàn luận về chiến tranh du kích, công tác bình định, thái độ của nhân dân ở miền quê và các khuyết điểm trong xã hội Sàigòn một cách khôn ngoan, sâu sắc. Ông thường nói, cái khó khăn của người Sàigòn là họ giống như người ngoại quốc tuy ở ngay trên đất nước mình.

Châu và Vann gặp nhau lần đầu tiên ở Kiến Hòa (Bến Tre) giữa năm 1962 khi Diệm bổ nhiệm Châu làm Tỉnh Trưởng. Lúc ấy Kiến Hòa đang là một tỉnh rắc rối nhất trong vùng châu thổ phía Bắc. Trong những năm đầu tiên, quan hệ giữa hai bên không được thuận thảo lắm, bởi vì lúc ấy Châu đang say sưa vì được Diệm chú ý và cất nhắc nên rất nhiệt thành theo Diệm. Tuy nhiên, hai người vẫn từ biệt nhau một cách lịch sự và hai bên trở thành bạn bè khi Vann trở lại đó vào năm 1965. Cũng tại Kiến Hòa, Châu đã có liên hệ với CIA. Mặc dù Châu cũng chẳng thành công gì hơn các Tỉnh Trưởng khác khi kết quả trong tỉnh Kiến Hòa được đối chiếu nhưng Châu được coi như một ngoại lệ vì ông rất nghiêm túc và ra sức bình định tỉnh mình. (Chính vì từ các ấp chiến lược của Châu, Việt Cộng đã tuyển mộ được hầu hết số người trong số 2.500 người theo họ ở Kiến Hòa để bổ sung cho các tiểu đoàn chủ lực vào mùa Xuân năm 1963, sau trận Ấp Bắc). Các sĩ quan tình báo có liên hệ với chương trình bình định đã bị thái độ tận tụy của Châu lôi cuốn cũng y như Vann. CIA đã tài trợ một vài chương trình thử nghiệm do Châu chủ xướng, kể cả một chương trình nhằm trừ khử các thành viên trong chính quyền bí mật của Việt Cộng ở các ấp bằng các tiểu đội hành quyết giống như các đội ám sát của CIA, cái được gọi là các toán chống khủng bố. Khoảng cuối năm 1965, khi Gordon Jorgenson, trùm tình báo CIA và Tom Donohue, sĩ quan thuộc cấp phụ trách các toán dân ý vụ, cần một người Việt Nam để làm giám đốc chương trình đào tạo cán bộ bình định mà họ sẽ điều hành chung với cơ quan AID, thì Châu là sự lựa chọn thật hợp lý. Sau đó, Châu đã đưa Vannn vào chương trình bằng cách yêu cầu bổ nhiệm Vann làm cố vấn cho ông, trên thực tế là người quản lý chương trình của phía cơ quan AID.

Khoảng tháng Ba 1966, khi chung cuộc người ta đã dung hòa được về bản chất và quân số của các toán bình định là năm mươi chín người. Cuộc tranh cải đã sôi nổi đến nỗi Jorgenson và Donohue phải tự hỏi vì sao họ đánh giá Châu cao đến thế. Vann và Donohue xác định, là họ thích nhau dù có sự khác biệt trong ý kiến, nhưng Jorgenson thì đã quá bực bội với sự rầy rà của Vann. William Porter, phó đại sứ của Lodge, vừa mới được giao phó giám sát mọi hoạt động bình định dân sự do cuộc họp chiến lược khác được Tổng Thống Johnson triệu tập ở Honolulu vào tháng Hai. Jorgenson than phiền với Porter rằng Vann là một người liều lĩnh, thiếu suy nghĩ và thích củng cố quyền lực riêng đã làm gián đoạn một chương trình kỳ diệu vì muốn nắm quyền kiểm soát chương trình ấy. Porter, một người năm mươi mốt tuổi vào năm 1966, đã ba mươi năm kỳ cựu trong ngành ngoại giao lúc ấy còn chưa có kinh nghiệm gì về Việt Nam và châu Á. Ông là một trong những chuyên gia hàng đầu về Trung Đông của bộ ngoại giao. Trước đó ông đã làm đại sứ ở Algéria. Đáng lẽ ông tin theo lời của một ông trùm CIA nếu Vann không cho biết có điều bất thường đang diễn ra tại trại huấn luyện Vũng Tàu.

Richard Holbrooke, người hồi 1963 còn thiếu kinh nghiệm, chỉ muốn tìm chỗ trốn khi Halbertam đập tay lên bàn ở nhà hàng và hét lớn gọi toán hành quyết đến xử Harkins, lúc ấy đã được chỉ định làm phụ tá cho Porter vì ông là một trong số ít ỏi các viên chức ngoại giao có kinh nghiệm về công cuộc bình định ở nông thôn. Ông đã làm đại diện cho cơ quan AID ở Ba Xuyên thời gian từ 1963 tới mùa Hè 1964. Holbrooke hầu như không thể tin được tai mình khi nghe những gì đang xảy ra tại Vũng Tàu do Vann kể lại vào một hôm mà ông bất thình lình xuất hiện tại văn phòng bên ngoài của Porter. Người trợ lý khác của Porter là Frank Wisner II, con trai cả của một ông trùm các hoạt vụ bí mật nổi tiếng của CIA, Young Wisner đã không lựa chọn nối nghiệp cha vào cơ quan CIA mà đã vào làm cho bộ ngoại giao. Ông được bổ nhiệm tới Sàigòn vào năm 1964 và đã quen với những chuyện bất ngờ. Ông nhận thấy câu chuyện do Vann kể thật ngoài sức tưởng tượng và khó có thể tin được.

Vann nói, chương trình huấn luyện các biệt kích của CIA đã bị một người theo phái chính trị ngu đần ở Việt Nam "thâu tóm" và đang được dùng làm tấm bình phong để bí mật tuyên truyền đường lối chống cộng nhưng cũng chống Sài gòn của phái ấy. Người đang làm điều đó là sĩ quan chỉ huy kiêm trưởng ban tuyên huấn tại trại huấn luyện Vũng Tầu, một Đại úy trong Quân Lực Việt Nam Cộng Hòa thuộc Binh chủng Truyền tin tên Lê Xuân Mai. Mai là một nhân viên CIA từ cuối thập niên 1950. Mai đang tuyên truyền với tất cả các học viên qua chương trình luyện huấn chính trị, một phần trong chương trình đào tạo, và đồng thời đang gài những tổ bốn người được nhồi nhét đường lối của phái chính trị ấy vào các toán dân ý vụ sắp học xong khóa huấn luyện. Mai thi hành mọi chuyện ngay dưới mũi Jorgenson và Donohue cũng như các thuộc cấp của hai người. Không có nhân viên CIA nào ở trại huấn luyện nói được tiếng Việt, còn Jorgenson và những thuộc cấp của ông lại chẳng có ai tò mò mà cho dịch các bài học chính trị ra Anh ngữ cả. Châu đã khám phá những gì đang xẩy ra và báo động cho Vann sau khi hai người ra Vũng Tầu để bắt đầu tổ chức lại trại ấy cho sứ mạng bình định.

Holbrooke và Wisner kiểm tra lại câu chuyện. Khi họ thấy chuyện đó là đúng, họ sắp đặt một buổi gặp gỡ giữa Vann và Porter. Cuộc gặp gỡ lần trước mà họ dàn xếp để Vann giải thích quan điểm của mình với Porter trong cuộc tranh chấp liên quan đến toán bình định đã không đem lại kết quả tốt cho Vann. Ông phó đại sứ đã nghe quá nhiều về Vann trước đó thông qua Jorgenson và tất cả đều là những lời nói không mấy tốt. Cuộc gặp gỡ thứ hai này là lần tiếp khách cuối cùng trong ngày của Porter. Khoảng nửa giờ sau khi bắt đầu, Porter ra khỏi phòng làm việc riêng và loan báo với Holbrooke và Wisner rằng ông về nhà riêng. Vann đi theo ông phó đại sứ ra đến tận cửa chính, vừa đi vừa nói.

Hiệu quả của liều thuốc nghẹt mũi đối với Vann trong việc ông được lên chức Giám đốc CORDS của vùng III Chiến Thuật đã hết vào mùa Hè 1967, và thực tế lại đổ dồn về với ông vào những ngày cuối tháng Tám. Quân Việt Nam Cộng Hòa không chịu đảm nhiệm vai trò được giao phó là bảo vệ an ninh cho các toán bình định ở xã ấp. Lực lượng địa phương quân và dân vệ thì bao giờ cũng đáng phàn nàn mặc dù lúc ấy Vann đang huấn luyện cho họ được thuần thục hơn ở vùng II. Các toán cán bộ bình định mà Vann và Trần Ngọc Châu đã tranh đấu dữ dội để được tổ chức và soạn thảo chương trình huấn luyện cho họ ở Vũng Tàu, thường gồm toàn những kẻ cơ hội và bọn nhập vào đó chỉ để trốn lính. Nhưng nếu các toán ấy mà lại gồm toàn những kẻ chống cộng điên cuồng và các ông thánh thì chúng cũng chẳng làm gì để bù lại được những thiệt hại do các Tỉnh trưởng và Quận Trưởng gây ra, mà đó là những người ra lệnh cho họ.

Trang 449-452

Thành công đã không dễ dàng làm cho tính tình John Vann thuần đi. Lại một lần nữa ông suýt bị sa thải vì cố cứu người bạn Việt Nam thân nhất của mình thoát khỏi bị tù, đó là Trần Ngọc Châu.

Sau khi tranh chấp với CIA về các toán cán bộ bình định, và đồng thời gặp rắc rối với bộ trưởng bình định của Kỳ, Châu cho rằng ông đã hết cơ may được lên lon trong quân đội Việt Nam Cộng Hòa. Ông xin nghỉ phép dài hạn khỏi quân ngũ, chuyển qua lãnh vực chính trị và đắc cử Dân biểu Hạ Nghị Viện tại đơn vị Kiến Hòa trong cuộc bầu cử vào tháng Mười 1967. Châu thành công trong Hạ Viện. Ông được bầu làm Tổng thư ký Hạ Viện. Cuộc tấn công Tết sau đó đã đưa ông vào một vị trí ăn thua lớn. Ông định biến mình thành người trung gian trong cuộc hòa đàm bằng cách xử dụng một trong những người anh em của ông vẫn trung thành với Hồ Chí Minh làm đường dây liên lạc bí mật với phía bên kia. Ông này là Trần Ngọc Hiền và là nhân viên cao cấp trong ngành tình báo của Hà Nội. Ông đã trở về miền Nam từ hồi 1965 và đóng vai một trình dược viên cho các hãng thuốc tây.

Để đẩy mạnh kế hoạch của mình, Châu đã quay sang người bạn cũ của mình trong quân đội đồng thời cũng là đồng minh của ông trong chính trị đó là Nguyễn Văn Thiệu. Ông tấn công Thiệu bằng cách tố cáo người giữ hầu bao của Thiệu tại Quốc hội, một dược sĩ giàu có tên Nguyễn Cao Thăng, người có nhiệm vụ trả tiền hối lộ cho các đại biểu bỏ phiếu theo ý Thiệu. Châu làm điều đó không phải hoàn toàn vì tham vọng. Cuộc tấn công Tết đã làm cho ông tin rằng để cho nhân dân Việt Nam phải chịu một cuộc chiến tranh "không thấy có hồi kết thúc" là một điều sai lầm. Ông nghĩ rằng phía Sàigòn có được một cơ hội sống còn nếu biết kịp thời thương lượng một nền hòa bình.

Anh của Châu bị bắt vào mùa Xuân 1969. Một cảnh sát viên ở một nút chận đã tinh ý nhận ra giọng nói miền Trung của Trần Ngọc Hiền không hợp với nguyên quán ghi trong căn cước mà ông đang xử dụng. Hiền xử sự một cách khôn khéo đúng như một sĩ quan tình báo giỏi. Để tránh bị tra tấn đến độ phải tiết lộ mạng lưới gián điệp quan trọng của mình, ông đã đánh lạc hướng các nhân viên thẩm vấn.

Châu là phương tiện để ông thực hiện ý đồ. Ông buộc Châu phải chạy tới Thiệu bằng cách nói cho cảnh sát biết về các cuộc gặp gỡ giữa ông và Châu. Các cuộc tiếp xúc bí mật giữa các thành viên trong gia đình là điều thông thường ở miền Nam mặc dù việc đó là bất hợp pháp.

Vann không đồng tình với cái lối thương lượng của Châu, và Bunker đã cảnh cáo Vann tránh dính líu tới chuyện ấy hồi mùa Hè năm trước sau khi Vann đã can thiệp để cố tháo ngòi nổ tung vụ bất hòa giữa Thiệu và Châu. Bunker đánh giá cao Thiệu vì sự ổn định trong cách cai trị của ông và nghi ngờ rằng Châu là cộng sản hoặc gián điệp cộng sản, hoặc là một tên gây rối nguy hiểm có vẻ như muốn dành sẵn cho mình một chỗ trong chính phủ liên hiệp với phía bên kia. Đại sứ Bunker đã gọi Vann tới tòa đại sứ và đã "rầy rà Vann một cách nhẹ nhàng nhưng hết sức cương quyết" như Vann sau này đã mô tả. Bunker nói: "John, anh lại dính líu vào chính trị, đó là công việc của tôi. Anh hãy lo cái chuyện bình định ở vùng châu thổ đi, còn tôi sẽ lo cái chuyện chính trị ở Nam Việt Nam. Chớ có để xảy ra chuyện này nữa nhé".

Đầu tháng Giêng 1970, vào lúc Vann nghỉ lễ Giáng Sinh về và vẫn còn hớn hở vì được nói chuyện với Tổng Thống Nixon, Thiệu đã dần dần nhưng chắc chắn tiến tới chỗ trả thù và sắp sửa bắt Châu bỏ tù vì tội đã bí mật gặp gỡ người anh em của mình. Thiệu đang hối lộ cho các Dân biểu khác ký một bản kiến nghị đòi truất quyền đặc miễn tài phán của Châu trong tư cách Dân biểu ở Quốc hội. Vann đã nộp một lá đơn qua Colby xin cho Châu được ra khỏi nước bằng máy bay Mỹ và cho Châu được tị nạn ở Mỹ chiếu theo quá trình phục vụ của Châu. Châu không thể nào ra đi khỏi Việt Nam một cách hợp pháp được bởi vì Thiệu đã hủy bỏ hộ chiếu của ông. Ev Bumgardner vừa trở lại Sài gòn làm phụ tá cho Colby cũng xin cho Châu được đi tị nạn nhưng Bunker từ chối.

Vann không chịu nổi việc phải bỏ mặc Châu: không phải chỉ đơn giản là vấn đề tình bạn. Với Vann, Châu vẫn tiêu biểu cho "mẫu người Việt Nam tốt" theo cái nhìn từ trước của ông, một biểu tượng cho một xã hội tiến bộ, đâu ra đó mà ông và Bumgardner, Doug Ramsey, Frank Scotton, và Dan Ellsberg vẫn muốn tạo ra ở Nam Việt Nam. Ông biết rằng Châu không phải là Cộng sản hoặc gián điệp Cộng sản cho dù Châu có thể cố lợi dụng Hiền tới đâu đi nữa, cũng như Hiền cố gắng lợi dụng Châu trong cuộc chiến này, cuộc chiến mà anh lợi dụng em và em lợi dụng anh. Bumgardner cũng có cảm tưởng như vậy. Vann tìm cách lập mưu đưa lén Châu sang Campuchia. Châu có thể sẽ từ đó đi Pháp hoặc Hoa Kỳ. Vann đã biết lái trực thăng do ông Bảo phi công chỉ cho mình. Ông sẽ lái trực thăng đưa Châu đến một làng đánh cá gần nhất bên Campuchia phía trên Vịnh Thái Lan và ngừng ở trên không ngoài khơi trong lúc Châu leo xuống một cái xuồng cao su và chèo vào trong làng.

Vann kiếm được cái xuồng, loại bơm phồng lên được trong giây lát của không quân phát cho phi công và dượt trước bằng cách lái trực thăng một mình. Vào giờ đã định trước, Bumgardner lái xe đưa Châu tới chỗ trực thăng đậu ở Tân Cảng, một cảng quân sự mà Westmoreland đã cho xây dựng trên sông Sài gòn. Vann gặp hai người và đưa Châu xuống Cần Thơ bằng trực thăng. Bác sĩ Merrill "Bud" Shutt, một người bạn thân khác của Vann hồi ở vùng III lúc ấy đang làm Giám đốc Y tế cho CORDS ở vùng IV, đồng ý cho Châu được nương náu trong căn nhà của ông ở tại một trong các khu nhà của CORDS ở Cần Thơ.

Nếu Châu để cho Vann làm xong cái kế hoạch ấy, sự nghiệp của Vann ở Việt Nam chắc chắn là phải chấm hết. Thiệu có thể sẽ quá giận dữ vì bị gạt đến độ ông có thể yêu cầu trục xuất Vann. Cảnh sát đã theo dõi Bumgardner và Châu tới tận cổng vào Tân Cảng và thấy Bumgardner lái xe ra một mình. Biết được tình bạn của họ, người ta đoán ra được câu chuyện cũng không khó lắm. Sau vài ngày do dự và suy tư, Châu quyết định rằng nếu ông bỏ trốn, ông sẽ mặc nhiên công nhận lời Thiệu tố cáo ông là Cộng sản. Nếu ông ở lại và phủ nhận lời tố cáo ấy rồi đi vào tù, ông sẽ trở thành một kẻ hy sinh vì nghĩa lớn và vẫn còn giữ được tương lai chính trị ở Nam Việt Nam. Vann và Châu đã tranh luận với nhau rất gay gắt ở trong căn nhà tại Cần Thơ, Vann bảo Châu là đồ khùng, rằng Thiệu sẽ còn vững lâu vì Hoa Kỳ còn ủng hộ ông ta và Châu sẽ bị tù lâu. Châu đã hành động theo số phận. Ông bảo Vann đưa ông về Sài gòn và trốn tránh trong một thời gian. Sau đó ông đến văn phòng mình tại trụ sở Hạ Nghị Viện, cũng là nơi trước đó Quốc hội của Diệm đã họp và là Nhà hát lớn Sài gòn đời Pháp, để chờ cảnh sát đến bắt.

Bunker lại gọi Vann tới tòa Đại sứ khi nghe biết vụ Vann đã giấu Châu. Lần này Bunker tỏ ra lạnh lùng, lạnh như nước đá mỗi khi ông giận dữ. Ông nói: "Nếu là bất cứ ai khác ngoài anh ra, thì họ đã phải rời khỏi xứ này rồi. Tôi đã cảnh cáo anh một lần thế mà lại xảy ra một lần nữa. Không thể có lần thứ ba được đâu nhé. Lần thứ ba là anh phải đi thôi, dù anh có làm việc giỏi thế nào đi nữa cũng vậy, và anh đã làm một công việc rất cừ khôi ở đây".

The Daily Journal

Printed at Elizabeth, N.J.
Founded 1779 as The New Jersey Journal
Tuesday Evening, June 11, 1974

Dean A. Kress, Publisher
Joseph S. Jennings, Editor

Error of opinion may be tolerated where reason is left free to combat it. — Thomas Jefferson

Saigon Releases Peace Advocate

Congress' votes on Viet aid force Thieu to free opponent

Congressional opposition to voting further aid to the corrupt military tyranny that rules South Vietnam forced the Saigon government to dramatic new peace advocate and a Thieu critic was he arrested.

A large number of the younger, idealistic Americans serving in Vietnam were outraged by the

Toà án mặt trận tuyên án Trần Ngọc Châu 10 năm tù. Mặc dầu bản án vi hiến đã bị Tối Cao Pháp Viện phán quyết tiêu hủy ngay từ đầu, Dân biểu Châu vẫn bị giam giữ gần năm năm. Mãi đến khi TT Thiệu không thể cưỡng nổi áp lực từ Quốc Hội và công luận Mỹ, ông Châu mới được trả tự do tạm và chỉ định nơi cư trú.

Và không bao lâu sau, là sự sụp đổ của miền Nam Việt Nam.

Hình trên là bản tin trên báo The Daily Journal, số ra ngày 11 tháng 6, 1974 loan tin và bình luận về việc Quốc Hội Mỹ bỏ phiếu chi viện cho Việt Nam buộc Thiệu phải trả tự do cho người chủ trương giải pháp hoà bình".

5 Năm sau vụ án:
Saigon Trả Tự Do Cho
Người Đưa Giải Pháp Hoà Bình

*Quốc hội Mỹ bỏ phiếu chi viện Việt Nam
buộc Thiệu phải trả tự do cho đối lập.*

(The Daily Journal.
Số ra ngày 11/6/1974, buổi chiều)

Việc Quốc hội Mỹ không chịu bỏ phiếu chi viện thêm cho chính quyền độc tài và thối nát của miền Nam Việt Nam đã buộc chính quyền Sàigòn phải có một sự chuyển biến đột ngột về vụ Dân biểu Trần Ngọc Châu. Các khó khăn hiện nay của Tổng Thống Nixon hiển nhiên đã thúc dục các thành viên trong chính phủ Nguyễn Văn Thiệu là chính quyền Việt Nam phải ngả theo quan điểm của Quốc hội Mỹ trong hai lãnh vực: một là họ không nên quá đòi hỏi trong các cuộc thương thuyết với Cộng Sản và hai là họ phải bớt đàn áp các phe đối lập không Cộng Sản nếu như còn muốn tiếp tục được Mỹ viện trợ.

Kết quả là Thiệu đã phải ngưng những vụ sách nhiễu đối với phái đoàn Cộng Sản thuộc phe bốn bên. Mới đây chính quyền Sàigòn đã cho lệnh cấm họ quan hệ với báo chí cũng như cắt đường dây điện thoại của họ. Giờ thì các bên thương thuyết may ra mới có thể bàn bạc nghiêm chỉnh hơn.

Tuần vừa qua Thiệu cũng đã trả tự do cho một lãnh tụ rất có uy tín là Trần Ngọc Châu. Việc trả lại tự do cho ông Châu chẳng khác nào chấn chỉnh lại một trong những sự nhũng loạn tệ hại nhất của chính quyền Sàigòn và cũng là một trong những vụ ấm ở nhất trong quá trình tham chiến của người Mỹ tại Việt Nam.

Là một cựu sĩ quan Việt Minh từng chiến đấu chống thực dân Pháp, ông Châu đã rời bỏ hàng ngũ Cộng Sản và bằng khả năng của chính mình đã trở thành một Tỉnh Trưởng; làm Thị trưởng Đà Nẵng, thành phố lớn thứ nhì tại miền Nam Việt Nam; chỉ huy chương trình Bình Định Nông Thôn; và sau cùng là nhân vật thứ ba trong Hạ Viện của Việt Nam Cộng Hòa.

Năm 1965, sau nhiều năm xa cách, ông Châu đã được anh ruột của mình, một người Cộng Sản tên là Hiền bắt liên lạc và yêu cầu xin được tiếp xúc với các viên chức cao cấp của người Mỹ. Ông Châu đã làm theo lời anh mình yêu cầu.

Đến năm 1969 ông Châu, trước giờ vẫn là một người đồng quan điểm chính trị với Thiệu, lại quay ra chủ trương theo đuổi một giải pháp hòa bình, có tính đến việc để cho Mặt Trận Giải Phóng cùng tham gia về mặt chính trị.

Kết quả là Châu đã bị bắt và đúng là bị lôi tuột ra khỏi Quốc hội Việt Nam Cộng Hòa vì tội móc nối với anh ruột của mình là Hiền. Như John Paul Vann, một viên chức cao cấp của Mỹ tại Việt Nam, đã từng điều trần trước Thượng viện khi ông còn sống, thì các cuộc liên lạc của ông Châu với anh mình đều được người Mỹ đồng ý và tiếp đó được báo cáo lại cho chính phủ Việt Nam ngay từ năm 1965. Nhưng chỉ đến khi ông Châu xoay ra chủ trương một giải pháp hòa bình và trở nên một người chỉ trích đường lối chính sách của Thiệu thì ông ta mới bị bắt giam.

Một số đông người Mỹ trẻ tuổi và có phần lý tưởng, trong khi làm việc tại Việt Nam, đã rất lấy làm căm phẫn về việc người Mỹ không chịu bảo vệ ông Châu sau khi khuyến khích việc làm của ông ta. Đại sứ Ellsworth Bunker, người chọn giải pháp chiều theo ý chính phủ Thiệu, đã ra chỉ thị nghiêm ngặt cấm các giới chức Mỹ làm việc ở Việt Nam không được bàn tán gì về vụ án đó.

Trước khi bị bắt không lâu, ông Châu đã nói những lời sau với một viên chức người Mỹ lúc đó còn ít được người ta biết đến, tên là Daniel Ellsberg: "Nước Mỹ có bổn phận hỗ trợ cho nền dân chủ tại Việt Nam. Người Mỹ phải nói rõ để các Tướng lãnh Việt Nam hiểu rằng Mỹ sẽ ủng hộ nguyên tắc cùng sự thực thi hiến pháp đương thời tại miền Nam Việt Nam. Ngay bây giờ thì có phần nguy hiểm cho tôi, vì là một thành viên của lập pháp mà lại tìm cách cải tổ và thay đổi một số mặt trong chính quyền trung ương. Hẳn anh còn nhớ việc người ta ám sát một thành viên có tiếng trong Quốc hội lập hiến...

"Đối với tôi có điều rất quan trọng là tôi phải biết chắc rằng Hoa Kỳ sẽ hậu thuẫn không phải riêng cho cá nhân tôi mà là cho các nguyên tắc về chính quyền pháp định nếu như có chuyện gì không may xảy ra cho tôi. Có nhiều người như tôi nữa lại còn sẵn sàng cả hơn tôi để thử thời vận và tìm cách cải tổ cái chế độ này nếu như họ tin rằng Hoa Kỳ sẽ hậu thuẫn cho một hệ thống hoạt động dựa vào hiến pháp".

Nếu Hoa Kỳ hậu thuẫn cho hệ thống lấy hiến pháp làm cơ sở theo như lời ông Châu đã từng nói thì sự hy sinh của 55.000 binh sĩ Mỹ chết trận tại Đông Dương cùng hàng trăm ngàn người khác bị thương tật cũng không đến nỗi uổng công. Bởi xét cho cùng thì những sự hy sinh đó cũng không làm gì khác hơn là bảo toàn quyền lực cho một chế độ độc tài quân sự thối nát, kết hợp những nét đặc trưng tệ hại nhất kiểu một nước Cộng Hòa độc tài Trung Mỹ và cách làm ăn kiểu Mafia.

Nếu như ta cứ tiếp tục nhắm mắt mà ủng hộ nhóm chính trị ở Sàigòn do Thiệu lãnh đạo, một mực cứ chống đối việc tìm ra giải pháp hòa hợp với phe Cộng Sản thì chúng ta sẽ kẹt cứng với một nguồn viện trợ bất tận và một cuộc chiến tranh cũng bất tận. Cho dù binh sĩ Mỹ không còn chiến đấu tại Việt Nam nhưng chỉ bằng cách xử dụng áp lực kiểu như Quốc hội Mỹ vừa mới làm một cách gián tiếp đối với vụ của Dân biểu Châu, nhân danh những lực lượng chính trị đại diện cho đa số người dân Việt Nam thì may ra mới có cơ đi đến hòa bình."

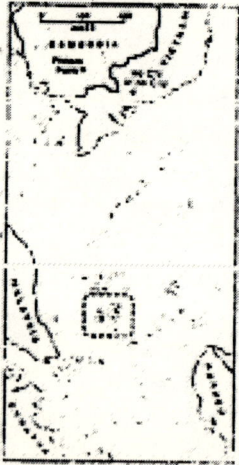

Los Angeles Times, Thursday, June 14, 1979

"Tran Ngoc Chau, a former South Vietnamese national assemblyman who became a cause celebre in the United States when he was jailed by the Saigon government during the war and was later imprisoned by the Communists, has escaped and is now a refugee on an island in the South China Sea."

10 Năm Sau Vụ Án: Người Tù Cộng Sản thành Thuyền Nhân Định Cư ở Mỹ

Sau gần 5 năm nằm trong nhà tù cộng hoà, không bao lâu sau, Trần Ngọc Châu lại lãnh thêm gần 3 năm trong nhà tù cộng sản.

Sau khi quân Bắc Việt chiếm đóng Miền Nam, công an cộng sản đến nhà bắt Trần Ngọc Châu đi "học tập" rồi giam giữ ba năm (ngược lại với tuyên bố chính thức của Cộng sản trước đó rằng "nguỵ quân và nguỵ quyền" đã rời khỏi quân đội và chính quyền trước năm 1972 -trước ngày ký Hiệp định Paris tháng Giêng 1973-khỏi phải trình diện học tập.)

Ra khỏi trại tù cải tạo của cộng sản cuối năm 1978, ông Châu cùng vợ và 5 con đã vượt biển đến Hoa Kỳ vào cuối năm 1979.

Báo chí và truyền hình Hoa Kỳ đã bày tỏ nhiều tình cảm với ông Châu và gia đình ngay khi họ vừa tới được đảo tị nạn. Sau đây, chỉ xin trích dẫn bài viết trên hai tờ nhật báo lớn nhất tại Miền Tây và Miền Đông nước Mỹ.

Trang bên là bài báo của Los Angeles Times ngày Thứ Năm 14 tháng 6, 1979 với tựa đề *"Người Tù Việt Nổi Tiếng Vượt thoát đến Đảo Tị Nạn..."*

Và tiếp theo là bài báo của The New York Time.

Chau Was a Model Ally of U.S. Who Ran Afoul of Thieu Regime

Special to The New York Times

VAN NUYS, Calif. — Tran Ngoc Chau was the good Vietnamese. In a South Vietnam where every American official had to admit, however reluctantly and privately, that most of the Vietnamese officials with whom he dealt were corrupt, incompetent, or both, Mr. Chau was an exception.

The son of an upper-class family, he had the equally rare distinction for a South Vietnamese of having fought the French for four years with Ho Chi Minh's Viet Minh and then coming over to the anti-Communist side to serve as an army officer and provincial governor. He won a seat in the National Assembly in 1967 in one of the few unrigged contests in the history of the country.

In the early and mid-1960's the Central Intelligence Agency regarded his pacification programs as models and financed and imitated them. The American Embassy found his political information valuable. That a man like Mr. Chau would fight on the Saigon side helped to justify the war for those Americans who knew him. Then, in 1968, he decided that his country had suffered enough and that it was time to make peace.

Mr. Chau says he was convinced in 1968 that the Communists were so weakened by losses in their surprise offensive at Tet, the Lunar New Year holiday, that the Buddhists and other religious sects in the south could band together and hold their own after a cease-fire, without the presence of the United States Army. He used his brother, a senior Communist intelligence officer, as an intermediary with Hanoi to try to set himself up as the man who could negotiate a peace.

Jailed by Friend Named Thieu

Ambassador Ellsworth Bunker denounced Mr. Chau as a Communist agent to other Vietnamese politicians in an outburst overheard by another American, but which Mr. Bunker says he does not remember. One of Mr. Chau's former friends, Nguyen Van Thieu, the last of the American-backed strongmen in Saigon, ordered him thrown into jail in February 1970 for four and a half years.

The C.I.A. station chief declined ap-

Tran Ngoc Chau

peals from Mr. Chau's American friends to save him. Suspicious of Mr. Chau's motives because of his contacts with his brother, the C.I.A. ruled that its collaboration with him had created no obligations.

On April 29, 1975, when the American presence in Vietnam had dwindled to a few landing pads and a string of helicopters, the United States abandoned Mr. Chau and many other Vietnamese to what Richard M. Nixon and other Presidents had predicted for decades would be a "bloody reign of terror."

In the middle of the night six weeks after their triumph, the Communists arrested Mr. Chau. There was no bloodbath, but he was kept in a "re-education camp" and prisons for two years and 70 days before being released under surveillance.

He escaped from Ho Chi Minh City, the new name for Saigon, last February, buying places for himself and his family on a Chinese refugee boat and, after being marooned on an Indonesian island for months, reached California in November.

CHÂU LÀ MỘT ĐỒNG MINH MẪU MỰC CỦA HOA KỲ NGƯỜI TỪNG LÀM ĐIÊN ĐẢO CHẾ ĐỘ THIỆU.

The New York Times,
Monday, January 14, 1980.

Đặc biệt của báo New York Time

VAN NUYS, California. -- Trần Ngọc Châu là người Việt Nam tốt. Vào một thời mà ở miền Nam Việt Nam mọi viên chức Hoa Kỳ đều phải thừa nhận, cho dù một cách miễn cưỡng và kín đáo, rằng nếu như phần lớn các viên chức Việt Nam mà họ có dịp quan hệ đều hoặc là tham nhũng, hoặc là bất tài, hoặc cả hai, thì ông Châu là một ngoại lệ.

Xuất thân từ một gia đình thượng lưu, ông ta đã nổi bật một cách hiếm hoi đối với dân miền Nam là ông đã từng chiến đấu chống Pháp nhiều năm liền trong hàng ngũ Việt Minh của Hồ Chí Minh, rồi sau đó mới bước qua phe chống Cộng với cương vị một sĩ quan trong quân đội và một Tỉnh Trưởng. Ông ta thắng cử vào Quốc hội năm 1967 trong một kỳ bầu cử thuộc loại không có gian lận ở miền Nam thời đó.

Vào đầu và giữa thập niên 1960, cơ quan CIA đánh giá các chương trình bình định của ông ta như là mẫu mực và do đó đã tài trợ cũng như mô phỏng theo đó mà thiết lập một loạt các chương trình bình định nông thôn. Phía Sứ Quán Hoa Kỳ lại đánh giá cao về mặt chính trị các ý kiến do ông cung cấp. Việc có những người như ông Châu đứng về phía chính quyền Sàigòn thời đó đã khiến cho những người Mỹ trực tiếp biết đến ông ta đều nghĩ rằng cuộc chiến của những người Quốc gia ít ra cũng có chính nghĩa. Thế rồi vào năm 1968 ông ta cho rằng đất nước mình đau khổ như thế cũng là đủ rồi, và đã đến lúc cần phải nói chuyện hòa bình.

Ông Châu nói rằng ông ta tin tưởng vào năm 1968 là Cộng Sản bị suy yếu do vụ Tết Mậu Thân đến mức mà phe Phật Giáo cũng như các giáo phái khác tại miền Nam đã có thể kết hợp lại với nhau để tiếp tục đứng vững sau một cuộc ngưng bắn, cho dù là không còn sự hiện diện của người Mỹ. Ông ta nhờ người anh ruột của mình, một sĩ quan tình báo cao cấp của Cộng Sản, làm trung gian với Hà Nội để chấp nhận ông ta làm người đứng ra thương thảo về giải pháp hòa bình.

Bị một người bạn tên là Thiệu bỏ tù.

Trong một cơn nóng giận, Đại Sứ Bunker tố cáo ông Châu trước một số các chính khách Việt Nam thời đó là một điệp viên Cộng Sản. Có một người Mỹ khác cũng nhớ là có nghe điều đó; thế nhưng ông Bunker sau này lại nói là không nhớ. Một trong các bè bạn cũ của ông Châu là Nguyễn Văn Thiệu, người cuối cùng ở Sàigòn được Mỹ ủng hộ. Thiệu ra lệnh tống giam ông Châu vào tháng 2 năm 1970. Ông Châu nằm tù bốn năm rưỡi.

Người cầm đầu CIA ở Sàigòn từ chối đề nghị của bạn bè người Mỹ của ông Châu để cứu đương sự. CIA thấy Châu liên hệ với anh ruột mình là Cộng Sản nên đã có ý nghi ngờ, và coi các mối liên hệ trước đó của CIA với ông Châu là chuyện cũ, chuyện đã qua, chẳng có nợ nần trách nhiệm gì với nhau nữa.

Ngày 29 tháng 4 năm 1975, khi sự hiện diện của Hoa Kỳ ở miền Nam rút lại chỉ còn có vài bãi đáp và mấy chục cái trực thăng thì người Mỹ phó mặc ông Châu cùng nhiều người Việt Nam khác cho cái mà Richard M. Nixon cùng các Tổng Thống Mỹ khác từng tiên đoán từ lâu là một sự "thống trị bằng máu và khủng bố".

Sáu tuần lễ sau khi Cộng Sản thôn tính miền Nam, bọn họ cho người đến bắt ông Châu vào lúc nửa đêm. Không có chuyện tắm máu, nhưng ông ta bị đưa vào "trại cải tạo", nằm tù hai năm hai mươi ngày. Được thả ra, ông Châu còn bị quản chế. Tháng hai vừa qua ông ta đã cùng vợ con trốn thoát Việt Nam trên một chuyến tàu chở người vượt biên gốc Hoa, và sau khi lây lất mấy tháng liền trên một hải đảo ở Nam Dương, ông Châu và gia đình đã đến California vào tháng 11 vừa rồi./.

Vì Sao Việt Nam Vẫn Là Bài Học?

Nguyễn Xuân Nghĩa
viết về sách "Why Vietnam Matters" (*)
của Rufus Phillips

Trong dịp Hoa Kỳ "đổi ngôi" - bầu lên Tổng thống mới - người ta nên tìm đọc một cuốn sách vừa xuất bản tại Mỹ.

Đó là cuốn "Why Vietnam Matters" của Rufus Phillips, do Naval Institute Press ấn hành và đang được quảng bá trong dư luận Hoa Kỳ. Tiểu đề của cuốn sách còn đáng làm chúng ta chú ý hơn: "An eyewitness account of lessons not learned". Những bài học mà người Mỹ chưa hiểu. Do một người trong cuộc ghi nhận tận mắt khi phục vụ chiến trường Việt Nam ở tuổi thanh niên, hơn nửa thế kỷ về trước.

Hãy bóc lịch sớm một chút, để mường tượng ra hoàn cảnh của nhiều thanh niên Mỹ - chiến binh hay nhân viên ngoại giao chính trị - tại Afghanistan năm 2002 hay Iraq năm 2003, thì ta hiểu vì sao bài học Việt Nam vẫn là cần thiết. Và cuốn "Why Vietnam Matters" là hồi ký nên đọc.

*

Người trong cuộc, tác giả Rufus Phillips, là nhân viên tình báo Hoa Kỳ được gửi qua phục vụ tại Việt Nam từ mùa Thu năm 1954, khi Pháp chưa rút hẳn, Mỹ chưa nhập cuộc và miền Nam Việt Nam chưa biết có tồn tại hay không. Một thanh niên 24 tuổi đầy lý tưởng, tốt nghiệp từ một Đại học uy tín của Mỹ, được thả vào một "rọ cua" để cố vấn cho một chính quyền chưa thành hình tại miền Nam, trong một chiến lược cũng chưa định hình của Hoa Kỳ tại Đông Dương. Ông được thả vào để chưa chặn đường Việt Minh hay Việt Cộng thì đã phải đấu trí với... Pháp!

Chính quyền "đồng minh" này chưa muốn rút khỏi miền Nam và còn tìm mọi cách gây bất ổn để lật đổ Thủ tướng Ngô Đình Diệm! Trong khi Hà Nội chuẩn bị tiếp thu hay giải phóng miền Nam sau Genève 1954 thì tại chỗ, tình báo Mỹ và quân đội Pháp chọc phá nhau chung quanh Sài gòn. Đệ nhất Cộng Hoà ra đời trong cảnh tranh tối tranh sáng ấy.

Nhìn về chuyện mình, trong dịp tưởng niệm ngày một tháng 11 - mỉa mai thay, lại được gọi là "Quốc khánh" của Việt Nam Cộng Hoà, đời thứ hai - những người còn quan tâm đến Việt Nam Cộng Hoà đầu tiên, của chính quyền Ngô Đình Diệm, càng nên tìm đọc cuốn hồi ký của Rufus Phillips. Ông là một người Mỹ hiếm hoi đã đánh giá rất đúng Tổng thống Ngô Đình Diệm, với sự kính trọng và thương cảm, và cố gắng cưỡng lại bánh xe oan nghiệt của lịch sử là vụ đảo chánh ngày một tháng 11 năm 1963.

Không chỉ muốn cứu mạng ông Diệm, Rufus Phillips còn muốn cứu vãn sự đổ vỡ của chiến lược Hoa Kỳ tại Việt Nam.

Năm 1963 đó, tác giả mới 34 tuổi, với cấp bực còn thấp và lời trần tình không thể vượt qua những suy tính mù quáng của lãnh đạo, từ trong tòa Bạch Cung qua bộ Ngoại giao, bộ Quốc phòng và cơ quan CIA. Lãnh đạo Hoa Kỳ ở tại Mỹ không hiểu gì về thực tế tại Việt Nam và theo đúng cách "chỉ thượng đàm binh", họ luận việc binh và viết kế hoạch trên giấy mà không đếm xỉa gì đến quan điểm hay ý kiến của những người đang phục vụ tại chỗ.

Đấy là một bài học đầu tiên về sự thảm bại tại Việt Nam. Nhân viên Rufus Phillips nhìn ra chuyện ấy khi được trực tiếp trình bày sự việc Việt Nam với Tổng thống John Kennedy, trước sự khó chịu của các nhân vật đang lãnh đạo cuộc chiến Việt Nam tại Thủ đô Hoa Kỳ! Nhưng vì sao một nhân viên tình báo đang phục vụ ở tại chỗ - trên nguyên tắc phải là tai mắt của hệ thống lãnh đạo ở nhà và trước nhất là của thượng cấp - lại

không đệ đạt được quan điểm của mình lên cấp trên?
Chỉ vì nước Mỹ ba đầu sáu tay.
Và ba đầu sáu tay ấy luân phiên đánh nhau!

*

Từ trên cùng, một bậc trưởng thượng của đảng Dân Chủ và tiếng nói có thế giá của Chính quyền Kennedy là ông Averell Harriman, Phụ tá Ngoại trưởng đặc trách Viễn đông từ 1961 đến 1963. Ông chỉ đạo việc thương thuyết Hiệp định Genève 1962 nhằm trung lập hoá nước Lào và không thể chấp nhận được rằng Chính quyền Ngô Đình Diệm - mà ông cho là do Hoa Kỳ nặn ra - lại chống lại việc trung lập hoá đó. Với Harriman, chế độ tầm thường mà ngang bướng này không đáng tồn tại.

Trong quan điểm ấy, Harriman đối nghịch hẳn với lập trường của Tổng trưởng Quốc phòng Robert McNamara và Tướng Maxwell Taylor, anh hùng của quân đội và Đại sứ Hoa Kỳ tại Sàigon từ 1964 đến 1964. Trong vụ quyết định đảo chính ông Diệm, hai nhân vật này tại Thủ đô có chung một lập trường, nhưng Maxwell Taylor còn góp phần giảm thiểu vai trò của quân đội (Uỷ ban Tham mưu Liên quân) giúp McNamara trở thành nguồn ý kiến duy nhất cho Tổng thống Kennedy về cuộc chiến tại Việt Nam, là chuyện về sau.

Nhưng chưa hết! Trên chính trường Hoa Kỳ, Nghị sĩ Henry Cabot Lodge của tiểu bang Massachusetts từng là một đối thủ của Nghị sĩ John Kennedy và đứng phó cho Richard Nixon trong cuộc tranh cử Tổng thống năm 1960. Tổng thống Kennedy gửi ngôi sao sáng này của đảng Cộng Hoà qua Sàigon làm Đại sứ từ tháng Tám năm 1963, để cho thấy tính cách "lưỡng đảng" của chính sách Hoa Kỳ tại Việt Nam. Thực tế có thể là để Đại sứ Lodge cùng "dính chấu" trong vụ đảo chánh, và Cabot Lodge hoàn thành nhiệm vụ một cách mỹ mãn vì thực tế vẫn chưa hiểu gì về nội tình Việt Nam và có ác cảm không gì vượt qua nổi với chính quyền Ngô Đình Diệm.

Là người cao ngạo chẳng thua kém gì Robert McNamara hay Averell Harriman ở nhà, Đại sứ Lodge còn được Tổng thống Lyndon Johnson đưa trở lại Sàigon từ năm 1965, và hoàn tất nốt nhiệm vụ lưỡng đẳng là sau khi lật đổ chính quyền Ngô Đình Diệm, thì đưa quân vào Mỹ hoá cuộc chiến!

*

Phục vụ tại Việt Nam từ 1954 đến 1957 rồi bên Lào từ đó qua suốt năm 1959, và lại trở về Việt Nam từ 1960 đến 1963, tác giả Rufus Philllips còn nhìn ra nhiều bài học khác ngay trong tổ chức tình báo mà ông phục vụ.

Hoa Kỳ thiếu kinh nghiệm về hình thái chiến tranh kết hợp cả quân sự lẫn chính trị và cố gắng đi tìm một chiến lược thích hợp. Việc tìm kiếm ấy dẫn tới xung đột về quan điểm của những người trong cuộc, của các nhân viên CIA được phái qua giúp đỡ các chính quyền Đông Dương. Mỗi cố vấn trong phái bộ Hoa Kỳ lại có một "thân chủ" hay lá bài riêng, là các giới chức bản xứ được họ tin cậy hay yểm trợ. Mâu thuẫn quan điểm hoặc xung đột vì những lý do rất cá nhân giữa các cố vấn hay người đỡ đầu khiến các "thân chủ" này đấu tranh với nhau, và phe nào cũng tin rằng mình được Mỹ giúp!

Chế độ Ngô Đình Diệm chết kẹt trong những xung đột ấy!

Được tin đó, Tổng thống John Kennedy đứng bật dậy với vẻ bàng hoàng thất sắc. Hai ngày sau khi hai anh em ông Diệm và ông Nhu bị hạ sát, mùng bốn tháng 11 năm 1963, ông đọc vào máy ghi âm lời phát biểu sau đây, mãi tới năm 1998 mới được phép công bố:

"Tôi nghĩ rằng mình phải chịu phần lớn trách nhiệm ngay từ đầu với công điện [gửi qua Sàigòn] đầu tháng Tám trong đó mình gợi ý ra cuộc đảo chánh. Theo sự phán xét của tôi thì công điện ấy được soạn thảo cẩu thả, đáng lý không nên gửi đi hôm Thứ Bảy. Tôi không nên đồng ý với công điện trước khi hội họp và tham khảo ý kiến của McNamara và Taylor. Tôi bị chấn động vì cái chết của Diệm và Nhu. Mấy năm về trước tôi đã gặp Diệm với Thẩm phán [Tối cao Pháp viện] Douglas. Ông Diệm là nhân vật đặc biệt và dù có thể trở thành khó xử trong mấy tháng cuối, vẫn là người đã lèo lái được quốc gia trong cả chục năm và gìn giữ được độc lập cho xứ sở trước những hoàn cảnh rất ngặt nghèo. Cái lối ông ta bị giết càng làm vụ này thêm đáng tởm. Vấn đề bây giờ là liệu các tướng [Việt Nam] có thể ngồi cùng nhau mà lập ra một chính quyền ổn định hay là trong một tương lai không xa dư luận của Sài gòn, của trí thức, sinh viên, v.v... sẽ lại tấn công chính quyền này là độc tài và thiếu dân chủ."

Đọc lại những lời đó, chúng ta lại ngậm ngùi cho Đệ nhất Cộng hoà, và anh em ông Diệm.

*

Nếu có thể vượt qua được sự tò mò về chuyện thanh toán chính quyền Ngô Đình Diệm, với rất nhiều chi tiết thương tâm và đau lòng, người đọc còn biết thêm về những xoay trở của Hoa Kỳ trong việc "bình định" nông thôn miền Nam, hay "xây dựng dân chủ" như cách người ta gọi và có thể thấy sau này tại Iraq và Afghanistan.

Tác giả là người đứng ở tuyến đầu, dưới ruộng, của việc xây dựng và thi hành chiến lược bình định nên vừa mô tả thực trạng miền Nam vừa rút kinh nghiệm về tiến trình yểm trợ đồng minh của Hoa Kỳ. Một bài học ông ghi lại và nhắc tới nhiều lần, là phải thấu hiểu và kính trọng những người chúng ta muốn yểm trợ. Trước hết là Hoa Kỳ chỉ nên yểm trợ mà thôi!

Trong phần mô tả và hồi tưởng, Rufus Phillips vẽ ra chân dung sống động của các nhân vật của CIA đã trở thành huyền thoại trong những năm đầu của chiến tranh Việt Nam, như Edward Lansdale, Lucien Conien, hay John Richardson, trưởng lưới CIA tại Sài gòn trong các năm 1962-1963.

Năm đó, Lansdale bị kẹt ở bên Mỹ nên không thể cứu được ông Diệm. Năm đó. Lou Conien xúi giục các tướng VN lật đổ ông Diệm và khi cuộc đảo chánh khởi sự, ông ngồi ở trong Bộ Tổng tham mưu! Ly kỳ và bi thảm không thua gì chuyện Lansdale không cứu được ông Diệm là việc Richardon bị triệu hồi vì cố gắng bênh vực chính quyền Diệm và ông Ngô Đình Nhu. Ông bị rút về vì vỏ bọc CIA bị báo chí Mỹ bóc phăng, mà có thể do chính Đại sứ Lodge ngầm tiết lộ!

Quân mình phá quân ta, làm đồng minh bị bức tử! Những chi tiết đau lòng ấy chưa thấm vào đâu nếu người đọc so sánh với tác phong và hành động của các Tướng tá Việt Nam, trước, trong và sau vụ đảo chánh và ám sát ông Diệm! Bi thảm và nhục nhã!

Cũng xuyên qua hiện tượng "ba đầu sáu tay" đánh nhau chí chạp trong những vụ đấu đá ủy nhiệm - các thân chủ Việt Nam diệt nhau vì ảnh hưởng của các cố vấn ở đằng sau - người đọc còn có cơ hội nhìn lại một vụ thanh toán tương tự. Đó là vụ Tổng thống Thiệu ngang nhiên bắt giữ và xử án một bạn thân mà ông nghĩ là đối thủ, đó là Dân biểu Trần Ngọc Châu.

Vụ án xảy ra năm 1969, một năm sau trận Mậu Thân 68!

Vì mục tiêu duy trì ổn định cho chế độ của Thiệu, đồng thời cũng cô lập ông Thiệu trong thế suy yếu, Hoa Kỳ không hề lên tiếng can thiệp hay can ngăn khi ông loại bỏ một đối thủ là Dân biểu Trần Ngọc Châu, Tổng thư ký của Hạ viện. Hai người vốn là bạn thân, đồng khoá và đồng ngũ từ rất lâu cho tới khi ông Châu ra khỏi quân đội với rất nhiều thành tích và bước vào nghị trường với nhiều triển vọng chính trị.

Trần Ngọc Châu là người mà tác giả Rufus Phillips biết rõ và rất quý trọng vì ông am hiểu hình thái chiến tranh của Cộng sản sau khi đã tham gia kháng Pháp trong hàng ngũ Việt Minh ở vào tuổi thanh niên. Xuyên qua cuốn sách "Why Vietnam Matters", người đọc có một chân dung khác về nhân vật này.

Sai lầm của ông Châu không phải là đề nghị một giải pháp chính trị khác biệt với ông Thiệu, khi ông dự trù là Mỹ sẽ rút. Trong cuộc tiếp xúc với người anh ruột bên hàng ngũ Cộng sản, hai anh em đều cố tranh thủ lẫn nhau trong hoàn cảnh đấu tranh chính trị lồng vào khuôn khổ gia đình, ông Châu đã báo cho phía Hoa Kỳ biết. Cái sai chết người của ông Châu cũng như của Lansdale -kiến trúc sư của Đệ Nhất Cộng Hoà đồng thời cũng là người thu xếp bầu cử làm ra hiến pháp và quốc hội cho Đệ Nhị Cộng Hoà- là bướng bỉnh cố lội ngược dòng nước. Chính Lansdale và trợ thủ của ông, tác giả Rufus Phillips đã tổ chức huấn luyện các ứng cử viên cho quốc hội Đệ Nhị Cộng Hoà. Họ muốn có một nền dân chủ thật sự mang lại chiến thắng toàn diện cho miền Nam, trong khi các xếp của họ chỉ muốn thứ dân chủ hình thức, ổn định tức thời, chiến thắng ngắn hạn để cầu hoà với cộng sản rồi rút. Chính cái sai này đã khiến Lansdale người định hình cho quốc hội VNCH và Trần Ngọc Châu, tổng thư ký của cái quốc hội ấy bị triệt hạ.

Được Đại sứ Mỹ Bunker bật đèn xanh và CIA mách nước, ông Thiệu bắt người anh cộng sản của ông Châu. Lấy lý cớ Trần Ngọc Châu tiếp xúc với địch, ông cho người vào bắt Tổng thư ký Hạ viện ngay trong Quốc hội và dựng lại Toà án Mặt trận để tuyên xử ông Châu, bất chấp phản ứng của Quốc hội Lưỡng viện và phán quyết của Tối cao Pháp viện.

Suốt giai đoạn ấy, từng chi tiết của vụ xử án Trần Ngọc Châu được truyền thông Mỹ loan tải hàng ngày. Và bên trong, những người Mỹ biết rõ việc làm của ông Châu thì muốn can thiệp, lại gặp sự cản trở của chính Đại sứ Bunker, dù Bunker biết rõ là Trần Ngọc Châu vô tội!

Thêm một lần nữa, Hoa Kỳ ba đầu sáu tay đã lại đánh nhau đằng sau hậu trường. Ngoài tiền trường sân khấu, có người vào tù!

May mà không bị giết như anh em ông Diệm ông Nhu...

Ông Trần Ngọc Châu bị giam cho tới khi miền Nam sắp thất thủ và sau đó bị Cộng sản cho đi học tập cải tạo. Người anh của ông thì bị đuổi khỏi đảng và bị kỷ luật nặng vì đã tiếp xúc với người em để bị "Nguỵ" bắt giữ!

Cách cư xử của người quốc gia quả là có khác: sau này, khi cả hai người đều lưu vong trên đất Mỹ, ông Thiệu tự ý liên lạc lại với ông Châu và đến thăm viếng tận nhà để nối lại tình bạn sau một giai đoạn cực kỳ nhiễu nhương. Thắng hay bại đều ngậm ngùi như nhau!

*

Rufus Phillips là một nhân viên tình báo nay đã về hưu.

Ông khởi sự viết cuốn hồi ký từ 25 năm trước, bây giờ đến tuổi bát tuần - ông sinh năm 1929 - mới cho xuất bản để lãnh đạo mới của nước Mỹ có dịp ôn lại bài học Việt Nam. Hầu đừng tái diễn tại hai chiến trường nóng ngày nay là Iraq và Afghanistan.

Xuyên qua cuốn hồi ký, người Việt cũng nhìn ra vài sự thật

của chứng nhân trong cuộc. Ngoài ông Diệm, Rufus Phillips có sự kính trọng đặc biệt với Đại sứ Bùi Diễm, Tướng Lê Văn Kim, Dân biểu Trần Ngọc Châu và Tướng Hoàng Văn Lạc. Các nhân vật này không là nhân viên của CIA nhưng giúp đỡ rất nhiều cho người Mỹ hiểu được sự tình Việt Nam. Họ không thành công vì những bất cập của chính người Mỹ trong cuộc. Tác giả viết lại và nhắc tới họ với lòng nể trọng.

Chúng ta nên đọc và cũng dành cho tác giả sự nể trọng cho tác giả vì ông đã cố hết sức mình cho người Việt mà không thành. Các thế hệ trẻ hơn càng nên đọc cuốn sách này vì sẽ nhìn lại Hoa Kỳ và phụ huynh với con mắt khác.

Cuốn "Why Vietnam Matters" dày gần 400 trang với nhiều hình ảnh riêng của tác giả, và lời mở đầu của Richard Holbrook, một viên chức ngoại giao xưa kia được tác giả hướng dẫn trong bước đầu làm việc tại Việt Nam từ năm 1962. Ngày nay, Holbrook đã trở thành nhà ngoại giao lão thành, và có thể là ngoại trưởng trong một nội các Dân Chủ. (*)

Phần cước chú rất công phu và phần bình giải rất khách quan của tác giả về các tài liệu liên quan đến Việt Nam là sự kiện cần tham khảo cho những ai còn muốn tìm hiểu sự thật về Việt Nam, hầu đừng tái diễn sai lầm cũ (081026).

Nguyễn Xuân Nghĩa
(Trích Việt Báo, 26-10-2008)

(*) "Why Vietnam Matters - An eyewitness account of lessons not learned" của Rufus Phillips, do Naval Institute Press xuất bản. Tác giả sẽ đi một vòng quảng bá cuốn sách tại một số nhà sách của Hoa Kỳ trong những ngày tới (ngày 02, thán 11, 2008: lúc 5:00 PM tại Politics and Prose Bookstore - 5015 Connecticut Ave NW - Washington, D.C.; hai ngay 14-15 tháng 11, 2008 do Vietnamese Student Associations of New England Summit tổ chức tại Đại học Harvard University - Cambridge, Mass.; ngày 16 tháng 11, 2008 lúc 3:00 PM tại Arlington Central Library, 1015 Quincy Street, Arlington, VA 22201; ngày 22 tháng 11, 2008 lúc 10:00 AM tại Pritzker Military Library, 610 North Fairbanks Court - Chicago, Illinois...)

(**) Richard Holbrook hiện là Đặc sứ toàn quyền của Tổng Thống Obama ở Afghanistan.

VỤ ÁN TRẦN NGỌC CHÂU / PHẦN THỨ BA

ĐỐI DIỆN PHƯỢNG HOÀNG

Trích lược từ sách
"Facing the Phoenix" của
ZAIN GRANT

"*Phượng Hoàng trong tựa sách là để chỉ Trần Ngọc Châu và sự sống sót phi thường của ông ta như một người lính, một viên chức, một người tù bị phản bội của chính phủ Nam Việt Nam, trong trại tù cải tạo sau chiến thắng của miền Bắc Việt Nam,* một thuyền nhân, di dân tới nước Mỹ cũng như vai trò ông ta, người bố đỡ đầu bất hạnh cho chương trình Phượng Hoàng, một chiến dịch bình định thành công của CIA trong chiến tranh Việt Nam."

Terrence Maitland
The New York Times Book Review

Hơn 20 năm sau khi Elizabeth Pond viết "The Chau Trial", Trần Ngọc Châu lại trở thành nhân vật chính cho một tác phẩm quan trọng của Zalin Grant: "Facing The Phoenix: CIA and the Political Defeat in Vietnam / Đối diện Phượng Hoàng: CIA và sự thất bại chính trị của Mỹ tại Việt Nam."

Zalin Grant (hình bên) là nhà báo và tác giả kỳ cựu chuyên về Việt Nam, nói giỏi tiếng Việt. Từ 1964 tới 1973, ông là phái viên tạp chí Time và New Republic, từng có 5 năm làm việc ở Việt Nam. Sau khi gặp lại Trần Ngọc Châu tại Hoa Kỳ, Zalin dành thêm 5 năm để nghiên cứu, phỏng vấn từng nhân vật để viết Facing the Phoenix. Vụ án Trần Ngọc Châu trong sách này được đặt trong toàn cảnh lịch sử 30 năm quan hệ chính trị Việt - Mỹ, từ 1945 tới 1975, đụng tới nhiều bí ẩn chưa từng được soi sáng, từ bản tuyên ngôn độc lập của Hồ Chí Minh, cái chết của Ngô Đình Diệm, tới sự sụp đổ của miền Nam Việt Nam.

Sách "Facing the Phoenix" của Zalin Grant, 400 trang khổ lớn, được ấn hành năm 1991 bởi W.W. Norton & Company, New York - London. Hai năm sau, bản Việt ngữ "Giáp Mặt với Phượng Hoàng" do Lê Minh Đức dịch được xuất bản trong nước Việt Nam. Trong bản dịch này, một số đoạn và trọn bài "Kết Từ"- Epilogue trong nguyên bản tiếng Anh bị cắt bỏ.

Để tôn trọng bố cục cuốn sách, phần trích lược sau đây có đối chiếu bản dịch Việt ngữ với nguyên bản Anh ngữ và bổ túc những đoạn bị cắt bỏ. Vì sự giới hạn của việc rút gọn, không thể ghi chú để phân biệt các đoạn trích lược và tóm lược, cũng không giữ đúng được thứ tự chi tiết trong 20 chương sách.

Đối Diện Phượng Hoàng

CIA và sự thất bại chính trị
của Mỹ tại Việt Nam

*Trích lược từ Facing the Phoenix
của tác giả Zalin Grant*

Lời nói đầu

"Những gì xảy ra cho Trần Ngọc Châu trong năm 1970 là đề tài cuốn sách này: vì sao một người Việt quốc gia, một trong những nhà chiến lược sáng tạo nhất trong lĩnh vực hoạt động chính trị và bình định lại bị các thế lực chính trị tham nhũng, trong chính phủ của ông cũng như trong chính phủ Hoa Kỳ, làm cho thân bại danh liệt. Châu đã bị cách chức và bỏ tù với những lời tố cáo bịa đặt. Một số người Mỹ, bạn của ông, đã tìm cách cứu ông mà không được. Họ là những viên chức Mỹ có cùng quan điểm với Châu, là không đồng ý về cách tiến hành chiến tranh theo kiểu chính thống của các lãnh tụ Mỹ. Kết quả là họ bị lạc lõng ngay trong bộ máy quan liêu của họ. Người lớn tuổi nhất trong số bạn của Châu, biểu tượng lãnh đạo của cả nhóm, là Edward G. Lansdale, con người đã trở thành một huyền thoại trong hoạt động tình báo.

Nói rộng ra, cuốn sách này là một bản tổng kết những chương trình chính trị đã được đem thí nghiệm ở Việt Nam, một câu chuyện về sự thất bại của Mỹ, thất bại vì đã không hiểu được tính chất của cuộc chiến tranh mà họ đã gây ra trên đất nước bị tàn phá này. Những vấn đề nêu ra trong cuốn sách này đều xoay quanh những kinh nghiệm hoạt động của Châu, của Lansdale, và các bạn của họ"

. . .

Sàigòn 1970

Trần Ngọc Châu len lỏi qua các đường phố Sài Gòn như một du kích đi trong đêm. Ông đi từ chỗ gần toà đại sứ Mỹ, xuống đường Tự Do, ngang qua nhà thờ Đức Bà xây bằng gạch đỏ thô, nằm trước công viên vừa được đổi tên là John F. Kennedy để tưởng nhớ tổng thống bị ám sát. Ông đi về phía khu vực đường Tự Do chật hẹp, gồm có năm khu phố, chạy dài từ khách sạn Continental tới sông Sài Gòn, một kết hợp ồn ào giữa Champs Élysées của Paris với Forty-second Street của New York. Ở đó, giữa đám đông, ông mong có thể trở thành một kẻ vô danh không ai nhận ra, một tay bận bịu làm ăn nào đó, ông mặc quần đen, sơ mi trắng với đôi dép rẻ tiền.

Những ngày mà dân miền Nam tạm quên cảnh chiến tranh để ăn Tết âm lịch đã qua. Mọi người đã trở lại làm việc với năm 1970 theo dương lịch. Châu biết cảnh sát và mật vụ đã hoạt động và ông rất dễ gặp nguy hiểm. Ông đeo trên cái áo dân sự một tấm huân chương mà ông coi như lá bùa hộ mạng chống lại mọi xúc phạm tai hại có thể xảy ra. Tuy đang là một chính khách, nhưng Châu đã đạt được tấm bảo quốc huân chương này khi ông còn là một trung tá trong quân đội, phụ trách soạn thảo những chương trình hoạt động chính trị và kinh tế, thường được gọi một cách vắn tắt là "chương trình bình định" để phân biệt với các hoạt động thuần tuý quân sự.

Châu là một lý thuyết gia chủ chốt về chiến tranh du kích ở Việt Nam. Ông đã học hết bậc trung học, sau đó theo những khoá đào tạo quân sự. Bằng khả năng của chính mình, ông đã leo lên đến địa vị người đứng đầu một trong bốn mươi tỉnh của Nam Việt Nam, sau đó là thị trưởng Đà Nẵng, thành phố lớn thứ hai trong nước, rồi đứng đầu chương trình huấn luyện về bình định, cuối cùng làm Tổng thư ký Hạ viện, một địa vị gần như tương đương với Chủ tịch Hạ viện Hoa Kỳ. Trên từng bước đường tiến thân, ông dành được tình bạn tin cậy trong các quan chức dân sự Hoa Kỳ, và cả một số dân biểu và thượng nghị sĩ Hoa Kỳ khi họ đến thăm Nam Việt Nam, để thuyết phục họ đồng ý với ông rằng Hoa Kỳ đã sai lầm trong chiến lược tiến hành cuộc chiến tranh này.

Từ lúc Cộng sản chưa kiểm soát được nhiều ở nông thôn, Châu đã cho rằng cách đối xử không tốt của quân đội đối với dân chúng sẽ mở đường cho Cộng sản. Vào lúc được Tổng Thống Diệm cử đi làm thanh tra dân vệ toàn quốc, Châu phúc trình với Diệm điều này. Sau đó Diệm cử Châu làm chỉ huy dân vệ vùng đồng bằng Cửu Long. Nhiệm vụ của Châu là dựng lên những hình mẫu cho cả nước bắt chước làm theo. Ông phải dạy cho quân lính cách đối xử với dân chúng, lập một mô hình về ban lãnh đạo xã, và làm cho người nông dân tự nguyện tham gia chương trình tự phòng thủ. Đó là vào đầu năm 1961 và cái mô hình của Châu đã thu hút sự chú ý của Mỹ. Đây là một việc làm kết quả mà lại do người Việt Nam tự làm lấy. Giám đốc chi cục CIA William Colby đã tổ chức cho các nhân vật Mỹ tới tham quan chương trình của Châu.

Châu, bốn mươi sáu tuổi, là người thích lý luận. Với hình thể chắc nịch cho một người Việt có chiều cao trung bình, Châu có đôi mắt xẩm sinh động, mạnh mẽ khi trình bày quan niệm của ông về chiến tranh du kích cho dòng người Mỹ từ Washington không ngừng tuôn đến Sài Gòn. Trước hết và trên hết, ông giải thích cho họ bằng một thứ tiếng Anh chưa nhuần nhuyễn nhưng khẩn thiết rằng trong cuộc chiến này không nhất thiết phải giết chết du kích. Cái trò giết người đếm xác là không thích hợp và có hại. Thường khi chỉ nghe nói như vậy là hầu hết người Mỹ đã choáng váng và im miệng. Rồi Châu trình bày tiếp với họ rằng Việt Nam ngay từ đầu là một cuộc chiến tranh diễn ra trên ba cấp độ. Tiềm lực quân sự của Cộng sản gồm có: 1) quân đội chính quy được hỗ trợ bởi 2) quân du kích được sự lãnh đạo và ủng hộ của 3) tổ chức chính trị ở cơ sở.

Theo Châu thì trong cuộc chiến tranh này, chìa khoá để giành thắng lợi nằm ở chỗ phải đánh bại tổ chức chính trị của Cộng sản.

Chính vào thời kỳ làm tỉnh trưởng Kiến Hoà- chức vụ tương đương với một thống đốc tiểu bang Hoa Kỳ - mà Châu đã khai triển hầu hết mọi ý kiến của mình. Châu không muốn giết du kích Cộng sản mà muốn lôi kéo họ về với chính phủ Sài Gòn.

Bởi vì nói cho cùng thì phần lớn họ là những người trẻ tuổi, ít được học hành và cũng không hẳn là Cộng sản mà chỉ là con cái của nông dân nghèo bị chính phủ trung ương ở Sài Gòn bạc đãi hay bỏ rơi. Vì vậy việc đầu tiên của Châu là tìm hiểu và giải quyết những điều than phiền của họ và tìm cách chứng minh cho họ thấy là ông có thể cho họ một con đường đi tới tương lai tốt hơn Cộng sản. Ông tổ chức cái gọi là những đội thăm dò dân ý, gửi họ về làng để gặp gỡ và tìm hiểu thắc mắc của nông dân. Và ông tìm cách giải quyết những thắc mắc đó. Nếu một làng nào đó cần có một giếng nước để lấy nước uống thì ông sẽ đào cho họ. Nếu một làng khác không có trường học, ông sẽ cho họ một giáo viên.

Ông cũng đồng thời triển khai một chương trình ân xá. Ông kêu gọi những người trong hàng ngũ Việt Cộng quay về với chính phủ, với đảm bảo rằng họ sẽ không bị trừng phạt. Không những thế, ông còn tìm cho họ việc làm và đối xử với họ như những công dân tốt. Vì Châu là một tỉnh trưởng được lòng dân và được coi là lương thiện nên đã có một số đông Việt Cộng tin ông và đã hồi chánh.

Trong lãnh thổ Châu làm tỉnh trưởng, phiến quân Cộng sản được gọi là Việt Cộng cũng có một thủ lãnh -cộng sản gọi là tỉnh uỷ- và một bộ máy hành chính được kiểm soát chặt chẽ từ trên xuống dưới, mỗi làng xã đều có một xã uỷ bí mật điều động một số cán bộ phụ trách những công việc khác nhau, như thu thuế, tuyển quân, hay tuyên truyền chống lại bộ máy hành chính. Châu tin rằng có thể thắng cuộc chiến tranh này bằng các hoạt động chính trị hơn là quân sự. Nhưng là một người thực tế nên ông hiểu rằng cũng có một số cán bộ của Cộng sản sẽ không bao giờ từ bỏ cuộc đấu tranh của họ. Ông đã bỏ ra nhiều thời gian để theo dõi người đương nhiệm của phía bên kia, viên tỉnh uỷ Việt Cộng. Ông không có ân oán cá nhân gì với người này. Châu còn muốn mời ông ta cùng với ông tham gia một cuộc tranh luận về dân chủ chống Cộng. Nhưng Châu lại ghét những thủ đoạn của ông ta. Châu cho rằng dứt khoát phải loại trừ tay tỉnh uỷ này. Nhưng bằng cách nào?

Châu hiểu rằng nếu gửi quân đi bắt viên tỉnh uỷ Việt Cộng

này thì rất dễ có thêm nhiều thường dân vô tội bị giết và càng làm cho họ đi theo Việt Cộng nhiều hơn nữa. Ông cũng có thể kêu máy bay hay đại bác bắn vào ngôi làng có viên tỉnh uỷ kia đang ẩn náu. Nhưng việc làm đó sẽ đem lại cái gì sau khi ngôi làng bị phá huỷ và nhiều người nữa bị giết? Không, Châu quyết định sẽ làm việc này một cách gọn nhẹ và tập trung vào một mục tiêu duy nhất. Trước hết là sử dụng kỹ thuật tình báo để phát hiện mọi thành viên trong bộ máy chính trị hành chính của Việt Cộng trong tỉnh, rồi sai những đội ba người đi bắt cóc hoặc thủ tiêu họ. Vì Việt Cộng đã dùng thủ đoạn khủng bố như một vũ khí để cai trị nông dân nên Châu gọi đội ba người của ông là "đội chống khủng bố". Chính đây là bước khởi đầu của cái sau này được gọi là Chương trình Phượng hoàng, một chương trình gây nhiều tranh cãi nhất trong chiến tranh Việt Nam.

Từ những năm 60, Châu đã gặp các ông tướng Mỹ được phái tới Sài Gòn, kể cả Charles Timmes, đứng đầu phái bộ cố vấn Mỹ, ông này về sau đã thừa nhận rằng công việc của phái bộ biến quân đội Nam Việt Nam thành một quân đội chính quy nhằm chống lại một cuộc xâm lăng từ bên ngoài là một sai lầm then chốt trong chiến tranh.

Châu cũng trở thành bạn thân với John Paul Vann, "ông tướng dân sự" đầu tiên trong lịch sử nắm quyền chỉ huy quân đội Mỹ tại quân khu Hai. Vann coi Châu là anh em thân thiết và sau này sẽ đích thân lái trực thăng bốc Châu đi trốn khi ông bị cảnh sát của Thiệu lùng bắt.

Nhưng không phải lúc nào Châu cũng gây được ấn tượng tốt với các sĩ quan Mỹ khi ông nói chuyện với họ về hoạt động chính trị. Nhiều lúc ông thiếu kiên nhẫn và tỏ ra bướng bỉnh. Vấn đề làm nhiều viên chức quân sự Mỹ dễ đụng độ với Châu là ông ta đã hành động - phải, hành động trên cơ sở hoàn toàn bình đẳng. Đó là điều rất hiếm có trong quan hệ Việt - Mỹ nên không thể không gây ra nhiều bối rối.

Trong khi các sĩ quan quân đội Hoa Kỳ không biết phải đối xử với Châu như thế nào thì có một nhóm nhỏ người Mỹ, phần lớn là quan chức dân sự làm việc cho chính phủ Hoa Kỳ lại hiểu được giá trị chiến lược của Châu và chống lại cách thức tiến hành chiến tranh của Lầu Năm Góc là tập trung vào việc giết kẻ địch và đếm xác. Người lãnh tụ tượng trưng cho nhóm này là Edward G. Lansdale, chuyên viên tình báo chính trị đã tổ chức chính phủ Sài Gòn đầu tiên sau khi quân đội của ông Hồ Chí Minh đánh bại Pháp năm 1954. Châu và Lansdale lại giống nhau ở chỗ cả hai đều là những sĩ quan, không tự kìm chế và nói năng tự do, cả hai cùng cho rằng có thể thắng trong cuộc chiến này bằng những kỹ thuật chính trị hơn là bom đạn. Và những người Mỹ ủng hộ Châu lại là những người của Lansdale bằng cách này hay cách khác - hoặc họ là những nhân viên tình báo đã cùng làm với Lansdale, hoặc cùng quan điểm với Lansdale, cho là phải biết tiếp cận cuộc chiến này như là một xung đột chính trị quân sự hỗn hợp thì mới mong giành được tiến bộ. Những người Mỹ này có thể ở nhiều phe khác nhau, bảo thủ, ôn hoà hay tự do, không đồng quan điểm về rất nhiều vấn đề, nhưng tất cả đều có một điểm nhất trí là ủng hộ Châu.

Chính là nhờ những cố gắng của họ một phần lớn mà một số chương trình Châu triển khai trong tỉnh được áp dụng trong cả nước. Những đội sưu tầm dân ý do Châu lập ra đã hoà hợp với những đội hành động nhân dân do một sĩ quan Việt Nam khác đề xướng và kết quả là chương trình bình định trở thành nguồn hy vọng chủ yếu trong việc lôi kéo nông dân về với chính phủ. Chương trình ân xá của Châu, chiêu hồi Việt Cộng -về đầu hàng mà không bị trừng phạt- đã được triển khai ra khắp các tỉnh. Những đội chống khủng bố do ông thành lập để phá hoại tổ chức chính trị hành chính của Việt Cộng đã phát triển thành chương trình Phượng hoàng.

Điều hết sức mỉa mai, chính Châu là người cho rằng việc giết Cộng sản phải được coi là kế sách cuối cùng trong công cuộc bình định, lại trở thành cha đẻ của chương trình Phượng hoàng mà những năm sau này bị phong trào phản chiến ở Mỹ gọi là chương trình "ám sát".

Trong đầu óc của một số người Mỹ thì chương trình Phượng hoàng dứt khoát là một điều sai lầm và phi đạo lý trong cuộc chiến tranh Việt Nam. Trong thực tế, chương trình Phượng hoàng, được quảng cáo rùm beng nhưng ít ai biết rõ, đã trở thành một sự mô tả tóm tắt của toàn bộ chương trình bình định và những thất bại của Mỹ.

Nhưng những người ủng hộ Châu thì biết rõ thực chất của vấn đề hơn, họ biết rằng những chương trình của Châu đã bị tách khỏi bối cảnh của chúng, và Châu vẫn là một nhà tư tưởng giàu tính sáng tạo nhất về cuộc chiến tranh này. Và họ cũng hiểu rằng những ý kiến không được chính thống như vậy của Châu và Lansdale đã làm cho họ thêm thù bớt bạn.

Trong trường hợp của Châu thì kẻ thù quyết liệt nhất với ông lại là một người bạn cũ. Đó là Nguyễn Văn Thiệu, Tổng thống của Nam Việt Nam, người đang cho cảnh sát lùng bắt Châu.

Quan điểm về cách tiến hành chiến tranh giữa hai người ngày càng khác nhau. Châu tin rằng Việt Cộng không thể nào bị đánh bại chừng nào chính quyền Sài Gòn còn bị tham nhũng lũng đoạn. Châu cũng cho rằng đã đến lúc phải mở những cuộc thương lượng với Cộng sản và biến cuộc chiến thành cuộc đấu tranh chính trị. Giữa việc Châu kêu gọi thương lượng với việc Châu tố cáo tham nhũng, Thiệu ghét việc nào hơn thì khó mà biết được. Nhưng có một điều rõ ràng là với địa vị quan trọng của mình trong Hạ viện, Châu đã trở thành mối de doạ chính trị đối với Thiệu và những người thân tín.

Cảnh sát của Thiệu bắt được một sĩ quan tình báo cao cấp cuaq Bắc Việt tên là Trần Ngọc Hiền. Qua những cuộc thẩm vấn, Hiền khai rằng ông là anh ruột của Châu sau mười sáu năm xa cách, họ đã tiếp xúc lại với nhau từ năm 1965 tới năm 1968.

Không lâu sau đó người của Thiệu đã rêu rao rằng Châu đã gặp anh của mình và không nghi ngờ gì nữa, chính Châu cũng là gián điệp của Cộng sản. Thế là một chiến dịch được phát động nhằm tước quyền bất khả xâm phạm của Dân biểu Châu để bắt ông vào tù. Lúc đầu Châu không quan tâm lắm đến lời tố cáo này. Phải, ông có gặp người anh, nhưng sau đó ông đã báo về cuộc tiếp xúc đó với sứ quán Hoa Kỳ. Thế rồi Châu ngồi chờ ông đại sứ và ông trưởng chi nhánh CIA ở Sài Gòn sẽ nói lên sự ngay tình của ông. Nhưng chính Thiệu đã xếp đặt kế hoạch chống lại Châu cho nên từ văn phòng của đại sứ

Ellsworth Bunker cũng như trưởng chi nhánh CIA Theodore Shackley, không một lời nào được phát ra để bênh vực Châu.

Kinh ngạc, rồi phẫn nộ, nhóm nhỏ những người bạn Mỹ của Châu bắt đầu phản ứng. Họ hiểu rằng người ta đã bố trí để loại bỏ Châu, toà đại sứ và CIA đã sẵn sàng bỏ rơi ông vì lợi ích của việc ủng hộ Thiệu và vì mục tiêu ổn định chính trị. Họ sẵn sàng bảo vệ Châu, bởi họ tin rằng đấu tranh vì Châu cũng là đấu tranh vì lương tri của nước Mỹ, cho dẫu có vì thế mà họ bị loại ra ngoài cũng mặc. Châu là một người bạn trung thực của Hoa Kỳ, một người Việt quốc gia đã có cống hiến cho những lý tưởng dân chủ tốt đẹp thường được viện dẫn làm lý do hy sinh của biết bao thanh niên Mỹ và tài sản nước Mỹ trong một cuộc chiến tranh xa xôi. Những người ủng hộ Châu nghĩ rằng nếu họ bỏ rơi ông, họ sẽ phản bội lại những nguyên tắc đã đưa họ sang Việt Nam.

Trong lúc Châu đang đi dọc theo đường Tự Do, mạnh dạn dừng lại một lúc trước trụ sở Quốc Hội đang do cảnh sát canh giữ thì những người bạn Mỹ của ông cũng đang thảo ra kế hoạch cứu Châu khỏi tay chính phủ của ông, - và chính phủ của họ.

Trên đây là phần trích lược từ chương I. Bi kịch của Trần Ngọc Châu và của những người Mỹ liên hệ với chiến tranh Việt Nam, không chỉ mới bắt đầu. Chương 2, sách Facing the Phoenix viết "Muốn hiểu Châu thì, trong thực tế phải quay lại với một cô gái 16 tuổi xinh đẹp đang nhìn qua cửa sổ trong nhà cô ta ở Hà Nội ngày nào."

Hà Nội, Huế, Saigon, từ 1945

"...Hôm ấy, ngày 22 tháng Tám, 1945," Elyette kể, "khi tôi nhìn lên từ cửa sổ thì những gì tôi trông thấy đã làm thay đổi tất cả. Bất thình lình, trên bầu trời, ngang qua con sông, ngay trên sân bay tôi thấy xuất hiện một cái dù. Rồi hai máy bay. Tin tức lan đi rất nhanh. Người Mỹ đã đến. Đó là phái bộ Patti. Hầu hết các sĩ quan OSS của Mỹ ngồi trên một máy bay. Chiếc còn lại chỉ Jean Sainteny và các quan chức của nước Pháp Tự do.

Viên sĩ quan OSS nhảy dù và chạm đất đầu tiên là Lou Conein - người sau này là chồng tôi." (Lời kể của Elyette Bruchot)

Đó là cô Elyette Bruchot lai ba phần Pháp, một phần Việt. Ông ngoại cô là một trong những tay thực dân từ Pháp đầu tiên đến xứ này thời cuối 1880'. Mẹ cô là một phụ nữ lai hai dòng máu Pháp-Việt, kết hôn với Bruchot, một kỹ sư mỏ. Elyette sinh năm 1929, mấy năm sau ông bố bỏ đi, mẹ cô tái hôn với Charles Dufour, chủ tịch Phòng Thương Mại đồng thời là chủ nhân Câu Lạc Bộ Thể Thao của giới thương lưu Pháp tại Hà Nội. Thế chiến thứ II, mẫu quốc Pháp bại trận. Quân Nhật tràn vào Việt Nam, quan tây thuộc địa như rắn không đầu, cúc cung nghe lệnh quân Nhật. Cả triệu dân miền Bắc bị đẩy vào cảnh chết đói. Năm 1945, Nhật đảo chính Pháp, các quan tây bị bắt nhốt. Hai mẹ con Elyette đang bơ vơ trong cảnh tuyệt vọng.

Trước đó hai tuần, ngày 6 và 9 tháng Tám, hai trái bom nguyên tử đã ném xuống Hiroshima và Nagasaki. Nước Nhật bại trận, thế chiến kết thúc, nhưng các lực lượng quân sự của họ ở Đông Dương chưa đầu hàng. Không ai biết quân Nhật đang kiểm soát sân bay Hà Nội sẽ phản ứng ra sao khi người Mỹ đến. Lou Conein tình nguyện nhảy dù để dò đường. Thấy quân Nhật không phản ứng, anh ta ra dấu cho máy bay hạ cánh.

Lou Conein là một sĩ quan tình báo Mỹ gốc Pháp, điệp viên trong tổ chức OSS -Office of Strategic Services, tiền thân của CIA. Hồi cuối thế chiến, toán OSS do Thiếu Tá Archimedes Patti chỉ huy hoạt động ở biên giới Hoa Việt giúp du kích chống Nhật. Hồ Chí Minh nhiều lần gặp Patti cung cấp tin tức và xin yểm trợ vũ khí. Đến Hà Nội ba ngày sau khi Việt Minh cướp được chính quyền, chính Patti được Hồ Chí Minh nhờ cố vấn cho ông ta soạn một diễn văn mô phỏng theo tuyên ngôn độc lập của Mỹ.

Ngày 2 tháng 9, Lou Conein đứng cạnh Patti coi Hồ Chí Minh đọc tuyên ngôn độc lập thành lập nước Việt Nam Dân Chủ Cộng Hoà. Cả Hồ Chí Minh và Patti đều hy vọng đây là một khởi đầu tốt cho quan hệ của Hoa Kỳ tại Việt Nam. Nhưng họ không biết là sau khi đồng minh thắng trận, Tổng Thống Hoa

Kỳ Truman đã thoả thuận với Thủ Tướng Anh Churchil để cho Pháp lo chuyện thuộc địa cũ. Chẳng bao lâu sau, Phái bộ Patti tại Hà Nội được lệnh giải tán. Tầu Mỹ giúp chở quân Pháp quay lại Việt Nam rồi chiến tranh Việt Pháp bùng nổ.

Phải đợi 9 năm sau, khi quân Pháp ở Việt Nam lâm vào thế tuyệt vọng, đầu năm 1954, Lou Conein mới có dịp trở lại Việt Nam để tham gia nhóm Lansdale. Đây là lúc chàng gặp lại cô bé Elyette Bruchot của Hà Nội năm xưa và hai người thành hôn. Tiệc cưới của họ ở Saigon có Lansdale đi dự. Tên đầy đủ của chú rể là Lucien Emile Conein.

Conein là trợ thủ đắc lực cho Lansdale khi đấu đá với các thế lực Pháp ở Việt Nam giúp củng cố chế độ Ngô Đình Diệm. Nhưng cũng chính trong biệt thự của cặp vợ chồng Lucien-Bruchot, các ông tướng Việt Nam đã lui tới bàn tính làm đảo chính ngày 1-11-1963, đưa tới cái chết của anh em ông Diệm. Đó là chuyện sau này.

. . .

Cùng có chung với cô Elyette Bruchot những biến chuyển lịch sử của Việt Nam thời 1945-1954, và cũng từng thân thiết với tướng Lansdale như Lou Conein, nhưng Trần Ngọc Châu ở một phía khác hẳn.

Châu nói nền giáo dục của Pháp đã tạo ra một nghịch lý cho ông và anh em ông. Họ càng học, càng khâm phục nền văn hoá của Pháp, càng yêu mến lịch sử và triết lý của Pháp bao nhiêu thì họ càng ghét người Pháp thuộc địa bấy nhiêu. Họ thấy tự do, bình đẳng, bác ái không áp dụng với người Việt Nam và người Pháp thực dân tuy có toi-moi thân mật với họ, nhưng chẳng liên quan gì với ông Montesquieu mà họ kính trọng.

Không giống như nhiều người khác trong giai cấp của ông, Châu vẫn giữ gốc của mình là nền nếp một gia đình Phật giáo của Huế. Tổ tiên của ông đã phụng sự các hoàng đế nhà Nguyễn mấy đời. Ông nội ông là thành viên trong nội các và bố ông là một quan toà. Đó là một gia tộc có ít tài sản mà nhiều danh vọng. Sau này, khi Ngô Đình Diệm, người cầm đầu chính phủ Sài Gòn, cũng gốc Huế, muốn được gặp bố của Châu,

Châu phải thuyết phục mãi ông cụ mới chịu. Bố Châu cho rằng vị thế của Diệm thấp hơn ông. Hơn nữa, ông cụ nói, gia tộc ông trung thành với Tổ quốc hơn gia đình Diệm, bởi vì gia đình Diệm đã cải giáo mà theo đạo Thiên chúa - đạo của Pháp - và sống theo phong tục phương Tây.

Sau khi Chiến tranh thế giới thứ II kết thúc, người Pháp trở lại và chiến tranh bùng nổ, tất cả anh em Châu -hai chị gái và ba anh em, trừ người em út- đều theo Việt Minh vào rừng để kháng chiến chống thực dân. Đó là một thời kỳ rất lộn xộn. Huấn luyện trong ba mươi ngày: hai mươi ngày học tập chỉnh trị, mười ngày huấn luyện quân sự. Tiểu đội của Châu chỉ có sáu khẩu súng, hai của Pháp, phần còn lại là của Đức và Nhật. Một thanh niên đã chết vì không biết sử dụng súng. Họ thiếu những kiến thức quân sự đến nỗi một người hướng đạo sinh ở Huế, đã được huấn luyện trong năm tháng và được phong làm người lãnh đạo Chiến khu Năm của Việt Minh, khu vực chạy dài từ Đà Nẵng về phía nam tới Phan Thiết, một khu vực rộng đến nỗi trong cuộc chiến tranh của Mỹ, đã được chia thành ba quân khu. Hiền, người anh lớn hơn Châu một tuổi đã được bổ nhiệm làm người phụ trách tình báo của Khu Năm. Châu từng cầm quân đánh trận, trong 4 năm có 4 lần bị thương, từng được đề bạt làm tiểu đoàn trưởng.

Năm 1949, sau khi chữa lành trọng thương, Châu được thủ trưởng Việt Minh giao công tác đi lại khắp trong vùng để quan sát và làm báo cáo. Lần đầu tiên trong nhiều năm, Châu mới được đi đây đi đó và nói chuyện với nhân dân bên ngoài, đọc báo và nghe đài. Những gì ông nghe được, thấy được quả là một cú sốc. Nước Anh đã trao trả độc lập cho Ấn Độ. Mọi dấu hiệu cho thấy chủ nghĩa thực dân đã tới đoạn cuối. Pháp hình như cũng chịu nhượng bộ. Hoàng đế Bảo Đại lưu vong đã được Pháp đưa về nước....

Châu quyết định rời bỏ Việt Minh. Nhìn lại việc làm của mình, Châu nói rằng lúc đó đột nhiên ông thấy thiếu tin tưởng ở sự lãnh đạo của Việt Minh và cách họ chỉ đạo chiến tranh. Ông bất mãn với sự đối xử của họ. Đó là một thời kỳ đau khổ đối với Châu. Một người chị và hai người anh, trong đó có Hiền, cũng công tác gần đấy, nhưng Châu quyết định không cho họ biết. Một buổi sáng, Châu mặc bô quân phục của quân đội chính quy Việt Minh đi tới dinh của tỉnh trưởng bên ngoài Đà Nẵng. Quân lính bảo vệ ngạc nhiên thấy một sĩ quan Việt Minh đi tới. Để trấn an họ, Châu nói rằng ông là một người bà con với tỉnh trưởng - điều này không đúng - và đề nghị cho gặp ông ta. Viên tỉnh trưởng này có quen với bố Châu và tiếp đãi ông ân cần. Người Pháp cũng được báo cho biết vụ đào ngũ này. Châu được coi là "Quan sát đặc biệt khu vực Đà Nẵng", họ nói một cách hoan hỉ. Chức vụ này làm Châu trở thành người Việt Minh cao cấp nhất bỏ chiến khu . Người Pháp đối xử với ông một cách thích hợp. Quan chức Pháp ở Huế biết bố ông Châu, hiện đang sống như một quan toà về hưu. Châu được cho về nhà với yêu cầu phải báo cáo hàng tuần với cảnh sát. Châu cảm thấy như người bị trục xuất. Ông tìm cách để xây dựng lại cuộc đời. Hy vọng hoà giải những người Việt Nam ở hai phía, ông lập ra một tạp chí tên là Tổ Quốc. Ông chủ trương để cho Việt Nam độc lập theo từng giai đoạn. Tạp chí sống được bốn tháng. Ông thủ hiến Việt Nam gọi Châu lên và biểu Châu thôi ra tạp chí đi. Nó gây ra nhiều dư luận quá.

Châu vốn không phải là một người thụ động. Lúc đó trường võ bị Đà Lạt vừa thành lập, Châu được nhận làm học viên khoá đầu tiên của trường. Tốt nghiệp khoá I Võ Bị Đà Lạt, Châu là một trong hai người được chọn ở lại trường làm huấn luyện viên. Ít lâu sau đó có thêm tám huấn luyện viên nữa tới, trong đó có Nguyễn Văn Thiệu. Trung uý Thiệu và vợ chưa có chỗ ở, còn Châu lại sống trong biệt thự có tới ba phòng. Châu mời Thiệu tới ở chung. Châu và Thiệu sống chung với nhau trong một năm. Hai cặp vợ chồng này trở thành bạn thân. Châu có ấn tượng rất tốt về sự thông minh của Thiệu. Thiệu là sĩ quan giỏi nhất mà Châu được biết, có thể còn lên cao nữa. Không những thế, Thiệu còn là một người vui tính và có vẻ là một người sống có chuẩn mực.

Một hôm Châu dạy xong sớm về nhà. Vợ ông đang ngủ trưa trên lầu. Ông nghe có mùi khét, ông bước vào nhà tới chỗ nhà bếp tầng trệt nhìn vào. Vì hôm đó trời lạnh nên vợ Thiệu với chị bếp đóng cửa kiếng kín mít nên hai người bị hơi than làm cho ngợp. Châu phải phá cửa để mang hai người bất tỉnh ra chỗ thoáng khí. Ông gọi điện thoại tới trường cho Thiệu báo tin là vợ ông ta đang trong cảnh nguy hiểm chết người. Vì hai người thường hay nói đùa nên Thiệu đáp, "Tốt, thì mình lấy bà khác." Không, đây không phải chuyện chơi. Thiệu bẩm sinh đã là một người hoài nghi và thận trọng. Phải một lát sau Thiệu mới hiểu ra là Châu không có ý chơi xỏ gì mình. Thiệu mang được Bác sĩ của trường võ bị về nhà, bà vợ và chị bếp được cứu tỉnh lại. Bác sĩ nói nếu chậm một giờ nữa thì vợ Thiệu hết thuốc cứu. Hai người bạn thân về sau thỉnh thoảng còn nhắc lại chuyện này để cười vui với nhau. Cuộc đời sống chung của họ đã chấm dứt khi Châu bất bình với một đại uý Pháp trong trường võ bị, yêu cầu được đổi đi tác chiến đánh nhau với Việt Minh.

Ít năm sau, khi Thiệu đã là một Trung Tá và Châu là Thiếu Tá, hai người bạn thân lại có dịp trở lại Đà Lạt, sát cánh bên nhau trong việc tái tổ chức việc huấn luyện các sĩ quan cho một nước Việt Nam Cộng Hoà độc lập. Tình thân của họ còn tiếp tục thêm nhiều năm, nhưng khi Thiệu là Tổng Thống, Châu là Tổng Thư Ký Quốc Hội thì quan điểm của họ về cuộc chiến ngày càng khác biệt. Tổng Thống Thiệu coi Dân biểu Châu là đối thủ chính trị và quyết tâm triệt hạ.

Huyền thoại Lansdale và Đệ Nhất Cộng Hoà

Đầu năm 1954, tướng Pháp Navarre đồng ý cho Mỹ để năm sĩ quan liên lạc bên cạnh bộ chỉ huy quân sự của ông. Giám đốc CIA Allen Dulles yêu cầu đưa Edward G. Lansdale từ Philippinnes sang Sàigòn.

Sinh ở Detroit ngày 6 tháng Hai, 1908, Lansdale lớn lên ở Michigan và California. Tốt nghiệp trung học, vào đại học UCLA nhưng không có bằng cấp. Sau trận Trân Châu Cảng, đang là một giám đốc quảng cáo thành công, Lansdale gia nhập không quân. Tháng 11-1949, ông được biệt phái sang cơ quan OSS, tiền thân của CIA, và trở thành một chuyên gia về Philippinnes. Ngay lần đầu gặp Ramon Magsaysay, một

Thượng Nghị Sĩ Phi 43 tuổi đang viếng thăm Hoa Kỳ, Lansdale lập tức chọn ông này là "gà". Sau bữa ăn tối, hai người thức gần trọn đêm để quyết định là Lansdale sẽ vận động cho Magsaysay làm Bộ Trưởng Quốc Phòng. Cuộc vận động thành công. Đây là lúc quân cộng sản Huk nổi dậy tại Phi và nước này đang phải trông cậy vào Hoa Kỳ. Tháng 9-1950, Lansdale sang Manila làm cố vấn về tình báo cho Tổng Thống Quirino. Kỳ tích Lansdale đạt được trong nhiệm kỳ 4 năm ở Phi là sát cánh với Magsaysay, đánh tan quân cộng sản Huk, củng cố nền dân chủ, tổ chức bầu cử trong sạch và đưa được Magsaysay lên làm Tổng Thống Philippinnes.

Đó là con người Ed Lansdale khi ông từ Phi tới Sài gòn ngày 1 tháng Sáu, 1954. Khi Lansdale bước ra khỏi máy bay, thực tế ông đã là người Mỹ đầu tiên tham gia cuộc chiến tranh Đông Dương thứ hai. Nhiệm vụ của ông tại Việt Nam là đánh bật người Pháp ra và giúp người Việt Nam có được một chế độ độc lập để đối phó với Cộng Sản.

Lansdale thấy cần có một người Việt Nam để có thể thông qua người đó mà thực hiện sứ mạng của mình. Nhưng thay vì tìm được một Magsaysay thì ông lại vớ phải một Ngô Đình Diệm.

Mặc dầu mới ở Việt Nam có hai mươi lăm ngày nhưng Lansdale lại nghĩ rằng có thể Diệm xa nước quá lâu nên mới vậy và có thể cho ông ta một đôi lời khuyên về cách giao dịch với đồng bào ông ta chăng. Ông gợi ý Đại sứ Heath là ông sẽ chuẩn bị một văn bản để ra cho Diệm nghiên cứu. Heath đồng ý. Lansdale dành hết phần còn lại trong ngày và cả đêm để vạch một kế hoạch hành động cho Diệm. Sáng hôm sau ông đưa cho Đại sứ xem. Xem xong, Đại sứ nói đây là một văn bản mà Hoa Kỳ không thể chính thức trao cho Thủ tướng mới được nhưng Lansdale có thể đưa trực tiếp cho Diệm như là một bản gợi ý có tính cách cá nhân thì được.

Lansdale tìm một người Mỹ biết nói tiếng Pháp làm thông dịch rồi đi thẳng tới dinh Thủ Tướng. Lính bảo vệ để cho họ vào tự do. Họ vào một văn phòng và xin gặp Diệm. Một người Việt Nam tuổi trung niên đang đọc một văn kiện ngước lên nhìn và nói, "Tôi là Ngô Đình Diệm". Diệm xem ra không gây được ấn tượng gì ở Lansdale: "Một con người bụ bẩm, mặc áo sác-kin trắng cài chéo, chân chưa chạm hẳn tới đất... tóc đen, chải sát, gương mặt đầy thịt trên xương má, cứ như tại cười hoài mà nó lồi lên vậy". Lansdale và người thông dịch tự giới thiệu và nói rõ lý do đến. Người thông dịch không mang theo kính mắt. Diệm cho ông ta mượn kính để ông ta có thể đọc và dịch lớn tiếng cho ông nghe. Diệm nghe, hỏi thêm vài điều. Xong ông cảm ơn Lansdale về những lời khuyên nhủ, gấp tờ giấy lại cho vào túi. Thế là xong cuộc gặp gỡ đầu tiên.

Từ đây, Lansdale trở thành cố vấn thân cận nhất của Ngô Đình Diệm, hai người gặp nhau gần như mỗi ngày. Lansdale là người điều hành cuộc di cư của một triệu người miền Bắc vào Nam, rồi bày mưu tính kế dẹp mọi âm mưu đảo chính và nổi loạn của cánh thân Pháp, thống nhất được quân đội miền Nam, hất cẳng người Pháp, giúp nhà Ngô đứng vững, và Đệ Nhất Cộng Hoà thành hình.

Dù là người giữ ghế cho nhà Ngô, từng quyết định cả màu sắc của lá phiếu trong cuộc trưng cầu dân ý để truất phế Bảo Đại đưa Diệm lên làm Tổng Thống, nhưng chính Lansdale cũng từng phải lắc đầu trước cách xử sự của anh em ông Diệm.

"Tôi bảo Diệm là đừng có ăn gian," Lansdale kể. "Vậy mà kết quả là ông ta lại có tới 98% số phiếu. Lạy chúa."

Cũng chính Lansdale thuyết phục Diệm tổ chức bầu Quốc Hội Lập Hiến và mời một cố vấn từ Philippinnes sang giúp thảo bản hiến pháp hợp thức hoá chế độ. Nhưng Diệm không phải là Magsaysay. Quốc hội được bầu, Diệm nhất định loại bỏ bác sĩ Phan Quang Đán không cho ông này ngồi ghế dân biểu. Hiến pháp hợp thức hoá Đệ Nhất Cộng Hoà, nhưng chỉ được để đóng trò cho một nền độc tài. Khi chế độ đã đứng vững, anh em ông Diệm không còn muốn nghe Lansdale nhắc nhở việc phải củng cố nền dân chủ, tôn trọng Quốc Hội. Kết quả là trước sự ghẻ lạnh của Phủ Tổng Thống, Lansdale đành phải về lại Washington.

. . .

Khi tới Việt Nam năm 1954, Lansdale thành lập một ê kíp tình báo đặc biệt, gọi là "Phái Bộ Quân Sự Mỹ tại Saigon, trong đó có Lou Conien gốc Pháp, Wolf Ladejinski gốc Nga, và Rufus Phillips... Sau khi ông ra đi cuối năm 1956, Ladejinski thay chỗ Lansdale, làm một cố vấn mờ nhạt trong Phủ Tổng Thống không có gì đáng kể. Riêng Rufus Phillips và Lou Conien còn lui tới Việt Nam và tiếp tục ghi thêm nhiều dấu ấn đặc biệt.

Năm 1962, sau mấy năm phục vụ ở Lào, Rufus Phillips trở lại Saigon, đứng đầu cơ quan viện trợ quan trọng mang tên là Hỗ Trợ Hoạt động Công Dân Vụ và Phát Triển Cách Mạng (CORDS: Civil Operations and Revolutionary Support) do chính ông thành lập. Sau khi được cả Diệm thoả thuận cho CORDS hậu thuẫn chương trình bình định toàn quốc, Phillips mời từng ông tỉnh trưởng đến thảo luận về những vấn đề và yêu cầu của họ.

"Có một ông tỉnh trưởng", Phillips kể, "một con người tuyệt diệu với những ý kiến lỗi lạc - Trần Ngọc Châu. Ông ta đến Sài Gòn tìm chúng tôi và nói. "Tôi không cần sự giúp đỡ nào cả. Tôi đang làm có kết quả. Tôi không muốn người Mỹ các người xuống Kiến Hoà rồi làm hỏng chương trình của tôi".

Tôi nói: "Thư thả, thư thả. Chúng tôi không làm đảo lộn kế hoạch của ông. Chúng tôi chỉ muốn biết ông đang làm gì. Chúng tôi sẽ điều chỉnh kế hoạch của chúng tôi để hỗ trợ ông".

Và càng ngày Phillips càng thấy quí trọng Châu. "Tôi chưa thấy ai hăng hái như vậy. Nếu anh muốn tìm một người biết cách làm nhân dân trong tỉnh ủng hộ mình, thì đó chính là Trần Ngọc Châu. Ông ta tạo cho tôi một ấn tượng rất tốt vì ông là một người rất tự hào, rất thông minh, có ý thức rõ ràng về việc mình đang làm". Với tư cách là người đứng đầu chương trình viện trợ công dân vụ, Phillips đích thân theo Châu xuống Kiến Hoà, đi thăm từng làng xã và cung cấp phân bón cho nông dân, đào giếng, chăm sóc sức khỏe. Một số dự án của Châu có tính chất chính trị, ngoài khuôn khổ viện trợ của CORDS, Phillips bỏ công đi tìm Stuart Methven, người phụ trách sáu tỉnh cho chi cục CIA ở Việt Nam yêu cầu trợ giúp. Chính là từ sự hỗ trợ của cả Rufus Phillips và Stu Methven, chương trình bình định của Châu đã lan dần sang nhiều tỉnh khác.

Khi chế độ sa lầy trong vụ Phật Giáo và căng thẳng với Mỹ, Tổng Thống Diệm cảm thấy bị người Mỹ hiểu lầm và cô lập. Lúc này ông có vẻ hiểu ra giá trị của tướng Lansdale mà trước đây anh em ông từng ghẻ lạnh. Chính Diệm đích thân nhờ Rufus Phillips xem có thể thu xếp cho Lansdale trở lại làm cố vấn cho ông ta không.

Cũng vào lúc này, tại Washington, Tân Tổng Thống Kennedy sau khi đăng quang, thấy bất an về tình hình Việt Nam, đã cử hai sứ giả có chính kiến khác nhau sang Saigon đánh giá lại tình hình. Người thứ nhất phe thân Diệm, Tướng Victor Krulax của Bộ Quốc Phòng. Người thứ hai phe chống Diệm, Joseph Mendenhall của Bộ Ngoại Giao. Khi hai sứ giả này về lại Mỹ, có Rufe Phillips từ Việt Nam tháp tùng. Ngày 10-9-1963, họ cùng dự buổi phúc trình lên Tổng thống Kennedy và các cố vấn. Krulak nói tình hình quân sự đang tiến triển rất tốt. Mendenhall nói tình hình chính trị đang tiến triển rất xấu. Báo cáo mâu thuẫn của họ khiến TT. Kennedy phải thốt ra một câu châm biếm: "Hai ngài cùng đến một nước đấy chứ?"

Đến phiên ông phúc trình trước Tổng Thống, Phillips nói rằng ông không đồng ý với cả Krulak lẫn Mendenhall. Tình hình quân sự còn tồi tệ hơn Krulak nói nhiều, bởi vì quân đội Sài Gòn đã rút về bảo vệ cho Diệm khỏi một cuộc đảo chính và Việt cộng đã tràn vào lấp chỗ trống đó. Vấn đề Phật giáo là nghiêm trọng nhưng có thể hạn chế nó trong phạm vi nhất định. Cản trở lớn nhất cho mọi việc thu xếp, theo ông, chính là cố vấn Ngô Đình Nhu. Và Phillips kết luận bằng cách nói với Kennedy: "Tôi nghĩ là chúng ta nên làm tất cả mọi việc để cứu Diệm. Nếu chúng ta đưa Nhu ra khỏi Việt Nam, chúng ta có thể đạt đến một kiểu thoả thuận nào đó với Phật giáo. Và chỉ có một người tôi tin có thể làm được việc này. Đó là Tướng Lansdale. Tôi đề nghị ngài phái ông ta sang Việt Nam càng sớm càng tốt".

Kennedy nói, "Cảm ơn ông nhiều. Những điều ông nói rất bổ ích và tôi xin cảm ơn lời đề nghị của ông, đặc biệt là đề nghị liên quan đến Tướng Lansdale".

Trong một cuộc họp quan trọng sau đó, TT. Kennedy yêu cầu mời Lansdale tham dự. Giữa buổi họp, Kennedy quay sang hỏi Lansdale, "Dean có nói với ông rằng tôi muốn ông sang Việt Nam làm đại sứ không?"

Dean là Dean Rusk, ngoại trưởng Mỹ thời Kennedy.

"Không, ông ấy không nói", Lansdale đáp.

Chính lời nói của Kennedy đã khiến bộ máy thư lại quanh Bộ Ngoại Giao mở ra cả một chiến dịch để cản trở ý định này. Kết quả là Lansdale không còn cơ hội nào cứu Diệm.

TT. Kennedy cử Henry Cabot Lodge -người đứng phó cho Humphrey trong liên danh Cộng Hoà vừa bị ông đánh bại- làm Đại sứ Mỹ tại Việt Nam. Điều trớ trêu là chính Lou Conein, người cũ trong ê kíp Lansdale, nay theo lệnh của Đại sứ Cabot Lodge, đã trực tiếp chiêu mộ và điều động đám tướng lãnh Việt Nam làm đảo chính. Anh em Tổng Thống Diệm bị giết.

Saigon 1963: Đảo Chánh 1-11 cái chết của anh em ông Diệm

...Tôi biết rằng nếu tôi chung sống với Lou thì tôi phải lo sao cho trong nhà lúc nào cũng có thức ăn thức uống ngon lành cho các bạn anh và những người giao dịch công việc thường lui tới. Tôi biến một gian phòng thành chỗ chiêu đãi giải trí, nhờ một người Pháp thiết kế mỹ thuật, màu đỏ và xanh lá cây, với một cái bàn tre ở giữa. Rồi tôi mướn người bếp và phụ bếp. Thời kỳ đảo chính Diệm, nhiều tướng Việt Nam đã tới nhà chúng tôi. Trần Văn Đôn đã đến đây, Lê Văn Kim, một sĩ quan xuất sắc, và là người bạn rất thân của Lou, kể cả Tôn Thất Đính nữa, ông này cứ giận điên lên. Người Việt nói chuyện không hay bằng người Pháp và câu chuyện của họ cứ xoay quanh bà Nhu...

Lời kể của Elyette Bruchot

Lou Conein bắt đầu dính líu vào cuộc đảo chính từ ngày 4 tháng Bảy, 1963. Hôm đó, sau khi dự lễ Quốc khánh Hoa Kỳ tại toà đại sứ mấy ông tướng Nam Việt Nam quyết định kéo ra khách sạn Caravelle, Trần Văn Đôn rủ Conein đi uống rượu với họ. Đôn đang làm tham mưu trưởng quân đội Nam Việt Nam. Conein đã gặp Đôn lần thứ nhất tại Hà Nội năm 1945 trong lúc Đôn đang là thiếu uý trong quân đội Pháp. Đôn sinh ra ở Pháp và có hộ chiếu Pháp. Còn Lê Văn Kim, anh em bạn rể của Đôn, làm phó cho Đôn. Kim cũng có hộ chiếu Pháp. Kim đã từng làm trợ lý cho đạo diễn phim Marcel Pagnol và rất giống người Pháp tuy vẫn da vàng và mắt trái hạnh. Theo những người Mỹ quen biết, ông là một người lịch sự, nói năng nhã nhặn, được đánh giá là xuất sắc nhất trong các viên tướng, tuy có lúc còn do dự, thiếu dứt khoát. Kim là bạn của Rufe Phillips.

Đôn, vốn là một người đa mưu túc kế, hiểu rằng Conein cũng chẳng thích gì Diệm và Nhu. Thế là sau buổi chiêu đãi Quốc khánh Hoa Kỳ, Đôn đã nói với Conein trong lúc uống rượu về sự bất bình của các tướng, đặc biệt là đối với Nhu và muốn biết Hoa Kỳ nghĩ gì về một cuộc đảo chính. Các tướng lo cho vận mạng quốc gia nhưng cũng e ngại vì họ biết rằng Nhu có thể tiêu diệt bất cứ ai trong bọn họ trong một cơn ngẫu hứng nào đó. Cho nên có bất mãn và lo ngại tới đâu họ cũng không động móng tay nếu họ nghĩ rằng Washington sẽ bỏ rơi họ.

Lou Conein nghe những lời Đôn nói, báo cáo lại cho trưởng Chi cục CIA ở đây là John Richardson, ông này lại báo cáo về Washington. Cái đêm Conein uống rượu với các tướng, John Kennedy cũng họp với các cố vấn, cũng cái đêm Quốc khánh 4 tháng Bảy ấy, để xem phải làm gì với Diệm.

Vấn đề tập trung vào chỗ đẩy Nhu đi. Lansdale có một ý kiến riêng về việc này và trong một bữa ăn sáng ông đã nói ý kiến đó với Averell Harriman và John Kenneth Galbraith, đại sứ ở Ấn Độ và bạn của Kennedy. Lansdale nghĩ rằng Harriman và Galbraith nên tiếp xúc với bạn của họ ở đại học đường Harvard và lập ra một nhóm có tên thật kêu là nhóm nghiên cứu chính sách và mời Nhu làm một thành viên. "Đá ông ta lên trên", Lansdale nói. "Nói với ông ta rằng ông ta là một người trí thức. Nghe ông ta nói rồi cho ông ta một chỗ làm ở đấy. Ông ta sẽ đến và Diệm sẽ để ông ta đi". Lansdale giải thích rằng Diệm đã hứa với cha ông lúc sắp chết là sẽ chăm sóc cho người em. "Thế mà người Mỹ chúng ta lại đến bảo thẳng với ông ta là hãy tống cổ thằng em của ông đi", Lansdale nói. "Nhất định là ông ta coi trọng nguyện vọng của cha ông hơn. Ông ta là một người tôn trọng gia đình".

Không ai quan tâm đến ý kiến của Lansdale cả. Các nhà vạch chính sách ở Washington đang có hứng muốn dùng đến bắp thịt chứ không thích chơi trò thuyết phục tế nhị, mặc dù nhóm của Harriman-Hilsman có gợi ý về kế hoạch để Lansdale sẽ cầm đầu một nỗ lực hoà giải với Diệm, nếu giải pháp này được chấp nhận. Kế hoạch này bị bác.

Hai ngày sau vụ tấn công các chùa, Đôn lại liên lạc với Conein để thảo luận về khả năng một cuộc đảo chính. Cùng một lúc Đôn nói với Conein, Kim đi gặp Rufe Phillips. Các ông tướng nổi giận vì Nhu tìm cách đổ vấy trách nhiệm đánh phá chùa chiền cho quân đội. Kim nói rằng Nhu và bà vợ ông ta phải ra đi, và nếu Hoa Kỳ công khai chống lại Nhu thì ông và các bạn đồng nghiệp của ông sẽ thay thế họ. Nguyễn Đình Thuần, Đổng lý văn phòng của Diệm, cũng gặp Phillips và phụ hoạ vào việc chống Nhu.

Rufe Phillips báo cáo về Washington buổi nói chuyện của ông với Kim và Thuần, đẩy mạnh thái độ chống đối vốn đã mạnh mẽ của các thế lực Harriman-Hilsman với Diệm và Nhu, và một hôm sau - hai ngày sau khi Lodge tới Sài gòn - Harriman-Hilsman đã gửi cho Đại sứ mới đề nghị Diệm phải ra đi nếu ông ta không chịu cho ông em của ông ra đi. Về sau này, Lodge nói rằng ông hơi ngạc nhiên khi nhận được bức điện đó nhưng khi tỉnh táo trở lại. Ông đã đánh bức điện trả lời nói rằng ông đồng ý với chánh sách đó.

Ngày 5 tháng Mười, Tổng thống Kennedy quyết định một số biện pháp đặc biệt để gây sức ép với Diệm. Cùng ngày hôm đó, Lou Conein gặp Minh Lớn, theo yêu cầu của ông này. Minh Lớn nói rằng cuối cùng các tướng đã thoả thuận được một kế hoạch đảo chính. Cách dễ nhất là giết Nhu và giữ Diệm làm bù nhìn. Conein báo cáo lại với Lodge. Chi cục CIA đề nghị đại sứ không nên chống lại cuộc ám sát, bởi vì hai giải pháp khác mà Minh đề nghị sẽ dẫn đến đổ máu kéo dài. Nhưng giám đốc CIA John McCone đã lập tức điện cho chi cục rút lui ngay đề nghị của họ với Lodge. Đó là dấu hiệu cho thấy John McCone và William Colby đang cáu tiết với Cabot Lodge. Nếu cần phải có một cuộc đảo chính thì đó sẽ là cuộc đảo chính của Lodge, không phải của CIA. Họ giận nhất là việc Lodge đã sa thải John Richardson và tống ông này về Hoa Kỳ, theo gợi ý của Mike Dunn. Việc gọi Richardson về, ngày 5 tháng Mười, 1963, là nhằm gây áp lực với Nhu, vì Nhu là người tiếp xúc với Richardson.

Sự lo ngại của Kennedy và ban tham mưu của ông về một ông đại sứ "làm theo ý mình" đã được thể hiện rõ ràng trong điểm một của bức điện, nói rõ một lần nữa rằng "Chúng ta không chấp nhận việc Hoa Kỳ không có quyền lực đình hoãn hoặc can ngăn một cuộc đảo chính". Nói vậy rồi, Nhà Trắng đưa ra đường lối cho cuộc đảo chính. Hoa Kỳ không trực tiếp can thiệp vào bên nào, không cho lực lượng quân sự của mình dính líu vào đó, và sẽ nhận cho những người liên quan được tị nạn trong trường hợp cuộc đảo chính thất bại. "Nhưng một khi cuộc đảo chính dưới sự lãnh đạo của những người có trách nhiệm đã nổ ra, và trong khuôn khổ những hạn chế trên, Hoa Kỳ mong muốn nó sẽ thắng lợi".

Với cả Washington, từ lúc này, Lou Conein, người Mỹ đầu tiên nhẩy dù xuống Hà Nội năm 1945 trở thành nhân vật CIA quan trọng nhất thế giới.

Sáng 1 tháng Mười Một, buổi sáng ngày đảo chính, Đại sứ Lodge tháp tùng Đô đốc Harry Felt từ Honolulu đến thăm nước này theo lời mời của Tổng thống Diệm. Felt biết rằng một cuộc đảo chính đang được chuẩn bị ông hỏi Lodge xem nó sẽ tiến hành như thế nào. Lodge không cho Felt biết gì cả. Ông nói với Felt "Không có viên tướng Việt Nam nào dám làm việc đó cả". Sau khi Felt và Lodge gặp Diệm thì Diệm yêu cầu Lodge nán lại một chút để nói chuyện riêng.

Diệm nói rằng "Tôi biết sắp có đảo chính nhưng tôi không biết ai làm việc đó". Diệm than phiền rằng có nhân viên Mỹ mưu đồ chống lại ông. Ông nói với Lodge rằng ông sẽ cho sứ quán tên những người Mỹ đó.

Sau này, Lodge nhắc lại "Tôi nói rằng tôi muốn có tên những

người đó và nếu có người Mỹ nào dính dáng với những việc làm không thích đáng thì tôi sẽ đưa họ ra khỏi Việt Nam". Cái trò hai mặt hiếm thấy này làm cho bất kỳ ai cũng phải huýt sáo.

"Buổi sáng hôm đảo chính, trước khi nó bắt đầu, tôi nhận được một cú điện thoại của Lou", Phillips nói. "Anh ấy nói "Anh có ở lại chơi với Elyette với mấy đứa nhỏ không? Tôi nghĩ là hôm nay thì quả bóng bay đấy".

Một người trợ lý của Trần Văn Đôn nói Conein tới bộ chỉ huy quân đội Việt Nam ở sân bay Tân Sơn Nhất. Mặc dầu ông đã rời khỏi quân đội, nhưng Conein không muốn mạo hiểm bị bắt trong bộ quần áo dân sự, có thể bị bắn chết như một gián điệp nên ông đã mặc bộ quân phục Trung tá và đội cái mũ của Lực lượng Đặc biệt. Ông bỏ số tiền Việt Nam tương đương với bốn mươi hai ngàn đô-la vào cái cặp nhỏ để đem cho các viên tướng. Số tiền này được dùng để mua thức ăn cho quân đội tham gia đảo chính và để bồi thường thiệt hại cho gia đình những người chết trong đảo chính. Số tiền đó có được sử dụng đúng như dự định không thì cũng do các viên tướng thanh toán mà thôi. Conein mang lên xe gíp một số lựu đạn và một cây tiểu liên rồi phóng ra phi trường trước khi Trần Văn Đôn đi tiễn Đô đốc Felt trở về.

Minh Lớn ngạc nhiên khi thấy Conein tới, nhưng Conein nói rằng do Đôn yêu cầu ông đến trình diện mấy ông tướng. Minh chỉ cho ông ngồi trên một cái bàn có điện thoại tại một văn phòng rộng. Các ông tướng ngồi bên gian phòng bên cạnh và thỉnh thoảng lại sang cho ông hay tình hình đang diễn ra. Cuộc đảo chính bắt đầu vào một giờ ba mươi chiều, khởi sự bằng một trận chạm súng ngắn gần cổng của bộ chỉ huy với Lực lượng Đặc biệt Việt Nam trung thành với Diệm. Viên tư lệnh Lực lượng Đặc biệt và người em ông ta đã bị bắt và sau đó đã bị quân đảo chính bắn chết trong ngày.

"Tôi có một cái máy điện đàm", Conein nói. "99 là mật mã đã thoả thuận trước để cho biết là cuộc đảo chính đã nổ ra. Thế là tôi liên lạc với sứ quán và cho họ số điện thoại của tôi để khi cần họ có thể tiếp xúc với tôi. Minh Lớn bước đến và nói với tôi "Conein, nếu chúng tôi thất bại thì ông đi với chúng tôi". Họ tính là nếu đảo chính thất bại họ sẽ chạy sang Campuchia. Chúng tôi có chín xe bọc thép. Chúng ta sẽ mở đường mà đi".

Diệm đã phản ứng như ông đã phản ứng năm 1960, ông nhấc máy điện thoại và tìm người trung thành với mình trong các tư lệnh quân đội. Nhưng tình thế bây giờ đã khác. Những tướng lĩnh đã cứu ông lần trước lần này đã tham gia đảo chính. Ba giờ sau cuộc đảo chính bắt đầu, Diệm đã điện thoại tới sứ quán xem người Mỹ có giúp gì được cho họ không. Ông ta nói chuyện với Cabot Lodge, ông này ghi âm cuộc nói chuyện và điện báo cáo về Washington.

DIỆM: Một số đơn vị nổi loạn, tôi muốn biết thái độ của Hoa Kỳ như thế nào?

CABOT LODGE: Tôi không nắm được tình hình đầy đủ để cho ông biết. Tôi có nghe tiếng súng nổ nhưng tôi không nắm được mọi sự kiện. Vả lại bây giờ là bốn giờ ba mươi ở Washington và chính phủ Hoa Kỳ không thể có ý kiến được.

DIỆM: Nhưng ông có thể có một khái niệm nào đó. Dù sao tôi cũng là quốc trưởng. Tôi đã cố gắng làm nhiệm vụ của tôi. Bây giờ tôi cố gắng làm những gì mà nhiệm vụ và sự khôn ngoan đòi hỏi. Tôi tin tưởng ở nhiệm vụ trên hết.

CABOT LODGE: Chắc chắn là ông đã làm nhiệm vụ của mình. Như tôi đã nói với ông sáng nay, tôi khâm phục lòng can đảm và cống hiến của ông cho đất nước. Không ai có thể tước bỏ công trạng của ông. Tôi lo cho sự an toàn cá nhân của ông. Tôi nhận được báo cáo là những người làm đảo chính đề nghị ông và em ông được đưa an toàn ra nước ngoài nếu ông chịu từ chức. Ông có nghe cái đó không?

DIỆM: (ngừng một lúc) Ông có số điện thoại của tôi.

CABOT LODGE: Vâng, nếu tôi có thể làm gì cho sự an toàn cá nhân của ông, xin ông gọi tôi.

DIỆM: Tôi đang cố gắng lập lại trật tự.

Phần lớn những bài viết về cuộc đảo chính, mặc dầu có khác nhau về chi tiết, đều đồng ý với nhau về những gì xảy ra sau đó. Diệm và Nhu từ chối đầu hàng. Họ vẫn dùng điện thoại để tập hợp sự ủng hộ. Đêm hôm đó, lợi dụng lúc tối trời, họ trốn khỏi dinh tổng thống bị bao vây đến nhà một nhà buôn người

Hoa ở Chợ Lớn. Vào khoảng bảy giờ sáng ngày 2 tháng Mười Một họ chịu đầu hàng tại một nhà thờ đạo Thiên chúa. Các tướng đưa một xe bọc thép đi bắt họ và trên đường về tổng hành dinh quân đảo chính họ đã bị quân cận vệ của tướng Minh Lớn hạ sát.

Vai trò của Henry Cabot Lodge trong việc đầu hàng của Diệm ra sao? Theo tài liệu của Lầu Năm Góc và nhiều tài liệu khác, ông chẳng có làm gì cả. Cuộc nói chuyện của ông với Diệm buổi chiều hôm trước, tài liệu Lầu Năm Góc nói, "là buổi nói chuyện cuối cùng của người Mỹ với Diệm". Lodge theo thói quen đã đi nghỉ lúc chín giờ ba mươi tối. Những lần tường thuật như vậy nghe không hợp lý nếu người ta nhớ rằng Lodge đã nhấn mạnh với Diệm ông lo ngại cho an toàn của Diệm. "Nếu tôi có thể làm gì cho sự an toàn cá nhân của ông, xin ông cứ gọi tôi". Thế thì tại sao Diệm sợ bị giết khi lọt vào tay các viên tướng, lại không chịu liên lạc với Lodge?

Diệm đã gọi Lodge một lần vào khoảng bảy giờ sáng sau khi ông đã quyết định đầu hàng.

"Lodge nói chuyện với Diệm hai lần" Mike Dunn nói. "Một lần vào buổi chiều và một lần vào buổi sáng hôm sau. Buổi sáng hôm đó, Diệm hỏi chúng ta có thể làm gì được không. Lodge bỏ máy xuống và đi tìm cái gì đó. Tôi vẫn giữ máy. Tôi là người Mỹ cuối cùng đã nói chuyện với Diệm khi ông ta còn sống, mặc dầu tôi nghĩ rằng Lodge sẽ trở lại máy và nói lời tạm biệt. Lodge đã nói với Diệm rằng sẽ cho Diệm cư trú và sẽ làm việc gì có thể làm được cho Diệm. Tôi muốn tới đó - trên thực tế, tôi đã hỏi Lodge rằng tôi có thể đến đó và mang họ ra không. Tôi nói, "Bởi vì chúng sẽ giết họ mất". Tôi nói với ông thẳng thừng như thế. Ông nói "Chúng ta không thể làm việc đó. Chúng ta không thể dính líu như vậy được", và vân vân. Tôi rất ngạc nhiên thấy rằng chúng ta không làm gì thêm cho họ cả".

Có thể làm gì đó để cứu Diệm và Nhu không?

"Phải", Dunn nói, "Tôi nghĩ là chúng ta phải có một quyết định cần thiết ngay tức khắc".

Diệm và Nhu đã bị giết vào khoảng giữa bảy giờ tới chín giờ sáng ngày 2 tháng Mười Một, 1963. Trần Văn Đôn và Lou

Conein kể lại thời gian này có phần khác nhau đáng chú ý. Theo lời kể trong hồi ký của Đôn thì Diệm đã gọi tướng Khiêm hồi sáu giờ bốn mươi lăm, nói rằng ông chịu đầu hàng. Đôn nói như là Diệm muốn được các viên tướng bắt vậy. "Ông nói với Khiêm về tình hình chung quanh nhà thờ ở Chợ Lớn và yêu cầu cho xe tới chở ông đi vì ông cảm thấy ở đấy không an toàn". Theo Đôn kể lại, Đôn và Khiêm cho Minh Lớn biết chỗ ở của Diệm, Minh Lớn đưa một xe thiết giáp vào Chợ Lớn bắt họ.

Theo lời kể của Conein cho quyển sách này thì sự thật không phải như vậy. Theo Conein, Diệm đã ba lần gọi điện cho các tướng lĩnh trong buổi sáng hôm ấy. Lần thứ nhất, Diệm không chịu nói chuyện với người lãnh đạo cuộc đảo chính là Minh Lớn. Ông nói với một viên tướng khác. Diệm muốn có một sự dàn xếp theo đó ông sẽ từ bỏ quyền hành và đi khỏi đất nước trong danh dự. Ông được trả lời là ông phải nói chuyện với Minh Lớn mới được. Ông ta gọi lại và nói chuyện với Minh Lớn cũng với đề nghị ấy. Minh Lớn bác bỏ đề nghị đó và cuộc nói chuyện đã kết thúc trong giận dữ. Một lúc sau, Diệm gọi lại, chỉ yêu cầu được đưa ra sân bay an toàn và rời khỏi Việt Nam. Lúc đó, theo lời kể của Conein, Minh Lớn hỏi sứ quán có thể cho một cái máy bay cho Diệm và Nhu đi ra khỏi nước không. Conein gọi cho chi cục CIA và được đáp rằng phải mất hai mươi bốn giờ đồng hồ mới thu xếp được một chiếc máy bay có thể đưa hai anh em bay không ngừng tới nước tỵ nạn. Washington đã quyết định từ trước rằng Diệm không được dừng lại chỗ nào để lấy xăng vì như vậy ông ta sẽ có điều kiện để tổ chức một cuộc phản đảo chính chống lại các tướng lĩnh. Conein báo cho Minh Lớn như vậy.

Báo cáo của Conein viết gửi cho bộ chỉ huy của CIA nhiều ngày sau cuộc đảo chính, và năm 1975 đã được trao cho tiểu ban của thượng nghị viện điều tra về việc ám sát các lãnh tụ nước ngoài. Trong một cuộc phỏng vấn để viết cuốn sánh này, Conein có kể thêm nhiều chi tiết về bản báo cáo đó cũng như về việc ông ra điều trần trước quốc hội. Theo Conein thì các viên tướng đã cắt hết điện thoại trong vùng, chỉ chừa mấy chỗ quan trọng như sứ quán Mỹ, dinh tổng thống nhà Conein và một số ban chỉ huy quân sự. Như vậy, mặc dầu có những báo cáo nói ngược lại, Minh Lớn và các tướng khác vẫn tưởng là Diệm còn trong dinh tổng thống và gọi điện thoại tới đó. Họ không biết rằng Diệm đã bí mật tổ chức một đường dây điện thoại tới nhà ông bạn người Hoa, để dùng trong trường hợp khẩn cấp. Trong mưu toan đảo chính năm 1960 những người chủ mưu vẫn để tổng đài trong dinh tổng thống hoạt động. Dinh tổng thống bị ném bom và bao vây nhưng đội bảo vệ của Diệm vẫn giữ vững. Chính là theo một điều kiện của Minh Lớn mà Diệm đã ra lệnh ngừng bắn, vào khoảng bảy giờ sáng.

Theo lời Lou Conein, có hai nhóm kéo đến dinh tổng thống vào lúc bảy giờ để bắt Diệm. Một nhóm, gồm cả Minh Lớn đi từ sân bay qua sân đánh gôn ở phía sau dinh. Nhóm có xe bọc thép thì đi vào cổng chính. Conein viết trong bản báo cáo năm 1963 rằng một đội hộ tống đã được phái đến dinh tổng thống vào lúc tám giờ nhưng Diệm đã không còn đó nữa.

Vậy thì làm sao chỉ trong vài phút Minh Lớn lại biết được chỗ ở thực sự của Diệm? Tới chỗ này, Conein dừng lại và trở lại với tuyên bố ban đầu của ông năm 1963. Ông nói rằng có một "người báo tin" đã trông thấy Diệm và Nhu và đã gọi điện cho quân đảo chính. Khi được hỏi kỹ cho cuốn sách này, ông nói "Rất đơn giản. Có người nào đó đã trông thấy họ". Mặc dầu Conein là một người biết rất nhiều chi tiết và nghe rất nhiều chuyện ngồi lê đôi mách nhưng ông từ chối suy đoán xem "người nào đó" là ai.

Không có tư liệu nào từ những nhà nghiên cứu tài liệu của Lầu Năm Góc hay bất cứ ai khác nói về cú điện thoại của Diệm cho Lodge vào lúc bảy giờ sáng hôm ấy.

Giả thuyết Lodge đã trao Diệm cho quân đảo chính sáng hôm đó cũng không phải là hoàn toàn không có cơ sở, nếu xét cách ông ta đối xử với một người em khác của Diệm, trên thực tế là người cai trị miền Trung. Ngô Đình Cẩn xin cư trú tại lãnh sự quán Hoa Kỳ ở Huế ba ngày sau khi hai anh ông bị giết. Cẩn đi khỏi Huế trên một máy bay của Mỹ, hộ tống bởi một vị phó lãnh sự, một chuẩn tướng, và hai quân cảnh - tất cả đều là người Mỹ. Nhưng khi tới Sài Gòn thì Cẩn được giao lại cho Lou

Conein và sau đó cho những người lãnh đạo đảo chính, theo lệnh của Lodge. Đôn viết trong hồi ký rằng Lodge đặt điều kiện là Cẩn phải được đối xử theo đúng luật pháp. Ông ta bị giam và bị hành quyết mấy tháng sau đó, khi Lodge vẫn còn làm đại sứ.

Lansdale và Đệ Nhị Cộng Hoà

Sự tiêu vong của Đệ Nhất Cộng Hoà khiến mọi thành quả bình định ở các tỉnh sụp đổ theo, mở đường cho quân Cộng Sản lấn tới, miền Nam lâm nguy.

Sau khi TT Kennedy bị ám sát, Tổng Thống kế nhiệm Lyndon Johnson quyết định đổ quân vào Việt Nam. Năm 1964, tướng Maxwell Taylor được cử sang Saigon làm Đại Sứ thay thế Cabot Lodge nhưng không ổn định nổi tình hình. Các tướng lãnh miền Nam tiếp tục đấu đá nhau dành quyền. Maxwell Taylor càng thất thế hơn khi ra mặt tranh chấp với Tướng Westmoreland. Phía Washington cũng không khá hơn, Phó Tổng Thống Hubert Humphrey và phía Thượng nghị sĩ Fulbright, vốn ảnh hưởng ý kiến của Lansdale và Rufus Phillips, chống việc oanh tạc Bắc Việt. Chiến tranh leo thang dữ dội hơn, mà cũng mù mịt hơn. Tháng Bảy, 1965, TT Johnson phải quyết định tăng quân và để tránh bị phe Cộng Hoà chỉ trích, ông quay lại với giải pháp đưa Henry Cabot Loge trở lại làm Đại sứ Việt Nam. Muốn lấy lòng cánh Phó Tổng Thống Humphrey và TNS. Fulbright, chủ tịch Uỷ Ban Ngoại Giao Thượng Viện, nơi ông phải điều trần để nhận chức Đại sứ, Cabot Lodge mời Lansdale cùng sang Việt Nam làm phụ tá bình định.

Vậy là 11 năm sau ngày ông góp phần dựng lên chế độ cộng hoà tại miền Nam, tướng Edward G. Lansdale có dịp trở lại Việt Nam lần thứ hai. Vẫn với gần đủ mặt các anh em cũ của ông. Ngoài Rufus Phillips, Lou Conein, còn thêm nhân vật mới: Chàng tiến sĩ Daniel Ellsberg, tốt nghiệp Harvard, cố vấn cho công ty RANT về các vấn đề quốc phòng, và là cánh tay phải của Phụ Tá hàng đầu cho Bộ Trưởng Quốc Phòng Mc Namara. Dan Ellsberg đang hưởng ngạch GS-18, cấp bậc dân sự tương đương với một chuẩn tướng, nhưng vốn đầy nhiệt huyết, ông bỏ tất cả để đi theo Lansdale.

Trở lại Saigon vào lúc hai tướng Nguyễn Văn Thiệu-Nguyễn Cao Kỳ đang chia nhau làm chủ dinh Độc Lập, Lansdale không gặp khó khăn gì với các tướng trẻ. Ngoài tác phong riêng của ông, danh tiếng Lansdale đã trở thành huyền thoại. Cả Thiệu lẫn Kỳ cùng các tướng khác vui vẻ ngồi xếp bằng dưới sàn nhà nghe Lansdale kể chuyện ông đi gặp Trình Minh Thế. Nhưng trở ngại mà nhóm Lansdale đụng phải chính là phía người Mỹ. Toà Đại Sứ, Quân Đội Mỹ và cả CIA ở Việt Nam lúc này đã trở thành bộ máy thư lại khổng lồ và không phía nào muốn Lansdale xía vào việc của họ. Các phụ tá của Đại sứ Lodge đều ra mặt chống lại Lansdale.

Nhóm của Lansdale không có một ngân sách riêng mặc dầu Bộ Ngoại Giao đã nói rằng ngân sách đã chờ sẵn họ ở Sài Gòn. Điều đó khiến cho Conein nghĩ rằng sứ mạng của họ đã bị những kẻ thù của Lansdale phá hoại ngay từ lúc họ chưa rời khỏi Washington. Còn Dan Ellsberg cho rằng "Lansdale có thể làm được nhiều hơn nếu ông có địa vị cao hơn và được Lodge tin tưởng hơn. Những cái bọn quan liêu ở đây đã hoạt động rất mau lẹ để loại chúng tôi ra ngoài khi chúng tôi vừa đến nơi."

Mặc dầu có những thế lực dàn trận chống lại ông, Lansdale đã làm được một việc đáng kể, nhưng không được người ta ghi công và không được người Mỹ ở Sài Gòn biết đến. Hơn bất cứ quan chức nào khác, ông là người chịu trách nhiệm tổ chức một cuộc bầu cử kiểu Mỹ ở Nam Việt Nam đang trong chiến tranh. Lyndon Johnson, cũng như các quan chức khác ở Washington, rất quan tâm đến việc chứng minh rằng Nam Việt Nam là một nước dân chủ, đáng nhận được sự ủng hộ của Hoa Kỳ. Nhưng việc này nói thì dễ mà làm thì khó.

Năm 1966, sau khi dàn xếp được cho Thiệu-Kỳ gặp TT. Johnson tại Honolulu, Lansdale thuyết phục được Thiệu - Kỳ đồng ý tổ chức bầu cử, Lansdale mang Rufe Phillips sang Việt Nam năm để giúp ông xây dựng một chế độ tuyển cử. Lansdale muốn trước tiên bầu ra một quốc hội lập hiến mở đường cho những cuộc bầu cử Tổng thống và Quốc hội sau này.

Ông và Phillips mới chạy tìm người Việt Nam tham gia và họ bắt đầu mở lớp cho những người ra ứng cử ngay tại nhà của Lansdale. Nhờ sự thúc đẩy của Lansdale, Quốc Hội Lập Hiến thành hình, rồi cuộc bầu cử Tổng Thống được tổ chức, Thiệu thành Tổng Thống, Kỳ làm Phó.

Ngay khi trở lại Việt Nam, Lansdale và Rufe Phillips đã thu xếp để Việt Nam thành lập Bộ Xây Dựng Nông Thôn và Trần Ngọc Châu được đề cử làm giám đốc Nha huấn luyện cán bộ toàn quốc, kiêm chỉ huy trưởng Trung Tâm Huấn Luyện Vũng Tầu. Trung tâm này đang do CIA trực tiếp quản trị, ra mặt chống lại sự có mặt của Châu. Thấy không thể làm gì hơn, Châu đành phải từ chức và xuất ngũ. Lansdale và Rufus Phillips khuyến khích Châu ra tranh cử, làm một chính khách.

Thực tế, có thể nói sau thời kỳ tướng lãnh VN làm loạn, chính Lansdale lại là người tạo ra bộ mặt dân chủ, mang lại hiến pháp và quốc hội làm khung cho Đệ Nhị Cộng Hoà, giống như trước đây ông từng làm cho chế độ của Diệm.

Lansdale, như lời ông nói sau này, đã đặt biết bao hy vọng ở Châu vì cả hai cùng thực lòng tin vào sức mạnh của một nền dân chủ đích thực. Điều bi thảm là lý tưởng dân chủ của Lansdale và Châu không còn chỗ trong chính sách Mỹ dành cho Việt Nam.

Tướng Mike Dunn, phụ tá thân nhất của Đại sứ Lodge nói "Lansdale muốn có một nền dân chủ thực sự còn Lodge chỉ cần có một nền dân chủ hình thức để chúng ta sẽ làm những gì chúng ta muốn làm. Hai người quan niệm vấn đề rõ ràng là không như nhau".

Cuối năm 1967, TT Johnson thay thế Cabot Loge bằng Edward Bunker 73 tuổi, một đại sứ có thành tích thương thuyết. Nhiệm vụ của Bunker được chính Johnson chỉ rõ là gấp rút ổn định tình hình sửa soạn cho Mỹ rút quân, kết thúc chiến tranh. Đã tính đến "gấp rút ổn định để rút" thì mục tiêu dài hạn dân chủ thật sự đâu còn giá trị gì. Tổng Thống Nguyễn Văn Thiệu trở thành nhân vật được Bunker hỗ trợ để gấp rút ổn định bằng mọi giá, kể cả việc phá nát chính cái cơ chế dân chủ nền tảng của chế độ.

Sau mấy tháng cố ở lại cạnh Bunker, Lansdale lặng lẽ rời khỏi Việt Nam năm 1968. Khi Bunker hỗ trợ Thiệu bắt Châu bỏ tù, tại Mỹ, Lansdale tổ chức họp báo hết lòng bênh vực Châu. Các quan chức chóp bu của Washington lễ độ nghe ông nói, nhưng nghe qua rồi thôi.

Hai anh em, hai trận tuyến

Liên hệ giữa Trần Ngọc Châu với người anh cộng sản của ông bắt đầu từ năm 1965, khi Châu đang là tỉnh trưởng Kiến Hoà. Cuộc viếng thăm của Hiền tại văn phòng như sấm chớp giữa trời xanh. Châu đã không gặp Hiền từ ngày anh trốn khỏi chiến khu Việt Minh mười sáu năm về trước khi anh rời bỏ phía cộng sản.

Châu nghĩ rằng thời điểm anh Hiền đến thăm không phải là tình cờ. Điều đó đã xảy ra sau khi quân Mỹ đã đổ bộ vào Việt Nam năm 1965, làm nhụt đà tiến của Cộng sản. Việt Cộng không còn trông thấy viễn cảnh nhìn thấy Nam Việt Nam rơi vào tay họ như một trái xoài chín, trong cơn lốc hỗn độn về chính trị và quân sự sau khi Diệm bị lật đổ.

Hai anh em gặp nhau rất xúc động. Hiền mặc áo sơ mi trắng, đi dép. Trông ông người ta có thể nghĩ đó là một người Việt trung lưu đến thăm ông tỉnh trưởng để bàn một việc gì đó. Châu được mọi người biết là có chính sách mở cửa cho mọi người muốn đến gặp ông. Trà được dọn ra. Châu nói trước. Ông đã chuẩn bị sẵn những gì định nói. Mối quan tâm đầu tiên của ông, ông nói là Hiền gìn giữ danh dự của gia đình. Ông không bao giờ từ bỏ tự hào của mình. Nếu Hiền thấy đã quá mệt mỏi vì chiến tranh thì Châu sẵn sàng giúp đỡ. Ông sẽ lo cho Hiền đi Hoa Kỳ, hay đi Pháp, ở đấy Hiền có thể lấy lại sức khoẻ, nghỉ ngơi và học hành. Nếu anh thấy mệt, Châu chấm dứt một cách bình tĩnh, em sẽ giúp anh.

Hiền ngồi nghe Châu một cách điềm đạm. Ông lấy ra một bức thư đưa cho Châu. Đó là của người Trưởng ban tổ chức mà Châu đã làm việc khi còn là Việt Minh. Ông ta bây giờ là một cán bộ cao cấp trong Mặt trận Dân tộc Giải phóng miền Nam

Việt Nam. MTDTGP tuy gồm phần lớn là người miền Nam, một số người không phải là cộng sản, nhưng do cộng sản kiểm soát và liên hệ với Hà Nội. Mặt trận là một kiểu nghi trang chính trị đã từng được áp dụng trong thời Việt Minh chống Pháp để che đậy bộ mặt thực. Hiền không nói cấp bậc của mình, nhưng Châu đoán đằng anh mình chắc là một đại tá trong Cục quân báo thuộc Bộ Quốc phòng ở Hà Nội biệt phái vào Trung ương Cục miền Nam. Sĩ quan cấp bậc ấy thường hoạt động theo chỉ thị của Bộ Quốc Phòng, nếu không nói là của Bộ Chính trị. Một người anh em của Hiền và Châu làm thông dịch tiếng Anh cho Bộ Chính trị.

Châu trả thư lại cho Hiền mà không đọc. Châu muốn tiếp Hiền với tư cách là người anh chứ không phải là người đại diện của Mặt trận. Nhưng Châu đã nhận thức ra rằng anh mình đến đây là vì công vụ. Hiền không có ý định bỏ về. Trái lại ông càng tỏ ra quyết tâm hơn bao giờ hết. Hiền bắt đầu nói rằng họ đã theo dõi hoạt động của Châu trong nhiều năm qua. Hiền muốn tuyển mộ Châu làm việc cho mình, nhưng thay vì rao hàng cho chủ nghĩa cộng sản thi Hiền nói muốn bàn với Châu xem hai anh em có thể làm gì cho quê hương.

Châu chán nản là hai anh em lại lao vào cuộc tranh luận chính trị thay vì nói chuyện gia đình với nhau. Châu muốn được biết tin về những người bà con đang sống ngoài Bắc. Hiền là anh trước, cộng sản sau hay là ngược lại? Liệu đồng thiếc làm bằng đồng với thiếc hay ngược lại, làm bằng thiếc với đồng?

Một lý do nữa khiến Hiền xuất hiện bất ngờ là Hiền muốn trực tiếp gặp Đại sứ Cabot Lodge ở Sài Gòn, mở một đường liên lạc giữa Mặt luận Giải phóng với Mỹ. Ông gợi ý Châu nên thu xếp một cuộc gặp gỡ thông qua John Paul Vann. Không nghi ngờ gì nữa, Châu thấy rõ Hiền đang hoạt động theo những chỉ thị từ Hà Nội, nhưng khi Châu tìm hiểu mục đích cuộc gặp gỡ với Lodge thì Hiền nói rằng ông không được phép tiết lộ điều đó, ngay cả đối với em, tuy ông có thể nói rằng cuộc chiến có thể chấm dứt thông qua đàm phán giữa Mặt trận với Mỹ. Nhưng tại sao lại phải ở Sài Gòn, Châu hỏi? Mấy anh thiếu gì con đường khác. Hiền nói rằng mỗi con đường có nhiệm vụ riêng của nó.

Khi nghiên cứu yêu cầu của Hiền, người ta thấy việc Hà Nội muốn liên lạc với Cabot Lodge là việc làm có ý nghĩa, vì Lodge là người đã chứng tỏ khả năng của mình qua việc lật đổ Diệm. Một người có thể tống khứ một lãnh tụ cỡ như Diệm thì cũng có thể đẩy sang một bên một hoặc hai viên tướng Việt Nam để mở đường cho một chính phủ liên hiệp ở Sài Gòn. Dĩ nhiên là không ai dám chắc là biết được cộng sản đang nghĩ gì trong đầu. Sứ mạng của Hiền có thể là của một người ly gián, gây mâu thuẫn giữa người Mỹ và chính phủ Sài Gòn.

Châu báo cho John Paul Vann yêu cầu của Hiền. Vann nói ông sẽ mang tin này đến Đại sứ Lodge. Châu cũng nói với người sĩ quan CIA quan hệ với ông, Stu Methven.

John Paul Vann biết rằng Hiền là anh của Châu và đã cho Lodge biết. Lodge từ chối đích thân gặp đại diện của Mặt trận Dân tộc Giải phóng, nhưng gợi ý là Hiền nên gặp một quan chức khác của sứ quán. Ai cũng có thể thấy được lý do khiến Lodge phải thận trọng. Nếu Hiền thật ra chỉ là một phần tử khiêu khích và Hà Nội công bố cuộc gặp gỡ này thì ông sẽ bị rắc rối. Mặt khác, nếu Hoa Kỳ thực sự quan tâm tới một giải pháp thương lượng cho cuộc chiến tranh thì mở những cuộc nói chuyện với Hà Nội thông qua Hiền là một mạo hiểm đáng giá lắm.

Sau đó, có một chỉ dẫn cho thấy sứ mạng của Hiền có thể là có tính chất quan trọng thực chất nào đó, bởi vì ông ta không chịu tiếp xúc với bất cứ ai ngoài Đại sứ Lodge. Nếu cộng sản không thể nói với đại sứ để người này nói lại với tổng thống, thì họ không nói với ai khác cả.

Hiền xuất hiện gặp Châu một lần nữa sau cuộc tấn công Tết Mậu Thân. Sau đó, Châu mất liên lạc với Hiền. Châu cũng không nói với bất cứ ai trong chính phủ Sài Gòn về những buổi gặp đó, sợ rằng chính phủ này đã trải qua bao lần thay đổi đột ngột, quá bấp bênh để có thể giữ kín việc này, làm lộ ra, gây liên luỵ cho nhiều người. Toà Đại Sứ Mỹ cũng im lặng. Bí mật này nằm trong hồ sơ sứ quán gần năm năm.

Washington - Saigon
và Trần Ngọc Châu

Nhóm người tài ba theo Lansdale sang Việt Nam lần thứ hai hầu hết đều chán nản bỏ cuộc. Rufus Phillips về lại Mỹ. Lou Conein tức khí uống rượu say, đổ cả một chậu cây lên đầu một quan chức Mỹ ở Biên Hoà, bị CIA đày lên tận Phú Bổn. Riêng có chàng tiến sĩ Daniel Ellsburg máu nóng là không ngừng vùng vẫy.

Ngay khi theo Lansdale sang Việt Nam, Dan Ellsburg trở thành bạn thân thiết của Trần Ngọc Châu, qua sự giới thiệu của Joh Paul Vann, một quan chức dân sự phụ trách bình định cùng quan điểm với cánh của Lansdale.

Từ 1967, Châu đã trở thành một trong những chính khách thành công nhất ở nước ông. Châu trở về tỉnh cũ Kiến Hòa để tranh cử quốc hội và thắng với số phiếu lớn không ngờ. Lúc Châu chuyển từ một sĩ quan quân đội sang làm chính khánh dân sự cũng là lúc chương trình bình định đi vào giai đoạn cải tổ cuối cùng của nó.

Quan hệ giữa Châu và Ellsberg gần gũi thân mật đến nỗi hai người đều hiểu và chấp nhận khuyết điểm của nhau. "Tôi coi Châu như anh tôi vậy," Ellsberg nói "Cho tới khi tôi rời khỏi Việt Nam thì anh và John Paul Vann là hai người bạn thân nhất của tôi trên thế giới. Phần lớn những gì tôi biết được về bình định là tôi học được ở Châu hay Vann- và Vann cũng học được ở Châu."

Dan rời khỏi Việt Nam bằng máy bay riêng của Bộ Trưởng Quốc Phòng gửi sang Saigon đón riêng mình anh cùng một bản phúc trình khác thường mà Ellsburg mang về. Tên bản phúc trình này là "Đến thăm một tỉnh mất an ninh" do chính Ellsberg trực tiếp xông vào các vùng nguy hiểm nhất để thực hiện, khi chàng tiến sĩ máu nóng này làm việc trong lực lượng đặc nhiệm kiểm tra các kế hoạch bình định. Mc Namara cần được Ellsburg thuyết trình để có thể nắm vững tình hình, vào lúc TT Johnson đang muốn đảo ngược chính sách Việt Nam, thu xếp hoà đàm với cộng sản.

United States Senate
COMMITTEE ON FOREIGN RELATIONS
WASHINGTON, D.C. 20510

February 17, 1970

Congressman Tran Ngoc Chau
The National Assembly
Saigon, Vietnam

Dear Mr. Chau:

Thank you for your letter which I received through the good offices of a third party.

I am sorry that UPI has reported that I called you a CIA agent. I am enclosing a copy of the statement I made on February 5 at a hearing of the Committee which I later that day inserted in the Congressional Record. I think that you will see from reading the statement that I never alleged that you had been a CIA agent. I simply stated that you had worked closely with the CIA in connection with the cadre training program and that you had reported your contacts with your brother to a number of U.S. officials in Vietnam, including CIA officers, with whom you had daily contact.

I found your letter most interesting and appreciated your taking the trouble to write.

I assure you that I will continue to follow your case with sympathetic interest.

Sincerely yours,

J. W. Fulbright
Chairman

Trần Ngọc Châu không hề là nhân viên CIA

Vì những quan hệ công vụ mật thiết giữa Trần Ngọc Châu với CIA trong nhiều năm liền nên đã có dư luận hiểu lầm cho rằng ông Châu là nhân viên CIA. Phóng ảnh thư của Thượng nghị sĩ J.V. Fulbright trên đây là câu trả lời xác đáng đầy đủ nhất.

Từ Washington, biết Trần Ngọc Châu đang bị Thiệu lùng bắt, Daniel Ellsberg tìm cách đưa Châu ra khỏi Việt nam. Ông thu xếp để công ty RAND, một công ty ở California, chuyên nghiên cứu các vấn đề chiến lược cho Bộ quốc phòng, nơi ông đang làm việc, để công ty này mời Châu đến đây công tác như một chuyên viên tham vấn về công tác bình định nông thôn. Nếu có thể rời khỏi Việt Nam, Châu sẽ thoát khỏi nanh vuốt của Thiệu. Nhưng hồ sơ mời này phải thông qua sứ quán Hoa Kỳ tại Sàigòn, chính ở đây đã gặp phải bế tắc. Một bức điện mật từ sứ quán Hoa kỳ, do chính Đại sứ Ellsworth Bunker ký tên gửi Bộ ngoại giao Washington cho biết rằng sứ quán có ý định ngăn cản Châu rời khỏi đất nước.

Cũng chính Dan Ellsberg đã vận động với Thượng Nghị sĩ J. William Fulbright và ra điều trần trước Uỷ Ban Đối Ngoại của Thượng Viện để bênh vực Châu. Thấy chưa đủ công hiệu, ông tiến sĩ máu nóng này còn liều lĩnh tiết lộ hàng ngàn trang hồ sơ mật để lên án cách tiến hành chiến tranh Việt Nam của Ngũ Giác Đài. Kết quả là có lúc phe phản chiến tại Mỹ đã công kênh Dan Ellsberg lên như một anh hùng của phe ta, trước khi hiểu ra là họ "bé cái lầm".

Hãng thông tấn UPI, khi tường thuật sự ủng hộ của Fulbright đối với Châu, đã phạm một lầm lẫn nhỏ nói rằng Châu là một nhân viên của CIA, Châu đánh điện phúc đáp, cám ơn sự ủng hộ của Fulbright nhưng nói rõ rằng ông chưa bao giờ là nhân viên của CIA cả. Trong bức điện gửi Fulbright, Châu nói: "Tôi tha thiết yêu cầu ngài quan tâm tới việc tổ chức một cuộc điều tra của Thượng nghị viện Hoa Kỳ về các hoạt động của các quan chức Mỹ và CIA ở Việt Nam đang phá hoại tinh thần quốc gia và những người yêu nước Việt Nam cũng như phá hoại hình ảnh của Hoa Kỳ".

Fulbright nghĩ rằng ý kiến đó cũng không tồi.

Và rồi tới phiên chính Williams Colby phải ra trước ủy ban ngoại giao Thượng viện để bị yêu cầu giải thích vì sao CIA lại quay lại chống một trong những người bạn Việt Nam gần gũi nhất của mình như vậy.

Trước áp lực của Quốc Hội và báo chí, Bộ ngoại giao ở

Washington đã nhiều lần đánh điện yêu cầu Đại sứ Bunker can thiệp không để Thiệu bắt Châu nhưng Bunker vẫn làm lơ, bật đèn xanh cho Thiệu.

Khi Châu bị dồn vào đường cùng, John Paul Vann quyết định cứu Châu, cho dù việc đó có đưa ông tới chỗ chống lại sứ quán và cấp trên của ông. Với Vann, Châu không chỉ là người bạn Việt Nam thân nhất mà còn là người có ảnh hưởng lớn nhất đến cách ông tiếp cận cuộc chiến này.

Vann sinh ngày 2 tháng Bảy, 1924, gia nhập quân đội trong Thế Chiến II, xuất sắc trong chiến tranh Triều Tiên, đến Việt Nam từ 1962 với chức vụ trung tá, sau đó giải ngũ, trở thành một quan chức dân sự trong chương trình bình định. Chức vụ sau cùng của ông là cố vấn trưởng của quân khu II ở trung phần Việt Nam, cấp bậc tương đương một Trung tướng. Chức vụ này khiến ông trở thành người dân sự duy nhất trong lịch sử nước Mỹ được phép chỉ huy quân đội. John Paul Vann thì đã bị giết trong một chiếc trực thăng rơi ngày 9 tháng Sáu năm 1972.

Thân với Châu từ năm 1962, Vann bắt đầu phát biểu những ý kiến riêng của mình về cách thức tiến hành chiến tranh. Cũng như Châu, ông cho rằng cuộc chiến này còn có thể giành được thắng lợi, nếu không bị chỉ đạo sai như hiện nay. "Trong cuộc chiến này, vũ khí lợi hại nhất là một con dao, kế đó là một khẩu súng trường", ông nói, "Còn tệ hại nhất là một chiếc máy bay, và sau cái tệ hại nhất là một khẩu trọng pháo".

Là người từng thông báo với Đại sứ Mỹ về việc anh em Châu, Vann bất bình khi thấy cả toà đại sứ và CIA đều không lên tiếng giúp Châu bác bỏ việc Thiệu ghép Châu vào tội hoạt động cho Cộng sản.

Vào lúc Châu bị săn đuổi, Vann bàn với Evert Bumgardner, một chuyên gia bình định bạn chung của Vann và Châu, thu xếp với Keyes Beech, một nhà báo thân cận với Toà Đại Sứ và CIA, để Châu trốn trong nhà của ông. Nhà của Beech ở số 10 đường Alexandre de Rhodes, ngay trước mũi Thiệu, kế cận dinh Độc Lập.

Bài viết của Keyes Beech, trong lúc Châu đang trốn ở nhà ông đã gây một phản ứng mạnh mẽ ở Washington. Ông viết rằng CIA đã đề nghị đưa tiền cho Châu để lập một chính đảng, nhưng cuộc mặc cả đã thất bại, bởi vì CIA muốn Châu phải ủng hộ Thiệu vì Châu muốn giữ thái độ độc lập. Khi Thiệu lợi dụng cuộc tiếp xúc của Châu với người anh của ông làm cái cớ tiêu diệt ông thì CIA lại từ chối làm rõ vấn đề để thanh minh cho ông. Beech đã dẫn lại một câu nói của Châu: "Đây là một thí dụ về cách của người Mỹ đối xử với bạn bè Việt Nam của họ. Tôi không hiểu rồi đây tương lai của hàng ngàn người Việt đã hợp tác với Mỹ sẽ ra sao đây". Các báo Washington Post, New York Times liên tiếp có bài ủng hộ Châu.

Bài báo của Beech khiến nhiều người biết ông đang dấu Châu. Cảnh sát của Thiệu sẽ tìm đến. Vann thấy đã tới lúc chính ông phải hành động. Cùng với Evert Bumgardner, Vann vạch ra một kế hoạch đưa Châu ra khỏi Việt Nam. Họ phải làm việc này một cách bí mật bởi vì nếu tiết lộ thì cả hai sẽ bị cách chức và đưa về nước ngay.

Bước thứ nhất trong kế hoạch là đưa Châu ra khỏi Sài Gòn. Bumgardner lái một chiếc xe jeep tới nhà ông bạn nhà báo sát dinh Độc Lập, nơi Châu đang ẩn náu, đưa Châu xuyên qua thành phố. Mật vụ của Thiệu lập tức bám theo. Bumgardner cho xe chạy vào một khu vực ngõ cụt, chỉ có đường vào mà không có đường ra, theo đúng kế hoạch định trước. Xe của cảnh sát bám theo cho rằng chiếc jeep của Bumgardner không thể nào trở ra mà không bị phát hiện nên họ cứ ngồi đó chờ lịnh mới từ bộ chỉ huy.

"Họ không tính tới chiếc trực thăng riêng của Vann đã chờ sẵn ở đó để bốc Châu đi", Bumgardner nói "Chúng tôi đưa Châu xuống Cần Thơ và giấu anh ta dưới đó".

Kế hoạch tiếp theo là dùng thuyền đưa Châu sang Campuchia. Họ sẽ để lại một ít đồ đạc trên bờ biển để tạo ra cảm giác rằng Châu đã chết đuối trong khi tìm cách vượt biển. Chiếc thuyền và người đón Châu, kể cả khoản tiền sẽ phải chuyển qua cho Châu sinh sống đều đã sẵn sàng.

Vấn đề là chính Châu phải quyết định. Nếu bỏ đi làm một kẻ lưu vong bất mãn, người ta sẽ mau chóng quên ông. Nếu ở lại và tiếp tục đương đầu, có thể bị giết hay bị tù. Chưa kể sau khi

Châu bỏ đi, chắc chắn sự nghiệp của Vann sẽ liên lụy.

Quyết định sau cùng của Châu là ở lại, đương đầu và xuất hiện tại văn phòng của ông tại trụ sở Quốc Hội.

Hai hôm sau, ngày 25 tháng Hai, 1970, một tòa án quân sự đã chiến xử khiếm diện, tuyên án Châu hai mươi năm tù. Đáp lại, Châu tổ chức một cuộc họp báo, trả lời mọi câu hỏi bằng ba thứ tiếng Anh, Pháp, Việt nói ông biết rằng ông sẽ bị bắt nhưng để làm việc đó, Thiệu phải dùng đến lưỡi lê và súng đạn.

Vào lúc bốn giờ rưỡi chiều hôm sau, 26-2-1970, cảnh sát của Thiệu đã làm đúng như lời Châu nói. Khi nghe chúng tới, Châu gắn vào áo vest tấm bảo quốc huân chương, huân chương cao nhất của Nam Việt Nam mà ông được thưởng về những thành tích quân sự. Cảnh sát trước tiên đẩy năm mươi nhà báo ra ngoài, một tên giựt tấm huân chương khỏi áo của Châu, một tên khác đánh ông gục xuống sàn. Ông bị lôi ra khỏi tòa nhà Quốc Hội, ném lên xe jeep, đưa về khám Chí Hòa. Sau đó là bị áp tải ra toà quân sự và lãnh bản án 10 năm khổ sai miễn biệt xứ.

Cách Thiệu bắt Trần Ngọc Châu làm Bộ Ngoại Giao ở Washington kinh hoàng. Nhưng Đại Sứ Bunker thì tỉnh bơ.

Trần Ngọc Châu nằm trong nhà tù 4 năm rưỡi.

Ngày 9 tháng Sáu năm 1972, John Paul Vann chết khi chiếc trực thăng của ông rơi không phải trong lúc thực hiện một chương trình bình định mà trong một trận tấn công theo lối quy ước của quân chính quy Bắc Việt Nam.

Tháng Tám 1974, có hai nhân viên của Tổng Thống Thiệu vào nhà tù nói ông sẽ được trả tự do nếu chịu ký đơn xin ân xá. Châu từ chối. Ít ngày sau, Châu được áp tải tới giam lỏng trong một ngôi nhà ở đường Hai Bà Trưng, có sáu cảnh sát đứng gác. Khi gia đình muốn tới thăm thì cảnh sát sẽ đưa tới. Việc đó kéo dài vài tháng, cho tới khi Châu được về nhà, chỉ có một cảnh sát đi kèm.

Châu giữ im lặng. Bạn bè có thể liên lạc với ông cho ông biết rằng Thiệu sẽ sớm phải rút lui thôi. Đất nước đang rã rời từng mảng.

Saigon 1975

Quang cảnh Sài Gòn trong cơn sụp đổ có những nét giống như những ngày đầu chiến tranh, khi mọi sự đều tan tác cả. Ngay cả khuôn mẫu các nhân vật cũng không khác gì nhau. Thay vì Diệm thì nay là Thiệu, con người giờ đây lại tỏ lòng ngưỡng mộ phong cách lãnh đạo của nhà độc tài đã bị giết và cũng thường thu mình trong vỏ kén của mình. Một vị Đại sứ Mỹ gây nhiều tranh luận khác của Mỹ đang lãnh đạo sứ quán, Graham Martin đã tới thay thế Ellsworth Bunker năm 1973, khi Quốc Hội Mỹ chỉ muốn cắt đứt mọi khoản viện trợ.

Trong những ngày cuối, Charles Timmes, đã đóng vai trò tương tự như Lou Conein trước cuộc đảo chính Diệm. Ông là người của CIA liên hệ với các tướng Nam Việt Nam trong những cơn vật vã cuối cùng. Năm 1962, Timmes được chọn làm người đứng đầu phái bộ Cố vấn Hoa Kỳ ở Việt Nam và trong nhiệm kỳ này ông đã quen với một số sĩ quan trẻ Nam Việt Nam nay đã lên cấp tướng. Một trong những người đó, lúc trước là thiếu tá, nay là Nguyễn Văn Thiệu.

Khi biết Nguyễn Cao Kỳ tìm cách lật đổ Thiệu, Timmes chở Đại sứ Graham Martin trong chiếc Volkswagen cũ kỹ của ông tới gặp Kỳ tại nhà, và hai người cố làm cho Kỳ tin rằng họ sẽ ủng hộ Kỳ làm Quốc trưởng tương lai nếu ông kiên nhẫn chờ đợi và đừng chống lại Thiệu. Nhưng lại có nhiều dấu hiệu khác cho thấy là một cuộc đảo chính có thể nổ ra bất cứ lúc nào. Cuối cùng Đại sứ Graham Martin nhận thức ra rằng Thiệu phải ra đi, nếu còn có một cơ hội nhỏ nhoi nào đó để thương lượng một cuộc ngừng bắn với Bắc Việt Nam, những người đang chạy đua về phía Sài Gòn trên những chiếc xe tăng của họ. Ông thu xếp để đề cập vấn đề với Thiệu. "Tình hình quân sự thật là tồi tệ", Martin kết luận. "Và nhân dân cho rằng đó là lỗi tại ông".

Lúc đầu Thiệu không chịu từ chức ngay, nhưng sau đó nghĩ lại, ông ta mới đọc một bài diễn văn lâm ly thống thiết trên truyền hình, trong đó ông ta đả kích Henry Kissinger và Hiệp định hoà bình đưa tới việc rút hết quân Mỹ năm 1973, rồi rút lui, giao Sài Gòn vào tay Trần Văn Hương.

Hai ngày sau khi Thiệu từ chức, Hương yêu cầu Graham Martin đưa Thiệu rời khỏi đất nước. Martin giao cho Timmes nhiệm vụ lo đưa Thiệu đi. Timmes gọi điện thoại cho Thiệu, rồi giao cho Frank Snepp lái chiếc xe chở Thiệu và Timmes ra máy bay, cất cánh đi Đài Loan.

Sau đó thì Martin và Timmes lại vận động cho Hương từ chức, giao quyền hành lại cho Minh Lớn. Nhiều người Việt Nam khác cũng hấp tấp chạy trốn khỏi Sài Gòn trước khi những chiếc xe tăng đầu tiên của cộng sản vào thành phố ngày 30 tháng Tư năm 1975. Nguyễn Cao Kỳ và một đoàn tuỳ tùng mười hai người đã lên máy bay trực thăng bay ra biển và trước khi hết nhiên liệu, đã kịp đổ bộ xuống chiếc tàu Midway của hạm đội Mỹ.

. . .

Châu cũng tìm cách rời khỏi Sài Gòn trước khi thành phố này rơi vào tay cộng sản. Nhà báo Keyes Beech, vừa quay trở lại Việt Nam để viết bài, hứa giúp Châu. Ông gọi điện thoại cho người chi cục phó của CIA. Viên sĩ quan CIA này hứa lo cho Châu nhưng rồi không thấy gì. Ngày 29 tháng Tư, Beech gọi điện thoại tới nhà Châu và nói với con của ông rằng ông tìm ra ai ở CIA để hỏi lại nữa. Trong vài giờ đồng hồ hỗn loạn đó, Beach và hầu hết ký giả Mỹ rời khỏi Sài Gòn, sau đó không nghe gì về Châu nữa.

Beech kể lại: "Nhiều năm sau, trong lúc tôi ở ngoại ô Washington, Frank Snepp nói với tôi rằng Ted Shackley, lúc đó là người đứng đầu phân ban Đông Á của Cục tình báo trung ương, trên thực tế là người đã bác bỏ việc CIA đưa Châu ra khỏi Sài Gòn. Shackley và tôi ở gần nhau, thỉnh thoảng anh ta vẫn sang chơi. Tôi hỏi anh ta về việc đó. "Có phải đúng là anh đã phủ quyết việc đưa Châu ra khỏi Sài Gòn không?" Anh ta nói "Để tôi xem tài liệu lưu trữ lại xem. Nhưng tôi có thể đoan chắc với anh rằng anh ta không phải là một trong những ưu tiên của tôi".

Beech cho rằng câu trả lời mơ hồ của Shackley đã khẳng định rằng Shackley đã nói đúng: CIA đã cố tình để Châu ở lại.

Khi thấy rằng cố gắng của Beech giúp ông di tản đã thất bại,

Châu gọi điện thoại tới toà Đại sứ Mỹ và xin nói chuyện với tướng Timmes. Ông ngạc nhiên với thái độ tiếp đón niềm nở của Timmes. Vâng, dĩ nhiên là sẽ giúp ông Châu, Timmes nói. Để tránh sự hỗn loạn tại sứ quán Mỹ, Châu sẽ gặp Timmes sáng hôm sau tại nhà riêng. Nhưng khi Châu đến thì Timmes đã đi gặp Minh Lớn. Không thể nào đi qua được đám đông tập hợp tại sứ quán đòi di tản, ông ra cảng hy vọng có thể đưa gia đình đi bằng thuyền. Ở đây cũng vậy, đám đông tụ tập cũng rất đông và không thể làm gì được. Một trong những đứa con của ông đang có thai và ông không muốn mạo hiểm. Với sự nhẫn nhục của Phật tử, ông chấp nhận định mệnh, quay về nhà...

Los Angeles 1980

Sau khi Saigon xụp đổ, công an cộng sản tới tận nhà bắt Trần Ngọc Châu.

Sau gần 3 năm bị giam giữ, khi ra khỏi trại tù cải tạo, Châu lặng lẽ tìm đường vượt biển. Năm 1979, ông bà Châu cùng ba con trai, hai con gái tới được đảo Letung, Indonesia sau đó, gia đình Châu tới sân bay Los Angeles đúng vào đêm Holloween.

Khi Châu thu xếp cho gia đình ở căn hộ hai phòng ở Van Nuys, California, ngoại ô Los Angeles, ông nhận được tin Neil Sheehan muốn phỏng vấn ông về kinh nghiệm của ông trong thời gian ông là tù binh cho cộng sản để đăng trên báo New York Times. Yêu cầu của Neil Sheehan đã đến với ông vào lúc nước Mỹ đang đi vào một cuộc tranh luận với chính mình...

Phong trào chống chiến tranh đã im tiếng trước cảnh thuyền nhân Việt Nam vượt biên và cuộc thảm sát ở Campuchia. Và việc khánh thành đài tưởng niệm cựu binh Việt Nam ở Washington năm 1982 - Bức tường (The wall) làm cho công chúng có nhiều cảm tình hơn với cựu chiến binh, cũng như thái độ của Tổng thống Ronald Reagan, người vẫn cho rằng chiến tranh Việt Nam là một việc làm đáng cho mọi người kính trọng. Sách cũng bắt đầu thay đổi cách nhìn đối với cựu chiến binh, cũng như đối với người da đen lâu nay bị bỏ quên.

Bài viết của Neil Sheehan dựa trên cuộc phỏng vấn Châu,

đăng trên báo New York Times ngày thứ hai 14 tháng giêng, 1980, nhan đề "Một cựu quan chức của Sài Gòn nói về trại cải tạo của Hà Nội". Ngay đoạn đầu đã thể hiện giọng điệu của toàn bài. "Trong nhiều thập kỷ qua, các Tổng thống Mỹ đã tiên đoán rằng một thắng lợi quân sự của cộng sản ở Việt Nam sẽ đưa đến việc thanh toán hàng loạt những người chống đối lại Hà Nội. Lời tiên đoán về một cuộc tắm máu đã được dùng để thanh minh cho việc kéo dài chiến tranh.

"Trần Ngọc Châu, cựu quan chức nói rằng "Không có cuộc tắm máu" như nhiều người đã sợ sau khi cộng sản lên cầm quyền. "Đúng là có một số phiên toà và có giam giữ lâu ngày", ông nói, nhưng ông nói rằng ông không thấy có một người nào trước đây ở bên phía Nam Việt Nam bị hành quyết về những việc làm của họ trong thời gian chiến tranh".

Mặc dầu bài báo trích dẫn không sai với lời Châu đã kể, nhưng toàn bài viết của Sheehan là ngụ ý nói với độc giả rằng cộng sản là những người lịch sự dễ thương và những thể hiện của Châu với tư cách là một tù binh rõ ràng là khó khăn, vất vả hơn đi một trại hè nhiều. Cộng đồng người Việt di cư đã phản ứng mạnh mẽ ngay tức khắc: Châu và gia đình ông ta nhận nhiều lời đe doạ.

"Bài của Sheehan đã gây đụng chạm", Dan Ellsberg nói. "Tôi gọi điện thoại nói với ông ta "Neil, điều anh nói rõ ràng là khác với cảm tưởng anh ta đã nói với tôi. Châu có nói việc này việc này không? Sheehan nói: Đúng, anh ta có nói tất cả những việc đó. Nhưng đó không phải là cốt yếu. Cốt yếu là đã không có tắm máu". Tôi nói "Anh gây rắc rối cho anh ta đấy".

Châu và gia đình không có tiền để chuyển đi khỏi nơi ông bị những người tị nạn khác biết và đe doạ. Châu cho rằng Sheehan đã không nói cả hai mặt của vấn đề như ông đã nói với Sheehan. Nhưng Châu, vốn rộng lượng, không để bụng Sheehan mà thậm chí còn nghĩ rằng người phóng viên này chắc cảm thấy bối rối trước hậu quả của bài báo như vậy. Châu cho rằng tờ New York Times đã lợi dụng ông để nói với độc giả theo kiểu "chúng tôi đã nói trước rồi mà" làm gì có tắm máu để thanh minh cho lập trường chống chiến tranh của tờ báo.

Keyes Beech, nhà báo bảo thủ đã từng mạnh mẽ ủng hộ chiến tranh và không thích Ellsberg, cũng khó chịu với bài báo của Sheehan. Beech nói: "Khi tôi đọc bài báo, tôi nghĩ rằng đây không phải là Châu, mà tôi đã nói chuyện. Nhưng tôi không tin rằng Sheehan biết rằng anh đang làm hại Châu. Tất cả chúng ta đều có dính líu về mặt tình cảm ở Việt Nam bằng cách này hay cách khác. Tôi nghĩ rằng Neil đã đánh mất tính khách quan mà có thể anh đã có."

Gia đình Châu học tiếng Anh và tìm bất cứ việc làm nào với đồng lương tối thiểu. Cô gái út của ông không biết nói tiếng Anh khi mới đến, nhưng sau ba năm rưỡi, đã tốt nghiệp trung học với điểm tối ưu, được nhận vào đại học ở California, tiếp tục học để thành một bác sĩ. Trưởng nam của ông, người từng nhảy xuống thuyền để tìm tự do đã tốt nghiệp kỹ sư, lãnh lương gần năm mươi ngàn đôla một năm, làm việc từ bảy giờ sáng tới mười một giờ đêm. Châu đi học điện toán. Sau khi tốt nghiệp, ông làm cho một công ty tư nhân và được giao phụ trách sáu thảo chương viên.

Năm năm sau, họ chính thức trở thành công dân Hoa Kỳ. Châu đã khóc ngày ông tuyên thệ làm công dân Mỹ. Cả gia đình sống cần kiệm, hoàn trả mọi nợ nần, ân nghĩa kể cả với những Phật tử thân hữu trước đây đã giúp họ ngân khoản trang trải chi phí vượt biển. Sau cùng, gia đình Châu đã có thể rời khỏi căn chung cư 2 phòng, mua được ngôi nhà 6 phòng ở Los Angeles...

Trong một chương trước, khi đề cập tới việc chính Trần Ngọc Châu là cha đẻ của chiến dịch Phượng Hoàng, có đoạn viết về ý nghĩa từ cái tên Phượng Hoàng "Theo truyền thuyết dân gian Việt Nam thì con rùa tượng trưng cho sự sống lâu, con cá chép tượng trưng cho sự thông thái, nhưng chính con phượng hoàng mới thật thần kỳ, một con chim dũng mãnh và anh hùng có thể sống lại từ đống tro tàn. Thần thoại về phượng hoàng đã có hàng nhiều thế kỷ. Thời Ai Cập sơ khai, phượng hoàng là vật tượng trưng cho thần mặt trời, tục truyền là sống tới trăm năm, sau đó bị thiêu hủy để rồi hồi sinh hoàn toàn trẻ trung hơn xưa."

Câu chuyện về "CIA và sự Thất bại Chính trị của Hoa Kỳ tại

Việt Nam" dành đoạn cuối chuyện để viết về Trần Ngọc Châu:

"Sau khi phải nhận lãnh phiền muộn với người anh, bị bỏ tù bởi người bạn, bị bỏ rơi bởi CIA, bị gông cùm bởi những người cộng sản, và bị lợi dụng xuyên tạc bởi cánh báo chí phản chiến, Châu đã nghiệm ra được một cuộc tái sinh.

"Và như phượng hoàng, một con phượng hoàng đích thực, Châu trỗi dậy từ tro tàn của cuộc chiến Việt Nam."

Kết từ

Sách "Facing the Phoenix" được Zalin Grant khép lại bằng một kết từ, lời bạt - Epilogue- kể việc tác giả đã tìm gặp lại từng nhân vật tiêu biểu.

Edward G. Lansdale, viên tướng CIA huyền thoại, tạ thế ngày 23 tháng Hai, 1987. William Colby, người từng đưa các quan chức Mỹ tới coi các mô hình bình định của Châu, sau chiến tranh VN trở thành Giám đốc CIA, nhưng đã phải gánh chịu nhiều chỉ trích đau lòng vì ông từng bị gán là cha đẻ chiến dịch Phượng Hoàng. Lou Conein, người từng ở bên cạnh các ông tướng đảo chính lật đổ chế độ Diệm năm 1963, đã về hưu, sống ốm yếu sau một trận kích tim. Nhà báo Keyes Beech, người từng dấu Châu trong nhà khi ông bị cánh Thiệu lùng bắt, tạ thế an lành trong một giấc ngủ. Daniel Ellsberg, chàng tiến sĩ từng điều trần về vụ án Trần Ngọc Châu trước Uỷ Ban Ngoại Giao Thượng Viện sống với vợ con ở California gần Berkeley. Rufus Phillips tiếp tục thành công với cơ sở thương mại làm về sân bay.

"Mặc dù nhiều năm đã qua đi, Châu vẫn còn trong ký ức những người này." Zalin Grant viết đoạn kết cho lời bạt cuối sách, kể việc ông gặp lại từng người. "Trong các cuộc phỏng vấn của tôi, khi chúng tôi nói về Châu, thường là lúc thật xúc động. Một số nhìn xa xôi khi nhắc tới tên ông, nhiều người muốn khóc. Với họ, Châu đã thành một biểu tượng -biểu tượng của những thứ đã mất ở Việt Nam. Chính tôi cũng cảm thấy mắt mình đẫm lệ. Nhưng những giọt lệ ấy, tôi biết, nhiều phần không phải dành cho Châu, mà cho chính chúng tôi."./.

VỤ ÁN TRẦN NGỌC CHÂU / PHẦN THỨ BA

CHIẾN TRANH VIỆT NAM VÀ TÔI

Bài viết của
TRẦN NGỌC CHÂU

Trần Ngọc Châu
là tác giả:

* Từ Chiến tranh đến Hòa bình: Phục hưng Làng, Xã - 1967
  How to Win the War -Restore the village (how the war should be fought) - written at a time when he felt it was still winnable.
* 45 ngày qua các Thủ đô Mỹ, Anh, Pháp, Ý với Vấn đề Việt Nam - 1968
  Why and How to End the War - written at a time when he felt it was no longer winnable and this inspired his action for reconciliation with the FNL that led to his imprisonment.
* The American Syndrome - 1991
  For an Interiew with the BBC Worldwide Television on How The United States of America had lost the war in Vietnam.
* My War Story: From Ho Chi Minh To Ngo Dinh Diem -2002
  Five years in the Ho Chi Minh's Army against the French invaders, 25 years with South Viet Nam and the Americans against the Communists.

Là nhân vật chính trong:

* The Chau Trial by Elizabeth Pond, 1970.
* Facing The Phoenix by Zalin Grant, 1991.

Được đề cập đến trong:

* Papers on the War by Daniel Ellsberg, 1972
* Fire in the Lake by Frances Fitzgerald, 1972
* Decent Interval by Frank Snepp, 1977
* A Bright Shining Lie by Neil Sheehan, 1988
* The Phoenix Program by Douglas Valentine, 1990
* Wild Man by Tom Wells, 2001
* Diem's Final Failure by Philip E. Catton, 2002
* Secrets, A Memoir of Vietnam and the Pentagon Papers by Daniel Ellsberg, 2002
* Patriots: The Vietnam War Remembered From all Sides by Christian C, Appy, 2003
* CIA and Rural Pacification in South Vietnam by Thomas L. Ahern, 2008
* Why Vietnam Matters by Rufus Phillips, 2008

CHIẾN TRANH VIỆT NAM VÀ TÔI

Trần Ngọc Châu

Vào đầu thập niên 1940, cuộc chiến tranh thế giới lần thứ II đang lan rộng từ Âu châu qua Á châu. Pháp bại trận tại chính quốc với Đức và Toàn quyền Pháp tại Đông Dương phải phủ phục trước quân đội Nhật.

Như để phòng trước những cuộc nổi dậy của quần chúng Việt nam nổi dậy khắp nơi, bộ máy tuyên truyền của Pháp làm cho giới thanh niên, sinh viên chúng tôi biết về Cộng sản như là những tên làm cách mạng tàn ác; Cộng sản chối bỏ sự tồn tại của gia đình, quốc gia và tôn giáo. Các hướng đạo sinh và sinh viên chúng tôi nghi ngại nhưng không hoàn toàn chấp nhận những lập luận trên. Chúng tôi cũng nhận thức được lịch sử lâu dài chiến đấu thống trị ngoại bang và kính nể những nông dân Việt Nam đã nổi dậy chống Pháp, tiếp nối truyền thống bất khuất của dân tộc Việt Nam.

Dù người Pháp công khai kỳ thị đa số người Việt, nhưng người Việt ở giai tầng trung lưu (trở lên) chúng tôi được đối xử bình đẳng hơn trong và ngoài họcđường. Chúng tôi hầu như thích bất cứ thứ gì của Pháp: Văn chương, triết học, điện ảnh, kẹo bánh. Chúng tôi cũng thích những hàng của Mỹ và Anh, những thứ ấy, vì những lý do nào đó, chúng tôi nghĩ tốt đẹp hơn những thứ chế tạo ở Pháp.

Qua phim ảnh, chúng tôi cũng để ý đến lối sống của Mỹ, một lối sống dường như phóng khoáng và tiến bộ. Thực vậy, chúng tôi càng ngày càng quan tâm. Trong thời kỳ bị Nhật chiếm đóng, tinh thần quốc gia Việt Nam càng ngày càng tăng lên nhiều và quyết tâm tranh đấu dành tự do khỏi thống trị ngoại bang. Các tổ chức quốc gia đã được sự hỗ trợ của quần chúng, tăng cường các hoạt động.

VIỆT MINH VÀ HỒ CHÍ MINH

Đặc biệt, Việt Minh do lãnh tụ Cộng sản Hồ Chí Minh lãnh đạo dần dần được dân chúng ủng hộ nhiều hơn cả. Nhất là sau ngày Vua Bảo Đại thoái vị và chấp nhận cương vị Cố vấn Tối cao (danh dự) cho Chủ tịch Hồ.

Sự hỗ trợ của quần chúng giành cho Việt Minh trước hết do hàng vạn tù nhân chính trị được Nhật phóng thích.

Anh tôi, Trần Văn Chương, một trong những "chuẩn" quan lại đầu tiên được đào tạo theo Tây học, rất xuất sắc về Anh ngữ, đã gia nhập hàng ngũ Việt Minh và phục vụ trong hàng ngũ Cộng sản cho đến ngày anh ấy chết, vào năm 1986; hai con trai anh đều chết dưới màu cờ Cộng sản, hai con gái, một là bác sĩ đại tá trưởng khoa Quân y viện 108, một là cán bộ chuyên ngành Pháp ngữ của Thông Tấn xã Việt Nam.

Người anh kế cận tôi, Trần Ngọc Hiển, và tôi gia nhập Mặt Trận Việt Minh trong hàng ngũ Thanh niên Cứu quốc vào thời kỳ còn là bí mật và hai chúng tôi còn là Hướng đạo sinh. Đến tháng 10/45 tôi rời bỏ ngành tình báo và tình nguyện gia nhập Giải phóng quân Nam tiến.

Ba năm sau, tôi gặp lại Hiền ở Liên Khu V. Hiền là Trưởng ngành Tình báo của Liên khu cho đến năm 1954 kết thúc chiến tranh Việt Minh - Pháp. Chị cả tôi, Hồng Liên, cùng với các con lớn nhỏ theo chồng là kỹ sư Lê Văn Kinh theo Kháng chiến cho đến cuối cuộc đời, sau năm 1985; các con đều trở thành Kỹ sư, bác sĩ tốt nghiệp từ các nước Đông Âu.

Chỉ có mình tôi trở về sau ngày có Quốc gia Việt Nam với Hiệp định Elysée 1949. Câu chuyện của tôi sẽ được tiếp tục trong phần sau. Nay xin trở lại từ ngày đầu, sau Thế giới đại chiến.

Tháng 9 năm 1945, khi Nhật Bản đầu hàng đồng minh, dường như Việt Nam sắp trở thành một quốc gia độc lập và tự do. Tuy nhiên vẫn không rõ, ai sẽ cai trị đất nước, vì có sự tranh chấp đáng kể giữa các nhóm quốc gia kèn cựa. Hỗ trợ những nhóm này khá lung lay khi các lãnh tụ của họ trở về Hà Nội cùng với quân đội Trung Hoa (quốc dân đảng) sang giải giới quân Nhật. Nhiều người Việt đã vỡ mộng khi thấy bề ngoài họ cấu kết với quân đội ngoại bang.

Trong những tuần lễ kế tiếp, chúng tôi biết nhiều về những tranh chấp giữa ông Hồ Chí Minh và các lãnh tụ quốc gia. Lẽ dĩ nhiên, quân đội Tầu được lệnh làm bất cứ gì để ông Hồ Chí Minh không nắm được vị thế lãnh đạo. Kết quả là đánh nhau ở cường độ lớn, ám sát, và bắt cóc. Người Tầu dự tính cản trở ông Hồ Chí Minh, nhưng họ đã thất bại. Ông Hồ nổi lên từ rừng rậm cùng với các chiến sĩ du kích đã chiến đấu dũng cảm chống người Nhật, tuyên bố thiết lập nền Dân chủ công hòa Việt Nam, tập hợp đa số người Việt yêu nước cho mục đích. Trong khi một số người Việt cảnh giác về lý tưởng Cộng sản của ông Hồ, họ càng cảnh giác hơn về những người Việt có thể chung hàng với ngoại nhân, trong trường hợp này là Quốc dân đảng Trung Hoa.

THAM GIA MẶT TRẬN

Vào thời điểm này, tôi đã gia nhập vào tổ chức Thanh niên Cứu quốc trong Mặt Trận Việt Minh. Tôi không biết gì nhiều về ông Hồ và Việt Minh. Tôi và các bạn của tôi trong tổ chức Hướng đạo chỉ biết chắc chắn một điều là các hoạt động của chúng tôi đều được các Huynh Trưởng Tạ Quang Bửu, Tôn Thất Tùng, Hoàng Đạo Thúy kín đạo chấp nhận. Các anh này đều là những người được đào tạo theo Tây học và chưa bao giờ nói gì đến Cộng sản. Anh Tạ Quang Bửu về sau đã giữ nhiều chức vụ cấp bộ trong chính phủ Hồ Chí Minh và đã ký hiệp định Giơ neo (Geneve) năm 1954. Bác Sĩ Tôn Thất Tùng đã trở thành nhân vật quốc tế về y khoa. Anh Hoàng Đạo Thúy, một giáo sư trung học không hề được huấn luyện quân sự đã trở thành chỉ huy trưởng đầu tiên trường Võ Bị cộng sản Việt Minh tại Sơn Tây (Bắc Việt). Những sĩ quan được huấn luyện ở đó đã chiến đấu chống Pháp, Nam Việt Nam, người Mỹ, và chính họ đã nổi bật nơi chiến trường.

Trong những năm 1945-46, khoảng hai phần ba, sĩ quan và ủy viên chính trị trong quân đội giải phóng của ông Hồ Chí Minh được tuyển từ hướng đạo sinh và thanh niên tiền phong ở miền Nam Việt Nam. Kết quả là hầu hết các trường trung học và đại học phải đóng cửa vì không có học sinh. Các thanh nữ cũng tham gia và tình nguyện giúp những lực lượng bảo vệ địa phương, phục vụ dân chúng như các y tá, giáo chức hay nhân viên xã hội.

Ngay cả những người Việt Nam tha hương cũng tham

gia chiến tranh. Họ nghe vô tuyến phát thanh từ thủ đô Hà Nội, để biết tin tức về những người Việt từ bỏ vợ con, vị thế danh giá ở Pháp để trở về Việt Nam tham gia cách mạng Chúng ta thấy đó, chính giới trưởng giả, quan lại, quý tộc của xã hội Việt Nam đã tạo thành nòng cốt cho nền Dân chủ Cộng hòa Việt Nam của Hồ Chí Minh hồi năm 1945-46. Tất cả đều hiến dâng cho nền dân độc lập của Việt Nam tự do khỏi tay người Pháp.

GIẢI PHÓNG QUÂN NAM TIẾN

Sau thời kỳ hoạt động bí mật trong tổ chức tình báo, tôi đã tình nguyện gia nhập hàng ngũ Giải phóng quân để Nam tiến vào dầu tháng 10 năm 1945. Như hàng trăm ngàn chiến sĩ tình nguyện khác, chúng tôi tự túc mọi thứ trang bị và không chờ đợi bất cứ trợ cấp nào khác ngoài lương thực rất thiếu thốn ngày có ngày không. Cứ ba người thì được cấp một khẩu súng trường, 12 binh sĩ được trang bị một khẩu tiểu liên, mỗi trung đội, thường 40 người may lắm mới có một khẩu súng trung liên. Chúng tôi không có pháo binh, không có chiến xa, không có không quân yểm trợ và đa số chúng tôi được huấn luyện không đầy một tháng. Khi trú quân tại các làng mạc, chúng tôi được dân làng tiếp tế nước uống, thức ăn, chỗ ở. Ngay cả trong những thành thị do quân Pháp kiểm soát, dân chúng vẫn bí mật, chịu sự rủi ro, hỗ trợ cho chúng tôi thuốc men, quà cáp và nhiệt thành ủng hộ chúng tôi.

Các đơn vị chúng tôi di chuyển liên tục để tránh bị phát hiện và không quân địch oanh kích. Chúng tôi chỉ xuất hiện khỏi nơi trú ẩn để tấn công quân Pháp vào những nơi chúng tôi lựa chọn. Sau đó, chúng tôi nhanh chóng rút lui về một chỗ ẩn núp khác, thường là với sự giúp đỡ của dân chúng địa phương. Để tránh bị khám phá, chúng tôi tiếp tục di động, từ làng hẻo vắng này tới làng hẻo vắng khác, bằng dép quai hay chân không. Cấp chỉ huy và binh sĩ sống chung với nhau, chia xẻ cùng nhau món ăn thanh đạm, và kề vai sát cánh chiến đấu với nhau.

TIẾNG SÚNG CAO NGUYÊN HƯỚNG VỀ PARIS

Giữa cuối năm 1946, tôi là đại đội trưởng trong một Trung đoàn Việt Minh ở Liên khu 5. Trung đoàn này có danh hiệu là trung đoàn Độc Lập, do Vì Dân chỉ huy, anh Dân còn trẻ khoảng 25 tuổi; được mô tả như là một thành viên của trung đội vũ trang tuyên truyền trước kia của Tướng Võ nguyên Giáp.

Một đêm chúng tôi tấn công một số vị trí của Pháp trên vùng cao nguyên. Ủy viên chính trị trung đoàn nói với chúng tôi, cuộc tấn công được mở ra là để hỗ trợ cho Chủ tịch Hồ Chí Minh lúc đó đương thương thảo với người Pháp tại Ba Lê. Vào thời kỳ này, Pháp mưu toan cắt đứt Cao nguyên ra khỏi Việt Nam.

Cuộc tấn công của trung đoàn bị thất bại nặng nề. Trung đoàn trưởng Vì Dân và một số đông đảo chiến sĩ bị giết. Đại đội tôi mất hơn một nửa quân số 140 người. Cả ủy viên chính trị và đại đội phó của tôi đều bị tử thương. Phải nhiều tuần sau chúng tôi mới phục hồi và tổ chức lại được. Sau trận chiến trên, những người sống sót kể cả tôi, được chỉ định sát nhập vào trung đoàn 79, phụ trách hành quân trên vùng rừng núi Cung Sơn, Cà Lúi mà sau này là vùng giáp ranh giữa hai tỉnh gọi là tỉnh Phú Bổn và Phú Yên.

Một lần nữa chúng tôi đụng độ địch quân và chúng

tôi lại bị đánh bại và tổn thất rất nặng. Chúng tôi rút về khu an toàn, để nhiều tuần lễ huấn luyện và kiểm thảo. Sau đó chúng tôi di chuyển về phía Nam, tham gia cùng nhiều đơn vị thuộc trung đoàn 80 để phục kích đoàn công-voa Pháp quân di chuyển từ thành phố Nha Trang nơi bờ biển lên Ban Mê Thuột vùng Cao nguyên. Như những trận đánh trước, chúng tôi võ trang rất thô sơ và thiếu đạn dược. Chúng tôi chỉ có súng trường bắn phát một, ba hay bốn khẩu trung liên và hai khẩu súng cối 60 ly.

SỨC MẠNH TRONG CHIẾN TRANH

Nhưng lần này chúng tôi đã chiến thắng. Quân Pháp bỏ chạy thoát thân, để lại lính chết và bị thương cùng nhiều súng trường, súng máy và đạn dược. Chúng tôi thu dọn chiến trường; không biết ai đó đã làm một cái bảng cắm cạnh xác chết của binh sĩ Pháp, trên đề: "Chúng tôi một quốc gia 25 triệu dân quyết định chiến đấu, thắng trận và đuổi các anh ra khỏi quốc gia này. Làm sao cái quân đội nhỏ bé 120,000 người của các anh chống lại được chúng tôi? Vì vậy, các anh hãy ra khỏi xứ sở của chúng tôi trước khi quá muộn."

Hôm sau, khi quân đội Pháp tới lấy xác chết xong và rút lui, chúng tôi trở lại trận địa. Quân Pháp đã sửa bản văn trên tấm bảng, và viết như sau: " Thực sự quân đội của chúng tôi chỉ độ 120,000 người, nhưng được huấn luyện và trang bị tốt hơn để đánh các anh vì 25 triệu người các anh bệnh hoạn, kém ăn, kém huấn luyện và kém trang bị; làm sao có thể đánh bại chúng tôi? các anh hãy bỏ súng đầu hàng; chúng tôi sẽ đại lượng tha thứ.

Những năm sau, nhiều sự việc xảy ra đã thường khích động tôi nhớ lại hai bảng phát biểu đơn giản và từ những ý nghĩ sâu xa đó. Phát biểu của người Pháp bắt nguồn từ loại luận lý lượng số và cho rằng với ưu thế hiển nhiên về phương tiện và vật chất, chiến thắng chắc về phía họ. Phía bên kia, Việt Minh, nhắm vào uy lực của ý chí giải phóng quốc gia, cho rằng dân tộc Việt Nam đã quyết định chiến đấu cho đến khi thắng lợi. Điều không thể tưởng được, là những phát biểu sống sượng này viết trên chiến địa vào năm 1946, đã tiếp tục phản ánh nền tảng suy tư của hai bên Nam, Bắc và Mỹ, Việt đối chiến suốt gần 25 năm sau.

GIÃ TỪ CHIẾN KHU

Đầu năm 1949, sau khi khỏi được vết trọng thương, tôi được chỉ định đứng đầu phân bộ huấn luyện của trung đoàn 83, người bạn thân của tôi, anh Hồ Ba. Trưởng Khoa Chính Trị Trung đoàn tỏ ý kết nạp tôi vào đảng Cộng sản. Lúc đó, tôi chỉ biết hai thành viên cộng sản là Hồ Ba và anh Nguyễn Đường, ủy viên chính trị của trung đoàn. Cả hai hoàn toàn tận tụy với cách mạng. Sự hiến dâng, đời sống thanh đạm, lòng dũng cảm của họ vượt ra ngoài sức tưởng tượng của tôi. Họ dứt khoát quyết tâm phục vụ đảng hết lòng đến nỗi chối từ không gặp mặt ý trung nhân cho tới hết cuộc chiến. Về phần tôi, tôi biết tôi có thể tiếp tục là một chiến sĩ giỏi, vào sinh ra tử tại trận tiền như suốt 5 năm qua. Tôi biết tôi không bao giờ có thể hoàn toàn hy sinh cho đảng như Ba và anh Đường. Tôi cũng rất nghi ngờ khả năng của Việt Minh, làm sao họ đánh bại được lực lượng quân sự của Pháp, và tôi tin cuối cùng sẽ có một thỏa hiệp đạt tới giữa Hồ Chí Minh, Bảo Đại và những phe phái quốc gia khác, để thàmh lập một nước Việt Nam thực sự độc lập không cộng sản.

Tôi quyết định không nói cho họ biết quyết định tôi trong mười ngày. Tôi trả lời thẳng thắn những câu hỏi của họ, nhưng tôi cũng không muốn phản bội bạn bè và gia đình còn ở bên kia, nên tôi đã không cho họ rõ hết những điều tôi biết. Sau khi họ vừa lòng với sự khai trình của tôi, tôi tìm được cách trở về Huế là quê hương tôi và nơi cha tôi là một thẩm phán (Án sát) hồi hưu đang ở.

TÔI TÌM LẠI TÔI

Sau một thời gian suy tư, ngần ngại, tôi tình nguyện nhập học vào khóa đầu tiên của Trường Võ bị Liên quân Đà Lạt. Một năm sau tốt nghiệp, tôi được chỉ định ở lại làm huấn luyện viên. Trong thời gian này, tôi và vợ mới cưới cùng vợ chồng trung úy Nguyễn Văn Thiệu (cũng vừa mới thành hôn) cùng chung sống trong một villa ngó mặt xuống hồ Saint Benoit và đã trở thành đôi bạn thân thiết từ ngày ấy cho đến suốt gần 20 năm sau - khi tôi trở thành Dân biểu Tổng thư ký Hạ nghị viện và Trung úy Thiệu là Tổng thống Việt Nam.

Chúng tôi tăng cường thêm số huấn luyện viên Việt Nam ít ỏi trong toàn số huấn luyện viện là sĩ quan Pháp - nhà trường cho mãi đến nhiều khóa sau vẫn còn của Pháp, từ giảng dạy đến dịch vụ đều do sĩ quan Pháp (và số ít Việt) đều thông qua Pháp ngữ.

Vào giữa năm 1952, tôi tình nguyện phục vụ trong các đơn vị tác chiến lưu động, Tiểu đoàn 27 thuộc Binh đoàn lưu động Pháp. Gặp nhiều may mắn, tôi được tưởng thưởng nhiều huy chương cao nhất của quân đội, trước khi đạt được huy chương cao quý nhất trên chiến trường, đệ ngũ đẳng bảo quốc huân chương, và được thăng đại úy, rồi thiếu tá trong vòng một năm.

Sau khi chấm dứt chiến tranh với hiệp định Geneve 1954, tôi là người Việt Nam đầu tiên chỉ huy Liên đoàn Sinh viên sĩ quan ở trường Võ bị quốc gia Đà Lạt.

Chiến tranh kết thúc, chúng tôi vui mừng đón chào khung trời nghỉ ngơi thoải mái của Cao nguyên. Chúng tôi hân hoan tưởng rằng đã có một quốc gia độc lập thật sự không cộng sản, với nền Cộng hoà Việt Nam vừa được thiết lập. Sự phân chia Việt Nam tạm thời thành Bắc và Nam ở vĩ tuyến 17 có nghĩa là thành phố Huế nơi chôn nhao, cắt rốn của tôi thuộc về miền Nam, do đó tôi cảm thấy an tâm và tạm thời vừa lòng. Tôi cũng cảm thấy tôi đương trên đường sự nghiệp thành công trong quân đội Việt Nam Cộng Hoà. Hơn thế dĩ nhiên tôi sung sướng khi thấy từ nay được thường xuyên sống bên cạnh vợ con.

Tuy nhiên cảm giác của tôi về người Mỹ, là vừa thích lại vừa buồn. Tôi biết họ đến giúp chúng tôi, nhưng thực khó mà tưởng được sau khi người Pháp vừa mới ra đi, chúng tôi lại đón thêm một lớp người ngoại quốc khác tới.

THĂM NƯỚC MỸ LẦN ĐẦU

Năm 1955, tôi sốt sắng, được chỉ định gia nhập nhóm 25 sĩ quan Việt Nam đầu tiên đi Hoa Kỳ mười tháng dự khóa huấn luyện bộ binh cao cấp. Trước hết chúng tôi bay từ Sài Gòn tới Guam, ghé Hạ Uy Di, và cuối cùng đến Cựu Kim Sơn, rồi chúng tôi tới trại Mason gần đó để nghỉ lại. Đi từ miền nam Việt nam đến một quốc gia mở mang hùng mạnh nhất thế giới là một kinh nghiệm khó quên và có đôi nhiều khám phá mới mẻ và thú vị. Chúng tôi thực sự không biết kỳ vọng cái gì. Sự kiện lúc đó là chúng tôi biết rất ít về người Mỹ. Dù chúng tôi lo âu vì trở ngại ngôn ngữ, câu chuyện sau đã xẩy ra như sau: Hôm trước ngày khởi hành đã định từ Cựu Kim Sơn đến trại Fort Benning, Georgia, một đại úy Mỹ đến thông báo cho chúng tôi phải dùng xe tắc-xi loại vàng (Yellow Cab) tới ga xe lửa hôm sau. Anh em sĩ quan chúng tôi cực kỳ sửng sốt vì tin đó. Chúng tôi tự hỏi, được đưa lên xe tắc- xi vàng vì chúng tôi là dân tộc Á Châu da vàng chăng? Người Mỹ có thực sự kỳ thị chủng tộc như chúng tôi được cho biết trước đây không? Xúc động lên cao nên anh em sĩ quan Việt chúng tôi thảo luận hoàn cảnh này. Chúng tôi phân vân không biết nên đối phó thế nào. Một số cho rằng chúng tôi không nên nói gì cứ lấy xe tắc-xi tới ga, số người khác muốn chúng tôi phải nói lên sự phản đối và yêu cầu được bay trở lại quê nhà tức khắc.

Cá nhân tôi thất vọng thấy người Mỹ lại đón khách như vậy. Sau cùng, tôi lấy can đảm tới gặp viên chỉ huy Mỹ, và với vốn liếng Anh ngữ không gẫy gọn tôi cố gắng làm cho họ hiểu được quan điểm của tôi. Họ lắc đầu và phá lên cười. Họ giải thích chỉ có hai công ty tắc xi chính ở cựu Kim Sơn, xe Vàng (Yellow Cab) và xe Vạch xanh (Blue Ribbon). Họ bảo chúng tôi dùng xe tắc xi vàng không có nghĩa là làm mất phẩm cách, hoặc kỳ thị, nhưng nếu chúng tôi không muốn đi xe vàng, họ sẽ lo liệu để chúng tôi dùng xe tắc- xi giải xanh. Nghe tôi kể câu chuyện lại cho anh em sĩ quan học viên được nghe, và sau đó không có gì hơn là tất cả chúng tôi đều cất tiếng cười vang.

Đó là một bất ngờ nhỏ xẩy ra, dù sao rõ ràng lúc đó, chúng tôi không yên tâm tin tưởng vào người Hoa Kỳ.

Chúng tôi nhận thức rằng có sự bất công, kỳ thị màu da tại Hoa Kỳ. Chúng tôi nhận thức có ảnh hưởng đến chúng tôi như thế nào. Có thể còn tệ hơn thế nữa. Khi việc này được giải quyết xong, chúng tôi thở phào nhẹ nhõm. Sau mười tháng huấn luyện, tôi hòa đồng với người Hoa Kỳ và chấp nhận suy tư mình nên làm việc với họ. Thêm vào đó, chúng tôi rất khâm phục khả năng đồn trại Fort Benning khi họ biểu diễn sức mạnh quân sự và tàn phá khủng khiếp của hỏa lực. Tôi hài lòng có được một đồng minh đầy uy lực trong khi vẫn còn nghi ngờ về kết quả của các kỹ thuật đó một khi đem áp dụng tại Nam Việt Nam.

KHÔNG CÓ SỰ LỰA CHỌN NÀO KHÁC HƠN

Tốt nghiệp khóa huấn luyện tại Fort Benning vào tháng 9 năm 1956, tôi trở về làm giám đốc huấn luyện trường Võ bị quốc gia Đà Lạt. Đầu tiên, tôi thành lập một ủy ban nghiên cứu các chương trình huấn luyện quân sự của các trường nổi tiếng trên thế giới như trường Sandhurst Anh Quốc, trường Võ bị Saint Cyr Pháp quốc, trường Võ bị Đài Loan v.v... để tìm kiếm những phần thích hợp cho chương trình của trường Đà Lạt chúng tôi. Tôi trù tính soạn ra một chương trình huấn luyện do các sĩ quan ưu tú Việt Nam giảng dạy, bao gồm những kỹ thuật tân tiến từ nước ngoài lồng trong truyền thống văn hóa Việt Nam. Viên sĩ quan cố vấn của tôi, thiếu tá Butterfield, một sĩ quan ưu tú, tốt nghiệp trường West Point đề nghị chúng tôi nên chấp nhận một chương trình bốn năm mà Hoa Kỳ đã thiết lập tại Phi luật Tân. Ông khuyên chúng tôi nên mượn các huấn luyện viên từ trường Phi này để phụ cùng các huấn luyện viên quốc gia chúng tôi giảng dạy các sinh viên sĩ quan Việt Nam.

Tôi không đồng ý về đường lối này, cho nên tôi tìm đến gặp vị Trung tá chỉ huy trưởng trường Võ bị để xin ông cho quyết định. Trung tá nói chính phủ Hoa Kỳ sẽ đổ hàng chục triệu đô la vào Việt Nam để mở mang và tối tân hóa trường Võ bị chúng ta, và trường West Point được xem như là đứng vào hàng đầu thế giới, ông khuyên chỉ nên nghe theo mà thôi. Ông chưa bao giờ đi Hoa Kỳ, ông xuất thân từ hàng hạ sĩ quan của Pháp là một trong những sĩ quan Việt Nam cho là người Mỹ giỏi hơn người Pháp rất nhiều.

Ít tuần sau đó, thiếu tá Butterfield và đoàn phụ tá huấn luyện Hoa Kỳ trình bày với sĩ quan cao cấp Việt Nam về kế hoạch trong tương lai cho trường Võ bị quốc gia. Không một ai phản đối chương trình này! Khi thảo luận với các sĩ quan Việt Nam tại Bộ Tổng Tham Mưu, các đơn vị bộ binh, các đơn vị cấp tỉnh, tôi nhận thấy toàn thể đều có một ý nghĩ là nên theo đề nghị của phái đoàn cố vấn Mỹ. Đại để, phía Việt Nam bị thụ động, và hoàn toàn nghe theo ý kiến của đồng bạn Hoa Kỳ.

Đây là vấn đề trầm trọng, người Hoa Kỳ và người Việt Nam đều thiếu tinh thần cộng tác và cảm thông nhau. Tôi cho rằng cả hai bên đều có lỗi: Người Hoa Kỳ bấy lâu nay có mặc nhiên tự tôn, còn người Việt Nam thì mặc cảm tự ti vì bị Pháp đô hộ gần một trăm năm qua. Do đó, tai hại là điều dĩ nhiên. Quan điểm thi hành chiến tranh, và cách chiến đấu ra sao tại Nam Việt Nam của Hoa Kỳ thì phía Việt Nam chỉ biết thụ động nghe theo. Như vậy, phía Hoa Kỳ không bao giờ có thể học được những gì mà người Việt Nam biết, cái biết rất nhiều hơn hẳn họ về những sự việc cần phải làm tại nam Việt Nam. Đó là một sự thật rõ ràng, và rất tai hại khi biết rằng Việt Cộng, một địch thủ lợi hại mà chúng ta trong tương lai phải đối phó.

Có khá nhiều người Việt Nam thông hiểu về ưu và nhược điểm của Cộng sản nhưng dường như người Hoa Kỳ ít quan tâm tìm đến họ mà chỉ tin chắc rằng chung cuộc rồi sức mạnh quân sự của họ sẽ hóa giải mọi trở ngại và họ sẽ chiến thắng. Như vậy, Hoa Kỳ là chủ chốt, lãnh trách nhiệm chính trong sự hình thành quân đội VNCH. Việc đầu tiên là họ phải đề ra đường lối chiến tranh quy ước.

Về phần tôi, ngoài nhiệm vụ thông thường là phụ trách huấn luyện, tôi được cử tham dự vào sự cải biến sư đoàn 7 (tổ chức của Pháp trước đây) thành sư đoàn 4 bộ binh theo khuôn mẫu Hoa Kỳ. Tôi phải nhìn nhận là lúc đó tôi rất hăng say thấy quân đội Việt Nam cộng hòa bừng đứng dậy, được trang bị tối tân xe tăng, pháo binh, võ khí tự động và cả phi cơ nữa. Tôi cũng tin chắc rằng Nam Việt Nam có khả năng đánh bại nếu CS Bắc Việt từ miền Bắc tiến xuống xâm lăng miền Nam.

Nhưng tôi không chắc là quân lực chính quy Nam Việt Nam có thể đánh có kết quả những đơn vị nhỏ Việt Cộng dùng chiến thuật du kích đánh bất ngờ, rút nhanh, đánh như thời tôi đã chiến đấu trong hàng ngũ Việt Minh. Vào thời gian này, nhất là khoảng trước 1960, hoạt động du kích quân tại nông thôn còn rất yếu ớt. Như vậy, cả Hoa Kỳ và Nam Việt Nam đã tự thỏa mãn, và cho những việc họ làm đã đạt được khá nhiều kết quả.

MẦM MỐNG CHIẾN TRANH MỚI

Khoảng cuối năm 1959, Tổng Thống Ngô Đình Diệm cho lệnh chuyển tôi từ quân đội chính quy sang làm thanh tra lực lượng Bảo an và Dân vệ, các lực lượng này có nhiệm vụ bảo vệ dân chúng nơi làng xã, quận và tỉnh. Việc đầu tiên của tôi là phải đi thăm viếng 40 tỉnh để thẩm định tình trạng sinh hoạt và hoạt động của các lực lượng này và cung cách cư xử, giao tế giữa các lực lượng này với dân chúng có được tốt đẹp không.

Sau ba tháng đi thăm tất cả địa phương, tôi làm một báo cáo dài, đầy đủ trình lên Tổng Thống. Phúc trình ghi nhận là Bảo an cũng như Dân vệ nhận được lương bổng thật ít oi, trang bị vũ khí thì rất thô sơ, và cũng không được huấn luyện đầy đủ. Hơn nữa, họ không được huấn luyện gì về chính trị, vì thế không vận động và không có khả năng khích động tốt dân chúng địa phương. Tôi còn được biết một số vần đề khác đã làm tôi xúc động, có khi nản lòng nhiều hơn. Phần lớn những viên chức chính quyền, ngay cả ở cơ quan tình báo, an ninh quân đội và cảnh sát, tất cả đều cũng là những bộ mặt trước đây đã làm thời kỳ còn Pháp thuộc. Nhìn chung thì họ là những người tốt, có khả năng nhưng họ đã được người Pháp huấn luyện và học tập kinh nghiệm với người Pháp trong suốt cuộc chiến chống Việt Minh.

Ở một góc độ nào đó, có vẻ đã có một sự thay đổi sâu xa đến với miền Nam Việt Nam. Người Pháp đã ra đi sau gần 100 năm đô hộ thuộc địa này. Một chế độ mới, một nước Việt Nam cộng hòa được khai sinh với Tổng thống Ngô Đình Diệm. Người Hoa Kỳ tới để giúp đỡ miền Nam thành lập một thể chế dân chủ, tổ chức một quân đội hiện đại. Nhưng nhìn toàn thể đất nước nói chung, không có gì là đổi mới cả.

Bắt đầu nhìn xung quanh, tôi nhận thấy không những chỉ miền nông thôn không có sự thay đổi, mà ở toàn thể mọi nơi cũng đều như thế cả. Ngay cả phần lớn những người thân cận bao quanh Tổng Thống Diệm đêù là những nhân vật xưa kia đã phục vụ cho chính phủ thuộc địa Pháp. Từ bộ trưởng đến giám đốc, tỉnh trưởng, quận trưởng và sĩ quan cao cấp trong quân đội , hầu hết đều được đào tạo bởi và trước kia đã phục vụ dưới quyền người Pháp.

Hậu quả thật là rõ ràng. Người Pháp đã ra đi, tuy nhiên đường lối chính trị và tập tục của họ đối với dân nông thôn vẫn còn tồn tại. Người dân vẫn tiếp tục công việc như xưa nay đã từng làm, như vậy có nghĩa là tiếp tục chịu sự đàn áp, sống hai mang và chấp nhận tham nhũng. Và như vậy cũng có nghĩa là những ai trước đây đã ủng hộ lực lượng Hồ Chí Minh chống Pháp, nay bị nghi là thành phần thân Cộng. Điều chánh yếu, là những ai trước đây muốn người Pháp phải rời khỏi Việt Nam đều bị chính quyền ghi vào "danh sách sổ đen".

Sự việc người Hoa Kỳ tới, đã mang đến một điều tốt nào đó, và ít nhất Cộng sản cũng có một lý do tuyên truyền nào để đề cập tới. Từ lâu, Cộng sản coi người viên chức Việt Nam như là gia nô cho Pháp, thì nay họ lại coi như là gia nô cho Hoa Kỳ.

Như vậy, chiến tranh Việt Nam lần thứ hai đã được gieo mầm. Và lần này, cũng như lần đầu. Tại miền nông thôn toàn quốc. Nhìn lại ta thấy Tổng thống Ngô Đình Diệm đã làm mất cơ hội dành được sức hậu thuẫn của người dân nông thôn. Theo lẽ ông nên nghiên cứu kỹ càng lại chính sách đối với một số khá đông đảo nông dân đã coi chính quyền như thù địch. Ông Diệm cũng nên hoạch định một chính sách hòa giải lôi kéo những phần tử cựu Việt minh trở về với chính quyền. Thay vì làm như vậy, ông lại chối bỏ đẩy họ vào thế phải quay trở lại vào vòng tay Cộng sản. Những sai lầm nghiêm trọng này là một sự thật. Cả ông Diệm và phân lớn cố vấn Hoa Kỳ đã toan tính sai lầm nặng nề khi không tôn trọng nông thôn và những người dân sống tại đó. Đó là một sai lầm lớn nhất của ông Diệm và Hoa Kỳ.

BÀI HỌC VỠ LÒNG VỀ CUỘC CHIẾN MỚI

Giữa năm 1960, tôi được chỉ định làm Chỉ huy Trưởng các đơn vị Bảo an và Dân vệ của các tỉnh khu Tiền Giang/ đồng bằng Cửu Long.

Trên thực tế, chính các tỉnh trưởng có nhiệm vụ tuyển mộ và chỉ huy các lực lượng này. Công việc của tôi chỉ bao gồm thanh tra và huấn luyện.

Lực lượng Cộng sản mới chỉ bắt đầu gây rối loạn, ban ngày thì làm việc bình thường trên đồng ruộng, ban đêm thì họp hành phân công đi hoạt động gây nên một tình trạng bất an. Song hành, có những nhóm nhỏ Việt cộng võ trang đi hoành hành mọi nơi, ám sát các viên chức làng xã và những người mà chúng nghi là có hợp tác với chính quyền Sài gòn.

Một hôm trong một chuyến đi thăm tỉnh Kiến Hòa, tôi ngừng xe trước trụ sở xã nơi có một đám đông đang tụ họp. Tôi thấy có 12 xác Việt cộng nằm la liệt và bốn, năm khẩu súng kiểu cũ từ đệ nhị thế chiến vất ngổn ngang cạnh khu vực. Tôi được thông báo là những tử thương nằm đó do anh em dân vệ phục kích hạ sát đêm hôm trước, tại một nơi cách quận lỵ, khoảng hai cây số. Mười đàn ông và hai phụ nữ tuổi khoảng từ 15 đến 35, và tất cả là nông dân.

Trong nhiều năm tham dự hành quân, là chiến sĩ tôi đã từng thấy hàng trăm xác chết, tôi luôn luôn cảm thấy động lòng trắc ẩn trước kẻ quá cố và thân nhân còn sống sót. Tuy nhiên tôi còn tự an ủi, vì chết chóc vẫn là một hiện tượng tàn nhẫn trong thời chinh chiến.

Nhưng nay thì lại không giống như hồi đó. Lần đầu tiên tôi nhìn thấy xác những nông dân bị xúi dục hành động chống lại chính quyền mà chính quyền này lại đã cố gắng bảo vệ họ. Đúng như vậy, tôi rất xúc động nhưng lại rất bất bình. Không có thân nhân nào của các người chết đã kêu khóc như họ đã thường làm trong trường hợp như thế này. Một phụ nữ khoảng 30 tuổi đã tỏ ra căm hờn khi chằm chằm nhìn vào bộ quân phục tôi đang mặc.

Tôi trở nên ưu tư và suy ngẫm nhiều ngày đêm về sự kiện này. Tại sao những nông dân đang sống yên lành trong thôn làng, lại chọn lựa đi theo những phiến loạn chui lủi từ làng này tới làng kia, gây rối loạn? Tại sao họ từ bỏ đời sống thanh bình để đi gánh chịu những hiểm nghèo đến thế? Tại sao? Còn nhiều câu hỏi nữa: làm sao họ có thể ẩn náu an toàn, có khi lại được dân làng bao bọc, che chở ngay tại những khu vực thuộc quyền kiểm soát của chính quyền Việt Nam?

Tôi đã lưu ở lại làng đó ba ngày, nói chuyện với dân làng để tìm giải đáp cho những câu hỏi, những băn khoăn thắc mắc trên. Tôi được biết, những người bị giết đó quả thật có sự liên hệ tới cộng sản, mặc dầu không chắc chắn rằng họ có hiểu biết sâu xa gì về việc đó. Chắc chắn họ vẫn cảm thấy khâm phục ông Hồ Chí Minh. Đối với họ, ông Hồ là một anh hùng, một khuôn mặt thần kỳ đã đánh thắng người Pháp. Những cán bộ nằm vùng mà Cộng sản đã để lại miền Nam, sau chiến tranh với Pháp là đại diện của ông Hồ. Những cán bộ này đáng được kính trọng, cần được che chở, và nên nghe theo. Đó là một tương phản rõ ràng, dân chúng cho rằng những chức quyền địa phương thay mặt cho chính phủ Diệm, tất cả đều là những khuôn mặt trước đây đã áp bức, đè nén họ trong suốt thời Pháp thuộc.

Tỉnh Kiến Hòa trước kia gọi là Bến Tre bao gồm ba cù lao lớn nằm giữa hai nhánh chính sông Cửu Long. Tổng số khoảng 600,000 dân, mà gần phân nửa là Công giáo. Số nửa còn lại theo Phật Giáo và Cao Đài giáo. Nhóm Cao đài tại đây giữ không có quân đội riêng như Cao đài Tây Ninh. Kiến Hòa là một khu vực tương đối phồn thịnh với tài nguyên chính là ruộng, vườn trồng dừa và cây ăn trái và hải sản. Tỉnh trưởng Bến Tre sau chót của Pháp là Đại tá Leroy. Pháp gọi "Le roi" là "Vua". Như vậy, đại tá Leroy được rất nhiều người biết tới, kể cả Pháp lẫn Việt, người ta gọi ông là Vua Bến Tre. Đại tá Leroy cai trị Bến Tre như ông là chủ nhân lãnh thổ. Ông tổ chức một hệ thống riêng về thuế má, và các viên chức mọi cấp trong tỉnh đều lãnh lương của chính quyền trung ương. Ông cũng có một hệ thống quân đội riêng, phần lớn tuyển mộ từ giáo dân. Đại tá Leroy rời Việt Nam năm 1954, nhưng sự chuyên chế và luật lệ ông để lại vẫn còn được duy trì. Nhiều tỉnh trưởng Việt Nam sau này, kể cả viên tỉnh trưởng mà lần đầu tôi tới thăm cũng tiếp tục theo đường lối Leroy.

Có thể khả tin mà nói rằng suốt cả giải miền quê Nam Việt Nam, không có một khu vực nông thôn nào lại bị áp chế khắc nghiệt như tại tỉnh Kiến Hòa. Và không có gì lấy làm lạ vì sao Việt Cộng chính thức khai sinh ra Mặt trận giải phóng miền Nam năm 1959, tại tỉnh Bến Tre. Từ đó, Kiến Hòa được mệnh danh là "Đồng Khởi, cái nôi của Cách mạng Miền Nam".

Có một việc gì đó mà tôi đã nhận ra trong chuyến thăm Kiến Hòa lần đầu năm 1960. Tôi được biết là khi hoạt động du kích chống chính quyền tăng gia thì những phản ứng và sự đàn áp của chính quyền cũng theo đã leo thang. Cái vòng luẩn quẩn cứ xoay quanh như vậy, và mãi mãi. Sự đàn áp của chính quyền càng nặng nề nhiều thì Việt cộng càng tuyển mộ nông dân dễ hơn bấy nhiêu. Vài tháng sau khi trở lại khu làng trước kia, tôi được biết phần đông những thân nhân của những người bị phục kích giết đêm hôm trước, một phần đã bị chính quyền Nam Việt Nam bắt giữ, phần khác đã trốn theo Cộng sản, số còn lại chui lủn sống trong đám dân cư đông đúc tại thành thị.

LÀNG XÃ LÀ CHÍA KHÓA GIẢI QUYẾT CHIẾN TRANH

Tôi đi đến một kết luận chắc chắn: cuộc "nổi dậy" tại Nam Việt Nam không tùy thuộc ở quân đội chính quy quyết định, dù quân đội được trang bị tối tân, có kỹ thuật tân kỳ và được Hoa Kỳ huấn luyện. Thay vào đó, cuộc chiến sẽ được giải quyết ngay tại làng, xã thì bởi các viên chức địa phương, cảnh sát, và quan trọng nhất là do Bảo an và Dân vệ hổ trợ. Những thành phần này có sự liên hệ trực tiếp với giới nông dân địa phương. Nếu chúng ta tìm đạt được sự trung thành của nông dân, và nếu chúng ta chiến thắng được quân cộng sản dấy loạn, chúng ta cần phải có những cán bộ quân sự và chính trị của chúng ta có mặt ở ngay tại trận tiền.

Tôi quyết định lập một trung tâm huấn luyện gần Mỹ Tho để huấn luyện tất cả các Bảo an và Dân vệ trong khu vực, đặc biệt nhấn mạnh tới các phần tác phong của chỉ huy và binh sĩ và sự giao tế giữa họ và dân chúng. Tôi đặt kế hoạch huấn luyện họ tương tư như những gì tôi đã được thụ huấn 15 năm trước đây khi tôi còn chiến đấu trong hàng ngũ Việt Minh.

Tất cả gồm có năm phần chính trong công tác huấn luyện.

- Phần thứ nhất, là làm sao để bảo vệ dân làng chống địch quân phá phách.

- Phần thứ hai, làm thế nào đạt được sự ủng hộ và lòng trung thành của dân làng. Phần thứ ba, làm sao có được tin tức từ phía dân để bổ túc những tin tức từ những nguồn chuyên môn, những thành phần tình báo được trả lương v.v..

- Phần thứ tư, phải thi hành theo nguyên tắc chiến thuật căn bản cần thiết nào để bảo vệ dân, và ngăn Cộng sản không thể khai thác lấy được nhân vật lực từ phía dân chúng. Phần thứ năm, cải thiện phong cách các đơn vị Bảo An và tự cải tiến công tác và tác phong thông qua các sinh hoạt tự kiểm hàng ngày.

Để giúp cho những học viên có được những kinh nghiệm thực dụng, tôi kết hợp các làng xã chung quanh Trung tâm huấn luyện thành một khu thực tập rất sống động. Như vậy, chúng tôi gánh trách nhiệm quản trị các làng xã này và báo cáo trực tiếp lên tỉnh trưởng. Các học viên có một khu vực để thực hành tất cả những điều mà họ đã học hỏi.

CHƯƠNG TRÌNH DÂN Ý VỤ

Để hoàn thành phần vụ thứ ba trong chương trình huấn luyện của chúng tôi về phần thu thập các tin tức tình báo và dân sự, tôi đề ra một chương trình gọi là "Dân Ý Vụ". Thật là giản dị. Hàng ngày một thành viên của mỗi gia đình trong ấp được yêu cầu gặp một cán bộ Dân Ý Vụ để trả lời ba câu hỏi căn bản như sau:

1/ Trong thời gian 24 giờ qua, có những điều gì tốt và có những điều gì xấu xảy ra trong ấp?

2/ Ai là người làm ra điều đó?

3/ Anh, Chị, Ông, Bà muốn chúng tôi phải làm gì để làm tốt hơn trong việc bảo vệ, giữ an ninh ấp cho Ấp và cải thiện đời sống trong ấp?

Vì mỗi người nào cũng đều được hỏi riêng rẽ và trong 10, 15 phút nhất định những câu hỏi giống nhau, cho nên Việt cộng không thể tìm ra người nào báo tin. Và kết quả là, phần lớn những Việt cộng bí mật nằm vùng đều lần lượt bị phát giác hoặc cảm thấy bất an nên phải bỏ đi hoặc đầu thú.

Chương trình "Dân Ý" đã thành công trong sự làm gia tăng an ninh cho làng xã. Thật không ngờ mà đến, chương trình này cũng đã tìm ra nhiều hành động tiêu cực từ phía chúng ta, đặc biệt những quấy rầy và những lạm dụng quyền hành của những viên chức sở tại. Chương trình đã trở nên công tác chính yếu giúp cho tỉnh trưởng và các viên chức sửa lại những sai quấy.

Thời gian này, không có sĩ quan cố vấn Hoa Kỳ được phái tới bộ chỉ huy của tôi. Tuy nhiên, Trung tá Frank Clay cố vấn trưởng sư đoàn 4 VN đã rất để ý tới công việc chúng tôi đang làm. Ít lâu sau, tôi được Bộ tư lệnh viện trợ quân sự Hoa Kỳ mời lên Sàigòn để thuyết trình công việc của chúng tôi trước một số nhân viên cao cấp trong đó có các Tướng McGarr và Timmes, có cả Huân tước Robert Thompson, trưởng phái bộ cố vấn danh tiếng chống phiến loạn tại Mã Lai Á.

Trong khi có nhiều người Mỹ đã lưu tâm tới công việc của tôi, thì các sĩ quan VN không có ai để ý tới. Viên Đại tá tư lệnh sư đoàn khu vực tôi, tôi thường gặp ông trong những bữa ăn. Ông không hề hỏi tôi về những việc tôi đang làm. Tương tự như phần lớn những sĩ quan cao cấp khác, ông chú tâm nhiều về những chiến thuật của chiến tranh quy ước mà ông đã học hỏi từ những người bạn Hoa Kỳ. Ông say mê, chú ý vào những điều như: Hỏa lực, cơ động, pháo binh, thiết giáp và sự yểm trợ của không lực, hải lực.

Mặc dầu các đơn vị Bảo an đã chiến đấu chống quân phiến loạn từ gần hai năm qua, quân chính quy vẫn còn đang trong thời kỳ tái huấn luyện và cải tổ thành đại đơn vị cấp sư đoàn theo kiểu Hoa Kỳ. Sĩ quan, các Bảo an quân và Dân vệ chỉ được coi như những thành phần phụ lực. Chứng cớ là thời đó không có Cố vấn Hoa Kỳ được đặt tại các đơn vị Bảo an, Dân vệ. Rất đơn giản, các giới chức Hoa Kỳ cũng như Việt Nam không nghĩ rằng các đơn vị Bảo an, Dân vệ là những thành phần quan trọng như tôi vừa trình bày.

THAM QUAN, HUẤN LUYỆN TẠI MÃ LAI Á

Như đã đề cập tới ở phần trên, một trong những người hiểu biết về công việc của tôi là Huân Tước Robert Thompson, một nhân vật đã thành công trong nỗ lực dẹp phiến loạn tại Mã Lai Á vào những năm đầu thập niên năm mươi. Ông đã trực tiếp gặp và đề nghị Tổng Thống Diệm gửi tôi đi Mã Lai Á để quan sát những điều tôi muốn học hỏi. Tổng Thống Diệm gọi tôi lên, và gửi tôi đi tham dự công vụ này. Ông nói với tôi là có thể dùng thời gian bao lâu cũng được, và hãy chắc chắn khi trở về gửi lên ông một phúc trình dài không quá một trang.

Tôi tới Mã lai Á với một mục tiêu thật rõ ràng, đem trở về nước nhà một quan điểm hữu hiệu hơn để đánh bại Cộng sản Việt Nam. Tôi đã lắng nghe và nói chuyện với nhiều người phụ trách nhiều lãnh vực khác nhau như: Quân đội, tự vệ, cảnh sát, tình báo, dân sự vụ, thông tin, và phát triển cộng đồng. Sau 4 ngày ở một khách sạn nhỏ tại Tân Gia Ba để viết báo cáo, tôi đã cố gắng rút ngắn được bản thảo 12 trang (để tham khảo bổ túc) thành 1 trang theo ý của Tổng Thống.

Sau đây là các điểm chính trong báo cáo:

1. Hệ thống chính quyền Tiểu bang và Liên bang được tổ chức trên cơ sở truyền thống của mỗi Tiểu bang (như tỉnh của Việt Nam); các lãnh đạo Tiểu bang được bầu lên làm Quốc Vương Liên bang. Để đối phó với tình trang khẩn cấp chống phiến loạn Cộng sản, ở cấp Liên bang, có bộ tham mưu do một Tổng Ủy viên phối hợp, điều khiển. (Huân tước Robert Thompson đã từng đảm trách chức vụ này).

2. Ở cấp Tiểu bang, Thủ tướng đảm nhiệm điều hành. Cảnh sát trưởng là chỉ huy phó để bảo đảm tất cả các hoạt động chống phiến loạn phải được thi hành đúng theo điều khoản luật pháp của Tiểu bang và Liên bang.

3. Chỉ huy trưởng quân sự có Cảnh sát trưởng phụ tá, được chỉ định một khu vực hoạt động riêng biệt với mục tiêu rõ ràng.

4. Tin tức thông báo cho dân chúng phải chính xác. Trường hợp phải bảo mật, để tránh gây hoang mang trong dân chúng, phải nói là vấn đề đang được điều tra, nhưng không được loan tin sai trái.

Tổng Thống Diệm đọc bản tường trình rồi yêu cầu tôi đưa thêm một bản sao để trình bày với Cố vấn Ngô Đình Nhu. Sau khi nghe tôi trình bày khoảng một tiếng đồng hồ, không cần đọc bản tường trình, ông Như phát biểu với một giọng quả quyết: "Ở đây chúng ta đối diện với một loại phiến loạn khác, thì cần có giải pháp khác". Tôi lễ độ, đáp lại: "Thưa ông Cố vấn, tôi nghĩ rằng phương pháp tuy có khác, nhưng nguyên tắc của vấn đề vẫn là một". Ông Nhu nói, ông thấy vấn đề coi như xong. Rồi ông mở sách ra và bắt đầu đọc. Bao giờ Tổng Thống Diệm cũng thân mật chân thành, còn ông Nhu thì lại quá lạnh lùng. Cuối cùng, bản tường trình của tôi theo thời gian, bị rơi vào quên lãng.

Năm 1991, Huân tước Robert Thompson mời vợ chồng chúng tôi đến thăm ông bà tại nhà riêng ở ngoại ô Luân Đôn. Tối hôm đó, rất khuya sau bữa cơm tối, ông nói ông ta có gặp ông Nhu vào cùng thời điểm, Ông cũng có gợi ý nên canh cải hệ thống cảnh sát, tòa án, nhưng ý này bị bỏ ngoài tai. Ông cho biết thêm, những năm về sau, được Tổng Thống Nixon yêu cầu ông tới Nam Việt Nam để nhận định tình hình, ông làm việc như một quan sát viên hơn là một cố vấn. Ông Thompson nói, người Hoa Kỳ rất thông minh, nhưng họ không muốn học hỏi thêm bất cứ một điều gì, một khi họ đã sắp sẵn những điều trong đầu óc của họ. Riêng đối với ông, họ đối xử rất tử tế, lịch sự, ân cần hơn là thật sự chú ý lắng nghe những điều mà ông đề nghị.

KIẾN HÒA: CÁI NÔI ĐỒNG KHỞI CỦA VIỆT CỘNG

Đầu năm 1962, Tổng Thống Diệm gọi tôi đến văn phòng ông tại dinh Gia Long. Trước sự hiện diện của ông Bộ trưởng bộ Nội vụ Bùi Văn Lương, Tổng thống chỉ thị tôi đảm nhiệm chức vụ Tỉnh trưởng Kiến Hòa. Tôi lễ phép từ chối với lý do chưa được huấn luyện thành thạo cho một công vụ lớn lao như vậy. Tổng Thống nói: "Ta đã quyết định rồi, hãy theo gương tổ phụ và thân phụ của anh trước kia mà làm." Lời nói của Tổng Thống làm tôi rất cảm động. Cả cha và ông tôi đã từng phục vụ trong chế độ Nam Triều nhiều năm trước, với mực thước của Nho giáo.

Tôi tới tỉnh Kiến Hòa với một sự hiểu biết sẵn có khá đầy đủ về tình hình nơi đó. Số dân cư toàn tỉnh là 600,000, chỉ có khoảng 80,000 dân được chính quyền chặt chẽ kiểm soát. Tôi đi đến một ý nghĩ đơn giản mà thật rõ ràng là phải đặt nặng sự tranh đấu chính trị với Cộng sản hơn là bằng quân sự. Mục tiêu chính là bình định dân chúng nông thôn, tìm để có sự hậu thuẫn của họ, loại bỏ sự ủng hộ của nhân dân đối với họ. Chỉ xử dụng lực lượng quân sự để yểm trợ cho các hoạt động chính trị và dịch vụ khác mà thôi.

Đầu tiên, tôi hoạch định cho thi hành chương trình "Dân Ý Vụ", bắt đầu từ các xã thôn gần cận nơi các nơi đồn trú của các lực lượng quân sự. Những tin tức của các cán bộ Dân Ý Vụ là nền móng hướng cho những nỗ lực bình định nơi thôn xã. Nhiều Việt cộng đang bí mật ẩn náu trong những thôn xã đó phải tức tốc rời khỏi ngay, nếu không sẽ bị lộ diện, và bị bắt liền. Đồng thời, chúng tôi cho thực thi để giảm thiểu những bất công xã hội, những chèn ép kinh tế do những viên chức địa phương gây ra phương hại tới dân làng.

Chúng tôi đặt định chính sách "Chiêu hồi" để mở đường ân xá cho các quân phiến loạn. Như tôi đã nói ở phần trên, một trong những sai lầm lớn của chính phủ vào những ngày đầu là chính sách đối xử với các cựu Việt cộng. Sau hiệp định Gevene 1954, các cựu Việt Cộng đáng lẽ phải được chiêu hồi về hàng ngũ VNCH thì trái lại họ bị xử nhục, săn bắt, đôi khi còn bị giết. Với chương trình chiêu hồi, chúng tôi cố gắng sửa chữa lỗi lầm đó, đưa cơ hội cho những địch thù, cựu địch thù để họ có thái độ dứt khoát với Cộng Sản.

Chúng tôi còn giúp dân làng thực hiện những chương

trình "tự túc phát triển" đầy hứa hẹn. Sau hết, có thể là quan trọng nhất, chúng tôi hướng dẫn, giúp toàn thể dân chúng tham gia bầu cử viên chức hành chính xã, viên chức an ninh là những người đại diện cho thính họ. Chúng tôi cũng yêu cầu tất cả toàn dân tình nguyện tham gia tổ chức tự vệ, chiến đấu bảo vệ thôn xã.

Cuộc chiến đấu ở cấp thôn xã đòi hỏi một sự duyệt xét lại lối làm việc ngay từ ở cấp tỉnh. Thông thường thì từ cấp trên đưa lệnh xuống, đường lối mới đòi hỏi viên chức tỉnh, cảnh sát, quân đội phải thanh thỏa những yêu cầu hợp lý từ xã thôn đưa lên. Thí dụ, các chương trình xã hội, và kinh tế do dân chúng đề ra, rồi chuyển tới ban "Dân Y Vụ" thay vì do các viên chức cấp tỉnh hoạch định đưa xuống.

Sau một năm, một giám định của phái bộ quân sự Mỹ chính thức ước lượng có 220.000 dân tỉnh Kiến Hòa đã trung thành với chính phủ, như vậy so với trước tăng 140.000. Căn nguyên của sự thay đổi là đặc tính chính trị trong tỉnh. Chớ không phải do những chiến thắng lớn về quân sự. Nó là sự chuyển hướng từ khối dân đông đảo nghĩ tới sự liên hệ với chính phủ và những đại diện của họ. Thay vì ngược đãi, tước quyền lực của người dân như họ đã từng chịu đựng từ nhiều năm qua, chúng tôi giúp dân có nhiều quyền trong đời sống, quyền tự bảo vệ, quyền tự quản và thẳng tiến tự quản lý kinh tế.

VỤ CỜ PHẬT GIÁO

Đầu năm 1963, Tổng Thống Diệm ra lệnh không được treo cờ gì khác ngoài cờ quốc gia vào lúc các chùa và tư gia Phật tử đều đã treo cờ Phật giáo trên mọi chùa chiền và tư gia. Lệnh của Tổng thống được hiểu ngay là phải hạ cờ Phật giáo xuống. Tôi nghĩ đó là một sự sai lầm chính trị nghiệm trọng nhất là Tổng Thống, một người công giáo đã có quyết định như vậy. Tôi điện thoại trình với Tổng Thống những điều tôi nghĩ. Ông yêu cầu tôi về Sài Gòn để bàn thảo vấn đề nói trên. Thật là rõ ràng, dù miễn cưỡng không thay đổi đường lối, ông đã đồng quan điểm cùng tôi. Và quả thật, ông đã tỏ ý rõ là ông không phản đối nếu tôi tiếp tục để treo cờ Phật giáo trên các chùa tại tỉnh Kiến Hòa, một việc mà tôi đã làm ngay. Tuy nhiên, thật là bất hạnh, tôi đã không đủ khả năng thuyết phục để ông thay đổi chính sách cho toàn quốc, và như vậy tình hình trở nên tồi tệ hơn. Biến cố đẫm máu đã xảy ra ở Huế.

Tổng Thống Diệm lại gọi đến tôi, ông nói ông có ý muốn giao cho tôi một nhiệm vụ quan trọng để giúp giải quyết vấn đề Phật giáo. Ông nói, tiên khởi ông có ý gởi tôi đi Huế, trung tâm của vấn đề khủng hoảng, nhưng sau đó ông e ngại tôi có thể có sự xung đột với bào huynh ông là tổng giám mục Ngô Đình Thục, và bào đệ Cố vấn chỉ đạo Ngô Đình Cẩn, cả hai đều ở Huế. Do đó, ông quyết định cử tôi làm thị trưởng Đà Nẵng, cách Huế khoảng 60 dặm về phía Nam, đồng thời kiêm nhiệm chức vụ Tổng trấn khu vực Quảng Nam/ Đà Nẵng. Tổng Thống Diệm còn nhấn mạnh là tôi chỉ nghe lệnh từ ông mà thôi. Sau đó tôi hỏi ông một câu, như sau: "Nhiệm vụ mới của tôi là giúp giải quyết vụ Phật giáo, tôi muốn Tổng Thống nói cho tôi được biết thật rõ ràng thái độ và đường lối đối với Phật giáo và cộng đồng Phật giáo đang chống lại tổng thống và chính phủ ra sao?" Tổng thống Diệm hầu như không để ý nghe lời tôi nói. Trái lại ông lấy mấy ngón tay vân vê điếu thuốc ông đang hút một khoảnh khắc ngắn, chừng một hai phút. Rồi đột nhiên, ông chăm chú nhìn thẳng vào tôi, ông nói: "Anh hãy làm tất cả những gì để giải quyết vụ khủng hoảng này phù hợp với thái độ và đường lối của anh đối với Phật giáo và các Phật tử". Tôi hiểu như thế có nghĩa là ông đã tin tưởng nơi tôi, là một Phật tử luôn luôn làm việc phải. Tôi cũng hiểu là ông cho tôi toàn quyền làm những gì tôi nghĩ là đúng.

CỐ VẤN NGÔ ĐÌNH NHU VÀ TỔNG THỐNG DIỆM

Sáng sớm hôm sau, phi cơ riêng của Tổng Thống đáp xuống Kiến Hòa, chở tôi đi Đà Nẵng. Từ Đà Nẵng tôi điện đàm hầu như mỗi ngày với Tổng Thống, và sau nữa bay về Sài Gòn diện kiến ông hầu như mỗi tuần. Có một lần, tôi rất ngạc nhiên khi ông hỏi ý kiến tôi ra sao, nếu ông bãi chức em ông, cố vấn Ngô Đình Nhu và phái vợ chồng Nhu ra ngoại quốc một thời gian. Giới thạo tin cho rằng ông Nhu là người định ra đường lối đối với Phật giáo.

Thời gian, dư luận đều đồn đại là Hoa Kỳ muốn ông Diệm loại Ngô Đình Nhu ra khỏi quyền lực. Các báo chí đều đăng tin như vậy. Chính Tổng thống Diệm hình như cũng cảm thấy ông Nhu đã mang lại tại hại lớn cho ông, nhưng ông lại ngại rằng việc đưa ông Nhu ra nước ngoài, dân chúng Việt Nam nghĩ là ông làm theo sự ép buộc của Hoa Kỳ. Ông không muốn bị hiểu ông là bù nhìn hoặc là gia nô của Hoa Kỳ. Tôi nói với Tổng Thống, nếu loại bỏ người em để ông được hưởng tư lợi thì hành động đó thật là sai lầm. Nhưng nếu làm vì quyền lợi của quốc gia thì đó là một quyết định khôn ngoan và là một quyết định đúng. Ông Diệm nói là có thể ông Nhu sẽ được cử đi đảm đương một chức vụ chính thức tại nước ngoài.

Người ta có thể lấy làm lạ chuyện có thể xảy ra tại

Nam Việt nam, và vụ ám sát Tổng Thống Diệm có thể tránh được nếu ông làm theo thiên bẩm chính trị của ông, và đưa đẩy vợ chồng ông Nhu ra ngoại quốc.

TỔNG THỐNG DIỆM BỊ THẢM SÁT

Ông Nhu lại vẫn không bị loại bỏ. Tình hình Phật giáo trở thành trầm trọng hơn. Toàn thể thế giới chứng kiến nhiều vị sư xả thân tự thiêu, lực lượng võ trang chính phủ tấn công Phật giáo đồ. Quân đội càng ngày càng không còn giữ được sự nhẫn nại nữa. Người Hoa Kỳ cũng vậy, đặc biệt là Đại sứ Henry Cabot Lodge.

Ngày 1 tháng 11 năm 1963, một cuộc đảo chính tiến hành và hai anh em ông Diệm bị giết ngay ngày hôm sau. Cuộc đảo chính do một số sĩ quan cao cấp tổ chức, điều động với sự yểm trợ của chính phủ Hoa Kỳ. Rõ ràng, Hoa Kỳ muốn thay đổi người thủ lãnh Việt Nam, phù hợp với quyền lợi của họ.

Sự lật đổ Tổng Thống Diệm là tấn bi kịch to lớn cho miền Nam Việt Nam, và riêng cho cá nhân tôi nữa. Nhiều khi tôi không đồng ý với chính quyền, nhưng tôi kính trọng Tổng Thống Diệm và coi ông là một người yêu nước chân chính. Không may, ông Nhu đã ảnh hưởng vào ông quá nhiều, và chính sách của ông đã tạo nên nhiều phần áp chế. Tôi không biết tại sao ông Diệm không thực hiện, làm theo ý ông là loại bỏ ông Nhu? Có thể ông đã bị lệ thuộc vào ông Nhu quá nhiều, hoặc có thể ông không nỡ lòng nào bỏ rơi em ông. Và có thể Hoa Kỳ đã dồn dập tạo quá nhiều áp lực nên ông vẫn phải gắn bó với người em, dù phải trả với bất cứ giá nào. Tôi luôn luôn mong chuyện lành có thể xảy ra nếu Tướng Lansdale được cử làm Đại Sứ thay vì ông Lodge. Trong những năm đầu của đệ nhất Cộng Hòa, Lansdale và ông Diệm luôn luôn sát cánh, và hai người đã trở nên đôi bạn thân thiết. Lansdale rất có thể giúp ông Diệm giải quyết ổn thỏa vụ khủng hoảng Phật giáo (hoặc tránh để không xảy ra), và khéo léo làm giảm áp lực từ phía ông Nhu đưa tới. Có một cái gì đó mà chúng ta không bao giờ có thể hiểu được.

ĐẠI TƯỚNG WESTMORELAND VÀ TÔI

Đảo chính ngày 1 tháng 11/ 1963 đã làm tất cả nỗ lực bình định nông thôn của chúng tôi tan đi trong mây khói. Lợi dụng sự hỗn loạn tại Sài Gòn cũng như toàn quốc, Cộng sản tăng gia du kích chiến đánh phá khắp nơi.

Khi trở lại Kiến Hòa để tái nhậm chức vụ tỉnh trưởng, tôi nhận thấy phần lớn những tiến bộ trước kia đã bị tan vỡ. May mắn thay, tiếp theo đường lối trước chúng tôi nỗ lực công tác bình định và tới cuối năm 1965, tình hình đã tiến triển bội phần. Trong khoảng thời gian này, Đại tướng Westmoreland, tư lệnh các lực lượng Hoa Kỳ tại Nam VN tới thăm chúng tôi.

Ông và bộ tham mưu nghe tôi thuyết trình khoảng hai tiếng đồng hồ về nỗ lực bình định nông thôn trong toàn tỉnh. Sau đó, bộ tham mưu ông rời phòng họp, và ông cùng tôi hội bàn riêng. Ông muốn tôi nêu lên những ý kiến của tôi. Tôi khuyến cáo là vấn đề bình định nên được coi như hàng đầu, ưu tiên số một quốc gia, và quân đội chính quy, lực lượng bán quân sự cần được sử dụng để yểm trợ công tác này.

Tôi đề nghị Dân Vệ là lực lượng tuyến đầu, yểm trợ bởi các đơn vị Bảo an. Quân đội chính quy được phân tán thành những Lữ đoàn nhẹ lưu động, can thiệp kịp thời, yểm trợ các đơn vị bảo an. Chót là, quân độ Hoa

Kỳ nên trú đóng tại những khu vực chiến lược như vùng giới tuyến và đường Hồ Chí Minh, sẵn sàng yểm trợ quân lực VNCH. Tôi cũng lưu ý là lực lượng đặc biệt và biệt cộng quân cần được xử dụng trong công tác phá rối địch theo dải đường mòn Hồ Chí Minh. Tôi còn đang muốn đưa thêm nhiều đề nghị khác nữa, đột nhiên Tướng Westmoreland đứng dậy, bắt tay tôi và ra về! Tôi phỏng chừng ông mệt mỏi khi phải nghe ý kiến của một trung tá như tôi, nhất là ý lại cấp tiến, khác với những điều mà ông đã thường nghe từ nơi các tướng lãnh Việt Nam tại Sài Gòn. Cả đêm đó tôi không thể ngủ được. Tôi ngạc nhiên thấy một vị tướng bốn sao Hoa Kỳ đã từng chiến thắng quân Đức quốc xã tại Châu Âu và quân Trung Cộng tại Triều Tiên, nhưng hình như lại thiếu căn bản hiểu biết về chiến tranh tại Nam Việt Nam, và có vẻ như không muốn tìm hiểu.

Thật là đáng buồn, Tướng Westmoreland đã đương nhiên tin vào phần lớn các Tướng lãnh VN, các vị này có rất ít kinh nghiệm chiến đấu, lại hiểu rất ít về Việt Cộng và cũng không biết nhiều về những gì xảy ra tại nông thôn. Phần lớn các vị này được ban phát địa vị và chức vụ, vì họ trung thành với cấp trên quyền lực hơn là những thành công nơi chiến trường. Họ không có sự hiểu biết và cũng không có sự quả quyết để định một chính sách vững vàng. Những người hiểu tình hình nơi trận địa là các sĩ quan trẻ, nhưng bất hạnh thay họ bị chèn ép, đe dọa bởi cấp trên, và tiếng nói của họ rất ít khi được nghe thấy.

Chung cuộc là các tướng lãnh Hoa Kỳ và VN đã chỉ chủ yếu điều khiển nỗ lực chiến tranh mà không thật sự hiểu biết trận chiến tiến hành ra sao.

BÌNH ĐỊNH VÀ CIA

Tôi may mắn có cơ hội đưa được ý kiến của tôi đến một số viên chức Dân chính Hoa Kỳ phục vụ tại Nam VN. Cơ quan Trung ương tình báo đặc biệt thích những gì tôi đang làm, cả đại diện cơ quan viện trợ kinh tế và giới thông tin Hoa Kỳ cũng tán trợ. John Vann, một Trung tá hồi hưu làm việc với cơ quan viện trợ kinh tế tới gặp tôi luôn luôn, và chúng tôi cùng nhau thảo luận vấn đề bình định. Ông đem theo tiến sĩ Daniel Ellsberg tới để đàm luận, sau trở thành một phần tử đầu não nho nhỏ riêng của chúng tôi (Ellsberg sau bị cáo vì đã tiết lộ tài liệu chiến tranh Ngũ giác đài).

John O'Donnell, một đại diện Nông thôn vụ, là người hiểu biết rất nhiều về tình hình tỉnh Kiến Hòa. Chúng tôi, tất cả đều tin tưởng phần căn bản chiến tranh VN là một cuộc đấu tranh chính trị, muốn thắng phải dùng những phương sách chính trị, chính phủ phải được dân kính trọng và được sự trung thành của dân, nhất là dân ở nông thôn, Cộng sản không thể tiếp tục hoạt động du kích. Như vậy, CS bị buộc phải chiến đấu theo chiến tranh quy ước tương tự như đã xảy ra tại Triều Tiên, trường hợp này chúng ta tin chắc chúng ta sẽ thắng cuộc chiến.

Cuối năm 1965, tôi được yêu cầu thiết kế một chương trình bình định rộng lớn toàn quốc giống như tôi đã làm tại tỉnh Kiến Hòa. Khởi đầu do cơ quan Trung ương tình báo Hoa Kỳ yểm trợ. Bộ phát triển nông thôn được tân lập trong chính phủ, đứng đầu là Tướng Nguyễn Đức Thắng. Tôi được bổ nhiệm làm Giám đốc Nha Cán bộ Xây dựng (Phía Mỹ gọi là phát triển cách mạng) và là Chỉ huy trưởng Trung tâm huấn luyện tại Vũng Tàu. Nhiệm vụ của chúng tôi là huấn luyện các cán bộ để thi hành chương trình bình định toàn quốc.

Sau vài tháng làm việc với cơ quan trung ương tình báo, Tướng Thắng và nhiều cơ quan khác, tôi nhận thức được rằng ý tưởng của họ hoàn toàn khác với chương trình của tôi đã thực hiện tại Kiến Hòa. Về hình thức thì có vẻ giống nhau, nhưng chương trình đã không được xây dựng dựa trên căn bản chính trị và quy luật như chương trình của tôi.

Tôi đã càng ngày càng tỉnh ngộ. Tôi buồn phiền sâu xa về sự lộ diện một cách quá rõ ràng của nhân viên cơ quan tình báo Hoa Kỳ. Thỉnh thoảng, tôi đã cố gắng thuyết phục các bạn hữu tôi cả Việt và Hoa Kỳ là nhân viên cơ quan trung ương tình báo nên hoạt động phía sau hậu trường, và thật kín đáo. Và như đã thấy, nhân viên cơ quan trung ương tình báo đã có mặt ở mọi nơi để điều khiển các cán bộ VN. Đối với tôi, đó là một việc không thể chấp nhận được. Như vậy là xác nhận sự tuyên truyền của Cộng sản luôn luôn nói rằng chúng ta là những gia nô của Hoa Kỳ. Quan trọng hơn thế nữa, những hành động đó thương tổn đến tinh thần của các cán bộ, nhất là cán bộ trẻ nam cũng như nữ, và làm cho tất cả cảm thấy là được Hoa Kỳ trả lương để làm cách mạng. Những nỗ lực của tôi nhằm thay đổi đường lối đó đã được đón nhận một cách rất ngờ vực bởi cả giới chức Việt cũng như Hoa Kỳ. Một người bạn Mỹ, John Paul Vann đã đưa chức nghiệp của anh vào một tình ngặt nghèo khi anh chính thức công khai ủng hộ ý kiến của tôi.

TỪ CHIẾN TRƯỜNG ĐẾN CHÍNH TRƯỜNG

Tôi từ nhiệm chức vụ tại bộ Xây Dựng vào năm 1966. Tôi cũng xin giải ngũ ra khỏi quân đội năm 1967. Đó là con đường mà tôi bày tỏ trung thành với lý tưởng căn bản của tôi và đối với đất nước tôi. Tôi viết một cuốn sách nhan đề: "Từ chiến tranh đến hòa bình: "Phục hưng xã thôn". Lại một lần nữa, cố gắng của tôi vẫn vô hiệu quả, khi muốn đưa lên để giới cầm quyền tin tưởng người dân nông thôn là chìa khóa chính của chiến tranh Nam Việt Nam, và muốn có sự thâu phục được họ, chúng ta phải có một nỗ lực bình định toàn diện dựa trên căn bản nòng cốt thông qua chương trình Dân Ý Vụ.

Vào giữa năm 1967, tôi trở về Kiến Hòa để tranh cử một ghế Dân biểu trong Quốc hội. Tôi suy luận là ở vị thế một nhà chính trị, tôi có thể làm cho ý tưởng của tôi được thông qua nhiều hơn. Tôi thật thoả mãn khi được số đông đảo cử tri Kiến Hòa dồn phiếu để tôi đạt được mục tiêu mà tôi ấn định. Nỗ lực chiến tranh đã hoàn toàn nằm trong tay giới quân phiệt, sự đưa nửa triệu quân Mỹ vào miền Nam VN đã cho chúng ta thấy rõ. Và trong khi Nam VN có được một chế độ quân phiệt chuyên chế đứng đầu là Tổng thống Nguyễn Văn Thiệu do chính phủ Hoa Kỳ ủng hộ. Sự tiến hành công cuộc bầu cử thật sự là một trò hề, cốt sao làm giảm những sự chống đối chiến tranh của dân chúng tại Hoa Kỳ. Trong khi ấy tại Nam VN, một nhóm nhỏ thuộc cơ hội chủ nghĩa lợi dụng chiến tranh đầu cơ, bóc lột xương máu của hàng ngàn, hàng vạn công chức và quân đội yêu nước đang phục vụ tổ quốc ta.

Sau cuộc tổng công kích, tổng khởi nghĩa của Việt cộng vào Tết Mậu Thân năm 1968, rõ ràng là dân Mỹ không còn muốn ủng hộ mãi mãi cuộc chiến tại miền Nam VN nữa, và sự rút viện trợ của Hoa Kỳ là điều không thể tránh được. Do đó, tôi bắt đầu nghĩ tới nhiều lối để giữ cho nền độc lập của miền Nam VN, trong đó có thể có cả việc thành lập một chính phủ liên hiệp với Mật Trận giải phòng miền Nam để đổi lấy sự thỏa hiệp với Miền Bắc để cho một Lự lượng quốc tế kiểm soát Đường Mòn HCM và Vỉ tuyến 17 ngăn chận sự thâm nhập của cả hai phía Bắc Nam. Nhiều lần, tôi đã gặp anh tôi là Trần Ngọc Hiền, một sĩ quan cao cấp tình báo Việt cộng để bàn về vấn đến nói trên.

Sau buổi gặp gỡ đầu tiên năm 1965, tôi báo cho John Paul Vann và Trung ương tình báo CIA được biết, họ bất thần bắt Hiền và dùng Hiền để kể tội tôi là thân cộng sản. Là một dân biểu, tôi được quyền đặc miễn bị cáo sự buộc tội đó, nhưng Tổng Thống Thiệu với sự yểm trợ của Hoa Kỳ đã không hành xử theo như vậy. Đến tháng 2 năm 1970 tôi bị bắt ngay tại tòa nhà Quốc Hội; bị tố cáo "thân Cộng", để rồi sau những ngày biểu tình, tố Cộng ầm ỉ, rốt cuộc Tòa Án Quân Sự Đặc biệt cũng chỉ có thể tuyên án rằng tội đã phạm tội "Móc nối với phần tử có hoạt động làm nguy hại đến an ninh quốc gia" và tuyên án phạt tôi 10 năm tù.

Mặt đầu sau đó Tối Cao Pháp Viện đã phán quyết tiêu hủy bản án, tôi vẫn tiếp tục bị giam cầm suốt bốn năm trời, để sau cùng mục kích miền Nam Việt Nam rơi vào tay Cộng Sản.

ĐỪNG NGHE NHỮNG GÌ CỘNG SẢN NÓI

Sau ngày chiến thắng, Cộng sản cũng đã bất chấp lời tuyên bố của chính họ trước kia rằng "tất cả các 'ngụy' quân và 'ngụy' quyền đã rời khỏi hàng ngũ trước năm 1972 khỏi phải trình diện học tập cải tạo." Công an cộng sản đã đến đến bắt tôi tại nhà đưa thẳng vào nhà tù, được họ gọi là "học tập cải tạo"- mặc dầu tôi đã rời khỏi hàng ngũ và bị chính quyền Miền Nam cầm tù từ đầu năm 1970.

Sau hiệp định Paris năm 1973, anh Trần Ngọc Hiền của tôi được chính quyền miền Nam trao trả lại cho phía Cộng sản. Hiền bị Cộng sản tước đoạt hết quân hàm, đảng tịch sau suốt 30 năm chiến đấu như người Cộng sản trung kiên nhất. Cả hai anh em chúng tôi đã chứng minh qua thử thách của suốt 4 năm tiếp xúc (bị Cơ quan Trung Ương Tình báo Mỹ theo dõi; viên sĩ quan liên lạc trực tiếp giữa Hiền và Trung Ương Cục Trung Ương Hà Nội đã bị mua chuộc từ đầu mà cả hai chúng tôi không hề biết). Hai chúng tôi đã không ai thuyết phục được ai; Hiền thủy chung là người Cộng sản trung kiên, tôi là người quốc gia chung thủy.

Em gái con ông chú ruột tôi là Trần thị Bích Hồng (cô Mại) có em trai đã hy sinh và được Cộng sản tuyên dương là anh hùng liệt sĩ, nhưng chồng cô Hồng và con trai làm nghề bán xăng lại bị Việt Cộng chôn sống trong vụ Tết Mậu Thân ở Huế.

Năm 1949 trên đường "trở về thành" tôi đã cố đưa hai cháu trai con anh tôi là Trần văn Thông, 14 tuổi, và Trần như Tiếp, 16 tuổi, từ vùng Việt Minh ở Quảng Nam về Huế. Chỉ có Thông về được; mấy năm sau Thông bị động viên vào Thủ Đức sau ra trường và chết trong quân phục Trung Úy Pháo binh của Việt Nam Cộng Hoà. Năm 1975, Trần như Tiếp -anh ruột của Thông- vào tiếp thu Đà Nẵng trong bộ quân phục Thiếu tá của quân đội Cộng sản. Tôi kể chuyện anh em tôi và trong gia đình tôi để nói lên thảm cảnh chung của hàng trăm ngàn gia đình Việt Nam. Ba mươi năm chiến tranh, hầu như gia tộc Việt Nam nào nhiều ít đều phải chịu những thảm cảnh tương tự.

Điều đáng nói ở đây là Cộng sản sau khi chiến thắng đã không có hành động hàn gắn mà lại còn đưa hàng trăm ngàn chiến sĩ (như Trần văn Thông) quốc gia trung kiên vào tù đày, chết chóc và hàng triệu người phải ra đi với hàng trăm ngàn người chết chìm trên biển cả.

Những người có trách nhiệm ở cấp lãnh đạo như tôi và ở cấp cao hơn có thể chấp nhận bất cứ sự trừng phạt, trả thù nào đó. Nhưng những viên chức và sĩ quan chuyên nghiệp, kể cả các tướng lãnh Miền Nam đều phải được đối xử trong danh dự. Cũng như Thông và Tiếp, họ đã phục tùng chính phủ của họ với đầy đủ chức năng và danh dự. Họ xứng đáng để được cả hai miền kính trọng.

Trần Ngọc Châu

Vụ án Trần Ngọc Châu / Phần Thứ Năm

HAWKS, DOVES and the DRAGON

A Pictorial Prevew of
TRAN NGOC CHAU'S MEMOIR
OF THE VIETNAM WAR

by KEN FERMOYLE

Tiểu sử và lịch sử bằng hình ảnh do Ken Fermoyle đúc kết từ cuốn "Diều hâu, Bồ Câu và Con Rồng" hồi ký Trần Ngọc Châu về chiến tranh Việt Nam. Sách Anh ngữ "Hawks, Doves and the Dragon" với sự hợp soạn của Ken Fermoyle sẽ được ấn hành. Phần Việt ngữ kèm hình ảnh chỉ là sơ lược.

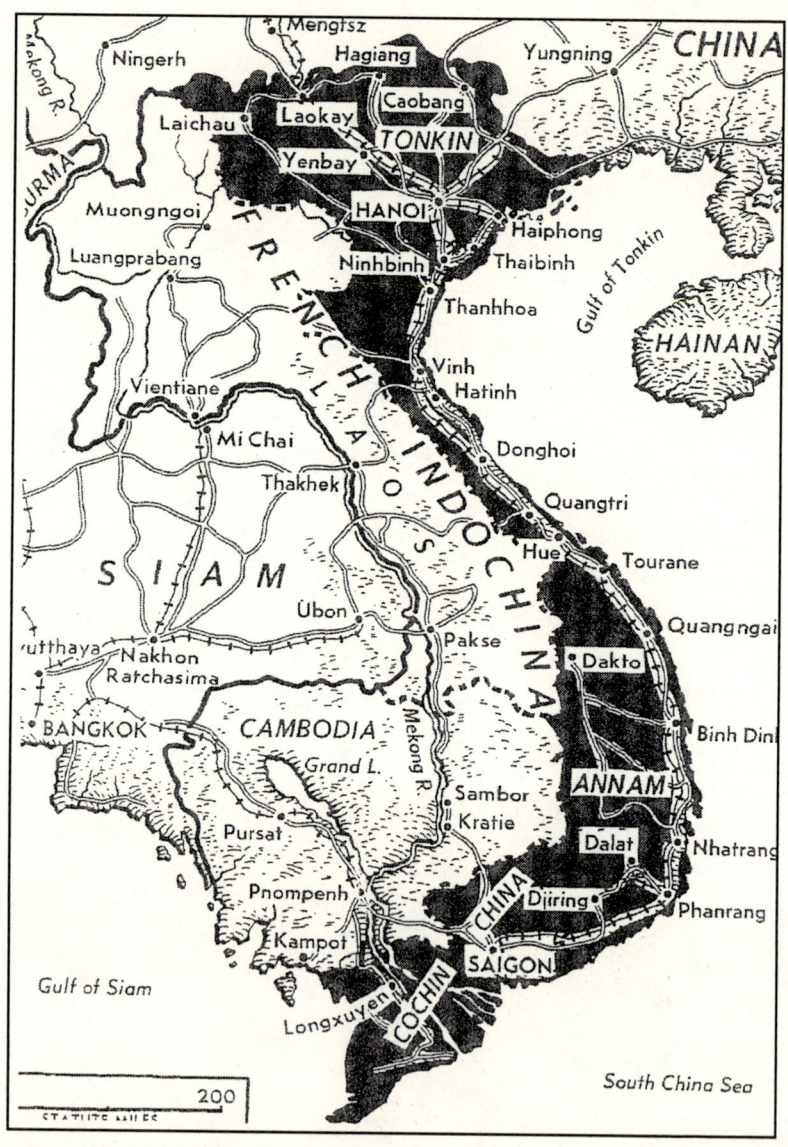

Bản đồ Việt Nam thời Pháp thuộc.

VIETNAM - 1945
An Awakening Dragon

For 80 years under the French colonial system, with a population of roughly 25 million, Vietnam was divided into the Protectorate of Tonkin in the North, the Protectorate of Annam in the Centre, and Cochinchine in the South as a French colony.

In 1945, Vietnam was actually occupied by the Japanese with the French interned and Emperor Bao Dai as figurehead. After the Japanese surrendered and Bao Dai abdicated, the Vietnamese from the north to the south responded to Ho Chi Minh call for the Resistance against the French re-invasion.

In 1954 Vietnam was divided into two zones of administration: the Democratic Republic in the North under President Ho Chi Minh and the State of Vietnam in the South under (former Emperor) Chief of State Bao Dai. The South would later become the Republic of Vietnam under President Ngo Dinh Diem.

In 1975 the North defeated the South and reunited the two zones. Vietnam today is a communist country of about 83 million people.

In 1954 Vietnam was divided into two zones.

VIETNAM - 1945
Con Rồng Thức Giấc

Việt Nam vào cuối Thế chiến II, năm 1945, như Con Rồng bừng tỉnh sau hơn 80 năm chìm đắm dưới ách thống trị của Thực dân Pháp. Dân số của chúng ta vào lúc ấy chỉ có dưới 25 triệu, lại bị phân chia cho hai miền Trung và Bắc tuy vẫn thuộc Nam Triều nhưng lại chịu sự bảo hộ của Pháp, và phần dân chúng đông đảo hơn là Nam Kỳ lại đặt dưới chế độ thuộc địa của Pháp.

Vào giữa năm 1945, cùng lúc với sự sụp đổ của phe phát xít Đức, Ý, Nhật, nhân dân Việt Nam từ Nam ra Bắc đã vùng dậy, sôi sục giành lại độc lập dưới sự lãnh đạo của Việt Minh Hồ Chí Minh. Quốc trưởng Bảo Đại thoái vị và nhận làm cố vấn cho Chủ tịch Hồ Chí Minh càng làm cho toàn dân quyết tâm lên đường cứu nước.

Vào giữa năm 1954, Thực dân Pháp đại bại ở Điện Biên Phủ đã đưa đến Hiệp định Genève 1954 và phân chia Việt Nam thành hai miền Nam và Bắc. Hai năm sau đó, trên thực tế, Miền Bắc đả trở thành Việt Nam Dân Chủ Cộng Hòa và Miền Nam Việt Nam Cộng Hòa.

Năm 1975, Miền Bắc đã thắng Miền Nam; dân số toàn quốc từ 25 triệu của những năm 1940 nay đã vượt quá số 80 triệu.

Bức ảnh nầy đã được những người của Đài BBC Worldwide Television làm việc với Châu chọn lựa xem như biểu hiện đầy đủ bản chất con người của Châu. Châu thường phân trần là cũng có những lúc phạm lỗi lầm nhưng nhờ có căn bản Nho giáo và Phật giáo và thụ hưởng huyết thống của Cha, Ông nên ông ta đã tu sửa và học hỏi kịp thời nên đã giữ được phong cách đến ngày nay.

Tran Ngoc Chau
The Man

A devout Buddhist-Confucianist, Chau always was a Dove at heart. He became a Hawk only in his actions to help free his beloved country.

Vietnam had been called the Little Dragon because of its geographical shape and because of its vigorous, centuries-long struggle against domination by neighboring China, the bigger dragon, and against French colonization.

This pictorial review of the man, his career and personal life, is designed to accompany the text in Hawks, Doves and the Dragon, a memoir of Chau's unique history of the war in Vietnam from 1945 to the end.

Chau's story opens with this photo, selected because it has special significance - and an interesting story. In 1991, the BBC Worldwide Television flew Chau and his wife to England for a three-day interview in connection with a documentary being produced on the war in Vietnam. At BBC's request, Chau took with him a selection of photos for possible use in the documentary. Producers chose the 1967 picture, explaining:"This was our favorite - so young and so thoughtful." We chose it for similar reasons and because reflects Chau's true nature and his intent dedication to what he believes right from an early age to the present.

Notable Ancestors - of the last traditional Vietnamese families

Chau's grandfather *(left)*, the great scholar Tran Tram, was more popularly respected for his leading the life of a model Confucianist than his rank as a high ranking dignitary in the Imperial Court.

His story was related in the Bulletin des Amis du Vieux Hue (Bulletin of the Friends of Ancient Hue) April-June 1939.

Chau's father *(right)*, Tran Dao Te, a provincial chief justice was known for his integrity and was one of the last Confucian educated civil servants (mandarins) of the Nguyen royal dynasty.

Gia đình và tổ tiên Châu xuất phát từ khu vực Thanh Hóa, Nam Định xưa theo Chúa Nguyễn vào Nam từ giữa thế kỷ 17, định cư tại vùng nay tên gọi là Khuê Trung, Hòa Vang, Đà Nẵng. Nay vẫn còn nhà thờ và mồ mả tại đây; lại có con đường mang tên Ngài Tiên Tổ Khảo của Châu là Ngài "Trần Phước Thành"; ông nội của Châu là Cụ Trần Trạm có tiểu sử trong Bulletin Des Amis Du Vieux Hue, Avril-Juin 1939. (Xem bài cuối sách)

Nội tổ, Trần Trạm *(phải)* Và thân phụ: Trần Đạo Tế *(trái)*

Buddhism
Played
Big Role in
Chau's Life

Chau received his first seven years of primary education in the religious environment of a Buddhist temple along with some classmates who 40 years later became leaders of the National Unified Buddhist Church: they included the Most Venerables Thich Tri Quang, Thich Thien Minh, Thich Thien Hoa...

They were true nationalists who opposed both the authoritarian rule in the South and the Communists in the North.

This proved costly for Thich Thien Minh, who was imprisoned by the US-supported rulers in the South and, later, by the Communists after their final victory in 1975.
Chau is shown here in his daily meditation.

Phật giáo giữ vai trò lớn trong đời sống của Châu và gia đình. Nhưng với Châu, không hề có sự phân biệt tôn giáo trong sự nghiệp chính trị.

Vào cuối năm 1959, nhờ vào tên tuổi của Ông, Cha, Châu đã được tổng thống Ngô Đình Diệm trực tiếp sử dụng vào những công việc phức tạp ngoài lảnh vực quân đội. Nhờ vậy Châu có cơ hội học hỏi thêm và đương đầu với những thách thức mới.

Hình trang trái: Châu ngồi thiền hàng ngày.
Hình trang phải: Chùa Thiên Mụ Huế.

Last of a Dynasty, End of Centuries - Old Vietnam Tradition (1945)

Shown here are Emperor Bao Dai, and Emperess Nam Phuong, before he abdicated in 1945 to become Supreme Counselor to Ho Chi Minh, the Communist leader who organized the Viet Minh and later became president of the first Democratic Republic of Viet Nam.

The Emperor's abdication and support of the Resistance energized Chau and millions of Vietnamese to raise up and join the Viet Minh. In 1943, as a Boy Scout and a college student, Chau volunteered for the Viet Minh's Resistance and served in the secret Intelligence and Counter-Intelligence service.

In 1945 he volunteered for one of the first units of the National Army of National Liberation (Giai phong quan), which would later become the Army of National Defense (Ve Quoc Doan).

This photos portrays the kind of volunteer-soldiers Chau served with for 4-1/2 years. Like all other volunteer-soldiers, he recieved no pay, no clothing and no equipment. Weapons were in short supply, consisting mainly of a variety of French, British, German and Japanese (captured or "liberated") infantry weapons. Food was provided free by villagers from their own scant supplies for the first few years. One or two medical students served as doctors and surgeons, working with almost no medical supplies or equipment.

The volunteer-soldiers were all under-fed, under-trained, under-equipped but highly-motivated. It was that kind of Army that fought and grew to be capable of defeating the French nine years later in Dien Bien Phu.

Cách mạng tháng 8 năm 1945 cùng với sự thoái vị của Vua Bảo Đại đã khích lệ anh em Châu và toàn dân Việt Nam tham gia kháng chiến.

Hình từ trái: Cao uỷ Pháp Leon Pignon, Quốc trưởng Bảo Đại, Thủ tướng Nguyễn văn Xuân, Thủ hiến Nam Kỳ Trần Văn Hữu. Người đứng, mặc quốc phục là Thủ hiến Trung phần Phan Văn Giáo.

The Debut of
the State of Vietnam
(1949 - 1954)

On an official visit to China, Supreme Councelor Bao Dai broke with President Ho Chi Minh and, at the request of other Vietnamese expatriates, arranged with the French to serve as an alternative to Ho Chi Minh. On March 1949, French President Vincent Auriol recognized officially the State of Vietnam with Bao Dai as Chief of State.

In the photo from left are French High Commissioner Leon Pignon, Chief of State Bao Dai, Prime Minister (French General and citizen) Nguyen Van Xuan, President of Autonomous South Vietnam (another French citizen) Tran Van Huu, and Central Vietnam governor Phan Van Giao in Vietnamese traditional costume.

Năm 1949, cựu hoàng Bảo Đại chính thức viếng thăm Trung Hoa, và sau đó quyết định ngưng cộng tác với Hồ Chí Minh. Tháng Ba 1949, đạt được sự thoả thuận với Tổng Thống Pháp Vincent Ouriol, Bảo Đại về nước làm quốc trưởng.

Chau quits the Resistance and joins the new State of Vietnam (1949-1975)

After nearly five years of combat and guerilla warfare, having advanced from squad leader to platoon, company and battalion commander and political commissar, Chau sustained the most severe of several wounds. He was hospitalized for two months. He then was given a staff job. Exhausted physically and mentally, he decided to quit the Viet Minh and join Bao Dai (last of the dynasty to which Chau's family long had close ties) and the new State of Vietnam. He hoped and believed that Bao Dai and Ho Chi Minh would eventually forge a compromise to unite the country, oust the French and end the fighting.

Shortly after returning to the new State of Vietnam, Chau volunteered for the first class at the National Military Academy at Dalat. The Institution was first created in 1950 to start building a Vietnamese national Army. This was one result of the Champ Elysees Accords, in which the French granted Vietnamese limited Independence under Bao Dai. Vietnamese in name only, the Academy was run by an entirely French command and staff. French was the teaching language, and even the meals were French, with the exception of two Vietnamese meals per week.

Graduates would be serving under senior officers who had been recruited by and served in the French occupation army. Several of Chau's classmates eventually became generals in the South Vietnam army (ARVN).

Chau Graduates from First Class at Vietnam Military Academy. Lieutenant Lu Lan (right) and Tran Ngoc Chau while attending the French Tactical Center in Hanoi in 1952. Lu Lan subsequently was promoted in 1972 to Lt-General Commanding Military Region Two from Pleiku.

Đầu năm 1949, Châu trở về Thành. Châu gia nhập quân đội, tốt nghiệp Khóa đầu tiên của Trường Võ bị Liên quân Dalat, được Nhà Trường (Pháp) giữ lại làm huấn luyện viên, cưới vợ là Bích Nhạn, cùng sống chung trong một nhà với Trung úy  Nguyễn Văn Thiệu (cũng vừa cưới chị Mai Anh) vừa từ Mỹ Tho đổi đến Trường Võ Bị, gia nhập vào số sĩ quan Việt Nam ít ỏi làm huấn luyện viên chung với số đông hơn là các sĩ quan người Pháp. Năm 1952, cùng Trung uý Lữ Lan (hình trên) tham dự huấn luyện tại Trung Tâm Chiến Lược Pháp tại Hà Nội.

Also from a traditional Vietnamese family, Bich Nhan at age seven and as the oldest child with parents and two younger brothers'

And at the age of 18 when she marries Chau who was graduated and selected as Instructor at the Academy, Chau and Nhan married in 1951.

Năm 1951, Châu kết hôn với Bích Nhạn, trưởng nữ một gia đình nền nếp tại Huế.
Hình trên: Nhạn 7 tuổi, cạnh bố mẹ và hai em.
Hình ảnh trang bên, từ trên: Vợ chồng son, thời Châu mới ra trường, làm huấn luyện viên Võ Bị Đà Lạt. Và 16 năm sau, 1967, khi Châu quyết định xin giải ngũ để ứng cử dân biểu.

A Professional Officer

After graduating and selected as instructor at the Dalat Military Academy, Chau married 18-year old Bich Nhan. Chau and Lt Nguyen Van Thieu became close friends. With their newly wed wiwes, they shared a home in Dalat. The two remained friends for nearly 20 years before Thieu turned on Chau in 1968 because of their conflicting concepts of how to end the war.

After the Academy Chau went on to serve as company commander, battalion deputy commander and commander in Mobile Groups. At the end of the war in 1954, Chau was a major with the highest military decorations and the National Order - all earned in combat on the battlefield.

At the end of the French war, Chau was sent to Fort Benning in the U.S. to take an Advanced Infantery course.

After his return to Vietnam, he served in a succession of positions to train and Americanize the Vietnamese army, from recruits and NCOs to officers at Dalat.

Dien Bien Phu and the End of the French War (1954)

After nine years of invasion with no victory in sight, the French set up the valley of Dien Bien Phu as a trap to destroy the main force of Ho Chi Minh.

The result was disas-trous: the trapper got trapped and France was defeated, which ended both the war and French control of Indochina.

General Henry Navarre (left), commander of the French Forces in Indochina, is shown here inspecting troops with Colonel Christian De Castries, Commander of Dien Bien Phu, a month before that fortress felt under the VietMinh thus ended the war (May 1954).

General Henry Navarre (on the left), Commander of the French Forces in Indochina (Vietnam included) inspects French troops with Colonel Christian de Castries, Commander of Dien Bien Phu a month before that fortress felt under the Viet Minh effectively ending the war (May 1954).

Sau một thời gian dài làm sĩ quan "trong bóng mát", như Châu thường nói để phân biệt với các sĩ quan phục vụ trên chiến trường, Châu tình nguyện ra chiến trường. Người bạn đồng khóa Châu gặp lại đầu tiên là Lữ Lan mà cụ thân sinh là một nhân sĩ thân hữu với thân phụ Châu. Châu và Lan lại có dịp cùng theo học tại Trung Tâm Chiến thuật ở Hà Nội.

Nhờ theo Binh đoàn Lưu động và gặp nhiều may mắn đặc biệt nên chỉ hơn hai năm sau Châu đã được tưởng thưởng Bảo quốc Huân chương trên chiến trường và thăng cấp đặc biệt lên Đại Úy rồi Thiếu Tá.

Tiếp theo chiến dịch Điện Biên Phủ, Hiệp Ước Genève 1954 chia đôi nước Việt Nam để kết thúc chiến tranh Việt-Pháp. Hơn một triệu người di cư từ miền Bắc vào Nam (hình trên). Thủ tướng Diệm dẹp yên phe thân Pháp, trở thành Tổng thống Ngô Đình Diệm. Việt Nam Cộng hòa thay thế Quốc gia Việt Nam. Pháp rút. Mỹ thay thế. Châu được cử đi học tại Mỹ. Rồi được cử về trường Võ Bị Dalat (người Việt Nam đầu tiên, thay thế Commandant Robert) làm Chỉ huy trưởng Sinh Viên Sĩ quan.

The Republic of Vietnam and Ngo Dinh Diem (1955-1963)

The Geneva Accords of 1954 ended the French war and divided Viet Nam temporarily into two zones, North and South. Bao Dai, then living in France, appointed Ngo Dinh Diem as Prime Minister for the South, with full civilian and military authority. Diem was known for his integrity. During the French colonial era, he resigned from his position as Minister of Interior in the Imperial Cabinet of Emperor Bao Dai when the French rejected a reform plan he proposed.

After overcoming opposition from General Nguyen Van Hinh (French citizen and former Lt-colonel), Diem deposed Bao Dai, founded the Republic of Viet Nam and made himself the first president—all through a referendum process.

A fervent Catholic, Diem depended greatly on his family for advice and assistance in running the country, which ultimately proved disastrous for him and Vietnam.

Saigon in 1954: Edward G. Lansdale and Ngo Dinh Diem. The CIA dispatched Lansdale to Saigon in 1954 after the French defeat and he became Diem's adviser.

Edward G. Lansdale và Thủ Tướng Ngô Đình Diệm.

President Ngo Dinh Diem's family is shown in this photo are: (from left standing) Counselor Ngo Dinh Nhu, President Ngo Dinh Diem, Archbishop Ngo Dinh Thuc, Mrs. Nguyen Van Am (Diem's sister and mother-in-law of Defense Minster Tran Trung Dung, Mrs. Ngo Dinh Nhu, Ngo Dinh Can (Diem's brother and Presidential counselor in Central Vietnam), Ngo Dinh Luyen Diem's brother and an Ambassador) and Nguyen Van Am. The children surrounding Matriarch Ngo Dinh Kha (seated) are sons and daughters of Ngo Dinh Nhu.

Sau khi đã trực tiếp tham gia chiến trường trên sáu năm, một sự tình cờ đã đưa Tổng thống Diệm để ý đến Châu. Nhờ tên tuổi của ông nội Châu đã gợi lại ấn tượng nào đó trong tình cảm của tổng thống Diệm. Bắt đầu từ ngày ấy, cuối năm 1959, Châu được ủy thác nhiều nhiệm vụ khác nhau, trực tiếp với tổng thống, kể cả thời gian gần một năm làm thuyết trình viên trong Hội đồng An ninh quốc gia (trong tổ chức chính thức thì chức vụ nầy phải là của vị tổng thư ký thường trực quốc phòng).

Behind-the-Scenes Power

Only after Chau was called on to work closely with President Diem did he realize how much behind-the-scenes power was wielded during Diem's administration by Archbishop Ngo Dinh Thuc, Counselor Ngo Dinh Nhu *(left)* and Mme Nhu *(left)*, who directed the National Assembly and the Women's Association.

Archbishop Thuc was behind the violence against the Buddhists in 1963, which gave the Americans and coup leaders pretext for the coup, which killed Diem and Nhu and ended their regime.

In this photo, Governor Lt-Col Tran Ngoc Chau leads Rural Affairs Director Rufus Phillips (white shirt, sunglasses) and U.S. AID Representative John O'Donnell (cap, white shirt) during a vist to to check on progress of Chau's programs in Kien Hoa province.

Vào khoảng đầu năm 1962 Châu được Tổng thống Diệm chỉ định thay thế Trung tá Phạm Ngọc Thảo làm Tỉnh trưởng Kiến Hòa; tỉnh "đồng khởi" của Việt Cộng - khởi động cuộc nổi dậy châm ngòi cho cuộc chiến tiếp diễn trong suốt hơn 15 năm sau đó.

 Câu hỏi lớn của Châu lúc đó là "tại sao nhiều người nông dân, già trẻ, trai gái, sinh sống trong những làng mạc do chính quyền Việt Nam kiểm soát lại cũng là những du kích nằm vùng bắn giết lại nhân viên chính quyền và tại sao các nhân viên tình báo, an ninh nổi chìm của ta lại không loại trừ được hết họ." Để giải đáp câu hỏi nầy, Châu đã áp dụng một chương trình đặc biệt, chương trình "Dân Sự Vụ." Tổng thống Diệm chấp nhận lý lẽ của Châu và cho phép Châu được làm thí điểm với sự yểm trợ của CIA Mỹ.

The Roots of Insurgency Leading to Total War (1959-1975)

For five years Vietnam enjoyed a too-short time of peace and prosperity. The government of President Diem consolidated its political, administrative, economic, and military structure with support from the United States. But mistakes were made, and by late 1959, the residual communist appratus, encouraged, directed, and supported from Hanoi reactivated in the countryside.

President Diem's first direct asignment to Chau was to tour the provinces and study the moral, social and psychological conditons and effectiveness of the Civil Guard and Self-Defense Forces. He saw countless images of war casualties and destruction.

This specific image, however, was one that burned into his brain and determined him to search for reasons why these peasants, men and women, young people and old people were willing to choose to join the insurgency. What prompted them to

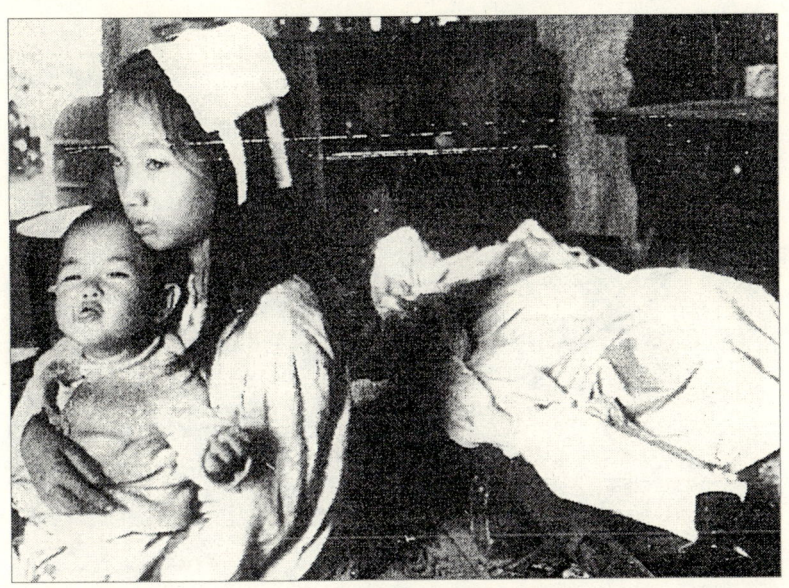

live as peaceful farmers by day and fight, even die by night? In Kien Hoa province, glorified by the VietCong insurgents as the Cradle of Revolution or condemned by the Vietnamese government as the cradle of VC communist rebellion.

Is Project Census Grievance the Ultimate Answer to Counter-Insurgency Problem?

Searching for anwsers to the above question, Chau created the Census Grievance program, the crucial element of his own Pacification program in the Kien Hoa province. It was the success of that programthat led to Chau being selected to head a national pacification effort, which he expected would incorporate the core Census Grievance principles.

The purpose of the program was to differentiate the pro-communist Viet Cong from the former VietMinh resistants in order to treat them accordingly, and to protect the peasants against the abuse of the government members at the lowest level of the administration.

From left: John Paul Vann, Daniel Ellsberg and Chau met the first time in Kien Hoa in the mid-60s and maintained a close friendship until Lansdale's death in 1987.

While the pacification in Kien Hoa province was operating with promising results, in April 1963, Chau was transferred to DaNang as Mayor of Vietnam's second largest city (after Saigon) and Governor of Da Nang-Quang Nam Area.

Trong khi các giới chức Việt Nam không để ý đến chương trình Dân Sự Vụ thì các viên chức cao cấp Mỹ, Sir Robert Thompson của Anh đều lần lượt đến tận nơi quan sát và tán thưởng.

Công việc đang tiến triển thuận lợi thì xảy ra vụ Phật giáo. Tổng thống Diệm cử Châu ra làm thị trưởng Đà Nẵng. Tại đây Châu đã âm thầm vận động với Thầy cũ là Thich Mật Hiển (người cũng từng là thầy của các Thượng tọa một thời bạn đồng trường với Châu là Thích Trí Quang, Thiện Minh, Thiện Hoa...) đóng góp một phần vào việc hình thành thỏa hiệp chung giữa Phật giáo và Chính phủ.

Cũng chỉ sau ngày được bổ nhậm vào chức vụ Thị trưởng ĐàNẵng kiêm Tổng trấn Quảng Nam - Đà Nẵng (chức vụ đặc biệt đối phó với tình hình biến động trong địa phương lúc bấy giờ - ngoài các tổng trấn Saigòn, Nha Trang và Dalat) Châu mới có dịp được tiếp xúc mật thiết với nhiều vị lãnh đạo Phật giáo đã từng là thầy là bạn của mình, và với các vị Tổng giám mục Ngô Đình Thục, Linh mục Cao Văn Luận, Lê Văn Ấn, Cố vấn Ngô Đình Cẩn ... và nhiều người trong các tầng lớp khác nhau của quần chúng.

Trải qua những tiếp xúc sâu rộng nầy và quan sát các hoạt động của họ (thêm vào những học hỏi được từ Cố vấn Ngô Đình Nhu và những nhân vật khác quanh Tổng Thống trước đó) Châu mới hiểu được rằng Tổng thống Ngô Đình Diệm tuy có đầy đủ tấm lòng và phong cách của một nhà lãnh đạo quốc gia nhưng trong thực tế quyền lãnh đạo tuyệt đối lại nằm trong tay vị huynh trưởng "quyền huỳnh thế phụ", Tổng giám mục Ngô Đình Thục, với "tham mưu trưởng" Ngô Đình Nhu.

Cố vấn Ngô Đình Nhu chỉ đạo và giám sát toàn diện các tổ chức an ninh, công an, mật vụ chìm và nổi. Chính những người lãnh đạo các cơ quan này nắm quyền phán quyết ai là quốc gia ai là cộng sản, ai là phản động -- hầu hết theo lời trình của những cấp chỉ huy được chọn lọc từ thành phần nhân sự đã được Pháp rèn luyện.

Theo Châu chế độ Diệm phải được nhìn nhận dưới hai góc độ khác nhau. Đức Cha Thục, Cố Vấn Nhu và Tổng thống Diệm có hoài bão rất cao quý là muốn đem đạo lý và thế lực Ki-Tô-Giáo làm căn bản lãnh đạo đất nước và dân tộc Việt Nam ra khỏi cảnh hậu tiến, lạc hậu và nghèo khó. Điều tai hại là để thực thi nhiệm vụ cao cả đó, họ đã sử dụng ngay chính bộ máy nhân sự và kỹ thuật (phương pháp) mà Thực dân Pháp đã rèn luyện, ứng dụng qua suốt 9 năm chiến tranh Pháp Việt. Quần chúng Việt Nam không nhìn thấy mục tiêu cao quý của các vị lãnh đạo mà chỉ thấy những hoạt động cụ thể hàng ngày vẫn tiếp diễn rập theo khuôn khổ của Thực dân Pháp và tay sai trước kia.

Buddhist Crisis
Hastened Diem's Downfall

Buddhist monks brought international attention to the situation by setting themselves on fire with self-doused gasoline. Readers and viewers around the world saw these appalling immolations in publications and on TV.

The Buddhist crisis helped accelerate the downfall (and later assassination) of President Ngo Dinh Diem and his regime.

Thus Diem who was an elected President and as shown here in 1957 being greeted by President Dwigt Eisenhower, invited for an official visit with parade in New York and to speak at the joint session of U.S. Congress, was toppled by a U.S.-supported coup.

"This was a Vietnamese generals' coup, yes, but I think the fundamentals of it were decided in our White House."- William Colby, Director of the C.I.A: Vietnam, page137, by Michael MacLear.

Biến cố Phật Giáo xuống đường chống chế độ và hình ảnh Hoà Thượng Quảng Đức tự thiêu tại Saigon (trang bên) làm cả thế giới xúc động.

Cuộc chiến tranh du kích kéo dài và đã biến thành cuộc chiến rộng lớn hơn. Các nhà lãnh đạo Mỹ thất vọng về tình hình mỗi ngày mỗi xấu đi ở Việt Nam. Do đó từ lâu Mỹ đã có sẵn dự định thay thế Tổng Thống Ngô Đình Diệm. Vụ Phật giáo chống lại chính phủ đã đem lại cơ hội cho Mỹ thực hiện ý đồ sẵn có.

Cuộc đảo chánh lật đổ 1/11/1963 do đó đã xảy ra. Tổng Thống Diệm, người từng được Tổng thống Eisenhower, Quốc hội Mỹ và nhân dân Mỹ tiếp đón và ca tụng năm 1957 (hình nhỏ) đã phải bị sát hại cũng vì vậy.

"Big Minh" Led Coup Against Diem

President Diem's military advisor General Duong Van Minh (left) was the leader of the coup that toppled the Diem regime and resulted in the deaths of Diem and Counselor Nhu.. Minh, known as "Big Minh," served as a warrant officer in the French Colonial Infantry before and during the war against the Resistance and the Viet Minh

Standing with him was Vice President (to Diem) Nguyen Ngoc Tho (in suit) who served the French before and during the war. He was a member of the cabal that organized the coup.

Gen. Khanh: A Second Coup

General Nguyen Khanh (short sleeves, right photo) congratulates coup leader general Duong Van Minh after the successful coup.

Ironically, Khanh organized a second coup less than three months later, in January 1964, which brought down Minh and placed Khanh at the top of the Vietnamese hierarchy.

Khanh (center) is later shown being congratulated by Defense Secretary Robert MacNamara (left) and Ambassador Genral Maxwell Taylor (right photo).

Khanh was replaced by Thieu

Khanh didn't last long either. He was replaced by General Nguyen Van Thieu on June, 16, 1965. Ambassador Ellsworth Bunker is shown presenting credentials to the chairman of the Vietnamese leadership. Gen. Nguyen Van Thieu, who would later be elected president of Vietnam.

By 1965 and thereafter, the war was actually fought between the two generals of different cultures and professional backgrounds. Westmoreland (right), a West Point graduate, an airborne colonel in World War II, led the formidable army of the most powerful nation on earth. Opposing him was Vo Nguyen Giap (left), the former school teacher turned general, leading a relatively small army supported by guerilla irregulars from one of the most underdeveloped countries.

From left: Nguyen Cao Ky, Nguyen van Thieu, General Westmoreland and President Lyndon Johnson, Honolulu 1966.

Ngày 16 tháng 6, 1965, Nguyễn Khánh được thay bằng Nguyễn Văn Thiệu, người sau đó sẽ đắc cử Tổng Thống. Miền Bắc đưa quân vào Nam. Để đối đầu với tướng Võ Nguyên Giáp, Tướng Westmoreland sang làm Tư Lệnh tại Việt Nam.
Hình trên từ trái: Nguyễn Cao Kỳ, Nguyễn văn Thiệu, Westmoreland và Tổng Thống Hoa Kỳ Lyndon Johnson trong hội nghị Honolulu, 1976.

Leaving Da Nang, Chau retured to Kien Hoa and served again as province chief for nearly two years. Chau pressed his Census Grievance pacification program agressively.

John Vann (center), the only American ever to be a "civilian general" in combat, is shown here surrounded by officers under his command in the 2nd Military Region during 1971 and until his death in June 1972. U.S. Rural Affairs Staffers Meet: From left to right, Gordon Goff, John O' Donnell, Kien Hoa USAID provincial representative, and Richard Holbrooke discuss the situation in Kien Hoa province at a Rural Affairs meeting in Saigon, 1964. O'Donnell soon became a personal friend of Chau and remained one until he died in 2004.

(*Facing the Phoenix* by Zalin Grant)

Từ 1964, Châu trở lại làm tỉnh trưởng Kiến Hoà, rồi lập Trung Tâm Huấn Luyện Cán Bộ Bình Định. Kinh nghiệm bình định của Châu được các giới chức Mỹ chọn làm mẫu mực để khai triển thành chiến dịch Phượng Hoàng do CIA thực hiện tại Việt Nam. Hình nhỏ, từ trái: Gordon Goff, John O' Donnell, và Richard Holbrooke trong buổi họp tại Saigon 1964 để bàn về mô hình bình định Châu đã thực hiện tại Kiến Hoà. Hình lớn, trên: John Paul Vann, "ông tướng dân sự" chỉ huy quân đội Mỹ tại Quân Khu II.

Disillusionment Sets In!

The Pacification Cadres shown here were the key to success of the program in Kien Hoa. After 16 months as head of the national program, however, Chau realized that his program had been altered so much that it would not work.

Elizabeth Pond summed it up accurately in The Chau Trial: "By now Chau's perceptions and the CIA perceptions of the effectiveness of some of the CIA programs were diametrically opposed. His disenchantment was so total that he predicted the total failure of Revolutionary Development unless the CIA turned the program over to the U.S. Agency for International Development (USAID) immediately. Chau conflict with the CIA became so acute that he resigned as Director of RD training."

Sau 16 tháng đứng đầu chương trình huấn luyện cán bộ bình định cho toàn quốc, vì không thể đồng ý với chiến lược hoàn toàn ỉ lại vào Mỹ, Châu quyết định từ chức và giải ngũ.

The Turning Point

In his new position as National Director of the Pacification Cadres, Chau traveled widely, talking with people in and out of official channels. He then proposed active measures to make the program work efficiently. During his numerous trips around the country, he saw all too much carnage, too much evidence of the disastrous results of the war. Deadly images such as these and others displayed in the following photos were all too familiar to him.

Scenes like this haunted Chau day and night. He once told me that despite his numerous military medals and National Order for bravery in combat, he often asked himself whether that represents the truest kind of courage, "I acted alone in those situations," he said "with only me at risk. I knew my wife and children were safe, that they were being spared from the agony and devas-tation suffered by so many peasants, women and children included. Would I have been willing to fight, to help carry death and destruc-tion to all corners of the nation if my family had to share thesufferings of those unfortunate peple?

"I don't think so, especially not after I realized that we had no hope of winning the war as it was being waged."

It was this kind of thinking that influen-ced Chau's decision to run for the National Assembly, and to use that representative body to advocate changes in conduct of the war and government policy.

Losing her father, mother, sisters and brothers, this litle girl saw nowhere to go.

Châu đã đi khắp các chiến trường, tận mắt thấy thảm hoạ chiến tranh. Hình ảnh những bé thơ côi cút bơ vơ trong cuộc chiến vô vọng luôn dầy vò Châu. Phải làm gì cho tương lai các em? Cương vị một viên chức hành pháp hay sĩ quan quân đội không thể đòi gì hơn. Châu quyết định chuyển qua ngành lập pháp, dành lấy tư cách dân cử độc lập để đòi hỏi những thay đổi cần thiết.

Changing the battlefield

The Constitution and National Assembly were born in response to pressure both from the U.S., which wanted at least the facade of democracy, and Vietnamese factions .

The Vietnamese military was quick to erect this statue of Marines aiming their guns at the National Assembly Headquarters, perhaps as a symbol of the control they held over the country.

Elected member of the National Assembly and Secretary General of the House: Chau Forges Coalition to UrgeChanges in War Strategy and Peace Initiative.

Trước hình tượng người lính chĩa súng vào trụ sở quốc hội, Châu hiểu cuộc chiến đấu thật sự của một dân cử sẽ vô cùnggay go.

War, Peace - and the Media

Chau caught the attention of the media, both Vietnamese and froreign, over the years, initially for his effective service as province chief, mayor, and National Director of Pacification Cadres. His resounding victory to a seat in the National Assembly and subsequent election as Secretary General by his peers in the Lower House brought him more attention. Chau began to forge a coalition within the legislature that would pressure the government to adopt a more effective military strategy and pacification program..

He published a book, *From War To Peace: Rebuilding the Village*, which outlined the concept and techniques of the changes he advocated in the military and pacification strategies. The government responded negatively and Thieu began to bribe members of the National Assembly to build support for his own agenda.

After the VietCong 1968 Tet Offensive and after the United States announced iplans to withdraw, Chau proposes a plan to end the war. French Le Monde Report on Chau's Plan Provokes Reprisals by Thieu. This article in the French newspaper Le Monde disclosed Chau's plan for a coalition government that would include the National Liberation Front (NLF) in exchange for an International Peace-keeping force. Thieu opposed this idea vehemently, feeling it threatened him.

Sau Tết Mậu Thân, Mỹ ngừng tăng viện và tìm kiếm giải pháp với Bắc Việt để rút quân. Chính quyền Thiệu cố tự bịt mắt trước sự thực. Châu chủ động đưa ra đề nghị chấm dứt chiến tranh với giải pháp chấp nhận Mặt Trận Giải Phóng Miền Nam để đổi lấy điều kiện Bắc Việt ngưng xâm nhập, dưới sự giám sát của Liên Hiệp Quốc. Báo Pháp Le Monde đăng nguyên vẹn đề nghị trên nhưng lại kèm theo lời phỏng đoán là ý kiến của Châu xuất xứ từ Tổng thống Thiệu vì họ biết rõ liên hệ giữa Châu và tổng thống Thiệu trong suốt gần 20 năm qua.

Sự kiện này buộc ông Thiệu phải thẳng tay triệt hạ Châu để minh định lập trường quyết chiến của ông ta. Liên hệ giữa Châu và người anh Cộng sản Trần Ngọc Hiền được đưa ra làm bằng chứng để buộc tội Châu.

Những người Mỹ trong và ngoài chính quyền biết tường tận về liên hệ giữa Châu và Hiền đã lên tiếng công khai và điều trần trước quốc hội Mỹ để biện hộ cho Châu. Nhưng sau cùng, Đại sứ Bunker vẫn quyết định hỗ trợ TT Thiệu.

Hai nhân vật lãnh đạo này cùng chung hành động triệt hạ Châu nhưng với hai mục đích riêng rẽ: Tổng thống Thiệu với mục đích tiếp tục chiến tranh không nhân nhượng (4 không). Đại sứ Bunker với mục đích chọn Thiệu để ổn định tình hình, giúp bảo đảm việc quân đội Mỹ sẽ triệt thoái an toàn và để cho Miền Nam thay thế Mỹ dành lấy sự thất bại sau này.

Để Thiệu có thể tồn tại, Châu phải vào tù; nhiều người cùng quan điểm với Châu tiếp tục bị đàn áp và chụp mũ Cộng sản.

The media had plenty of questions for Chau after the Le Monde article appeared. Were his ideas really feasible? They wanted to know. Chau's long friendship with Thieu was widely known, so the rift between them made the story more compelling. So did the strong Buddhist support for Chau and his proposal.

The world-wide attention focused on the situation made it impossible for Thieu not to react. He stepped up his efforts to silence Chau.

Ambassador Bunker Joins Thieu In Prosecution of Chau

"Not all of Thieu's rivals were as malleable as (Tran Quoc) Buu, and in the more difficult cases where persuasion, bribery or blackmail failed to have the desired effect, the Station reluctantly resorted to more forceful measures.

When Tran Ngoc Chau, a prominent South Vietnamese nationalist and legislator, became a political threat to Thieu in 1970, Shackley and Colby (of the CIA) cooperated with the South Vietnamese police to paint him as a subversive and a Communist agent. Since Chau's brother was in fact a Communist, and since Chau himself had once contacted him on behalf of the Station, it was relatively easy to build a case against him simply by dressing up certain parts of of his official police dossier and by de-emphasizing others. Shackley did not actually design the frame-up - it was the brainchild of the CIA confident General (Dang Van) Quang - but he did nothing to avert it, even though he knew the truth. And when the South Vietnamese surfaced its allegations against Chau in the local press, both Shackley and Ambassador Bunker supported them.

A few days later Chau was dragged out of the National Assembly building in downtown Saigon and thrown into jail, in violationof all legal process in South Vietnam.

(Former colleagues of DanielEllsberg claimthat the Chau case was instrumental in turning the young analyst against the Vietnam war, since he and Chau had long been close friends. It may not be too much to say that in persecuting Chau the CIA gave impetus to the most spectacular intelligence leak in the history of the war - the surfacing of the Pentagon Papers for which Ellsberg was responsible.)

Once convicted, Chau would remain imprisoned for four years, only to be released in early 1975. A few days before the Communist's takeover in April, several sympathetic CIA officers cabled agency headquarters in Langley,Virginia, asking permission to put him on one of the evacuation flights. But Shackley, who by then had become chief of the CIA's East Asia Division, cabled back vetoing the request on the grounds that Chau had never contributed to American interests in Vietnam. Chau was duly left behind."

(- As reported in his book 'Decent Interval' by CIA senior analyst Frank Snepp)

Đại sứ Bunker và CIA hỗ trợ TT Thiệu trong vụ bắt giam và xử tù Trần Ngọc Châu. Sự việc được kể lại bởi Frank Snepp, trưởng ngành phân tách chiến lược của CIA tại Việt Nam, trong cuốn sách "Decent Interval" của ông.

"Kể từ lúc này, sứ mạng chính yếu của Tòa Đại sứ Mỹ là củng cố quyền hành của Thiệu với mục đích giữ an toàn cho việc triệt thoái quân đội Mỹ ra khỏi Việt Nam.

"Khi Trần Ngọc Châu, một người quốc gia và cũng là một nhà lập pháp có tên tuổi trở thành mối đe dọa chính trị cho Thiệu năm 1970, Shackley và Colby (CIA) hợp tác với các giới chức an ninh của chính phủ để tô vẽ ông ta thành một phần tử gây rối và là một nhân viên Cộng sản. Và khi chính phủ của TT Thiệu cáo buộc chống báng Châu trong báo chí địa phương, cả Shackley và Đại sứ Bunker đều hỗ trợ họ."

After President Thieu's announcement of Chau imminent arrest, Most Venerables Thich Tri Thu and Thich Thien Minh, Chairman and Vice Chairman respectively of the National Unified Buddhist Church, paid an official visit to Chau at the National Assembly Headquarters.

The Buddhist visitors gave Chau prayer beads so he could keep praying for peace and to maintain faith in the people.

After South Vietnam collapsed, the Communmists jailed Thich Thien Minh who died in prison. The Buddhist Church was dismantled and remains so today. This was the fate of the religious group that the Saigon government and Americans had accused of being sympathetic to the Communist cause!

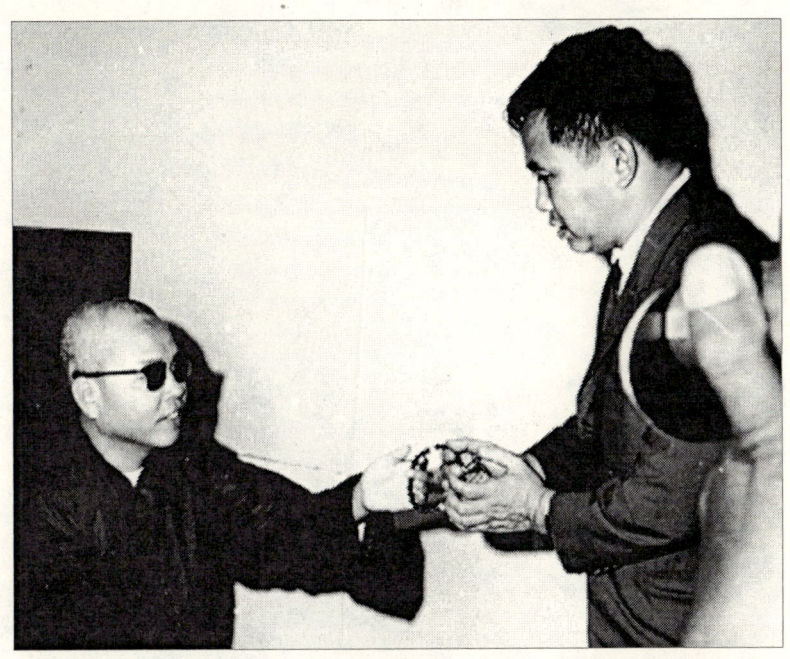

Ngay sau khi TT Thiệu ra lệnh bắt giam Châu, hai vị Viện trưởng và Phó Viện trưởng Viện Hóa Đạo, Thượng tọa Thích Trí Thủ và Thích Thiện Minh, đã đại diện Giáo hội Phật giáo Việt Nam Thống Nhất, đích thân đến tận trụ sở Quốc hội, để thăm hỏi từ biệt Châu, tặng Châu dây tràng hạt với lời khuyên kiên trì cầu nguyện cho hòa bình sớm được tái lập.

Sau năm 1975, Giáo hội Phật giáo Việt Nam Thống nhất bị Cộng sản đặt ra ngoài vòng pháp luật. Thượng tọa Thiện Minh bị bắt giam và chết trong tù; Giáo hội Phật giáo Việt Nam Thống nhất bị Cộng sản đặt ra ngoài vòng pháp luật. Các vị Thượng tọa Thích Trí Thủ, Thượng Tọa Thích Trí Quang và các Thượng tọa Thích Huyền Quang (sau này là Đại lão Hòa thượng Tăng thống), Thượng Toạ Quảng Độ và nhiều vị khác đều đã từ chối hợp tác với Cộng sản. Sự thực đã thừa đủ để trả lời mọi cáo buộc chụp mũ trước đây.

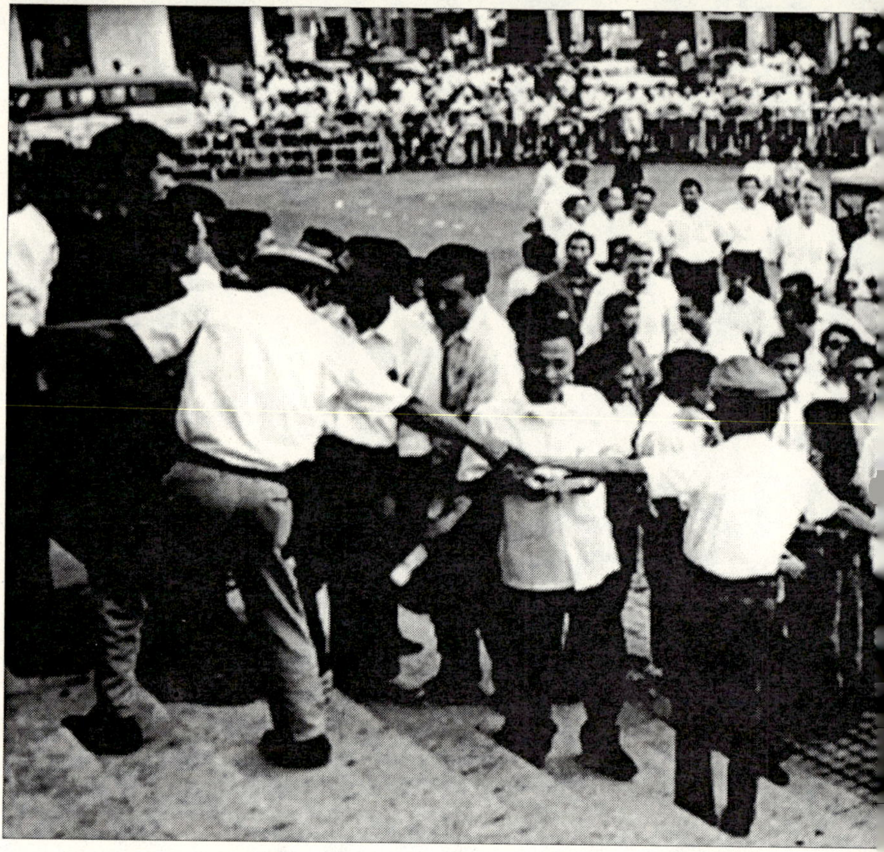

The Arrest & The Trial

Cabinet Minister Cao Van Tuong visited the National Assembly to make arrangements for Chau's arrest.

Cordon of police is shown here assembled to keep order as crowds formed to watch Chau's imminent arrest.

Lawyer Vu Van Huyen is shown here with Chau on his right (right page) surrounded by the media asking questions about the threat that Thieu's administration sought to remove Chau's parliamentary immunity. That would mean Chau could be arrested and tried on trumped-up charges of being Communist sympathizer or even an agent for the North.

Photo by Nick Ut

Bắt Giữ & Xét Xử

Hình nhỏ, từ trái: Bộ trưởng Cao Văn Tường tới trụ sở Quốc Hội sắp xếp bắt giữ dân biểu Châu.
Châu xuất hiện cùng Luật sư Nguyễn Văn Huyền bên cạnh. Truyền thông báo chí quốc tế vây quanh, bám sát.
Và rồi, cảnh sát thực hiện lệnh bắt giữ: quang cảnh trước trụ sở Hạ Viện trong ngày dân biểu Châu bị bắt mang đi.

Từ trang này, ảnh bắt giữ và xét xử là của Nick Ut, tức anh Huỳnh Công Út, phóng viên nhiếp ảnh người Việt duy nhất đoạt giải Pulitzer về báo chí. Mặc dầu chỉ mới được biết nhau sau khi đến Mỹ, anh Út đã tặng không cho tôi bộ ảnh quí này. Thân ái cám ơn anh Út.

March 3, 1970. Monday.
It was a media circus as Chau was led from his prison cell to appear in the Military Court for his trial, which proved to be a Kangaroo Court farce from beginning to end.

Photo by Nick Ut

Ngày Thứ Hai, 3 tháng Ba, 1970.
Đó là cảnh giới truyền thông quốc tế tràn tới vây quanh khi Châu (áo bà ba đen giữa hai quân cảnh) được áp tải từ nhà giam ra trước Toà Án Quân Sự.

A strong force of military guards conducted Chau to the Military Court. At the Military Court: Chau stood before the military tribunal composed of army officers. (Right page)

One of Chau strongest supporters was Ms. Nguyen Phuoc Dai, a noted lawyer both in France and in Vietnam. At the time, she was a Senator and Vice President of the Senate. She represented him at significant risk to her career and, like Chau's other attorneys, served without pay.

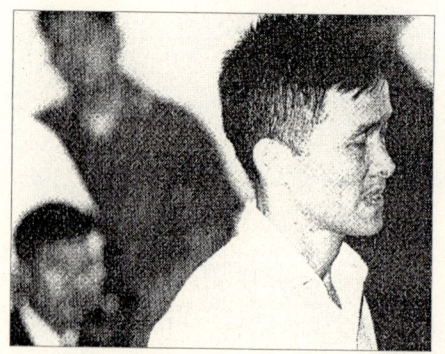

Trần Ngọc Hiền trước toà án mặt trận.

Chau's brother, Tran Ngoc Hien, a communist intelligence officver.

Photo by Nick Ut

Toà Án Mặt Trận Lưu Động Vùng III Chiến Thuật họp tại trụ sở trong khu Hải Quân Công Xưởng Saigon. Toà khai mạc lúc 8 giờ sáng ngày Thứ Hai, 3 tháng 3, 1970. Châu được quân cảnh áp tải tới, đứng trước Toà.

Một trong những người hỗ trợ Châu mạnh nhất là nữ luật sư Nguyễn Phước Đại, đương kim Nghị sĩ, Phó Chủ Tịch Thượng Viện Việt Nam Cộng Hoà. Bà là luật sư đại diện không nhận thù lao của Châu, dù phải đương đầu trong một vụ án nhiều hung hiểm nghề nghiệp.

With Or Without Lawyers - That Is The Question.
After three days into the trial, Chau decided to dismiss all his lawyers and - as Ms. Pond reported in The Chau Trial.
"Chau: My lawyers have exhausted all arguments, but your Court has not accepted my defense. If we continue this way, I don't think it is useful. I know in advance I will be sentenced

Photo by Nick Ut

whether I have a lawyer or not. Now I am ready to take any sentence that your Court has already reserved for me."

Ngày thứ ba tại cái gọi là Toà Mặt Trận Lưu Động này, Châu quyết định không nhờ các luật sư biện hộ nữa và tuyên bố sẵn sàng lãnh "bản án đã đặt định trước."

Tribunal's Verdict: 10 years in Prison

The Court sentenced Chau to ten years in detention "for having contact with person dangerous to the nation."
Chau declared that he was pleased to offer his trial as a victory since it showed people the real nature of the Vietnamese democracy under Thieu and his supporters, and called the sentencing a renouncement of the Constitution by the Thieu regime and a shame for all, Vietnamese and Americans, who supported the system.
Chau on his way to the prison.
He served nearly five years before he was released as North Vietnam troops approached the capital.

Photo by Nick Ut

Bản án Toà Mặt Trận: 10 năm tù vì tội "tiếp xúc với thành phần nguy hiểm cho quốc gia". Khi bị áp tải về lại nhà tù, Châu đưa cao tay làm dấu hiệu chiến thắng và tuyên bố bản án dành cho ông đã phơi bày bản chất thật của dân chủ Việt Nam dưới chế độ Thiệu. Phán quyết bất chấp hiến pháp này làm xấu hổ tất cả mọi người Việt và người Mỹ từng hỗ trợ chế độ.

Châu đã trải qua gần 5 năm tù. Hiệp định đình chiến Paris được ký kết năm 1973. Quân đội Mỹ triệt thoái an toàn. Sau các trận đánh để dò phản ứng Mỹ, từ giữa năm 1974, quân Bắc việt bắt đầu toàn lực tấn công, trong khi Quốc hội Mỹ nói thẳng là sẽ ngưng mọi khoản quân viện cho Việt Nam.

Trong bối cảnh đó, Châu bất ngờ được thả khỏi nhà tù để lãnh sự "quản chế tại gia", khi quân Bắc Việt đã áp sát Saigon.

Congress' votes on Viet aid force Thieu to free opponent

"Althoug the Vietnamese Supreme Court nullified the 10 years of prison the Military Court sentenced him in February 1970, Thieu kept Chau in prison for almost five years. Chau's release in late 1974 as reported in the Daily Journal.

"By supporting the constitutional system of which Chau speaks, Congress could give some meaning to the sacrifices made by the 55,000 Americans who died in Indochina and the hundreds of thousands more who were wounded, until now, for little more than to preserve in power a corrupt military despotism that combines the worst qualities of a Latin American banana republic dictotorship and Mafia rule."
-The Daily Journal, Tuesday,
Evening, New Jersey, June 11, 1774.

Trên đây là trích đoạn, và trang bên là bản chụp tờ The Daily Journal của Mỹ, với bài báo tựa đề "Saigon Releases Peace Advocate". Tựa nhỏ phía dưới có nghĩa: "Biểu quyết về viện trợ Việt Nam của Quốc Hội buộc Thiệu phải trả tự do cho đối thủ". Hí hoạ phía trên cho thấy nơi thành ghế trống dành cho phe cộng sản có chữ ghi "SERIOUS SAIGON HANOI TALKS"; Dưới chân ghế dành cho Thiệu Govt có hàng chữ "THREAT OF US MILITARY AID CUTOFF". Từ ghế này, hai cánh tay quờ quạng ném vô nhà tù chìa khoá "CHAU RELEASE.

Bài viết và hí hoạ trên đây đã diễn tả khá đầy đủ nguyên do vì sao chính quyền Thiệu đến lúc này mới chịu thả Châu -- nhưng đã quá muộn rồi. Muộn cho Châu. Muộn cho Thiệu.
   Và muộn cho mọi nỗ lực vì một Miền Nam tự do không cộng sản, như giải pháp mà Châu từng mong muốn.

How Different the Course of History Might Have Been!

Chau was in Washington during the 1968 Tet Communist offensive and had talks with President Johnson's advisor McPherson, Army Chief of Staff General Johnson, and several senators and representatives. He also talked with members of the RAND think tank in Santa Monica and the Foreign Affairs Council in New York. He extended his visit to London, Paris and Rome to learn more about the international impact on and attitudes toward the war. Upon his return to Saigon, he made trips throughout the country. His travels and observations convinced him that two things were necessary for South Vietnam to survive. First, the country must negotiate directly with the North and not leave negotiations to the U.S. Second, it must form a coalition government that included Thieu and his group, plus representatives from the NLF and a third group of moderates (primarily Buddhists). In exchange for a truce with the North, all parties would agree to accept control of the DMZ and the Ho Chi Minh Trail by an international peace-keeping force.

In 1968, both Thieu and Bunker condemned the proposal and proceeded to put Chau in jail.

In 1973, the Paris Accords were signed, with conditions essentially identical to Chau's 1968 proposal.

There was an important exception. That agreement resulted in the withdrawal of all American and Allied forces but left more than 200,000 North Vietnamese troops in the South and provided no significant international control over the DMZ and the HCM Trail. It was a recipe for disaster for South Vietnam and the effective end of the war, though hostilities dragged on for three more years.

Had the U.S. and Vietnamese leaders accepted Chau's 1968 proposal, at a time when the North was weak and the Viet Cong decimated by the Tet offensive, it was highly possible that South Vietnam might have survived.

During that interval (1968-1973) of war and peace, and of illusion and deception, an additional 35,000 American troops were killed, 100,000 wounded, billions of dollars spent; Vietnamese losses were considerably greater.

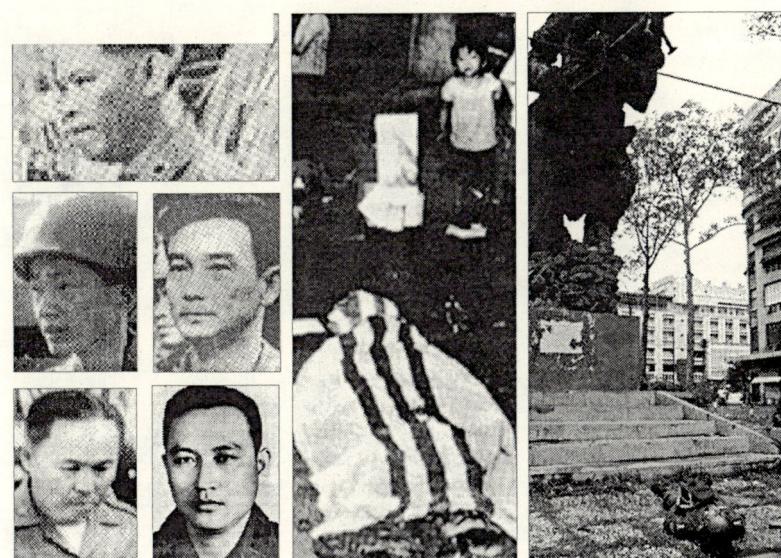

April 30, 1975
Ngày Saigon Xụp Đổ

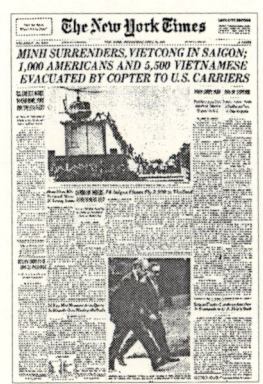

Hình trên, từ trái: 5 vị tướng VNCH tuẫn tiết: Nguyễn Khoa Nam, Phạm Văn Phú, Lê Văn Hưng, Trần Văn Hai, Lê Nguyên Vỹ. Khác nhau năm sinh, nơi sinh, nhưng cùng một ngày chết. Hình phủ cờ: Thiếu tá Đặng Sỹ Vinh, vợ và 7 con cùng chết tại nhà riêng. Hình tượng lính: Trung Tá Nguyễn Văn Long tự sát bên bệ tượng người lính VNCH cầm súng trước trụ sở quốc hội.

Hình bên: Trang nhất báo New York Times, số đề ngày 30 tháng Tư 1975.

**Life in Prison
and Re-education Camps**

After the North Vietnamese conquered the South, they sent all South Vietnamese, including Chau, with ties to the Saigon regime and the Americans, to hastly organized "re-education camps" - exceptions were made for a few who had cooperated with them during the war.

Shown here -on right page- is one of Chau's fellow inmates Tran Minh Tiet, Chief Justice of the Vietnamese Supreme Court. Mr Tiet was a noted Catholic jurist who presided over the Supreme Court when it nullified Chau's trial and sentence.

Chief Justice of the Supreme Court Tran Minh Tiet (before the Saigon collapse in 1975) and 18 months after the detention in the Re-education Camps in the same room of Chau.

Hình trên là cảnh một trại tù cải tạo của Cộng Sản dành cho quân dân miền Nam Việt Nam sau năm 1975, được dựng lại trong phim "Vượt Sóng - Journey from the Fall."

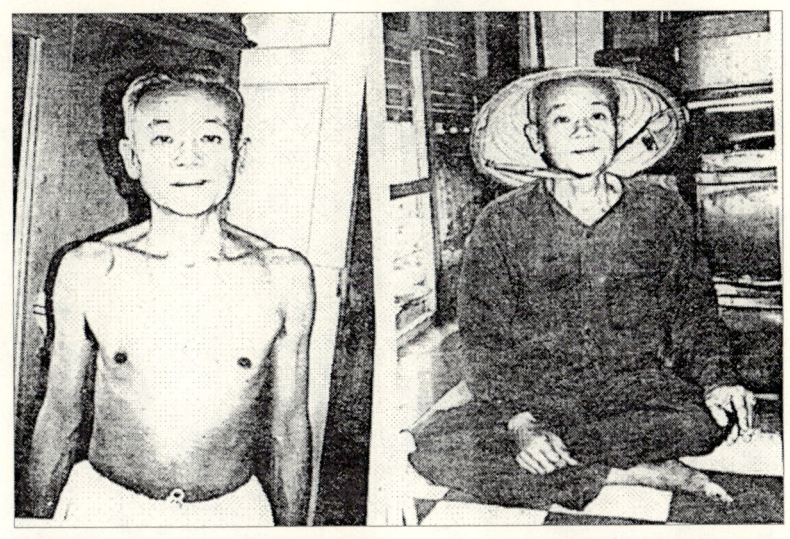

**Sống trong Trại tù cải tạo
Của Cộng Sản Việt Nam**

Sau khi Saigon sụp đổ, hơn một triệu quân dân chính miền Nam đã bị lừa vào các trại tù cải tạo, trong số này có vị Chủ tịch Tối Cao Pháp Viện Trần Minh Tiết (hình trên).

Là nhân vật đứng đầu ngành tư pháp Việt Nam, năm 1970, ông đã chủ toạ phiên họp của Tối Cao Pháp Viện để bác bỏ bản án vi hiến do TT Thiệu áp đặt cho Châu.

Năm 1975, trong nhà tù cộng sản, ông và Châu bị giam chung một phòng.

Hình ảnh vị chủ tịch TCPV sau 18 tháng trong tù cộng sản do bà Trần Minh Tiết trao lại cho Châu. Xin mạn phép đăng lại để tưởng nhớ vị chủ tịch khả kính của chúng ta.

In early 1979, Chau managed to escape from Vietnam with his wife and five of their seven children

After months of perilous boat trips and being marooned on a succession of islands, Chau and his family landed on an Indonesian island and eventually were allowed to immigrate to the United States. Chau, Bich Nhan, and five of his seven children landed at Los Angeles airport on the Holloween night of 1979.

Sau gần 3 năm bị giam giữ, khi ra khỏi trại tù cải tạo, Châu lặng lẽ tìm đường vượt biển. Đầu năm 1979, ông bà Châu cùng ba con trai, hai con gái tới được đảo Letung, Indonesia. Hình trên đảo tị nạn, từ trái, hàng ngồi: Tâm Hương, vợ chồng Châu, Tâm Minh; Hàng đứng: Trúc Giang, Tiến Đức và Minh Tâm. Biết tin Châu đến được Indonesia, nhiều bạn cũ đã bay sang đảo liên lạc. Báo chí, truyền hình khắp nơi loan tin và đài NBC đã đến phỏng vấn tại chỗ. Châu và gia đình đáp cuống sân bay Los Angeles đúng vào đêm Holloween 1979.

Chau Participated in BBC Worldwide Television Documentary

At left, Chau poses with wife Bich Nhan and Producer Peter Molloy at the headquarters of the BBC Worlwide Television in England.

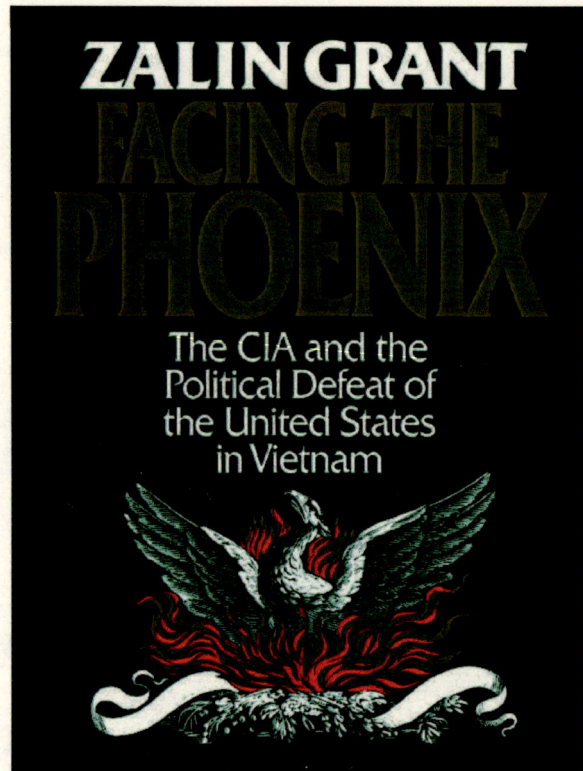

Tác giả
Zalin Grant

ĐỐI DIỆN
PHƯỢNG HOÀNG:
"CIA và Thất Bại
Chính Trị của Mỹ
ở Việt Nam".

với Trần Ngọc Châu.
là nhân vật chính.
Sách do nhà
W.W. Norton,
New York - London
xuất bản năm 1991.

Above is the cover of Zalin Grant's book,
Facing The Phoenix

"The Phoenix of the title refers to Mr. Chau and his remarkable survival as soldier, official, betrayed prisoner of the South Vietnamese Government, re-education camp inmate after the victory of the North Vietnamese, boat person and immigrant to the United States, as well as to his role as unfortunate godfather of the C.I.A's dreaded, but highly successful, Phoenix program."

--Terrence Maitland
The New York Times Book Review

Historians Ask Chau to Address Conference

In 1993, the Society of Historians for American Foreign Affairs asked Chau to speak at its Denver conference. He protested at first that he was not a scholar or a historian but Society members convinced him that his experiences in Vietnam would be of more value to them than could be gleaned from academicians who had only second-hand knowledge of events in that country during the cruel years from 1945 to 1975.

Trong hội nghị các nhà ngoại giao và chuyên gia về lịch sử bang giao quốc tế của Hoa Kỳ năm 1996 tại Colorado, ông Châu là khách danh dự Việt Nam duy nhất đã được mời đến tham dự.
   Tính ra từ 1970 đến nay đã có hơn 12 quyển sách của nhiều tác giả khác nhau đã đề cập đến thành tích ông Châu trong chiến tranh Việt nam.

Former President Nguyen Van Thieu (far right) with wife Mai Anh visited Chau and his wife at their Southern California home early in 1993. "The past is past; let us forget it," Chau said.

A year later, Chau returned the visit, stopping at Thieu's home in Foxboro, MA. The two old friends reminisced about old times in Vietnam before circumstances made them political foes. Chau holds no rancor, saying that the two men had opposing ideas about policies and strategies to end the war, but shared one common interest: the fate of their country..

Ông bà Thiệu đã bay đến California, đến thăm ông bà Châu tại nhà ở Wood Hills (hình trang bên). Sau đó, ông Châu cũng có dịp ghé thăm ông Thiệu tại Foxboro, M.A. (hình trên). Ông Châu kể: "Năm 1993, gần 15 năm sau khi lưu vong ở xứ người, theo sự gợi ý của ông bà Thiệu, chúng tôi đã gặp lại nhau nhiều lần ở Woodland Hills và Boston. Chúng tôi nhìn thẳng vào mắt nhau với Tình Thương và Kính Trọng, vì cả hai đều hiểu rằng chúng tôi đã đối nghịch nhau chỉ vì khác nhau về quan điểm nhưng cùng nhìn chung về một mục đích tối thượng là để bảo tồn một miền Nam không cộng sản.

"Chung cuộc thì cả hai chúng tôi -và những người cùng quan điểm với mỗi người chúng tôi- đều đã thất bại. Sự mất mát quá to lớn, đã đưa chúng tôi vào con đường lưu vong, phải rời bỏ những người một thời đã tin tưởng vào mình."

Chau and his wife are shown here with General Duong Van Minh (left) at the home of MmeTran Minh Tiet (second from left), widow of the Chief Justice of the Supreme Court that found Chau's arrest, conviction and imprisonment were unconstitutional. Yet Chau remained in prison despite the high court's ruling.

Ảnh chụp tại nhà Bà Trần Minh Tiết, quả phụ của vị Chủ Tịch Tối Cao Pháp Viện VNCH. Từ trái, Tướng Dương Văn Minh, Bà Trần Minh Tiết, ông bà Trần Ngọc Châu.

 Năm 1973, chính chủ tịch TCPV Trần Minh Tiết đã phán quyết rằng bản án Toà Mặt Trận của TT. Thiệu xử tù Dân biểu Trần Ngọc Châu là "vi hiến". Phán quyết này không được chính phủ của TT. Thiệu tôn trọng. Sau đó, khi Saigon xụp đổ, cả chủ tịch Triết và Dân biểu Châu đều bị cơ6ộng sản bắt cầm tù. Hình nhỏ: hai ông Dương Văn Minh-Trần Ngọc Châu.

Former General and Prime Minister Tran Thien Khiem with wife visited Chau's Woodland Hills, CA in 1989. Khiem had tried to persuade Thieu to drop Chau's case without success.

Hai ông bà Trần Thiện Khiêm cũng là bạn của ông bà Châu từ những năm đầu thập niên 1950. Họ vẫn giữ nguyên tình cảm bạn bè qua hơn nửa thế kỷ đầy phong ba, bão táp. Trong cuộc xung đột giữa Châu và Thiệu, ông Khiêm đã nhiều lần can thiệp ngăn chận nhưng ông Thiệu cương quyết từ khước. Vì Thiệu nghĩ rằng Châu và bè phái đang ngăn cản con đường chiến thắng Cộng sản của Thiệu và Mỹ.

Chau and his wife are shown here with Chau's classmates from the Academy at Dalat in 1951. The occasion was at a Buddhist ceremony in Southern California for the wedding of a daughter of General Nguyen Xuan Thinh, another of Chau's classmate.

Mỗi lần được hỏi đến, Châu vẫn thường nói rằng trong những vinh dự lớn lao sau ngày ông ấy đặt chân lên đất Mỹ, vinh dự lớn nhất là tình cảm quý hóa và trường cửu của những bạn bè, thân hữu từ những năm cùng hoạt động ở Kiến Hòa, Mỹ và Việt, và các bạn bè đồng khóa ở Dalat, một số là tướng lãnh và số đông hơn vẫn còn là trung tá như ông ấy.

Ông thường kể đến một số người mà ông cho là tiêu biểu chung, như các ông mà ông trìu mến đặt tên là "thần hoàng" An Hội Ba Truyền, chủ tịch hội đồng tỉnh Nguyễn Văn Cất, con người "như bóng với hình" của ông là Lê Chí Thiện, Hứa Yên Lến.

Chau is welcoming in one of the reunion of the Vietnamese Expatriates from Kien Hoa province; standing here is Mr Nguyen Van Cat, the chairman of the Association.

Ông thường nhắc lại lời phát biểu quí báu của ông cựu Đốc Sự Hành Chánh Châu Văn Để trong ngày gặp gỡ kỷ niệm năm 80 tuổi của ông, năm 2004 tại Nam Cali, mà ông xem như hoàn toàn trùng hợp với câu thơ bất hủ của Nữ sĩ Tôn Nữ Hỷ Khương đã trao tặng ông năm 2007 khi ông về Sàigòn thăm lại quê hương.

"Còn gặp nhau thì hãy cứ vui,
Chuyện đời như nước chảy hoa trôi,
Lợi danh như bóng mây chìm nổi,
Chỉ có tình thương để lại đời."

Hình trên: Ông bà Châu trong buổi hội ngộ thân ái của bà con Kiến Hoà lưu vong tại Hoa Kỳ. Người đứng trong ảnh là ông Nguyễn Văn Cát, chủ tịch Hội Ái Hữu Kiến Hoà.

Rufus Phillips was one of Chau's American friends and supporters from the 1960s who attended a 1998 reunion at the Washington, D.C. home of John O' Donnell.

Phillips and O'Donnell were in the Office of Rural Affairs and, impressed by Chau's programs in Kien Hoa, strongly supported his efforts. Both contributed to the book, Prelude to Tragedy, as did Chau.

From left to right are Tom Ahern, John O' Donnell and Rufus Phillips. 33 years after Vietnam War, Rufus Phillips is the author of "Why Vietnam Matters: An eyewitness account of lessons not learned", published by Naval Institute Press, 2008. In the book, the Chau's story is a lesson.

Ông bà Châu gặp lại Rufus Phillips tại nhà John O'Donnell tại Washington, DC. Phillips và O'Donnel, cả hai, cũng như Châu, là đồng tác giả sách "Prelude to Tragedy." Hình nhỏ là bìa sách mới của Rufus Phillips, "Why Vietnam Matters: An eyewitness account of lessons not learned" do Navan Institute Press ấn hành cuối năm 2008. Một trong những bài học được kể lại trong sách là trường hợp Trần Ngọc Châu.

Chau's survival to age 80 is more than a minor miracle. He faced death countless times during his years of combat, first living, fighting, and treaking through jungles with the Viet Minh, then leading troops into battle as a Vietnam Army Officer. He and his family also survived many perils during their escape from their homeland. His entire family celebrated the 80th Birtday of Tran Ngoc Chau with reunion in Woodland Hills, California - January 2004.

Hình trên: Ông bà Châu và các con, các cháu. Ba thế hệ nhà họ Trần đoàn tụ tại ngôi nhà ở Wood Hills, mừng sinh nhật thứ 80 của ông Trần Ngọc Châu.

Hình trên là ông bà Châu và các con, dưới bóng cây bồ đề trong vườn nhà. Bước qua tuổi 85, ông Châu vẫn mạnh khoẻ, vui vẻ, đọc sách và làm việc bằng computer. Khi kết thúc câu chuyện với chúng tôi, ông đã chỉ vào một bức tranh ngữ họa treo trên tường và nói rằng tất cả những gì ông đã đạt được ngày hôm nay đều do Phật Trời và Tổ Tiên ban cho, sau thời gian dài ông đã hành động, tuy không hoàn hảo tuyệt đối nhưng luôn luôn cố gắng, theo con đường phước thiện. Vừa nói ông vừa chỉ lên bức tranh và kể: "Vào dịp ngày họp vui 80 năm tuổi thọ của tôi, cô cháu dâu của tôi là bà quả phụ Trần Bích Lan, tức nhà thơ Nguyên Sa, đã tặng tôi bức tranh này với câu thư pháp: "ĐỨC TÂM THÁNH THIỆN GIA ĐÌNH THỊNH". Đức, Tâm trùng hợp với tên hai con trai đầu của chúng tôi mà chị Trần Bích Lan chưa bao giờ biết đến."

Bài đọc thêm cuối sách

CỤ TRẦN TRẠM

Bài viết của
NGUYỄN TIẾN LÃNG

Trích dẫn:
Đại thần Bùi Bằng Đoàn thăm Thầy cũ
Tổng Thống Diệm hỏi Nguyên Sa Trần Bích Lan
về Cụ Thượng Trần Trạm

"Cụ Trần Trạm là một vị quan rất mực thanh liêm, được triều đình mến phục. Có một người học trò cũ của Cụ là Bùi Bằng Đoàn, được triệu về Kinh sung chức Cơ Mật Viện Đại Thần, trước khi đi bái kiến Vua, Cụ Bùi thân hành về làng An-Cựu thăm Thầy, và lạy Thầy từ sân lạy vào."

(Trích giai phẩm TIẾNG SÔNG HƯƠNG, trang 72, lời thuật của cụ Lê Thành Cảnh, bạn học cùng lớp với ông Nguyễn tất Thành (Hồ Chí Minh) ở Trường Quốc Học, Huế.)

"Tổng thống Diệm cất tiếng hỏi:
- Ông thầy giáo có biết cụ Thượng Trần Trạm?
Và tôi trả lời:
- Thưa Tổng thống tôi có biết!
Tổng thống Diệm gật đầu như có vẻ hài lòng. Gật đầu và bằng một giọng hiền hòa nếu không phải là thân thương, ông Diệm cất tiếng:
- Ông thầy giáo có liên hệ với Ông Thượng Thư ra sao?
Tôi trả lời không ngập ngừng:
- Thưa Tổng thống tôi là cháu...
Tôi nói rõ hơn tôi là cháu, cụ Trần Trạm là cụ của tôi, chứ không phải là ông. Tôi muốn nói thêm vài chi tiết nhưng không kịp, Tổng Thống Diệm đã phóng ra câu hỏi khác:
- Ông có biết ông Trần Ngọc Châu?
- Thưa Tổng thống có.
- Ông Châu là thế nào?
- Ông Trần Ngọc Châu là hàng chú của tôi.

(Trích Hồi ký của Nguyên Sa Trần Bích Lan, trang 277, kể việc ông và một số nhà giáo bị mật vụ thời Đệ Nhất Cộng Hoà bắt giam. Sau thời gian dài bị biệt giam hầm tối trong Thảo Cầm Viên Sài Gòn, thình lình Trần Bích Lan được đưa vào dinh gặp Tổng Thống Diệm. Ngay sau hôm đó, ông được trả tự do.)

CỤ TRẦN TRẠM
"Tấm Gương Thanh Liêm Và Thuần Khiết"(*)

Bản dịch bài viết pháp ngữ của
NGUYỄN TIẾN LÃNG
Ngự tiền văn phòng của Hoàng Đế Bảo Đại

LTS: Mỗi khi nhớ Huế, chúng ta vẫn thường gợi lên cảnh trí thiên nhiên của sông Hương, núi Ngự, kiến trúc độc đáo của các thành quách cũ, lăng tẩm xưa. Chúng ta cũng không quên nhắc đến những danh nhân đã để lại cho cố đô khí tiết của một thế hệ khó tìm lại được trong thời đại ngày nay.

Trong số những danh nhân của Cố Đô Huế, cụ Trần Trạm (hình bên) *tiêu biểu cho thế hệ đẹp đẽ đó, như được diễn tả trong bài văn dịch sau đây từ nguyên bản bằng pháp ngữ do ông Nguyễn Tiến Lãng, vào lúc viết bài này, là Ngự tiền văn phòng của Hoàng Đế Bảo Đại.*

Bài đã được đăng tải trong đặc san "BULLETIN DES AMIS DU VIEUX HUE" 26e Année-No.2- Avril-Jun 1939 *dưới đề mục* "QUELQUES MANDARINS D'HIER" par Nguyễn Tiến Lãng, Chef de Bureau de Sa Majesté.

Giờ đây chúng ta hãy kể lại cuộc đời của một vị thượng quan khác, mà đức tính cao quí đã đạt đến mức độ toàn vẹn, tuyệt đối, và được dân gian truyền tụng như một tấm gương cương trực, đức độ và khiêm cung. Chúng tôi muốn kể về cụ Trần Trạm, người vừa mới qua đời tại An Cựu.

Sau ngày cụ mất, người ta có thể đọc được trong báo chí

Việt Nam từ Nam ra Bắc và ngay cả tại Huế những bản thông báo và bài văn đồng thanh ca ngợi cụ. Sự kiện đó tự nó đã nói lên đầy đủ giá trị, nếu như người ta nhớ rằng báo chí Việt Nam trong thời đại nầy chẳng mấy có thiện cảm với giới quan lại.

Ngược lại, đối với cụ Trần Trạm, báo chí lại bày tỏ tình cảm đầy tiếc thương. Và cho dù là bàn về đời công hay đời tư của người quá vãng, các bài báo đều đồng thanh nhất trí. Và lần này, báo chí đã phản ánh đúng đắn tình cảm chung. Nói về cụ Trần Trạm, người ta có thể nhắc lại câu thơ:

"........ *và như lời một bà mẹ vỗ về con,*
Tiếng nói của cả một dân tộc đang ru Người dưới mộ."

Người ta có thể đọc lại câu thơ trên mà không sợ mang tiếng là tán tụng quá đáng, bởi bất kỳ một lời ca ngợi nào dành cho nhà nho thuần khiết đó đều là lời ca ngợi không phải dành cho những vinh dự đã đến với cụ trong thuở sanh tiền, mà là những lời ca ngợi về những đức tính của cụ; những đức tính đã được tôn phong tột đỉnh thành huyền thoại làm phong phú thêm những truyền tụng trong dân gian. Thật khó mà mô tả lại được đầy đủ cao độ và hương vị của một con người khó có nhân vật nào có thể sánh kịp. Cụ Trần Trạm đã để lại nhiều tình cảm trong dân chúng mỗi khi họ kể chuyện về cụ, vừa vui đùa trong bái vọng, vừa riễu cợt trong trìu mến.

Báo Tràng An ở Huế số ra ngày 15 tháng 3 năm 1938 đã mô tả sự kiện này dưới bài báo nhan đề: "Một vị quan độc đáo" như sau:

"Cụ Thượng Thư Trần Trạm, người vừa mới qua đời ở tuổi 83, trước đây là một vị quan khá độc đáo.

"Vị Thượng Thư quá vãng đã liên tục phục vụ dưới cả bốn triều Đồng Khánh, Thành Thái, Duy Tân và Khải Định.

"Đến tuổi hưu trí, cụ đã lui về quê ở làng An Cựu, trong một ngôi nhà lá đơn sơ, nơi người sống quãng đời còn lại một cách êm ả, như một người thoát tục. Cụ đã về hưu trong cảnh cực kỳ đơn hàn; nghèo chẳng thua gì một thường dân, và tài sản không có gì khác hơn là cái chức Thượng Thư.

"Người ta thường thấy cụ vác ô đi bộ. Đường xá có lầy lội

thì cụ rút dép, xắn quần và cứ thế mà thong thả bước đi - như một triết nhân đi giữa cuộc đời.

"Người ta đồn rằng khi cụ còn tại chức, cụ vẫn thường bãi bỏ nhiều cuộc tiếp kiến để dành thời giờ đi giúp đỡ đám lính dưới quyền.

"Người ta cũng còn kể là có bữa trên đường về trời quá nóng bức và anh kéo xe không mang nón, nên cụ đã cố tìm cách che nắng cho người ấy bằng cái ô của mình; mà ô thì cũng tả tơi chứ không lành lặn gì cho cam.

"Điều đó đủ chứng tỏ phong cách độc đáo của cụ Trần Trạm.

"Nhưng việc giữ được tư chất trung thực không những là nét độc đáo duy nhất đáng được kể đến; cụ Trần Trạm thưở sinh tiền còn là một viên quan trung thực theo nghĩa rộng nhất của từ này.

"Đức tính liêm khiết của cụ, được các bạn đồng liêu của cụ đã phải gánh chịu trong các cuộc nổi dậy của dân chúng.

"Nếu như trong lịch sử quan lại triều đình mà có một vị quan nào trung thực thì vị đó phải là cụ Trần Trạm. Cụ đã đem về thế giới bên kia trang sách đẹp nhất có thể minh họa được cho định nghĩa của hai chữ trung thực, một từ ngữ hầu như đã biến mất trong ngữ vựng Việt Nam.

Trong một tờ báo khác ở Huế, nhật báo Tiếng Dân, ra ngày 12 tháng 3 năm 1938, cụ Huỳnh Thúc Kháng đã phát biểu như sau:

"Tôi được biết cụ Trần Trạm lầu đầu ở Huế vào năm 1900. Lúc ấy cụ giữ chức Ngự Sử. Năm 1908, cụ làm Phủ Thừa tỉnh Thừa Thiên. Ít ai nói đến cụ. Cụ thuộc lớp quan lại được đào tạo trong thế hệ xưa, theo truyền thống bảo thủ.

"Tôi chỉ trở về Huế vào khoảng 1925-1926. Cụ Trần Trạm lúc này đã về hưu. Và trong suốt 10 năm sau đó, báo Tiếng Dân đã không được hân hạnh đón tiếp vị quan hưu này, mặc dầu người cư ngụ tại An Cựu, ngay giữa Kinh đô. Không một ai nói đến cuộc sống của cụ Trần Trạm, và riêng tôi cũng chẳng được tin tức gì về cụ. Do đó mà khi được tin đau đớn về cái chết của cụ, chúng tôi có thể nói với tư cách một người nguyên là quan lại triều đình, cụ Trần Trạm khác hẳn với những người khác, và với tư cách là quan viên hưu trí, cụ vẫn giữ nguyên phẩm cách của mình. Chúng ta không thể quên rằng cụ đã cao cả hơn những người khác, một hưu quan sống ngay giữa thủ đô mà lại không chịu để mình bị lôi kéo vào những vinh dự ở ngay bên cạnh.

"Chúng tôi đã đưa ra được những lời minh chứng nầy về người quá vãng, vì chúng tôi đã hoàn toàn căn cứ vào dư luận trong quần chúng vậy. Do đó mà báo của chúng tôi xin bày tỏ lòng tôn kính của chúng tôi đối với vì quan này như sau: "Cụ Trần Trạm là một tấm gương thanh liêm và thuần khiết."

Mấy lời trên đây, tuy đơn sơ và ngắn gọn nhưng chưa bao giờ được báo Tiếng Dân tưởng thưởng cho bất cứ người nào khác ngoài cụ Trần Trạm. Báo Tiếng Dân vốn là tờ báo do các học giả Nho Giáo chủ trương và biên tập.

Tại Hà Nội tờ Trung Bắc Tân Văn số ra ngày 24 tháng 2 năm 1938 đăng trên trang một lời kêu gọi của ông Nguyễn Tảo, một trong các người thi đậu Tam trường, ba năm được tổ chức một lần ở Bắc kỳ, mà khi còn sinh tiền cụ Trần Trạm là quan chủ khảo, đề nghị các người trúng tuyển khác trong các kỳ thi đó quyên tiền để giúp đỡ người quá vãng. Đây là bằng chứng hùng hồn về tấm lòng yêu mến của giới học giả Bắc Kỳ đối với cụ. Và gia quyến của cụ không hề bị sút giảm danh dự vì cái nghèo của cụ mà ai cũng biết. Trái lại họ đã đối xử với những người nầy (trong gia quyến cụ) như trong hàng anh em.

Sau đây là thân thế và sự nghiệp của vị quan đã từng được thương yêu và rất đáng được thương yêu đó:

Cụ Trần Trạm thuộc dòng dõi khoa bảng và quan lại đã có từ lâu đời. Gốc gác ở làng Hoa Khuê, huyện Hòa Vang, tỉnh Quảng Nam. Trong hàng tiền bối của cụ có cụ Trần Phước Thành, từng là Khâm Sai Tham Tán, đặc phái viên của nhà vua trấn thủ thành Gia Định vào thời nhà Nguyễn phân tranh với Tây Sơn, và cụ Trần Phước Tảo, từng là Hồ Gia Vệ Cai Đội Nội Hầu. Cụ Tảo vì không chịu phục tùng đám quan lại theo nhà Tây Sơn nên cùng vợ con di tản vào Nam và định cư tại làng Thanh Bình, huyện Bình Dương, tỉnh Gia Định.

Cụ Trần Trạm là thứ nam của cụ Trần Tri, trước làm Tá Lý ở Bộ tài chánh, và là cháu nội của cụ Trần Văn Tính, Thượng Thư Bộ Công, người vốn thuộc dòng dõi quan lại xưa ở Quảng Nam, sau lập nghiệp tại Nam Kỳ. Cụ Trần Trạm sinh tại Huế vào năm Tự Đức thứ 10 (1857) và sau đó định cư tại làng Nam Trung (**), tổng Sư Lỗ, huyện Phú Vang, tỉnh Thừa Thiên.

Nguyên trước theo học trường Quốc Tử Giám, cụ đậu Cử nhân năm 1879 và qua năm 1882 cụ được bổ làm giáo khảo kỳ thi Hương ở Bình Định.

Năm 1885 (năm thứ nhất triều Hàm Nghi) cụ được phong Hậu Bố tại tỉnh Quảng Bình và được triệu hồi về Huế năm 1886 (năm thứ nhất triều Đồng Khánh) để giữ chức Biên Tu ở sở Văn Khố.

Năm 1891 (năm thứ 3 triều Thành Thái) cụ được bổ nhậm vào chức vụ Tri Huyện ở Quảng Điền thuộc tỉnh Thừa Thiên, nhưng vào năm 1894 cụ bị giáng bốn bậc vì không phát hiện được thủ phạm của một vụ án xảy ra trong địa phương của cụ. Tuy nhiên cụ đã để lại trong địa phương tiếng tốt là một viên quan trung thực và được mọi người mến thương.

Năm 1895 cụ được gọi về giữ chức Hữu Kỳ Đạo Ngự Sử, và vì đã có công tham gia vào việc soạn bộ sử nước Nam, năm 1897 cụ được phục hồi nghạch trật cũ và được phong giữ chức Lễ Khoa Chưởng Ấn.

Năm 1901 cụ được phong cấp Hồng Lô Tự Khanh và được cử giữ chức Tá Lý ở Bộ Công.

Đang tại chức Tham Tri Bộ Hộ (thứ trưởng Nội vụ) vào năm 1906, cụ được bổ làm Phủ Doãn tỉnh Thừa Thiên (Tổng Đốc tỉnh Thừa Thiên gồm cả Kinh đô Huế). Trong năm 1907 cụ đã vượt khỏi nhiều khó khăn và nhờ vậy cụ lại nổi tiếng là một viên quan trung thực và được lòng dân. Dân chúng trong tỉnh lúc đó bất mãn về vấn đề thuế má. Làn sóng bất mãn chuyển thành bạo động. Các quan lại đứng đầu địa phương đều bị quân phiến loạn bắt trói bỏ vào thuyền và đưa về thủ phủ để, theo lời họ, những viên quan này sẽ báo cáo lên quan trên xin gẫm thuế cho dân. Một số quan lại khác đã bị chúng bỏ vào chiếu và tẩm dầu đốt cháy. Quan Phủ Doãn đến tại hiện trường. Sự táo bạo của quân nổi loạn cùng các hành vi tàn bạo của họ đã khiến cho đám lính hầu cận quan Phủ Doãn bỏ chạy tán loạn. Chỉ còn một mình cụ giữa đám dân đằng đằng sát khí. Nhưng khi đám người này nhận ra cụ thì họ nép ra một bên và đem đến một chiếc thuyền cung kính mời cụ tự do trở về tỉnh ly. Ngay cả đám dân táo tợn nhất trong cuộc nổi dậy cũng phải nói: "Ông này là một người công bằng và liêm khiết."

Suốt thời gian dài làm quan, cụ Trần Trạm đã nhiều lần được mời giữ chức chánh chủ khảo các kỳ thi Hương. Tại Hà Nam (Bắc Kỳ) năm 1906; tại Vinh (Nghệ An) năm 1909; tại Bình Định năm 1912; và cũng tại Hà Nam hai lần nữa vào năm 1912 và năm 1916.

Trong cương vị này cụ đã đạt được uy tín và quyền lực đạo đức lớn lao đối với tất cả các giới khoa bảng. Dù có thi đậu hay không thì các sĩ tử cũng nhìn nhận nơi cụ một sở học uyên thâm, một tinh thần vô tư, công bằng và trung thực. Cụ Trần Trạm đã từng làm giám khảo cho cụ Bùi Bằng Đoàn, thượng Thư Bộ Hình hiện tại. Cụ Đoàn đã nhiều lần đến viếng thăm nhà nho lão thành trong ngôi lều tranh tại Au Cựu: một hành động vừa làm vinh quang vị quan già về hưu trí mà cũng vừa làm sáng danh người khách đến thăm.

Chính trước ngày chuẩn bị lên đường đi làm chủ khảo một trong số những kỳ thi như vậy, cụ Trần Trạm đã ngồi xe kéo để vào hoàng thành làm lễ bái mạng. Cụ đã xử sự với người phu xe không có mũ mà báo tràng An đã lược thuật lại như đã kể trong phần trên. Câu chuyện có thật. Tấm lòng ưu ái của cụ đã trở thành một đức tính được truyền tụng trong dân gian. Người dân nông thôn Thừa Thiên thường kể cho nhau nghe về cụ trong các cuộc mạn đàm và khi quây quần bên bếp lửa. Họ còn kể thêm là khi căng dù ra che đầu cho người phu xe, vốn là một người lính, cụ còn tế nhị an ủi anh ta: "Anh đừng có bận tâm suy nghĩ, rồi có ngày anh sẽ làm Lãnh Binh (một sĩ quan cao cấp) và sẽ ngồi cạnh tôi." Người lính đó sau này quả nhiên làm Lãnh Binh như cụ Trần Trạm đã từng tiên đoán. Và tưởng cũng không có gì là làm giảm đi thanh danh của người lãnh binh vốn xuất thân từ hàng lính lệ đó nếu như ta biết rằng người ấy không ai khác hơn là Lãnh Binh Phạm Quí. Được tưởng thưởng Huân chương Kim Khánh Đệ Nhị đẳng và Danh Dự Bội Tinh Đệ Nhất Hạng vào năm 1906, và An Nam Long Bội Tinh vào năm 1912, cụ Trần Trạm đã xin về hưu vào năm 1916 và được phong làm Thượng Thư, một tước vị mà người ta không phong cho cụ khi còn làm quan. Cũng vào thời này cụ được phong Huân Chương Kim Khánh Đệ Nhất Đẳng.

Cụ thường coi nhẹ các phẩm hàm đến độ mà cụ Hồ ĐắcTrung, thời đó có chân trong viện Cơ Mật, khi muốn đề nghị phong cho cụ tước vị Hiệp Tá Đại Học Sĩ, cụ Trần trạm đã thoái thác vinh dự đó và lại xin bãi bỏ luôn cả sự đề bạt đó.

Cụ về hưu trong cảnh huống rất bần hàn. Cụ Quận công Tôn Thất Hân, thấy cụ nghèo xơ xác như vậy, bèn mời cụ đến gặp và biếu cụ hai trăm đồng. Cụ cáo từ và không nhận. Tuy nhiên cụ Quận công vẫn cố tìm cách giúp cụ cho kỳ được. Số tiền đó được giao cho quan Tham Tri Đặng Ngọc Oánh để mua một ngôi nhà ở An Cựu để cống hiến làm cư xá cho cụ Trần Trạm. Ngôi nhà chỉ lợp bằng tranh. Tuy nhiên, xin hãy lưu ý, bên trong nhà, cụ Tôn Thất Hân đã cho treo câu đối do chính tay cụ viết nói lên đức độ và bản tính trung trực của nhà nho đáng kính đang sống tiếp chuỗi ngày cuối cùng tại đó.

Ngày 17 tháng Giêng năm Bảo Đại thứ 12, tức là ngày 14 tháng 2 năm 1938, cụ Trần Trạm qua đời, hưởng thọ 82 tuổi, để lại tiếng thơm hãn hữu của một vị quan mà dân chúng đã thực sự trọng vọng như một người cha.

Hoàng đế Bảo Đại đã truy tặng cụ Trần Trạm tước hiệu Hiệp Tá Đại Học Sĩ.

Một người em của cụ Trần Trạm, hiện còn sống, khuê danh là bà Trần Thị Mỹ, đã được đưa vào cung của vua Đồng Khánh và được ban tước hiệu Quí Nhân.

Một trong các người con của cụ, ông Trần Đạo Tế hiện nay là một viên quan Nam triều, giữ chức Lang Trung Bộ Lễ.

NGUYỄN TIẾN LÃNG

Chú thích:

*(*) Cụ Huỳnh Thúc Kháng viết trên báo Tiếng Dân, ngày 12-3-1938:
"...xin bày tỏ lòng tôn kính của chúng tôi đối với vì quan này như sau "Cụ Trần Trạm là tấm gương thanh liêm và thuần khiết.".*

(**) Làng Nam Trung được lập lên vào năm Thành Thái thứ 16 (1904) để dành riêng cho các dân cư sinh ra và định cư trong tỉnh nhưng có tổ tiên gốc gác ở Nam Kỳ. Năm thứ nhất dưới triều Đồng Khánh (1886), Hoàng Thái Hậu Bác Huê đã bỏ ra một số tiền và một dinh thất để làm trụ sở ái hữu cho dân Nam Kỳ định cư tại Huế (Nam Châu Hội Quán). Việc lập nên làm Nam Châu đánh dấu việc thừa nhận những người dân gốc Nam Kỳ lập nghiệp tại tỉnh Thừa Thiên dưới sự bảo trợ của triều đình Huế.

VỤ ÁN TRẦN NGỌC CHÂU
Vietbook USA
Ấn hành lần thứ nhất, 2009
tại California, Hoa Kỳ

Liên lạc phát hành
Việt Báo Daily News
14841 Moran Street
Westminster, CA 92683
(714) 894-2500
(714) 418-0705, fax

Ấn phí: 25 mỹ kim